சித்த மருத்துவ தத்துவங்களும் வரலாறும்

MJP PUBLISHERS

சித்த மருத்துவ தத்துவங்களும் வரலாறும்

மரு.ச.சித்ரா எம்.டி, (சித்த மருத்துவம்)

பேராசிரியர்

ஸ்ரீசாய்ராம் சித்த மருத்துவ கல்லூரி மற்றும் ஆராய்ச்சி மையம்.

மரு.ம.ரமணி எம்.டி, (சித்த மருத்துவம்)

துணை ஆசிரியர்

MJP PUBLISHERS

சென்னை புது தில்லி

MJP PUBLISHERS

ISBN 9789355282347

எம்.ஜே.பி பதிப்பகம்

No. 44, நல்லதம்பி தெரு,

திருவல்லிக்கேணி,

சென்னை 600 005.

எம்.ஜே.பி 1513

Dr. Sai Prakash LeoMuthu
Chairman & CEO-Sairam Institutions

FOREWORD MESSAGE

As all AYUSH System of Medicine is flourishing tremendously, understanding the basic concepts play a major role in establishing and evolving the system to next level. The history of Siddha Medicine create an awareness to our Tamil culture and make the students feel proud.

*This book entitled **'Siddha Maruthuva Thathuvangalum Varalarum'** written by Dr. S. Chithra, Professor, Sri Sai Ram Siddha Medical College & Research Centre, Chennai – 44, is of immense help in understanding Siddha Concepts and the milestones of Siddha History.*

I convey my good wishes to Dr. S. Chithra for her effort. Hopefully this book will be of great value not only to the students but also to the teachers.

I wish her all successes.

Sai Prakash LeoMuthu

'Sai Bhavan', No.31B, Madley Road, T. Nagar, Chennai
Tamilnadu, INDIA. PIN-600017. (T) +91 44 4226 7777
sairamceo
www.sairamgroup.in

Sairam INSTITUTIONS

R. Sathish Kumar
Chief Business Officer –Sairam Institutions

Sairam INSTITUTIONS

Foreword Message

In this scientific Era, all observations and statements should be evolved in scientific form. Hence to achieve progress and development in Siddha system of Medicine, its history and concepts need considerable scientific validation.

Some people consider that Siddhar's science and their powers as an incomprehensible and imagine them as myth. After reading this book all those considerations has become phony. This book ***'Siddha Maruthuva Thathuvangalum Varalarum'*** *written by Dr. S. Chithra, Professor, Sri Sai Ram Siddha Medical College & Research Centre, Chennai-44, will be very much helpful to Siddha fraternity and general public to understand the basic concepts of Siddha in a scientific way.*

I congratulate Dr. S. Chithra, for her meticulous effort in bringing out this publication which is very useful to the students and teachers.

I wish her all successes.

R. Sathish Kumar

Sri SAI RAM SIDDHA MEDICAL COLLEGE & Research Centre
(Managed by Sapthagiri Educational Trust, Chennai - 17)
Approved by NCISM / AYUSH, New Delhi & Affiliated to The T.N. Dr. MGR Medical University, Chennai - 32.
Sai Leo Nagar, West Tambaram, Chennai - 600 044. Tel : +91 75300 55222
e-mail : principal@sairamsiddha.edu.in Web: **www.sairamsiddha.edu.in**

Founder Chairman : MJF. Ln. Leo Muthu

அணிந்துரை

சித்த மருத்துவ தத்துவங்களும் வரலாறும் என்ற இந்த நூல் முழுவதையும் படித்து மகிழ்ந்தேன். இந்நூல் முழுவதிலும் சித்த மருத்துவத்தின் தத்துவங்களும் வரலாறும் காணக் கிடைக்கின்றன. உலகின் பழம்பெரும் மருத்துவம் சித்த மருத்துவம் என்பதற்கான தரவுகள் இந்நூலில் காணப்படுகின்றன. சித்த மருத்துவ தத்துவம் தமிழர் வாழ்வியலில் எவ்வாறெல்லாம் பின்னிப் பிணைந்துள்ளது என்பதையும் அறிய முடிகிறது.

இந்நூலில் ஒவ்வொரு தலைப்பிலும் உள்ள செய்திகள் புதிய விளக்கத்தைத் தருகின்றன. இவை சித்த மருத்துவம் பயிலும் மாணவர்களுக்கு பேருதவியாக அமைந்து அவர்களைத் தெளிவடையச் செய்யும். மேலும் சித்தர்களின் நூல்களில் தேட வேண்டியதை அடைய விரும்புபவர்களுக்கு இது ஒரு குறிப்புரையாக அமைந்து உதவி செய்யும் என்றால் அது மிகையில்லை.

தமிழர்களின் அறிவு எந்த அளவுக்கு சிறந்து விளங்கியது என்பதை அறுசமயங்கள் என்ற தலைப்பில் தெரிந்து கொள்ளலாம். சித்த மருத்துவ மாணாக்கர்களுக்கு ஊக்கம் தரும் வகையில் உலகின் பாரம்பரிய மருத்துவம் மற்றும் இந்தியாவில் வழங்கிவரும் மற்ற மருத்துவ முறைகளுடன் ஒப்பு நோக்கலும். மூலப்பிரகிருதி விளக்கங்கள், பஞ்சபூத கொள்கைகள், அண்ட பிண்ட தொடர்பு, சித்த மருத்துவத்தின் வளர்ச்சி நிலைகள் ஆகியவை பற்றிய குறிப்புகளும் கொடுக்கப்பட்டுள்ளன. சித்தர்களின் தனிச் சிறப்பும், பெருமையும், வல்லமையும் நூலில் அவ்வவ் தலைப்புகளில் எளிய நடையில், இனிய சொல்லில், ஆழக் கருத்தில் ஊன்றிக் கிடக்கிறது. ஆங்கிலத்தில் காணப்படும் விளக்கங்கள் சித்த மருத்துவ கொள்கைகளை மேலும் விளங்கிக் கொள்ள உதவியாக அமைகிறது.

ஆசிரியர் மரு. ச. சித்ரா அவர்கள் இன்னும் இதுபோன்ற நூல்கள் பலவற்றை எளிய தமிழில், தெளிந்த உரையில் எழுதி அவற்றை சித்த மருத்துவ மாணாக்கர்களுக்கு வழங்க வேண்டும் என்றும், மாணவக் கண்மணிகள் அவற்றைப் படித்து பயனுற வேண்டுமென்றும் விரும்புகிறேன்.

த. மதுக்குமார்
முதல்வர்
சாய்ராம் சித்த மருத்துவக் கல்லூரி மற்றும் ஆராய்ச்சி மையம்

அணிந்துரை

சித்த மருத்துவத்தின் அடிப்படைத் தத்துவங்களையும் வரலாற்றையும் முழுதுமாக உள்ளடக்கிய ஒரு நூலாக வெளிவந்துள்ளது மரு.சித்ரா அவர்களின் இந்நூல். இதில் பல்வேறு காலகட்டங்களில் சித்த மருத்துவத்தின் நிலை, சித்தர்களின் வரலாறு, சித்த மருத்துவத்துக்கும் பிற இந்திய மருத்துவ முறைகளுக்கும் உள்ள வேறுபாடுகள் மற்றும் பொதுவான தன்மைகள், சித்த மருத்துவத்தின் தனிச்சிறப்புகள் – முப்பு, இரசவாதம், கற்பம் மற்றும் தத்துவங்கள் என அனைத்து தலைப்புகளையும் குறித்து நிறைவாகவும் விளக்கமாகவும் விவரிக்கிறார் ஆசிரியர்.

சித்த மருத்துவம் தோன்றிய காலம் குறித்த பகுதியில் பல்வேறு மேற்கோள்கள் மூலம் சித்த மருத்துவம் வேதங்களுக்கு முந்தைய காலத்தை சேர்ந்தது என்பதையும், குறைந்தது பத்தாயிரம் வருடங்களுக்கு முந்தையது என்பதையும் நிரூபித்துள்ள ஆசிரியர், அதேசமயம் தமிழ் தோன்றிய காலமே சித்த மருத்துவத்தின் காலமாக இருக்கக்கூடும் என்பதை வலியுறுத்தவும் தவறவில்லை. நெடும்வரலாற்றை உடைய தமிழ் இலக்கியத்தின் பயணத்தில் சித்த மருத்துவமும் ஆயிரமாயிரம் ஆண்டுகளாக உடன் பயணித்து இன்று இருக்கும் நிலைக்கு வந்துள்ளது என்பதயும் ஆசிரியர் சுட்டிக்காட்டுகிறார்.

சித்தர்களின் வரலாற்றை எழுதியுள்ள இடத்தில் பல்வேறு நூற்களில் இருந்து கிடைத்த செய்திகளை நன்கு தொகுத்து மேலும் விரிவாக்கியுள்ளது பாராட்டத் தக்கது. இரசவாதம் குறித்த நாம் அறிந்துள்ளதை மேலும் விசாலமாக்கும் முயற்சியில் இறங்கி அதில் வெற்றியும் பெற்றுள்ளார் ஆசிரியர். கற்பம் குறித்த ஆசிரியரின் பார்வையும் கருத்தும் அதற்காக அவர் இங்கே தந்துள்ள ஆதாரங்களும் சிறப்பாக உள்ளன.

தத்துவ ஆராய்ச்சியை அடுத்த தளத்துக்கு எடுத்துச் சென்றுள்ள ஆசிரியர், அளவைகள் அன்றும் இன்றும் ஆராய்ச்சிக்கு எவ்வாறு பயன்படுகின்றன என்பதை விரிவாக சுட்டிகாட்டவும் தவறவில்லை. அட்டாங்க யோகம் குறித்த பகுதி அவசியம் அனைவருமே படித்துணர வேண்டிய ஒன்றாகும். இதுவரை சித்த மருத்துவ நூற்களில் சேர்க்கப்படாத பழந்தமிழ்ப் பாடல்கள் பலவற்றை ஆசிரியர் தக்க இடங்களில் கையாண்டுள்ளது மெச்சத் தகுந்தது.

ஆசிரியர் ஒவ்வொரு விளக்கத்துடன் அதற்கு இணையான ஆங்கில விளக்கம் எழுதி இருப்பது, தற்போது தமிழ் மொழி தெரியாமல் சித்த மருத்துவம் பயில வரும் இளம் மருத்துவர்களுக்கு சித்த மருத்துவத்தின் அடிப்படை தத்துவங்களில் தெளிவு பெற உதவியாக இருக்கும்.

பல அரிய சித்த மருத்துவ நூல்களில் இருந்து கருத்துகளை தேர்ந்தெடுத்து இந்த நூலை சிறப்பாக எழுதி உள்ளார். சித்த மருத்துவத்தில் சமீபத்தில் எழுதப்பட்ட சிறந்த நூற்களில் ஒன்றாகவும், தத்துவங்கள் மற்றும் வரலாறு குறித்த நூற்களில் இருந்த இடைவெளியை நிரப்பும் ஒரு நூலாகவும் இந்நூல் அமைந்துள்ளது என்பதில் எவ்வித ஐயமும் இல்லை. சித்த மருத்துவ உலகம் இந்நூலை சிறந்த முறையில் பயன்படுத்தும் என நம்புகிறேன். சித்த மருத்துவ மாணவர்கள் மற்றும் சித்த மருத்துவம் குறித்து அறிய ஆர்வம் உடைய அனைவருக்குமே இந்நூல் மிகுந்த பயன்தரும். இந்த நூலைப் படைத்து நமக்கு அளித்துள்ள ஆசிரியருக்கு அகம் நிறை வாழ்த்துக்களை தெரிவித்து, இதுபோன்ற மேலும் பல நூற்களை அவர் இயற்றி வழங்கிடவும் வேண்டுகிறேன்.

மருத்துவர். ந. கபிலன், MD(S).,Ph.D.,

பேராசிரியர் & துறைத் தலைவர்,

சித்த மருத்துவ துறை தமிழ்நாடு Dr.MGR. மருத்துவ பல்கலைக்கழகம்,

69, அண்ணா சாலை, கிண்டி

சென்னை - 600 032

காணிக்கை.....

எனையீன்ற தெய்வங்களுக்கு

டாக்டர். காசி. சண்முகம் ஆர்.ஐ.எம்.பி.

திருமதி. என். பேபி அகிலாண்டம்

பொருளடக்கம்

அலகு 1

சித்த மருத்துவத்தின் வரலாறு

1.1 சித்த மருத்துவ தத்துவங்களும் வரலாறும்

சித்த மருத்துவத்தின் காலத்தை சொல்ல வேண்டுமென்றால் தமிழ் தோன்றிய காலத்தையே குறிப்பிடவேண்டும். தமிழையும் சித்த மருத்துவத்தையும் பிரிக்க இயலாது. தமிழர்களின் பாரம்பரியமான மருத்துவ முறை சித்த மருத்துவ முறையாகும். ஆயிரக்கணக்கான ஆண்டுகள் கடந்தும் இன்றும் சித்தமருத்துவம் தன் தனித்தன்மையை இழக்காமல் வளர்ந்து வருகிறது. சித்த மருத்துவம், சித்தர்கள் என்ற சொற்கள் மட்டுமே காலத்தால் பிற்பட்டது. சித்தர்களை அறிவன் என்கிறது தொல்காப்பியம். வேத காலமே பழமையானது, முதன்மையானது என்று இன்றும் இந்தியர்களால் நம்பப்படுகிறது. எனவே வேதங்களில் உள்ள வரிகளைக் கொண்டே சித்தமருத்துவம் எவ்வளவு பழமையானது என்று நிரூபிக்கவேண்டியுள்ளது.

முதல் சித்தரான சிவபெருமான் தோற்றுவித்த சித்த மருத்துவ முறையைத் திருமூலர், போகர், அகத்தியர் போன்ற பல சித்தர்கள் போற்றி வளர்த்ததாகக் கூறப்படுகிறது. தமிழ் மருத்துவ முறைகள் 10000 முதல் 4400 B.C.E ஆகிய காலங்களில் தோன்றியதாக டி.வி. சாம்பசிவம் பிள்ளை குறிப்பிடுகிறார். திராவிட பண்பாட்டிலிருந்து முகிழ்த்த இம்மருத்துவ முறை வேத காலத்திற்கு முற்பட்டதாகும். சைவத்தில் சிவன் நோய் தீர்க்கும் வைத்தியனாக சித்தரிக்கப்படுவது போல் வேதங்களும் உருத்திர சிவனின் பண்புகளை குறிப்பிடுகிறது. உருத்திரன் என்றழைக்கப்பட்ட திராவிட இனத்தைச்சேர்ந்த சிவனே முதல் மருத்துவனாகவும், சிறந்த மருத்துவனாகவும், ஆயிரம் மருந்துகளையுடையவன் எனவும் மிகவும் பழமையான ரிக் வேதத்தால் அடையாளம் காட்டப்படுகிறான்.

‘பசும்னாம்கதி: பசுபதயே’ என்கிறது யசூர் வேதம்.

எதிரிகட்கு நோயை ஆயுதமாக பயன்படுத்துபவன் என்று அதர்வணவேதம் கூறுகிறது.

தைத்திரிய சம்கிதை என்ற நூல் 'பிரதமோ தைவயோ பிஷக்' என்ற வரிகளில்; அக்கடவுள் முதல் தெய்வீக வைத்தியன் என்று கூறுகிறது.

2000 ஆண்டுகளுக்கு முன்பே திருவள்ளுவர் மருந்தைப் பற்றி பத்து குறள்களில் விரித்துரைத்துள்ளார். சைவப் பேரறிவியலின் - ஆகமங்களின் அடிப்படையில் வளர்ந்த சித்த மருத்துவத்தில் சாங்கியத் தத்துவத்தின் சாயல் தெரியும். முதல் சித்தன் சிவன் என்பது யாவரும் அறிந்த செய்தியே. கி.மு. 3000 ஆண்டுகளுக்கு முற்பட்ட சிந்துவெளியில் வாழ்ந்த மக்கள் சிவனைப் பெரும் தெய்வமாக வழிபட்டதிற்கு அங்கு கிடைத்த யோகியின் வடிவத்தைக் கொண்ட இலச்சினை சான்று பகர்கிறது. 12000 ஆண்டுகளுக்கு முன் தோன்றிய சைவப் பேரறிவியலுக்குத் (ஆகமங்களுக்குத்) துணையாகத் தோன்றியது சித்த மருத்துவம் என்கிறார் க.நா.குப்புசாமி முதலியார்.

4000 ஆண்டுகளுக்கு முன் அதர்வண வேதத்தில் சித்த மருத்துவத்தின் ஆரம்பமானது கூறப்பட்டுள்ளது. அதனால் அது ஆயுர்வேதத்திற்குரியது என்று கூறுவது அபத்தம் என்கிறார். ந. கந்தசாமிப் பிள்ளை.

கி.மு. 4ம் நூற்றாண்டில் இந்தியாவிற்கு வருகை புரிந்த கிரேக்க நாட்டுத் தூதுவர் மெகஸ்தனீஸ், இந்தியாவில் வேத மரபைச் சாராத "சிராமணர்கள்" என்னும் ஆன்ம ஞானிகள் மற்றும் அறிவர்கள் குழுவினர் புரிந்து வந்த மருத்துவச் சேவைக்காக பெருமளவில் மக்களால் மதிக்கப்பட்டனர்" என்று கூறுகிறார். (சிராமணர்கள் - சித்தர்கள்).

The Period of Siddha Medicine

According to ancient literature of Siddha, it is said that the Siddha system of Medicine orginated from LORD SHIVA and his teachings were carried out by Thirumoolar, Bogar, and Agathiyar. The great Tamil scholar T V Sambasiva Pillai dated the period of Tamil medicine from 1000 to 4400 BCE. This medicine is much related to Dravidian culture and it dates back to Vedic period. In Saivism, LORD SHIVA is considered as a great healer. Similar ideas exist in vedas too. Uruthiran representing lord shiva is considered as the first healer. He is a great healer and a man with thousands of medicines.

'Pasumnamkathi pasupathayae' is a verse from Rig vedha.

Adharvanavedham describes this healer as a man who uses disease as a weapon.

A verse in Thaithiriya samkithai, "prathamo thaivayo pishak" decribes god as the first healer. Thiruvalluvar in his thirukural described about medicine in 10 kurals before 2000 years ago. Sangiya philosophy has some reflection on siddha medicine. Evidences show that before 3000 years ago, people in Indus valley civilization worshiped lord shiva. K.N. Kuppusamy mudaliyar said that Siddha Medicine developed along with Saiva philosophy around 1200 years back.

Great Greek scholar Megasthenes described Siramanargal as saints who practised science and medicine and was greatly respected by the people.

1.2 தமிழ் இலக்கியங்களில் சித்த மருத்துவம்

சித்த மருத்துவத்தின் நூல்கள் யாவும் தமிழில் இருப்பதால் இதை தமிழ் மருத்துவம் என்று சொன்னால் மிகையில்லை. முழுவதுமாக சித்த மருத்துவத்தின் வளர்ச்சி நிலைகளை அறிந்துகொள்ள தொன்மையான தமிழ் மருத்துவ நூல்கள் எதுவும் கிடைக்கவில்லை. இருப்பினும் பண்டைய தமிழ் நூல்கள் ஓரளவுக்கு மருத்துவம் சார்ந்த குறிப்புகளை தந்து உதவுகின்றன. மேலும் சித்த மருத்துவத்தில் மருந்துகளுக்கு கொடுக்கப்படும் முக்கியத்துவம் மணி, மந்திரங்களுக்கும் கொடுக்கப்பட்டது. நோயானது அகக்காரணங்களால் மட்டுமின்றி புறக்காரணங்களில் தெய்வம், பேய், பில்லி, சூனியம், செய்வினை - இவைகளாலும் உண்டாகின்றன எனக் கருதப்பட்டன. இவை பற்றியும் தமிழ் இலக்கியங்கள் சுட்டுகின்றன.

தொல்காப்பியம், கலித்தொகை ஆகியவற்றில் நோய், பிணி, பழம்புண், கடுநோய் என்ற சொற்கள் உடல்நலக் குறைவு என்பதை சுட்ட பயன்படுத்தப்பட்டன.

> ‘பையுளும் சிறுமையும் நோயின் பொருள’
> ‘அவரவர் உறுபிணி தமபோற் சேர்த்தியும்’
> ‘மூப்பே பிணியே வருத்தம் மென்மையொடு
> யாப்புற வந்த இளிவரல் நான்கே’

வேலன் வெறியாட்டு (சாமி இறங்கல்), விரிச்சி கேட்டல் (நற்சொல் கேட்டல்) ஆகியன மந்திர மக்களுடைய செயல்களாக விளக்கப்பட்டுள்ளன. இவை முல்லைப் பாட்டு, அகநானூறு நூல்களில் காணப்படுகின்றன. பெண்களும் இவைகளைச் செய்துள்ளனர் என குறுந்தொகை குறிப்பிடுகிறது.

'....முதுவாய் வேலன்
ஏம்மிறை அணங்கலின் வந்தன்று இந்நோய்
தணிமருந்து அறிவல்'- அகநானூறு
'நாழி கொண்ட நறுவீ முல்லையும்
அரும்பவிழ் அலரி தூஉய்க் கைதொழுது
பெருமுது பெண்டிர் விரிச்சி நிற்ப..' முல்லைப் பாட்டு

பேய்க்காஞ்சித்துறையில் பேய்கள் மனிதனைக் பற்றித் துன்புறுத்தும் என்ற நம்பிக்கையும், அதைத் தடுக்க வேண்டிய வழிமுறைகளும் விளக்கப்பட்டுள்ளன. அணங்கு, பேய் ஆகியவற்றால் நோய் ஏற்படும் என்ற நம்பிக்கை அதைச் சார்ந்த சடங்குகளும் வழக்கத்தில் இருந்ததை புறநானூறும், அகநானூறும், குறுந்தொகையும் கூறுகிறது.

புறக்காரணங்களில் பசி, காமம், முதுமை இவற்றால் ஏற்படும் நோய் பற்றி குறிப்புகள் உள்ளன.

'கடும்பசி கலக்கிய இடும்பைகூர் நெஞ்சம்' - புறநானூறு
'முட்டுவேன்கொல் தாக்குவேன்கொல்;;;;..... என்
உயவுநோய் அறியாது துஞ்சும் ஊர்க்கே' - குறுந்தொகை
'தொடித்தலை விழுத்தண்டு ஊன்றி நடுக்குற்று
இருமிடை மிடைந்த சிலசொல் பெருமூதாளர்' - புறநானூறு

கருவுற்ற மகளிர்டம் ஏற்படும் மாற்றங்கள் பற்றி ஐங்குநுறுறு 'கடுஞ்சூல் மகள்' என்கிறது.

மருத்துவத்தொழில் செய்தோர் சமயஞ்சார்ந்தும் தனித்தும் இருவகையினராக விளங்கினர். மருத்துவத் தொழில் தனித்தொழிலாக விளங்கியது என்பதை

'ஊரும் அயலும் சேரியாரும் நோய்மருங் கறிஞரும்' என்ற தொல்காப்பிய பாடல் வரிகள் உணர்த்தும். மன்னன் அவையில் எண்பேராயம் என்ற குழுவில் மருத்துவர்கள் இடம்பெற்றிருந்தனர் என்று புறநானூறு குறிப்பிடுகிறது. நோய் நீக்கத்தில் பத்தியம் இருந்ததை

'ஈத்திளம் பெண்டிர் ஆற்றாப் பாலகர்
கடுஞ்சூன் மகளிர் நெடும்புண் உற்றோர்
தந்துயர் கெடுக்கும் மந்திர மாக்கள் -
என்று மணிமேகலை கூறுகிறது

பத்துப்பாட்டில் கபிலர் குறிப்பிடும் தாவரங்கள் மருத்துவத் தாவரங்களே.

'ஒண்செங் காந்தள்ஆம்பல் அனிச்சம்
துண்கயக் குவளை குறிஞ்சி வெட்சி....'

வேம்பும், கடுக்காயும் உடலுக்கு நலம் பயக்கும் என்ற செய்தி தொல்காப்பியத்தில்

'வேம்பும் கடுவும் போல் வெஞ்சொல்
தாங்குதல் இன்றி வழிநனி பயக்குமென்று..' என்று கூறப்படுகிறது.

மூலப்பொருட்களை அழிக்காமல் துய்க்கக்கூடிய பண்பு பண்டைய தமிழர்களிடையே இருந்துள்ளதை நற்றிணை குறிப்பிடுகிறது.

'மரம்சார் மருந்தும் கொள்ளார் மாந்தர்...' - மருந்து வேண்டி மரத்தைக் கொன்றுவிடக்கூடாது என்று குறிப்பிடுகிறது.

- 'இருமருந்து விளைக்கும் நன்னாட்டுப் பொருநன்
  கிள்ளிவளவன் .....' என்ற புறநானூற்றுப்பாடல் உணவும் நீரும் மருந்தாகவே கருதப்பட்டன என்று எடுத்துக்கூறுகிறது,
- ஆறு, குளம் கடல் ஆகியவிடங்களில் நீராடும் வழக்கம் தூய்மை மற்றும் நோய்தடுப்பிற்காக மேற்கொள்ளப்பட்டது.

  'புலவுப் புனிறு தீர்ந்து, பொலிந்த சுற்றமொடு
  வுளமனை மகளிர் குளநீர் அயர...;

என மதுரைக் காஞ்சி குறிப்பிடுகிறது,

அருவி நீராடல் நோய் நீக்க முறையாக உள்ளதை நற்றிணை பேசுகிறது. நோய்தடுப்புமுறைகளாக இரவம், வேம்பு, ஐயவி, அகில் ஆகியவற்றின் புகைமூட்டம் பயன்பட்டது. பூப்பு (மாதவிலக்கு) பற்றியும் தொல்காப்பியத்தில் கூறப்பட்டுள்ளது

'பூப்பின் புறப்பாடு ஈராறு நாளும்
நீத்தகன்று உரையார்...'

- போர்களில் ஏற்பட்ட காயங்களை தைக்கும் அறுவை மருத்துவமும் அக்காலத்தில் சிறந்து விளங்கியுள்ளதை
- 'மீன்தேர் கொட்பின் பனிக்கயமம் மூழ்கிச்
  சிரல் பெயர்ந்தன்ன நெடுவள்ளுகி
  நெடுவுசி பரந்த வடுவாழ் மார்பு..' என பதிற்றுபத்து குறிப்பிடுகிறது.
- 'கதுவாய் போகிய துதிவாய் எஃமொடு
  பஞ்சியும் களையாப் புண்ணர்' -
  புறநானூறு என்று கூறுவதிலிருந்து காயம் பட்ட

புண்ணை பருத்திப் பஞ்சால் துடைத்து, புண்மேல் கட்டுப்போடும் பழக்கத்தை உலகிலேயே முதன்முதலாய் பயன்படுத்தியவர்கள் தமிழர்கள் என்பது தெளிவாகிறது.

கம்பராமாயணத்தில் அறுவை மருத்துவம் பற்றி குறிப்பிடப்பட்டுள்ளது. உடலில் தோன்றும் கட்டி முதலியவற்றை அறுத்து. அதனுள் இருக்கும் கெட்ட இரத்தத்தைப் போக்கி, தீயால் சுட்டு பின் மருந்து வைத்துக் குணப்படுத்துவது வழக்கம் என்பது யுத்தகாண்டம் கும்ப வதைப்படலம் சொல்லும் செய்தியாகும்.

நாலாயிரதிவ்ய பிரபந்தமும் (வாளால் அறுத்துச் சுடினும் மருத்துவன் மேல்மாளாத காதல் நோயாளன் போல்) அறுவை மருத்துவத்தைப் பற்றி பேசுகிறது.

நெய்க்கிழி சிகிச்சையும், தைலக்குளியலும் வழக்கில் இருந்ததை சீவக சிந்தாமணியும் கம்பராமாயணமும் கூறுகிறது. திரிகடுகம், ஏலாதி, சிறுபஞ்சமூலம் போன்ற நூல்கள் சித்தமருந்துகளின் பெயரால் அமைந்தவையாகும். இந்த மருந்துகள் உடல் நோயை நீக்குவது போல இந்த நூல்கள் மனநோய் வருவதற்கு காரணமான திரிகரண செயல்ஒழுங்கைப் பற்றி குறிப்பிட்டு அறவாழ்வை கூறுகிறது.

நோய் வருவதற்கு மரபுநிலையும் காரணமாக் கொள்ளப்பட்டது 'தந்தை ஒப்பர் மக்கள்' என்ற தொல்காப்பிய வரிகளால் அறியப்படுகிறது. தனிமனித வாழ்வு சமூகத்தோடு பின்னிப்பிணைந்தது. தனிமனிதனால் சமுதாயமும், சமுதாயத்தால் தனிமனிதனும் காக்கப்படுகின்றனர். அமைதியான சூழல் அமையும்போது முதுமை எனும் சிதைவு வராது என புறநானூறு குறிப்பிடுகிறது.

Siddha Medicine and Tamil Literature

Since Siddha Medical literature was written in Tamil, it is also referred to as Tamil Medicine. Unfortunately there is no evidence prevalent to describe the growth of Siddha Medicine. But ancient Tamil literature contained a ample amount of medical literature. Siddha Medicine not only focuses on Medicine, but also focuses on Mani and Manthiram. According to siddha literature Disease not only occurs due to internal factors (agakaranangal), but it also occurs due to external factors (purakaranangal).

Pini, Pazhampun, Kadunoi are the words used to represent disease mentioned in Tholkapium and Kalithogai

Vellan veriyattu, Virichi kettal are the activities of people practising manthiram. They belong to mullai.

In peikanchithurai, spirits get attached with humans and cause harm to them and there are measures to stop them.

Purananuru, Agananuru and Kurunthogai describes that diseases are caused by spirits and people had practiced rituals to cure it. Diseases caused by hunger, sexual desire, and ageing are also described. Kadunsul Magal is a term in Iyngurunooru to describe a conceived woman.

Those who perform medicine are classified into two categories. One who follows samayam and other working individually. This is represented by Thol-kapium verse 'Ancient tamil people were very conscious about not destroying the source for the preparation of medicine'. Purananuru considers food and water as medicine and also tells that diseases can also spread from water bod-ies. Natrinai tells that bathing in water falls is way of treatment. Tholkapiam describes diseases and prevented using steam from Ervam, Vembu and Agil. Soldiers wounded in battles are treated surgically. In Kambaramayanam, there are descriptions of surgeries performed in ancient times. First the tumor was cut, blood was removed and the wound was burned and medicine was applied.

Seevaga Sinthamani and Kambaramayanam describes about neikizhi and thailakuliyal treatment. Thirikadugu, Elathi, Sirupanjamullam are some of the literature which mentions names of Siddha Medicine. They not only cure physical diseases but also cure mental diseases. Tholkapium also speaks about hereditary transmission of diseases.

1.3. கல்வெட்டுகளில் சித்த மருத்துவம்

- மருத்துவனை அறவோன் எனக் குறிப்பிடப்பட்டனர். மாறன்காரி என்ற முதலமைச்சன் மருத்துவனாகவும் இருந்து வந்ததை ஆனைமலைக் கல்வெட்டு கூறுகிறது,
- சேர, சோழ, பாண்டிய மன்னர்கள் தங்கள் நாடுகளில் மக்களுக்கும் விலங்குகளுக்கும் நோய் வராமல் தடுக்கவும், சிகிச்சையளிக்கவும் விரிவான ஏற்பாடுகளை செய்திருந்தனர் என்ற செய்தி அசோகரின் கிர்னார் பாறைக்கல்வெட்டு குறிப்பிடுகிறது.
- பல்வேறு காலக்கட்டத்தில் வாழ்ந்த மருத்துவர்களும் அவர்களை ஆதரித்த அரசர்களின் பெயர்களும் கல்வெட்டுகளில் காணக்கிடைக்கின்றன. அவைகளில் சில

- சமணத்துறவிகள் ஔடதத்தானம் செய்ததாக மதுரை மலையில் உள்ள பிராமி கல்வெட்டு கூறுகிறது.
- மருத்துவ மூலிகைகளை பயிரிடுவதற்கு செங்கொடிக் காணம், கண்ணிட்டுக் காணம் போன்ற வரிகள் விதிக்கப்பட்டது மற்றும் மருத்துவர்களுக் 'மருத்துவப்பேறு' என்ற நிலமானியம் கொடுக்கப்பட்டதாகவும் பல்லவர் கால கல்வெட்டு பதிவு செய்துள்ளது.
- நாமக்கல் குன்றுச் சரிவில் உள்ள கல்வெட்டு கி.பி. 13ம் நூற்றாண்டளவில் நாங்கூர் நாட்டைச் சேர்ந்த சுவர்ணன் பாராசிரயன் வைத்தியன் புரந்தவன் என்பவருக்கு வாழ்வூதியமாக மன்னர் நிலம் அளித்ததைப் பதிவு செய்துள்ளது. அக்கல்வெட்டில் மருத்துவர் புரந்தரர் 'அங்கவெட்டு வைத்தியர்' எனச் சுட்டப்படுகிறார்
- சோழர் காலக் கல்வெட்டுகளில் மருத்துவமனைகள் ஆதுலர் சாலை, ஆரோக்கிய சாலை என குறிப்பிடப்படுகின்றன. திருமுக்கூடல், திருப்புகலூர், திருவாவடுதுறை, கீர்களுர், கூகூர் மற்றும் கடத்தூர் ஆகிய இடங்களில் கிடைக்கப்பெற்ற கல்வெட்டுகள் சோழர் கால மருத்துவம் குறித்து சில செய்திகளைத் தெரிவிக்கின்றன.
- திருமுக்கூடல் கோயிலில் வேதக்கல்லூரியும் மருத்துவமனையும் இயங்கியுள்ளதை 11ம் நூற்றாண்டைச் சேர்ந்த சோழர்கால கல்வெட்டு பதிவு செய்துள்ளது
- வீரராஜேந்திரன் காலத்திய 5ம்ஆண்டு ஆட்சி கல்வெட்டு --

இதில் இக்கோயிலில் 15 படுக்கைகள் கொண்ட 'வீரசோழன்' என்ற மருத்துவமனை இயங்கி வந்துள்ளதும், நோயாளி ஒருவருக்கு ஒருவேளை உணவுக்கு 1 நாழி அரிசி கொடுக்கப்பட்டதும், மருத்துவச்சாலை விளக்கெரிக்க இரண்டேகால் காசும், விளக்கொன்றுக்கு ஆழாக்கு நெய் வழங்கப்பட்டதும் தெரிகிறது.

நாடி பார்த்து மருத்துவம் செய்யும் பொது மருத்துவர் ஒருவரும், அறுவை சிகிச்சை செய்யும் மருத்துவர் ஒருவரும் இந்த ஆதூலர் சாலையில் பணியாற்றியுள்ளனர். மருத்துவர் ஆதுலர் எனக் குறிப்பிடப்பட்டுள்ளார். அறுவை சிகிச்சை மருத்துவர் 'சல்லியக் கிரியை பண்ணுவான்' எனக் குறிப்பிடப்பட்டுள்ளது. நாடி மருத்துவரின் பெயர் ;ஆலம்பாக்கத்து சவர்ணன் கோதண்டராமன் அசுவத்தாம பட்டர்' என்பதாகும். இவருக்கு நாளொன்றுக்கு ஊதியம் 3 குறுணி நெல்லும் 4 காசுகளும், அறுவை சிகிச்சை மருத்துவரின் ஊதியம் நாளொன்றுக்கு 1 குறுணி நெல்லும் 2 காசுகளும் ஆகும். மருத்துவர்களைத் தவிர்த்து அவர்களுக்கு உதவியாளர்களாக மருந்து

தயாரிக்கத் தேவையான மூலிகைச் செடிகளை கொண்டு வருவதற்காகவும் அவற்றைக் கொண்டு மருந்து தயாரிப்பதற்காகவும் 'மருந்தாய்ந்து கொடுப்பார்' என்ற மருந்து கொண்டு வருபவர் என இருவர் பணியாற்றினர். இவர்களுக்கு ஊதியம் ஒரு நாளைக்கு 1 குறுணி செல்லும் 1 காசும் ஆகும்.

மேலும் கத்தியை திறம்பட உபயோகிக்கும் சவரத் தொழில் செய்யும் நாவிதர் ஒருவரும் சவரத் தொழிலுடன் அறுவைச் சிகிச்சையும் செய்துள்ளார்;. இவரும் மருத்துவர் என்றே அழைக்கப்பட்டார். மகப்பேறு காலத்தில் உதவிய நாவிதர் மனைவி 'மருத்துவச்சி'' என அழைக்கட்டார். நாவிதருக்கு ஊதியமாக நாளொன்றுக்கு 4 நாழி நெல் அளக்கப்பட்டது.

மருத்துவ சாலை சிறப்பாக இயங்குவதற்கு மேலும் சில பணியாட்களும் இருந்தனர். நீர் கொண்டு வருபவர் ஒருவர், மருத்துவ சாலைக்கு தேவையான நீர் கொண்டு வரும் பணியிலிருந்தார். ஆண்டொன்றுக்கு 15 கலம்நெல் அவருக்கு ஊதியமாக கொடுக்கப்பட்டது. 'மருந்து ஆடும் பெண்கள்' என அழைக்கப்பட்ட மருத்துவ பணி மகளிர் இருவர் பணியாற்றினர்.இவர்களுக்கு நாளொன்றுக்கு 4 நாழி நெல்லும் அரைக்காசும் ஊதியமாக கொடுக்கப்பட்டது.

Inscription and Siddha Medicine:

Asoka kirnar inscription tells that Chera, Chola and Pandyas protected people and animals from diseases. There are inscription about kings and their doctors. Brahmi Inscription tells that in Madurai samanar saints performed ஔடதத்தானம், செங்கொடிக் காணம், கண்ணிட்டுக் காணம் are the verse that represent medicinal plant cultivation. Lands have been allocated to doctors in ancient times

Inscription in namakal kundri sarivil, it tells about a physician named puranthavan who have been gifted a land by the king.

Inscriptions belonging to chola period described hospitals as ஆதுலர் சாலை, ஆரோக்கிய சாலை. In thirumukudal temple, a vedha institution and hospital was functioned.

In Thirumukkudal there was a functional Veeracholan hospital. It contained 15 beds and the patients were given 1 nazhi rice as food. There were doctors specialized in nadi as well as surgery. Those performing nadi were given 3 kuruni rice and 4 kasu and those performing surgery were given 1 kuruni nel and 2 kasu. And there are several people involved in preparation of medicine and were given 1 kuruni nel and 1 kasu. Barbers performed surgery in ancient times and they were also considered as doctors and were called navidhar and were given 4 nazhi nel. People performing gynic were called maruthuvachi. There was people to fetch water and was given 15 kalam nel per year. Women were appointed in hospitals and were given 4 nazhi nel. In Veera cholan hospital there were 17 doctors and special people were appointed to preserve the medicines and were given 40 kasugal as salary.

மருத்துவமனையில் 17 வகையான மருந்துகளும், தைலங்களும், கல்பங்களும் எந்த அளவில் இருப்பில் இருக்க வேண்டும் எனக் குறிப்பிட்டு, அந்த மருந்துகளை பாதுகாக்க 40 காசுகளும் ஒதுக்கப்பட்டன என்பதை கல்வெட்டுக் குறிப்புகள் கூறுகின்றன.

- உ.ம். பஞ்சக தைலம் - 1 துணி
  பில்பாதி கிருதம் - 1 பதக்கு
  மண்டூர வடகம் - 2000 எண்ணிக்கை
  வஜ்ரகல்பம் - 1 துணி 1 பதக்கு
  கல்யாண லவணம் - 1துணி 1 பதக்கு

- விக்கிரம சோழனின் 3ம் ஆட்சியாண்டு கல்வெட்டு திருவாவடுதுறையில் ஒரு மருத்துவக் கல்லூரி இருந்ததைக் குறிப்பிடுகிறது. இக்கல்லூரியில் 364 மருத்துவ மாணவர்களுக்கு கல்வியுடன் உணவும் அளிக்கப்பட்டிருக்கிறது. இங்கும் பொதுமருத்துவம், அறுவை மருத்துவம், மருந்தாடு பெண்கள் குழுவினர், மருத்துவ பணியில் ஈடுபட்டிருந்தனர்.
- குன்றத்தூரில் சரவணன், அரையன், சந்திரசேகரன், கோதண்ட ராம அசுவத்தாமபட்டர், மங்களாதி ராஜன், சீராளன் என்ற மருத்துவர்களின் பெயர்களும் கிடைக்கின்றன. மருத்துவர்களுக்கு சைவசிந்தாமணி, சிவகீர்த்தி, கடகமெடுத்த கூத்தபிரான் என்ற சிறப்புப் பெயர்கள் இருந்தது என்ற குறிப்பும், பல்லவர் கால மருத்துவ முறைகள் சோழர் காலத்திலும் தொடர்ந்தது என்ற தகவலும் கிடைக்கின்றன.

மகப்பேறு மருத்துவம் ‘சூல்’ மருத்துவம் என அழைக்கப்பட்டது.

- கி.பி. 10, 11ம் காலத்திய கல்வெட்டு கீரக்கடூர் மன்னின் ஆட்சிக்காலத்தில் பரசுராமர் என்பவர் சிறந்த சூல் வைத்தியர் என்றும் சிசு மருத்துவத்திற்காக 250 கழஞ்சு பொன் சிசு வைத்தியக் காணிக்கையாக கொடுக்கப்பட்டதையும் குறிப்பிடுகிறது.
- தகட்டூர் கிழவன் சிசு மருத்துவசாலைக்கு தனி இடம் ஒதுக்கியதாக கி.பி.1221ம் ஆண்டு கல்வெட்டு ஒன்று குறிப்பிடுகிறது.

- திருவரங்கம் அரங்கநாதர் கோயில் 1257ம் ஆண்டு கல்;வெட்டு - கருடவாகன பட்டர் தனது குருவாகிய ஸ்ரீராமனுஜர் அறிவுரைப்படி 4ம் பிரகாரத்தில் ஒரு ஆதுர சாலையை அமைத்தார் என்பதை கூறுகிறது.
- ஆதுர சாலைகளுக்கு அரச குடும்பத்தினர் மட்டுமின்றி சாதாரண பொதுமக்களும், ஊர்ச்சபையினரும் நன்கொடை வழங்கியுள்ளதை திருப்புகலூர் கல்வெட்டு கூறுகிறது.
- மருத்துவமனையிலிருந்து வெளிவரும் நோயாளிகள் இலவசமாக தங்கி ஓய்வெடுக்கவும் சத்துணவு உண்ணவும் ஏற்பாடு செய்யப்பட்டிருந்ததை இரண்டாம் இராஜேந்திர சோழன் கல்வெட்டு செய்தியின் மூலம் அறியலாம்.
- சோழர் காலத்தில் இத்தகைய மருத்துவப் பணிகள் மேற்கொள்ளப்பட்டு அவற்றிற்காக ஒதுக்கப்பட்ட நிதியைக் கொண்டு இந்த ஏற்பாடுகள் மதுராந்தக சதுர்வேதி மங்கல மகாசபையின் மேற்பார்வையில் நிர்வகிக்கப்பட்டதையும் கல்வெட்டு குறிப்புகள் மூலம் அறிய முடிகிறது.
- தமிழகத்தில் மருத்துவப் பணியில் ஈடுபட்டு வந்தவர்களுக்குச் சன்மானமாக நிலம் வழங்கப்பட்டதோடன்றி, குடியிருப்புகளும் கூட வழங்கப்பட்டுள்ளன. மருத்துவக்குடி (சீர்காழி அருகே உள்ளது) போன்ற ஊர்ப்பெயர்கள் இதற்குச் சான்றாக உள்ளன.
- In Vikrama Cholan period there was a functional medical college in Thiruvaduthurai with 364 medical students learning medicine and they were provided food. General medicine, surgery were taught in that medical college. In addition para medical staffs were also given training.
- Saravanan, Arayan, Chandrasekran, Godhandaraman are some of the names of doctors inscriped. In the region of Keerakadur king, there was physician named Parsuraman, who was specialized in Gynecology. And there was allotment of 250 kazhanju pon for the development of Gynecology hospital. Thagatoor kizhavan allocated a land for the development of Gynecology hospital.
- Tirupugalur inscription says that not only the royal family but also the common public and parishioners have donation to the hospitals.
- Inscription message from Rajendra chola II says that free arrangements were made for rest and nourishment for discharged patents.
- Such medical works were carried out during Chola period and also managed under the supervision of Chaturvedi Mangala Hahasabha can be known from inscriptional references.

- Those performing medicine were given land and residential house. Maruthuva kudi is a best example for this which is located near Seer-gazhi

1.4. சித்த மருத்துவத்தின் வளர்ச்சி நிலைகள்: Major Milestones in the development of Siddha System.

கி.மு. 5 - கி.பி. 2 வரை சித்த மருத்துவம்.

கி.மு. 3000த்தில் திருமூலர் எழுதிய திருமந்திரம் மனம்-உடல் தொடர்பு, கருவுற்பத்தி, ஐம்பூதக் கொள்கை, அட்டாங்க யோகம் மற்றும் அணுக் கோட்பாடு பற்றி விவரிக்கிறது. கி.மு. 1400- தொல்காப்பியம் ஐம்பூதக் கூறுகளை குறிப்பிடுகிறது. தொல்காப்பியத்திற்கு முந்தைய நூல் செங்கோன் தரைச்செலவு - சுமார் கிமு 1400 அளவில் குமாரி பெருவளநாட்டு அரசன் செங்கோன் மேற்கொண்ட தரைவழி வெற்றிப்பயணம் குறித்து நனியூர் சேந்தன் எழுதிய பயணநூல். தலைச்சங்கம் இருந்ததற்கான சான்று பகர்வது இந்நூலே. கி.மு.600 - ஆசீவகம் என்னும் மதம் தமிழ் மருத்துவத்தின் அடிப்படை குறித்து பேசுகிறது. சமண நூல்களும் சித்த மருத்துவத்தின் தத்துவங்களைப் பற்றி விவரிக்கிறது.

கி.மு.200 - திருக்குறள் - மருந்து அதிகாரம் - சித்தமருத்துவ அடிப்படையை விவரிக்கிறது . மணிமேகலை அளவை (தர்க்கவியல்) பற்றி விவரிக்கிறது.

Tirumanthiram written by Tirumoolar deals elaborately with Mind - Body relationship, Embryology (Karuvurpatti), Five element theory, Attanga Yogam and Atomic theory. Tholkappiyam, the earliest extant Tamil grammar book deals with the concept of five basic elements (Aimbootham). - Asevakam and Samana books gives details of Philosophy and basics of Tamil medicine. Tirukkural - A chapter on medicine -- Maruntu Athigaram explain the details of food and Medicine. Manimekalai – explains the Theory of Logic (Alavai).

கி.பி. 3 - கி.பி. 5 வரை சித்த மருத்துவம்

கி.பி. 100 - கி.பி 500 வரையில் திரிகடுகம். ஏலாதி, சிறுபஞ்சமூலம் மற்றும் நான்மணிக்கடிகை (சித்தர்கள் செய்த 4 வகை பொன்னின் பெயரால் அமைக்கப்பட்டது. அவை புல்லன் - சாதருபம் 708: கிளிச்சிறை - 108: ஆடகம் - 500: சாவல் - சாம்பூநதம் - 1008) போன்றவை தோன்றின. இவைகள் நேரடியாக மருத்துவத்தைப் பற்றி கூறாவிட்டாலும் தமிழ் மருத்துவத்தில் பயன்படும்

மருந்துகளின் பெயர்களின் அமைந்து உளநோயை - மனவருத்தத்தை போக்குவதாக உள்ளது. Elathi, Tirikadugam have been named as Siddha drugs and their concepts describe the ethics of human beings and cures the psychological problems.

AD 100 - 500 - கி. பி. 6 - கி.பி. 18 வரை சித்த மருத்துவம்

கி.பி. 700ல் திருவாசகம் - சித்த மருத்துவத்தின் அடிப்படை கருத்துகளின் ஒருங்கிணைந்த பகுதியாகும். சைவ சித்தாந்த தத்துவத்தின் விவரங்களை கொண்டுள்ளது. கி.பி. 1121ல் இளவரசி குந்தவை பிராட்டி தன் தந்தை பெயரில் சுந்தரச்சோழ விண்ணகர ஆதுல சாலையை பண்டாரவாடை, தஞ்சாவூரில் நிறுவுதல். கி.பி. 1200ல் பெரியபுராணம் சில நோய்களை குறித்து சொல்கிறது. அதே காலகட்டத்தில் இலவச மருத்துவ மையம் (தஞ்சாவூர்), தன்வந்திரி ஆரோக்ய சாலை (ஸ்ரீரங்கம்), மகப்பேறு இல்லத்துடன் கூடிய பொது மருத்துவசாலை (மால்காபுரம் - குண்டூர்) போன்ற பல மருத்துவ சாலைகளும், மருத்துவ மானியங்களும் கொடுக்கப்பட்டுள்ள தகவல்கள் கல்வெட்டுகளின் மூலம் அறியக் கிடக்கிறது. கி.பி. 1700ல் தஞ்சாவூர் மன்னர் சரபோஜி உள்நாட்டு மருத்துவமுறைகளை பாதுகாத்தல் மற்றும் பரப்புதல் ஆகியவற்றில் ஆர்வம் காட்டினார். சரபேந்திர வைத்திய முறைகள் என்ற நூல் தொகுப்பில் அவர் முக்கிய பங்காற்றியுள்ளார். மேலும் சித்த, ஆயுர்வேத மற்றும் யுனானி போன்ற இந்திய மருத்துவ முறைகளில் ஆராய்ச்சிகள் செய்யப்பட்டன.

Tiruvasagam, 700BC an ancient Tamil literature contains details of Saiva Siddantha philosophy which forms an integral part of Siddha fundamental concepts. Princess Kunthavai Nacchiyar established a free dispensary in the name of her father Sundhara chozhan. Periyapuranam,1200BC contains description of certain diseases. Maharaj Sarbogji of Thanjavur took interest in the preservation and propagation of indigenous systems of medicine. He was instrumental in the compilation of 'Sarabendhira vaithiya muraigal' and researches were done in Indian systems like Siddha, Ayurveda and Unani.

கி.பி. 19 - கி.பி. 20 வரை சித்த மருத்துவம்

1925ல் இந்திய மருத்துவப்பள்ளி சென்னையில் துவங்கப்பட்டது. அதில் சித்தமருத்துவம், ஆயுர்வேதம் மற்றும் யுனானி படிப்புகள் பயிற்றுவிக்கப்பட்டன.

1926ல் இந்திய மருத்துவத்திற்கான மருத்துவமனை துவங்கப்பட்டு அது இந்திய மருத்துவப்பள்ளியுடன் இணைக்கப்பட்டது.

1940ல் தமிழ்நாட்டில் சர் முகமது உஸ்மான் கமிட்டி இந்திய மருத்துவ முறைகளை வளர்க்க உருவாக்கப்பட்டது.

1947ல் இந்திய மருத்துவப்பள்ளி சுதேச மருத்துவக் கல்லூரியின் பட்டதாரி பட்டம் வழங்குவதற்காக இந்திய மருத்துவக் கல்லூரி என மறுபெயரிடப்பட்டது. (ஜிசிஐஎம்).

1955ல் இந்திய மருத்துவம் மற்றும் மேற்கத்திய மருத்துவம்; இரண்டையும் ஒருங்கிணைத்து, ஒருங்கிணைந்த மருத்துவக் கல்லூரி என பெயர் மாற்றம் செய்யப்பட்டது. இந்த கல்லூரியில் பட்டம்பெற்ற அனைவரும் ஒருங்கிணைந்த பயிற்சியாளர்கள் சட்டம் 1956 ன் கீழ் வந்தனர்.

1960ல் ஜாம் நகரில் உள்ள குஜராத் ஆயுர்வேத பல்கலைக்கழகத்தில் சித்த மருத்துவ ஆராய்ச்சி பிரிவு துவக்கப்பட்டது.

1964 –1966 களில் திருநெல்வேலி அரசு சித்த மருத்துவக் கல்லூரியில் 5 வருட இளங்கலை சித்த மருத்துவ படிப்பு துவங்கப்பட்டது. ஆரம்பத்தில் சென்னைப் பல்கலைக்கழகத்தாலும், 1966 முதல் மதுரை காமராஜர் பல்கலைக்கழகத்தாலும் இணைக்கப்பட்டு இருந்தது.

1969ல் இந்திய மருத்துவம் மற்றும் ஹோமியோபதிக்கான மத்திய ஆராய்ச்சி கழகம் நிறுவப்பட்டது.

1970ல் இந்திய மருத்துவ மத்திய கவுன்சில் சட்டம் அமைக்கப்பட்டது. இது இந்திய மருத்துவ முறையின் (ஆயுர்வேதம், சித்த மருத்துவம், யோகா மற்றும் இயற்கை மருத்துவம்) கல்வி மற்றும் நடைமுறையை ஒழுங்குபடுத்துவதற்காக அமைக்கப்பட்டது. அந்த வருடமே தமிழ்நாடு அரசால் இந்திய மருத்துவம் மற்றும் ஹோமியோபதி இயக்குனரகம் என ஒரு தனித்துறை நிறுவப்பட்டது.

1971ல் தேசிய சித்தமருத்துவ ஆராய்ச்சி நிறுவனம் துவங்கப்பட்டது. ஹைதராபாத்தில் இந்திய மருத்துவ வரலாற்று ஆராய்ச்சி நிறுவனம் துவங்கப்பட்டது. –

1975 – சித்த மருந்தகக் குழு அமைக்கப்பட்டது.

1977 ல் ஐஎம்சிசி சட்டம் 1970 அமலாக்கத்திற்கு பிறகு பி.ஐ.எம் என்ற பட்டம் பி.எஸ்.எம்.எஸ் என மாற்றப்பட்டது.

1978 – ல் சித்த மற்றும் ஆயுர்வேத ஆராய்ச்சிக்கான மத்திய கழகம் நிறுவப்பட்டது.

1985ல் பழனியில் ஒரு சித்தமருத்துவக் கல்லூரி துவங்கப்பட்டு பின் அது 1993ல் சென்னைக்கு மாற்றம் செய்யப்பட்டது.

1995 -ல் இந்திய மருத்துவம் மற்றும் ஹோமியோபதிக்கான தனித்துறை சுகாதாரம் மற்றும் குடும்ப நல அமைச்சகத்தின் கீழ் இந்திய அரசால் உருவாக்கப்பட்டு 2003ல் ஆயுஷ் என பெயர்மாற்றம் செய்யப்பட்டது.

1999ல் தேசிய சித்தமருத்துவ ஆராய்ச்சி நிறுவனம் சென்னையில் ஆயுஷால் துவங்கப்பட்டது. 2005ல் பாரதப்பிரதமர் டாக்டர் மன்மோகன் சிங் அவர்களால் திறந்து வைக்கப்பட்டது.

2001 - டிஜிட்டல் நூலகம் துவங்கப்பட்டது.

2004ல் சிசிஆர்ஏஎஸ் மேட்டூர் அணையில் சித்த மருத்துவ தாவர பூங்காவை அமைத்தது.

2010ல் ஆயுஷ் துறையின் கீழ் சித்த மருத்துவம் மற்றும் ஆயுர்வேதம் இரண்டும் தனித்தனியாக பிரிந்தது.

2014ல் சுகாதாரம் மற்றும் குடும்ப நல அமைச்சகத்தின் கீழ் இயங்கி வந்த ஆயுஷ் துறை ஆயுஷ் அமைச்சகமாக மாறியது.

2017ல் ஐடிஇசி திட்டத்தின் மூலம் மலேசியாவில் கோலாம்பூருக்கு அருகிலுள்ள கங்கை பூலோ மருத்துவமனையில்சித்த மருத்துவ (வர்மம்) பிரிவு செயல்படத் துவங்கியது.

இந்திய மருத்துவ முறைக்கான தேசிய ஆணையச் சட்டம் 2020ற்கான திருத்த மசோதா, மக்களவையில் ஆகஸ்ட் 9, 2021 அன்று அறிமுகப்படுத்தப்பட்டது. அது முதற்கொண்டு இந்திய மருத்துவ மத்திய கவுன்சில், இந்திய மருத்துவ தேசிய ஆணையம் என மாற்றப்பட்டது.

இந்திய மருத்துவ முறைக்கான தேசிய ஆணையச் சட்டம் 2020ற்கான திருத்த மசோதா, மக்களவையில் ஆகஸ்ட் 9, 2021 அன்று அறிமுகப்படுத்தப்பட்டது. அது முதற்கொண்டு இந்திய மருத்துவ மத்திய கவுன்சில், இந்திய மருத்துவ தேசிய ஆணையம் என மாற்றப்பட்டது.

- In 1925 Government School of Indian Medicine was established in Madras to teach Siddha, Ayurveda and Unani (institution alising of Siddha medical education).
- In 1926 A Government Hospital of Indian Medicine was established and attached to the school of Indian Medicine. In 1940 Sir Mohammed Usman Committee was constituted to develop Indian systems of medicine in Tamil Nadu.

- In 1944 The Indian Medical Practitioners Co-Operative Pharmacy and Stores (IMPCOPS) was established in Madras for manufacturing of Siddha drugs.
- In 1947 The school of Indian medicine was renamed as College of Indian medicine to award the 'Graduate of College of Indigenous Medicine' (G.C.I.M) degree.
- In 1955 The College of Indian medicine was renamed as College of Integrated Medicine, (integration of both Indian and western medicine) and the graduates came under the Integrated Medical Practitioners Act of 1956. In 1960 Siddha Research in Gujarat Ayurved University, Jam Nagar was established.
- In 1964-66, 5-year Siddha degree (B.I.M) course was started at Government College of Indian Systems of Medicine, Palayamkottai, Tirunelveli. (Initially affiliated to Madras University, Madras and from 1966 affiliated to Madurai Kamaraj University, Madurai).
- In 1969 Central Council for Research in Indian Medicine and Homoeopathy (CCRIM & H) was established.
- Indian Medicine Central Council Act, established in 1970. It set up the Central Council of Indian Medicine (CCIM) to regulate the education and practice of the Indian systems of medicine (includes Siddha, Ayurveda, Yoga & Naturopathy). The same year a separate department was established as Directorate of Indian Medicine and Homoeopathy by the Government of Tamil Nadu.
- In 1971 Establishment of Central Research Institute for Siddha in Chennai for conducting scientific research on Siddha medicines under CCRIM&H. Establishment of historical research unit, Indian Institute of History of Medicine (IIHM) in Hyderabad. In 1975 The Siddha Pharmacopoeia Committee (SPC) was constituted.
- In 1977, B.I.M. degree course was renamed Bachelor of Siddha Medicine and Surgery (B.S.M.S) subsequent to the enforcement of IMCC Act 1970.
- In 1978 Establishment of Central Council for Research in Ayurveda and Siddha (CCRAS). In 1985 Starting of the second Siddha Medical College for B.S.M.S Degree Course by Government of Tamil Nadu at Pazhani (affiliated to Madurai Kamaraj University) and it was later shifted to Chennai in 1993.

- In 1995 A separate department of Indian Systems of Medicine and Homoeopathy was created by Government of India under the Ministry of Health & Family Welfare. The department was renamed as Department of AYUSH in 2003.
- In 1999 National Institute of Siddha was established by Department of AYUSH in Chennai. It was formally inaugurated by the then Honourable Prime Minister of India Dr. Manmohan Singh in 2005.
- In 2001 Initiation of the project Traditional Knowledge Digital Library by Department of AYUSH.
- In 2004 Siddha Medicinal Plants Garden was established at Mettur Dam under CCRAS.
- In 2010 Central Council for Research in Siddha (CCRS) was established under Department of AYUSH, Government of India by bifurcating the erstwhile Central Council for Research in Ayurveda and Siddha.
- In 2014 Department of AYUSH, which was functioning under Ministry of Health and Family Welfare, Government of India, became Ministry of AYUSH.
- In 2017 Through ITEC programme, a Siddha (Varmam) Unit started functioning since 2017 in Sungai Buloh Hospital near Kuala Lumpur, Malaysia.
- The National Commission for Indian System of Medicine (Amendment) Bill, 2021 was introduced in Lok Sabha on August 9, 2021. It amends the National Commission for Indian System of Medicine Act, 2020. From that it was changed the name from CCIM to The National Commission for Indian System of Medicine (NCISM)

1.5. சித்தர்களின் வரலாறு

சித்தர்கள்

'சித்தி' என்றால் அடைதல் என்றும் சித்தர் என்போர் யோகப் பயிற்சியின் மூலம் மருத்துவம் உள்ளிட்ட அனைத்துக் கலைகளும் கைவரப்பெற்ற ஞானிகள் எனவும் அறியப்படுவர். கடவுளை காண முயலுபவர்கள் பக்தர்கள்: கண்டு தெளிந்தவர்கள் சித்தர்கள்.

சித்தம் என்றால் அறிவு. சித்தர்கள் என்றால் அறிஞர்கள் என்றும் பொருள்படும். தொல்காப்பியம் சித்தர்களை அறிவன் என்றே குறிப்பிடுகிறது. 'கன்ம வினைகள் தம்மை அண்டாமல் தடுத்தவர்கள் சித்தர்கள்' என்பார் சட்டைமுனி;

'சாத்திரத்தைச் சுட்டெரித்தவனும், மூச்சே தெய்வமென்று உணர்ந்தவனும் சித்தன்' என்பார் அகத்தியர்.

'விட்டகுறை வாய்த்து வாலைக் குமரியைப் புசிப்பவன் சித்தன்' என்பார் கொங்கணவர்.

நல்லெண்ணங்களின் வழிப்பிறந்த குறிக்கோளை புத்தி வகுத்துத்தர அதன் வழி சித்தத்தை செலுத்தி முயன்று முயன்று வெற்றி காண்பதுவே 'சித்தி' என்று கூறப்பெறும். இவ்வகையில் வெற்றி கண்ட மகான்களே சித்தர்கள் எனப்படுவர்.

உலகிலுள்ள அறிவாளிகளும் ஞானிகளும் கூறியவற்றைக் கேட்டு ஆராய்ந்து அதில் உண்மை என்று கண்டவற்றைத் தமதாக்கி அதை விளக்கி வளர்ப்பதுவே சித்தி அடைபவர்களின் இயல்பாம்.

சித்தர்கள் யோகப்பயிற்சியின் முதிர்ச்சியால் ஞானம் பெற்று, அதன் துணையால் வாதம் செய்து மக்களின் உடற்பிணிகளையும், உளப்பணிகளையும் தீர்க்க முனைந்து வெற்றி கண்டவர்கள். யோகம், ஞானம், வாதம், வைத்தியம் என்ற நான்கிலும் சித்திபெற்றவர்கள்.

மனம், புத்தி, சித்தம் என்ற அந்தகரணங்களை ஒன்றித்து வெற்றி கண்டவர்கள் சித்தர்கள். அவர்களின் அகங்காரம் இல்லாதத் தன்மையே, தன்னையாரென்றும், தன்னுடைய திறமை, அறிவுக்கூர்மை எத்திறத்தது என்றும், தன்பிறப்பு, வாழ்க்கை, வரலாறு எத்தகையது என்றும் சொல்லாமல் மறைக்கச் செய்தது.

மூச்சை அடக்கிப்படித்து மூலக்கனலாகிய குண்டலினியை எழுப்பி, மணி, மந்திர, மருந்துகளின் உதவியால் மாறாத மதியமிர்தம் உண்டு, நரை, திரை, மூப்பு, பிணி, சாக்காடு ஆகிய இவைகளை அறியாத நித்திய உடம்பைப் பெற்றவர்கள்.

உலோகங்களாலும், மந்திரசக்தியாலும் ககனகுளிகை கொண்டு அனேக அண்டங்களைச் சுற்றியவர்கள். தங்களுடைய மாமிச தேகத்தை இலிங்க வடிவமாக மாற்றவல்லவர்கள். மனோசக்தியால் மருந்து உட்கொள்ளாமலே உடம்பின் அணுவாதி தத்துங்களை மாற்றி பிணி, சாக்காட்டை அகற்றவல்லவர்கள்.

அன்றியும் மனோசக்தியினை, நினைத்தபடி நாடிவழியாக செலுத்தாமலே, மின்சாரசக்தியைப் போல் உலகத்தில் அண்டம் முழுவதிலும் செலுத்தி, பல

திசைகளின் விஷயங்களை உட்கார்ந்தபடியே தெரிந்து கொள்ளவும், எங்கேனும், யாருடனேனும் உரையாடக் கூடிய வல்லமையும் பெற்றவர்கள்.

தற்கால தமிழ் வைத்தியத்திற்கு இவர்களே காரண கர்த்தர்கள். உலகோர்க்குத் தெளிவான எளியநடைத் தமிழ்ச் செய்யுட்களால் பாடிவைத்த நூல்கள் பல. அவ்வாறு உலக மக்களுக்கு பயன்தரும் நோக்கத்துடன் இயற்றப்பெற்றவை சித்தர்கள் பெயருடன் எழுபதாயிரம், எண்பதாயிரம், ஏழுலட்சம் எனப் பலவாறாக் கூறப்படும்.

இவர்கள் சமயத்தில் சொல்லியுள்ள சம்பிரதாயங்களை ஒதுக்கி வைத்துவிட்டு ஆத்மஞானம் ஒன்றையே கடைபிடித்தவர்கள்.

சதாசிவத்தை நினைந்து நினைந்து சிவமானவராதலால் அவர் நரை, திரை, மூப்பு, பிணி, சாக்காடு முதலியவற்றை பெறாது என்றும் இளமையுடன் வாழ்பவர் என்று திருமந்திரம் குறிப்படுகிறது.

ஆகவே சித்தர் எந்த அறிவுத்துறையிலாவது சித்தி அடைந்தவராவார். உலகிலுள்ள அறிவாளிகளும், ஞானிகளும் கூறியவற்றைக் கேட்டு ஆய்ந்து அதில் உண்மையெனக் கண்டவற்றைத் தமதாக்கி அதை விளக்கி வளர்ப்பதுவே சித்தியடைந்தவர்களின் இயல்பாகும்.

பொது மக்களைப் பொருத்தவரை சித்தர் என்பவர் பெரிய, பெரிய மலைகளின் குகைகளில் தங்கி, துறவறம் தாங்கி யோகப்பயிற்சி செய்து கொண்டும், தம்மாணவர்களுக்கு யோகம் போதித்து கொண்டும், உலோகம், பாடாணம், உப்புகளை பச்சிலை, செயநீர், திராவகம், துருத்தி உதவி கொண்டு கட்டு, களங்கு, சுண்ணம், செந்தூரம், பற்பம் என்னும் உயர்வகை மருந்துகளை செய்து மனிதர்களின் தீராப்பிணிகளை தீர்ப்பவர்கள் என்றும், நிலைத்த உடலையும், உள்ளத்தையும் கொண்டவரென்றும், இரசவாதக்கலையில் வல்லவரென்பதும் நம்பிக்கையாகும்.

ஆக,

- சித்தர் என்பவர் ஆன்ம வித்தையில் சித்தி பெற்றவர்
- அகத்தியரை தலைவராக கொண்ட பதினெண்மர்
- தமிழ் மக்களிடையே தமிழ்கூறும் தொல்லுலகில் தோன்றியவர்கள்
- பிரம்மம் முதல் கீடம் (கிருமி) ஈறான எல்லா உயிருள்ள, உயிரற்ற பொருட்களின் தோற்றம், நிலைத்தல், அழிதல் முதலியவைகளையும், ஒவ்வொன்றின் இயல்பு, வினை, ஆற்றல் முதலியவைகளையும் பற்றிய நுணுக்கங்களையும் நன்கு அறிந்தவர்.

- பிணிகள் யாவற்றையும் வெகு எளிதில் வேருடன் நீக்கும் வழிகளையும்
- பற்பல காயகற்பமெனும் ஒப்பற்ற அரிய வித்தையின் இரகசியங்களையும் திறம்பட அறிந்து தம்சீடர்களுக்குப் போதித்தவர்கள்.
- பாகத்தினாலும், யோகத்தினாலும் பொருட்களில் உண்டாகும் நுண்ணிய மாற்றங்களை தெளிவாககாணும் கண்களைக் கொண்டவர்கள்.
- பொருட்களின் அணுமாற்றத்தைக் கண்டுபிடித்து அதன்மூலம் உடலை நிலைக்கச் செய்தவர்கள்.
- நமது வணக்கங்கட்கு உரியவர்.
- அவர் இன்றும் உள்ளனர்.

சித்தர்களின் சக்திகள்

"கந்துக மதக்கரியை வசமா நடத்தலாம்
கரடிவெம் புலிவாயையும்
கட்டலாம் ஒருசிங்க முதுகின்மேற் கொள்ளலாம்
கட்செவி எடுத்தாட்டலாம்
வெந்தழலின் இரதம்வைத்து ஐந்துலோகத்தையும்
வேதித்து விற்றுண்ணலாம்
வேறொரு வர்காணாமல் உலகத்துலாவலாம்
விண்ணவரை ஏவல் கொள்ளலாம்
சந்ததமும் இளமையோடிருக்கலாம் மற்றொரு
சரீரத்திலும் புகுதலாம்
சலமேல் நடக்கலாம் கனல்மேல் இருக்கலாம்
தன்னிகரில் சித்திபெறலாம். – தாயுமானவர்

மேலும் அவர் சித்தர்களின் ஆற்றலை

பாட்டாளி துதைந்து வளர்கற்பக நன்நீழலைப்
பாரினிடை வரவழைப்பீர்
பதுமநிதி சங்கநிதி இருபாரிசத்திலும்
பணி செயுந்தொழிலாளர் போல்
கேட்டது கொடுத்துவர நிற்கவைப்பீர் பிச்சை
கேட்டுப் பிழைப் போரையும்

கிரீடபதியாக்கு வீர்கற்பாந்த வெள்ளமொரு
    கேணியிடை குறுகவைப்பீர்
ஓட்டினை யெடுத்தாயிரத்தெட்டு மாற்றாக
    ஒளிவிடும் பொன்னாக்குவீர்
உரகனு மிளைப்பாற யோகதண்டத்திலே
    உலகு சுமையாக வருளான்
மீட்டிடவும் வல்லநீரென் மனக்கல்லையனன்
    மெழுகாக்கி வைப்பதரிதோ?
வேதாந்த சித்தாந்த சமரசநன்னிலை பெற்ற
    வித்தக சித்தர் கணமே.

- என்றுகுறிப்பிடுகிறார். இதில் பதினெண் கணத்தவர்

1. அசுரர்
2. அந்தணர்
3. அமரர் (தேவர்)
4. ஆகாயவாசி (விண்ணவர்)
5. இயக்கர்
6. உரகர் (மனிதன் பாதி: பாம்பு பாதியான உடல் கொண்டவர்கள்)
7. கருடர்
8. கந்தருவர்
9. கிம்புருடர் (மனிதன் தலை: குதிரை உடல் கொண்டவர்கள்)
10. கின்னரர் (மனிதஉடல்: குதிரை தலை கொண்டவர்கள்)
11. சித்தர்கள் (சூரியனுக்கும் பூமிக்கும் இடையில் உள்ள வெளியில் பூரண அருளைப் பெற்று வசிப்பவர்கள்.)
12. நிருதர்
13. பூதர்
14. பைசாசர்
15. போக பூமியர்
16. முனிவர்
17. விந்தயர்
18. வித்தயாதரர்.

சித்தர்களின் வல்லமைப் பற்றி

"காரப்பா சித்தன் கற்பத்தோடொன்றிக்
கைலாசப் பாசமதாய்க் கருதி வாழ்வான்
நேரப்பா கற்பமதை யுண்டுதேறி
நிசமான வாசியிற் சென்றிருப்பான்றானோ

என்றும்

தானான தானவனாய் நின்றுவாழ்வான்
சதாகோடி நாளுமொரு நாளாய் நிற்பான்
ஊனான காயாதி கற்பமெல்லாம்
உண்டு கரையேறி யவனுறுதி யாவான்
வானான அண்ட பகிரண்ட மெல்லாம்
வரை கடந்து திரையகற்றி வந்துசேர்வான்
தேனான மொழியுடையான முதுபானம்
தினந்தோறும் கொள்பவனே சித்தனாமே– கடைப்பிள்ளை கல்யாணம் 1201
என்ற நூலில் கூறப்பட்டுள்ளது.

சித்தர்களின் குறிக்கோள்:

- 'எத்தொழிலைச் செய்தாலும் ஏதவத்தைப் பட்டாலும்
முத்தர் மனமிருக்கும் மோனத்தே" என்கிறார் பட்டினத்தார்.

சித்தர்கள் பிறர் தொல்லைகளில் இருந்து விடுபடவேண்டும் என்பதற்காகவே பிறர் அருவெருத்து ஒதுக்கும் உணவு, உடை, உறைவிடங்களைத் தேர்ந்தெடுத்துக் கொள்கிறார்கள். பேய் போல் திரிதல், பிணம் போல் கிடத்தல், இட்ட பிச்சையை நாய்போல் அருந்தல், நரிபோல் உழல்தல், மங்கையரைத் தாய்போல் கருதல் ஆகியவை இவர்களது நடைமுறைச் செயல்கள் ஆகும். மேலும் இவர்கள் எளிய மக்கள் மீது கழிவிரக்கம் கொண்டவர்களாக இருந்ததை இவர்களது பாடல்கள் வழியே அறியாலம்.

சித்தர்களின் காலம்:

கி.மு. 5000 ஆண்டளவிலான நடராசர் உருவ முத்திரை ஈரானில் பாத்திரங்களில் காணப்படுவதாலும், கி.மு. 4000 ஆண்டளவில் போர்ச்சுகல் நாட்டில் சிவபெருமானை வழிபடும் தமிழ்க் கல்வெட்டு ஒன்று காணப்படுவதாலும்,

சிந்துச் சமவெளி முத்திரைகளில் சிவன்-யோக (பசுபதி முத்திரை) நிலை காணப்படுவதாலும், ரிக் வேதத்திலேயே சிவன்-சித்தர்கள் பற்றிய குறிப்புகள் பல காணப்படுவதாலும் முதல் சித்தர் சிவபெருமானே எனவும், கி.மு. 5000க்கும் கி.பி. 500க்கும் இடையேயுள்ள காலமே சித்தர்கள் காலம் எனவும் கருதலாம்.

சித்தர்களின் வகைகள்:

1. நவநாதசித்தர்கள் - இரசேசுர தரிசனமென்னும் நூல் வழியாகக் காய சித்தி பெற்றவர்களை நவநாதசித்தர்கள் என்பர் என்கிறார் திருமூலர் கருக்கிடை வைத்தியம் 600 என்ற நூலைத் தொகுத்த சண்முகானந்தசுவாமிகள்.
    1. சத்தியநாதர்
    2. சதோகநாதர்
    3. ஆதிநாதர்
    4. அனாதிநாதர்
    5. வெகுளிநாதர்
    6. மதங்கநாதர்
    7. மச்சேந்திரநாதர்
    8. கடேந்திரநாதர் என்னும் விளையாட்டு சித்தர்
    9. கோரக்கநாதர்
2. நவசித்தர்கள்
    1. புலிப்பாணி
    2. தேரையர்
3. நவகோடிசித்தர்கள்
    1. சிவவாக்கியர்
    2. யூகிமுனி
    3. பிரம்மமுனி
    4. திருவள்ளுவர்
4. மூலன்மரபு சித்தர்கள்

    திருமூலரை பின்பற்றியவர்கள் என்று கொள்ளலாம். அகத்தியர் 1200 முதல்காண்டத்தில் திருமூலருக்கு பதினாறு சீடர்கள் உண்டென்றும். திருமூலர் பன்னிரண்டு மடங்களை நிறுவினார் என்றும், அவரது சீடர்களில் காலாங்கி நாதரும், கஞ்ச மலை சித்தருமே முக்கியமானவர்கள் என்றும் கூறப்பட்டுள்ளது. காலாங்கியின் சீடரே போகர். போகரும் அவரது

சீடர்களும் சித்தர் நெறியைப் பெரிதும் பரப்பியவர்கள். இவர்களுக்குத் திருமூல வர்க்கத்தார் எனும் பெயர் ஏற்பட்டது. திருமூல வர்க்த்தினர் எனப்படுவோர் 6 பேர் எனத் திருமூலரே கூறுகிறார். அவர்கள் காலாங்கி, அகோரர், மாளிகைத்தேவர், நாதாந்தர், பரமானந்தர், போகர்.

5. நந்திமரபு சித்தர்கள்

திருநந்தி தேவரை பின்பற்றியவர்கள் என்று கொள்ளலாம்.

இவர்கள் அல்லாமல் அட்டமாசித்திகளை பெற்று அதனால் ஆன்ம லாபம் ஒன்றும் கிடைக்காமல் அதை வெறுத்து ஞான மார்க்கத்தில் சென்றவர்களை ஞான சித்தர்கள் என்றும் கூறுவர். சிவவாக்தியர், பாம்பாட்டி, அழுகண்ணி போன்ற சில சித்தர்கள் இந்த வரிசையில் வருபவர்கள் ஆவர்.

6. பதினெண்சித்தர்கள்

பார்த்திடவே நந்தீசர், மூலத்தீசர்
பண்பான அகத்தீசர், சட்டைநாதர்
போர்த்திடவே பதஞ்சலியும், ஊனர், கண்ணர்
கோரக்கர், கமலமுனி சண்டிகேசர்
கூர்த்திடவே இடைக்காடர் சிவாயசித்தர்
கொங்கணவர் தந்தை போகநாதர்
காத்திடவே மச்சமுனி பிண்ணாக்கீசர்
காலாங்கி சுந்தரரும் காப்புத்தானே-கருவூரார்பலதிரட்டு

பல்வேறு பதினெட்டு சித்தர்கள் இருப்பதால் சென்னை பல்கழைக்கழக அகராதி ஒரு தொகுப்பை வெளியிட்டிருக்கிறது. அதில்உள்ள 18 சித்தர்கள்

1.	திருமூலர்	10.	கொங்கணவர்
2.	இராமதேவர்	11.	பதஞ்சலி
3.	கும்பமுனி (அகத்தியர்)	12.	நந்திதேவர்
4.	இடைக்காடர்.	13.	போதகுரு
5.	தன்வந்திரி.	14.	பாம்பாட்டி
6.	வால்மீகி.	15.	சட்டைநாதர்
7.	கமலமுனி.	16.	சுந்தரானந்தர்
8.	போகநாதர்	17.	குதம்பைச்சித்தர்
9.	மச்சமுனி.	18.	கோரக்கர்

மருத்துவ வாதயோகஞான சாத்திரம் என்ற நூலில் வேறு வகையான பதினெண் சித்தர்களும் அவர்களின் சமாதி தலங்களும் கூறப்பட்டுள்ளது.

"ஆதிகா லத்திலே தில்லையில் திருமூலர்
அழகர்மலை இராம தேவர்
அனந்த சயனம் கும்பமுனி திருப்பதி
கொங்கணவர் கமலமுனி யாரூர்
சோதிரங்கஞ் சட்டமுனி கருவை கருவூரார்
சுந்தரானந்தர் கூடல்
சொல்லுமெட் டுக்குடியில் வான்மீக ரோடுநற்
றோல்காசியில் நந்திதேவர்
பாதியரிச் சங்கரன் கோவில்பாம் பாட்டி
பழநிமலை போக நாதர்
பரங்குன்றமதில் மச்ச முனிப்பொயூர் கோரக்கர்
பதஞ்சலி இராமேச் சுவரம்
சோதிவைத் தீச்சுவரன் கோயிலில் தன்வந்திரி
திகழ்ம யூரங் குதம்பை
சித்தருணை யோரிடைக் காடர் சமாதியிற்
சேர்ந்தன ரெமைக் காக்கவே"

தமிழ் மருத்துவ நூல் எதை எடுத்தாலும் அதில் 'மகா மகத்துவம் பொருந்திய பதினெண் சித்தர்களில் ஒருவராகிய' என்று தலைப்பிட்டுப் பதிப்பித்துள்ளார்கள். உ.ம். பதினெண்சித்தர் நாடி சாத்திரம், பதினெண்சித்தர் வாதகோவை, பதினெண்சித்தர் ஞானக்கோவை, பதினெண்சித்தர் சில்லரைக் கோவை, பதினெண்சித்தர் மூலிகை அகராதி. இதில் அனைத்திலும் ஒரே பதினெண்சித்தர் கூறப்படவில்லை.

சித்தர் பாடல்கள் அனைத்தும் யோகம், ஞானம், வாதம், வைத்தியம் என்ற நால்வகைத் தலைப்புகளில் அடங்கும். சில சித்தர் பாடல்கள் (குறிப்பாக ஞானம், பூசவாதி என்ற தலைப்பில் வழங்கும் பாடல்களில் பெரும்பாலானவை 'கேளப்பா, வாளப்பா, ஆளப்பா, கூளப்பா என்ற பொருள்பட எதுகை நயமுடையதாக இருக்கிறது. இது சித்தர் எதுகை என அழைக்கப்படுகிறது.

ஆக சித்தர்கள் என்போர் பதினெட்டு பேர்களுக்கும் மேலானவர்கள் என்பதும், அவர்கள் யோகம், ஞானம், வாதம், வைத்தியம், பூசை, சபம், மந்திரம், தந்திரம், வேள்வி முதலான சகல கலைகளிலும் வல்லவர்கள் என்பதும் அறியக் கிடக்கிறது. சித்தர்கள் சிலர் வெளிநாட்டவர்களாக கருதப்படுகிறார்கள். அவர்கள்.

அழுகண்ணி, காலாங்கி, போகர்	-	சீன தேசம்
பூனைக்கண்ணர்	-	எகிப்து
சட்டநாதர்	-	சிங்களவர்
உரோமரிஷி	-	உரோமாபுரி. இவர்கள் தவிர சித்தமருத்துவத்திற்கு ஆக்கந்தரும் வகையில் மருத்துவ இலக்கியம் எழுதித்தந்த யாகோபு என்பவரும், வீரமாமுனிவர் என்பவரும் குறிப்பிடத்தக்கவர் ஆவர்.

1. அகத்தியர்

வேறு பெயர்: கும்ப முனி, வண்டமிழ் மாமுனி, குறுமுனி, சந்தநூல் தமிழ்தந்தவர், குறியோன், பைந்தமிழ் முனிவன், அறிவன், முத்தண்டமிழ் தேர்முனி, தமிழநர் கோமான், ஆதிமுனி

பெயர்க் காரணம்: கும்பத்திலிருந்து பிறந்ததால் கும்பமுனி, குறுகிய வடிவுடையதால் குறுமுனி என்றும் பெயர். அகத்தியம் என்ற சொல்லுக்கு முதன்மையானது என்பது பொருள்.

காலம்:	12,000 ஆண்டுகளுக்கு முற்பட்டதாக கருதப்படுகிறது
பிறப்பு:	ஆயில்ய நட்சத்திரம்; மார்கழி மாதம்.
மரபு:	வேளாளர்
தந்தை:	நம்பி பூபதி
மனைவி:	உலோப முத்திரை
மகன்:	புலத்தியர்
சீடன்:	தேரையர், தொல்காப்பியர்
சமாதி:	அனந்த சயனம் என்றும், கும்பகோணம் என்றும் குறிப்பிடப்படுகிறது.

புகழுரைகள்:

கம்பரால் - நீண்ட தமிழால் உலகை நேமியிலளந்தான்,
ஈசன் நிகராய் உலகு சீர்பெற இருந்தான்,
என்றுமுள தென்றமிழ் இயம்பி இசை கொண்டான் என்றும்
சிவபெருமானால் - 'திரிபில் சிந்தையன், தீதுநன் கிற்படா
ஒருமை கொண்ட வுளத்தான், நம்மன்பருள்
பெரியன்' என்றும் புகழப்பட்டவர்.

வாழ்க்கை நிகழ்ச்சிகள்:

அகத்தியர் இராமபிரானுக்கு பல மந்திரங்களை அருளி, தம்மிடம் இருந்த தெய்வீகம் பொருந்திய வில்லையும், அம்பறாத்துணியையும் தந்தருளி இராவணனை வெற்றி கொள்ள ஆசியும் வழங்கினார் என்பது இராமாயணம் கூறும் செய்தியாகும்.

பார்வதி, பரமேசுவரன் திருமணத்தில் கூடிய கூட்டத்தில் தென்திசையைக் காக்க சிவபெருமானால் தென்திசைக்கு அனுப்பப்பட்டவர். இங்கு தமிழ் கடவுளான முருகனிடம் தமிழ் கற்று தமிழ் மொழிக்கு இலக்கணம் வகுத்தவர். பிறகு பாண்டியநாடு சென்று காய்சின வழுதியின் அவையில் சேர;ந்து முதல் தலைச்சங்கத்தின் தலைவராகவும் ஆனார். அக்காலத்தில் கடல்கோள் ஏற்பட்டு பலநூல்கள் கடலால் கொள்ளப்பட்டன. இது அகத்தியர் 12000த்தில் குறிப்பிடப்பட்டுள்ளது.

பின்னர் பொதிகை மலைக்குச் சென்று சித்தர்களுடன் சேர்ந்து பல நூல்களை இயற்றினார். பொதிகை மலையின் உயர்ந்த சிகரம் அகத்தியர் மொட்டை என அழைக்கப்படுகிறது.

பழைய பாவநாசத்திலும், விக்கிரமசிங்கபுரத்திலும் அகத்தியருக்கு கோவில் உள்ளது. நாங்குநேரியில் உள்ள பெருமாள் கோவிலில் ஓர் எண்ணெய்க் கிணற்றை உண்டாக்கினார் என்று கூறப்படுகிறது.

இராவணன் பொதிகை மலைக்கு வந்து அகத்தியருடன் இசை போட்டியிட்டபோது, அகத்தியர் இராவணனின் வீணையைமீட்டி பொதிகை மலையை உருகச் செய்து அதனுள் பொருந்தச்செய்தார். இராவணனை இசைபாடி வீணையை மீட்டுக் கொள்ளச் சொல்ல, இராவணன் அச்சமுற்று மண்டியிட, அகத்தியர் தன் வீணையை மீட்டி, மலையை உருகச்செய்து இராவணனின் வீணையை எடுத்துக் கொடுத்தார்.

இவர் கடலை குடித்து வற்றச் செய்தவர் என்றும், விந்தத்தின் இறுமாப்பை அடக்கியவர் என்றும், திருக்குற்றாலத்து மால்வடிவை குழைவித்து இலிங்கமாக்கி அன்று முதல் அத்தலத்தைச் சிவத்தலமாக்கியவரென்றும் கூறப்படுகிறது.

கந்தபுராண அசுர காண்டத்தில் அகத்தியப்படலம், கிரவுஞ்சப் படலம், விந்தம் பிலம்புகும் படலம், வில்லவன் வாதாபி வதைப்படலம், காவிரி நீங்கு படலம், திருக்குற்றாலப்படலம் என்னும் ஆறு படலங்களில் அகத்தியர் வரலாறும், செயல்களும் பெருமைகளும் விவரிக்கப் பெற்றுள்ளன.

நூல்கள்:

அகத்தியர் 12,000 - இதில் 12 காண்டங்கள் உள்ளன. காண்டத்திற்கு 1000 பாடல்கள் வீதம் 12000 பாடல்கள் அளித்திருப்பதாக இதன் காப்புப் பாடலில் குறிப்பிடப்பட்டுள்ளது. இதில் முப்பு, ரசவாதியின் கடமை, சத்துரு சரக்குள், உலோக சத்து அடங்கியுள்ள மூலிகைகள், இரசவாதம், கட்டு, சத்து, சுண்ணம், குளிகை, களங்கு, செயநீர், குரு, பற்பம், செந்தூரம் முதலியவற்றின் செய்முறைகள் பற்றி குறிப்பிடப்பட்டுள்ளன.

அகத்தியர் நயனவிதி - இதில் நல்ல கண்ணின் இலக்கணம், கண்ணோய் வரும்வழி, தடுப்பு முறைகள், கண்ணோய்களின் வகைகள், மருத்துவ முறைகள் பற்றி குறிப்பிடப்பட்டுள்ளன.

அகத்தியர் பரிபூரணம் 400 - இதில் ஆண்நாடி, பெண்நாடி, குருநாடி, பஞ்சநாடி, மரணநாடி, முப்பு, இடுமருந்து, வைப்பு முறைகள், கன்மம் வரலாறு மற்றும் அது தீர வழி, கலிக்கம், நசியம், தைலம், பற்ப, செந்தூர, சூரண, லேகிய செய்முறைகள், வைத்திய தருமம், சிவராசயோகம் முதலியவை பற்றி குறிப்பிடப்பட்டுள்ளன.

அகத்தியர் ஆயுள்வேதம் - கருவுற்பத்தி, மரணநாடி, சிரசில் வரும் வியாதிகள், தேக இலக்கணம், நாடி பார்க்கும் நிதானம், வாத, பித்த, கப, தொந்த சுரம், அதற்குரிய மருத்துவ முறைகள், வலிப்பு, குன்ம வகைகள், சூலை, பீனிசம், சன்னி, கிரியை, உள்வீச்சு, புறவீச்சு, போன்ற அநேக நோய்களும் அவற்றிற்குரிய மருந்துகளும் கூறப்பட்டுள்ளன.

அகத்தியர் குணவாகடம் - இதில் பாலர் முதல் விருத்தர் வரை அனைவருக்குமான நோய்களும் அவற்றின் குறிகுணங்கள், உடற்கூறு விவரம், கர்ப்பம், பிரசவம், கஷ்ட பிரசவம், பிரசவத்தில் ஆயுதம் பயன்படுத்துதல் பற்றி கூறப்பட்டுள்ளன.

அகத்தியர் சௌமியசாகரம் - ஆதாரம், தீக்ஷை, மந்திரம், அட்டாங்க யோகம், வேதை, கட்டு, கற்பம், குளிகை. தியான முறைகள், சித்த மார்க்கங்கள், பிரணவ மகிமை பற்றி குறிப்பிடப்பட்டுள்ளன.

அகத்தியர் அமுதகலைஞானம் 1200 - அட்சர மகிமை, முப்பு மகிமை, ரசமணி, கட்டு, களங்கு, மெழுகு, சுண்ணம், கற்பம், மை, சித்தர்கள் குலம் மற்றும் அவர்கள் பாடிய நூல்கள், சாப நிவர்த்தி, 64 சித்துக்கள், கசகர்ணம், சத்துரு மாரணம், வசியம், மோகனம், ஸ்தம்பனம், உச்சாடனம், ஆகருஷணம், வித்வேஷணம், பேதனம், வைப்பு முறைகள், சமாதிக்கான இடம், அகத்தியர் குழம்பு, அகத்தியர் தன் வரலாறு உரைத்தல், கூறப்பட்டுள்ளன.

அகத்தியர் செந்தூரம் 300 இதில் சத்து, பற்ப, செந்தூர முறைகள் கூறப்பட்டுள்ளன.

அகத்தியர் கன்ம காண்டம் - இதில் கன்ம வியாதிகள், கன்ம நிவர்த்தி, அவிழ்த வகை பற்றி குறிப்பிடப்பட்டுள்ளது.

அகத்தியர் வைத்திய காவியம் 1500 இதில் நாடி இலக்கணம், நோய் தோன்றும் வழி மற்றும் குறிகுணங்கள், மருந்து பொருட்கள் சுத்தி முறைகள், மருந்து செய்முறைகள், நோயும்-மருந்தும், பத்தியம், நிறைகள்- அளவுகள் பற்றி கூறப்பட்டுள்ளன.

ஞான நூல்கள் அகத்தியர் ஞானம் 30 - இதில் மூலாதாரத்து கனலை எழுப்பி முக்தி அடையும் வழிகள் பற்றி கூறப்பட்டுள்ளன.

அகத்தியர் கும்மி - கும்மி பாடல் வடிவில் நோய்களுக்கு மருத்துவம் கூறப்பட்டுள்ளது.

அகத்தியர் பள்ளு - ஆக்கிராணங்கள், புகைகள், சூரணங்கள், இரசவாதத்திற்கு ஆதியான செம்புவகைகள் பற்றி கூறப்பட்டுள்ளன.

அகத்தியர் பிள்ளைத்தமிழ், அகத்தியர் வைத்திய பாலவாகடம் இன்னும் அநேகநூல்கள் அகத்தியர் பெயரில் உள்ளன.

2. போகர்

பெயர்க்காரணம்: இவர் சகல சாத்திரங்களையும் அனுபவ ரீதியாக கற்றறிந்ததால் போகர் என அழைக்கப்பட்டார்.

பிறந்த மாதம், நட்சத்திரம் - வைகாசி, பரணி

குலம்: குசவர். பொற்கொல்லர் குலம் என்று போகர் 7000 கூறுகிறது.

குரு: காலாங்கி நாதர்

சீடன்: புலிப்பாணி, கருவூரார், இடைக்காடர், சட்டைமுனி, கொங்கணவர்.

மகன்: கொங்கணவர் (கருவூரார் பலதிரட்டுக் காப்புச் செய்யுள்)

பாட்டன்: திருமூலர்

சமாதி: பழனி (சித்தன் வாழ்வு). சிலர் கதிர்காமம், திருச்செந்தூர், திருத்தணிகை, திருப்பரங்குன்றம் என்றும் கூறுவர். இவருடைய சமாதியில் இன்றும் புலிப்பாணி சாமியார் என்னும் ஒருவர் வழிவழியாக வழிபாடும், தொண்டும் செய்யப்படுகிறது.

வாழ்க்கை குறிப்புகள்: இவர் பலநாடுகளைச் சுற்றி, பலப்பல மொழிகளைப் பயின்றும் அந்தந்த நாட்டின் சிறந்த கலைகளைப்பயின்று தேர்ச்சி பெற்றவர்.

சிலர் இவரை புத்த சமயத் துறவியாகவும், சீன யாத்திரீகராக நம்நாட்டிற்கு 1600 ஆண்டுகளுக்கு முன்வந்து புத்தகயா, பாடலிபுத்திரம் முதலான இடங்களைத் தரிசித்துத் தமிழ்நாட்டுக்கு வந்தவர் என்றும் கூறுவர்.

இவர் தமிழகத்தில் சில காலம் இருந்து பின் சீனதேசம் சென்று அங்கு போ யாங் என்பரின் உடலில் கூடுவிட்டு கூடுபாய்ந்து வாழ்ந்தவர். சீனாவில் நெடுங்காலம் வாழ்ந்தபின் மீண்டும் கி.பி. மூன்றாம் நூற்றாண்டில் தமிழ்நாடு வந்தடைந்து பழநிமலையில் வசித்தார்.

இவர் பல ஆண்டுகாலம் பழனியில் தம் சீடர்களுடன் தங்கி பலசித்து விளையாடல்கள் புரிந்துள்ளதாக கூறுகின்றனர். அக்காரணம் பற்றியே பழனிக்கு சித்தன் வாழ்வு என்ற பெயர் வந்தது. இவர் பல பாடாணங்களை ஒருங்கு கூட்டி நீர், நெருப்பு முதலியவைகளுக்கு கரைந்தும், புகைந்தும், உருகியும், ஆவியாகியும் போகாதவாறு திண்மையுறக் கட்டி, அக்கட்டைக் கொண்டே ஒரு பால தண்டாயதபாணி சுவாமி திருவுருவச்சிலை செய்து வைத்தார் என்றும் அதுவே இன்றும் பழனியில் உள்ளது என்றும் கூறுவர்.

தஞ்சை பெரியகோவில் கபாலக் கல்லை பஞ்சு மூட்டையை பயன்படுத்தி மேலே ஏற்ற இவர் உதவியதாக கூறப்படுகிறது. ஆனால் பெரிய கோவில் கட்டப்பட்ட காலம் 10ம் நூற்றாண்டாகும்.

நூல்கள்:

போகர் நிகண்டு 1200 - இதில் தாது சரக்குகள் மற்றும் சில மூலிகை சரக்குகளின் பெயர்கள் பற்றி குறிப்பிடப்பட்டிருக்கிறது.

போகர் கற்பம் 300 - மூலிகை உற்பத்தி, மூலிகை கற்பம், தாது கற்பம், சத்து எடுக்கும் விவரம் கூறப்பட்டுள்ளது.

போகர் 7000 - முதலாயிரம் - வாசியோகம். கட்டு. சுண்ணம், சத்து. வைப்பு, கற்பம்

இரண்டாமாயிரம் - குரு, கட்டு, பூநீறு, வேதை

மூன்றாமாயிரம் - வேதை, போகர் உரோமாபுரி கண்டது, மக்காபுரி கண்டது, சோதி விருட்சம் கண்டது, சுண்ணம், கட்டு,

நான்காமாயிரம் - பூநீறு, முப்பு, சத்து, போகருக்கு காலாங்கிநாதர் புத்திகூறல், யாக்கோபு, புலத்தியர் பற்றிய குறிப்புகள்.

ஐந்தாமாயிரம்: - போகருக்கும் மற்ற சித்தர்களுக்கும் உள்ள தொடர்புகள்

ஆறாமாயிரம் - ஜாலவித்தை, பதினென் சித்தர்கள் சாதியும், தலைமுறைமையும், நவரத்தினங்களின் உற்பத்தி, சித்தர்கள் வயதும், சமாதி மார்க்கமும், சித்தர்கள் பிறப்பும் நட்சத்திரமும்

ஏழாமாயிரம் - போகரின் வாழ்க்கை நிகழ்வுகள், கற்பம், வைப்பு, வேதை, தாசரிஷிகள், 1008 சிவாலய பெருமை, போகர் தன் வரலாறு கூறல், போகர் சமாதிக்கு போதல் போன்றவை கூறப்பட்டுள்ளது.

போகர் வர்ம சூத்திரம் - வர்ம புள்ளிகளும். இடங்களும். இளக்கு முறைகளும், மருத்துவ முறைகளும் கூறப்பட்டுள்ளன. இதில் அவர் நந்தி, காலாங்கி, சனகர், வியாக்கிரபாதர், பதஞ்சலி ஆகியோர்க்கு வணக்கம் சொல்கிறார்.

போகர் சரக்கு வைப்பு 800- சரக்கு வைப்பு முறைகளும், சில மருந்து செய்முறைகளும் கூறப்பட்டுள்ளன.

இவைத் தவிர இன்னும் அநேக நூல்கள் உள்ளன.

3. புலிப்பாணி (வியாக்கிரபாதர்)

பெயர்க்காரணம்: புலியின் மீதேறி குடத்தில் நீர் எடுத்து பழனி முருகனை நீராட்டுவித்த காரணத்தால் இப்பெயா; வந்ததாக இவருடைய நூலின் வாயிலாக அறியலாம். பழனி மலையிலுள்ள போகர் சமாதிக்கும், போகர் வைத்துப் பூசித்ததாகக் கூறப்படும் சிவலிங்கத்திற்கும் பூசை செய்து வருபவர்களுக்கு புலிப்பாணி சாமியார் என்ற பெயர் இப்போதும் வழங்கி வருகிறது. இவர் போகரோடு சீனாவிலிருந்து வந்தவர்.

வியாக்கிர - புலி: பாதர் - கால்களை கொண்டவர் பொழுது விடியும்முன் வண்டின் எச்சில் படாவண்ணம் பூக்களை பறிப்பதற்காக பூ மரம் ஏறுவதற்கு வசதியாக புலியின் பாதத்தோடு விளங்கியவர். ஆதலால் இப்பெயர் பெற்றார் என்பது சித்தர்கள் மத்தியில் உலவிவரும் கருத்து.

மரபு - வேடர்

பிறந்த மாதம், நட்சத்திரம - புரட்டாசி, சோதி

குரு: போகர்

வாழ்க்கை குறிப்புகள்: புலிப்பாணி இயற்றியதாக கூறப்படும் அனைத்தும் திரட்டு நூல்களே என்பதும், புலிப்பாணி சீன நாட்டவர் என்பதும், போகருடன் இவர் சீன நாட்டுக்கு செல்லாமல் இங்கேயே தங்கி விட்டார் என்பதும் பேரகராதியை தொகுத்தவர்களின் கருத்தாகும்.

நூல்கள்:

புலிப்பாணி 500 - இதில் குன்மம், சூதகவலி, பெரும்பாடு, காது வலி, கண்ணில் நீர் வடிதல், அரையாப்பு, மாலைக்கண், அண்டத்தைலம், விஷ வைத்தியம்;, மருந்தீட்டுக்கு மருந்து, சுகபேதி சூரணம், நோய் ஏற்பட்ட நட்சத்திரம் தீரும் காலம் கூறுதல், இன்னும் அநேக அக, புற மருந்துகள் கூறப்பட்டுள்ளன.

புலிப்பாணி பலதிரட்டு ஜாலமும் சிதம்பர பூசாவிதியும் - இதில் ஜாலம், கண்கட்டு வித்தை, கள்ளனை பிடித்தல், சொக்குத்தூள், நோக்கு வித்தை, மந்திரம், வசியம், பேயோட்டல், மோடி வித்தை, வேடிக்கை வித்தை, சில மருந்து செய்முறைகள், சிதம்பரம் பூசை பற்றி குறிப்பிடப்பட்டு;ள்ளது.

புலிப்பாணி பூசாவிதி 52 - இதில், சாப நிவர்த்தி, அகர, உகர, சிகர, அஞ்செழுத்தின் வரைபட முறை, சக்கரம் ஸ்தாபித்தல், மந்திரம், ஜபம், பூசை முறை கூறி அதன் பலன்களை கூறுகிறது. ஓமகுண்டம் அமைத்தல், பகவதி தியானம் கூறி குண்டலினி எழுப்பி தன்னை அறியும் முறை பற்றி குறிப்பிடுகிறது.

புலிப்பாணி சோதிடம் 300 - இதில்

புலிப்பாணி வைத்தியம் - இதில் பல்வேறு நோய்களுக்கு மருந்துகள் சொல்லப்பட்டுள்ளன.

4. கொங்கணவர்:

பிறந்த மாதம், நட்சத்திரம் - சித்திரை, உத்திராடம்.

மரபு: கன்னட இடையர்,

தந்தை: போகர்(என்று கொங்கணவர் கடைக்காண்டத்தில் குறிப்பிடப்படுகிறது.)

சீடர்: கடைப்பிள்ளை

சமாதி: திருப்பதி, (கோடித்துறை, திருக்கண்ணங்குடி)

வாழ்க்கை குறிப்புகள்:

இவர் கொங்கு நாட்டில் ஊதியூர் மலையில் வசித்தவர். அதற்கு கொங்கணகிரி என்ற பெயரும் உண்டு. அகத்தியர் 12000த்தில் இவர் இரும்புக் கலங்கள் செய்து வியாபாரம் செய்து வந்ததாகக் கூறப்படுகிறது. வியாபாரம் செய்து மணம் புரிந்து, மாடமாளிகைகள் கட்டி ஏழைகளுக்கும் சித்தர்களுக்கும் அன்னதானம்; செய்தார். ஒருசமயம் அவரது உபசாரத்தால் மகிழ்ந்த சித்தர்கள் அவருக்கு ஞானத்தை ஊட்டினர். அதன்பின் கொங்கணருக்கு அஞ்ஞானம் அழிந்தது. ஞானம் பிறந்தது. இல்லறத்தைத் துறந்து யோகியானார்.

இவர் ஒருமுறை தம் தவவலிமையால் தம்மீது எச்சிலிட்ட கொக்கினை தம் பார்வையால் எரித்து சாம்பலாக்கினார். அதுமுதற்கொண்டு தம் தவவலிமையின் மீது கர்வத்துடன் இருந்தவர் ஒருநாள் ஒரு வீட்டின் முன்நின்று பிச்சை கேட்டார். அவ்வீட்டில் இருந்த வாசுகி அம்மையார் தம் கணவரான திருவள்ளுவருக்கு பணிவிடை செய்து கொண்டிருந்த காரணத்தால் காலம் தாழ்த்தி பிச்சையிட்டார். அதனால் கோபமடைந்த கொங்ணவர் சினந்து நோக்க அப்பார்வை அவ்வம்மையை ஒன்றும் செய்யவில்லை. அதிர்ச்சியுடன் தம்மை நோக்கியவரை "கொக்கென்று நினைத்தாயோ கொங்கணவா" என்று கேட்க கொங்கணவர் தம்மைவிட தவத்தில் சிறந்து விளங்கிய நங்கையைக் கண்டு தன் செருக்கொழிந்தார் என்ற செவி வழி வரலாறு வழங்கி வருகிறது.

இவர் திருவேங்கட மலையில் யோக சமாதியில் அமர்ந்தார். வேங்கட நாதனின் சிலைக்குக் கீழே கொங்கணவர் இன்றும் சமாதியில் அமர்ந்திருப்பதாகக் கூறப்படுகிறது.

நூல்கள்:

கொங்கணவர் முக்காண்டம்: இது முதற்காண்டம், நடுக்காண்டம், கடைக்காண்டம் என மூன்றாக பிரியும். இது வாத காவியம் என்ற பெயரால் அறிப்படும்.

முதற்காண்டம் - இதில் கட்டு, குரு, சுண்ணம், உருக்கு, நீர் முதலியவை குறிப்பிடப்பட்டுள்ளன.

நடுக்காண்டம் - இதில் கட்டு வகைகள், சாரம். சீனம், வெடியுப்பு, தாளகம், துருசு, வங்கம், நிமிளை போன்றவற்றின் மருந்து செய்முறைகள், வேதை போக்கு பற்றி குறிப்பிடப்பட்டுள்து,

கடைக்காண்டம் - இதில் தெய்வங்களுக்கான பூசை முறைகள், தீட்சை முறைகள், யாகசாலை கட்டும்முறை, சீடருக்கு உபதேசம், சூரிய, சந்திர யோகம், அப்பியாசம், குண்டலினி பற்றி குறிப்பிடப்பட்டுள்ளது.

கொங்கணவர் சரக்கு வைப்பு 100 - இதில் தாது சரக்குகளின் வைப்பு முறைகள் பற்றி விவரிக்கப்பட்டுள்ளன்.

கொங்கணவர் பலதிரட்டு 500 என்ற நூலிலும் சரக்கு வைப்பு முறைகள் விவரிக்கப்பட்டுள்ளன.

கொங்கணவர் வாலைக் கும்மி - இதில் குண்டலினி ஆற்றல் குறித்து சொல்லப்படுகிறது.

கொங்கணவர் கருக்குளிகை 8 - இதில் கருக்குளிகை செய்யும் முறை பற்றி விளக்கப்பட்டுள்ளது.

கொங்கணர் ஞான சைதன்யம் 111 - இதில் 96 தத்துவத் தோற்றம், அட்டாங்க யோகம் பற்றி விவரிக்கப்பட்டுள்ளது.

கொங்கணர் சுத்த ஞானம் 16 - இதில் மௌனத்தின் மூலம் ஞானத்தை பெறுவது குறித்து சொல்லப்படுகிறது.

கொங்கணவர் மெய்ஞ்ஞானம் 13 - இதில் ஐம்புலன்களையும், அட்ட ராகங்களையும் கடந்தால் வெட்டவெளியை அடையலாம் என்று கூறப்பட்டுள்ளது.

கொங்கணவர் கற்ப சூத்திரம் 100- இதில் கற்ப மருந்துகளின் செய்முறைகள் கூறப்பட்டுள்ளன.

இவைத் தவிர கொங்கணவர் நவக்கிரக கக்கிஷம், கொங்கணவர் வாக்கியம் 10, கொங்கணவர் சூத்திரம் 13, கொங்கணவர் 40, கொங்கணவர் தீட்சாவிதி போன்ற நூல்கள் உள்ளன.

5. இடைக்காடர்:

பெயர்க்காரணம்: இடைக்காடு எனும் ஊரினர். இடையர் குடியில் பிறந்தவர். கோனாரையும் மாடுகளையும் முன்னிறுத்தி பாடியதால் இப்பெயர் பெற்றார் என்பர்.

பிறந்த மாதம், நட்சத்திரம் - புரட்டாசி , திருவாதிரை

மரபு: கோனார்

குரு: கொங்கணவர், போகர்.

சமாதி: திருவிடைமருதூர் (என போகர் ஜனன சாகரம் 307வது பாடல்)

வாழ்க்கை குறிப்புகள்:

திருமால் இடைக்காடராகவும் நான்மகள் ஔவையாராகவும், நான்முகன் திருவள்ளுவராகவும் அவதரித்தனர் என்பது புராணம் கூறும் செய்தி.

இடைக்காடர் மருத்துவ வல்லுனராக இருந்து காக்கும் கடவுளாகிய திருமாலைப் போலப் பல நோயாளிகளைக் காத்த இவரை திருமாலின் அவதாரனெக் கூறினர். திருவிளையாடற் புராணத்தில் இடைக்காடன் பிணக்கு தீர்த்த படலம் என்னும் பகுதி இவர் பெருமையை எடுத்துக்காட்டுவதாகும்.

நூல்கள்:

இவர் ஆடுமாடுகள் மேய்த்துக் கொண்டிருக்கும்போது சித்தர் ஒருவர் இவரிடம் வந்து பால் கேட்க, இவர் கறந்து கொடுக்க அதனால் மனமகிழ்ந்து, இவர் அனைத்து சித்துக்களையும் அடையும்படி செய்ய இவர் சித்தரானார் என்பர். 130 பாடல்களைக் கொண்ட இடைக்காட்டுச் சித்தர் பாடல்கள் என்ற நூல் உள்ளது. இதில் கண்ணிகள் பலரோடு கிளத்தல், நெஞ்சோடு கிளத்தல், அறிவோடு கிளத்தல், சித்தத்தோடு கிளத்தல், குயிலோடு கிளத்தல் என்பன போன்ற தலைப்பில் ஞானப் பாடல்கள் காணப்படுகின்றன.

பற்றே பிறப்புண்டாக்குந் தாண்டவக்கோனே -அதைப்
பற்றா தறுத்துவிடு தாண்டவக்கோனே

இவர் எழுதியதாக வருடாதி வெண்பா என்ற நூல் இணையத்தில் உலாவருகிறது. இது தமிழ் 60 வருடங்களுக்கு மழை வெயில் எப்படி இருக்கும் என்பதை பற்றி பேசுகிறது.

6. கோரக்கர்:

பெயர்க்காரணம்: கஞ்சாவை பிணிதீர்க்கும் மருந்தாக பயன்படுத்தும் முறையை கண்டுபிடித்து நஞ்சுக் குறிகள் தோன்றாவண்ணம் மக்களின் நோயை போக்கடிக்க வழிகண்டவர். தாம் கண்டறிந்த மூலிகைக்கு 'கோரக்கர் மூலி' என பெயர் வரக் காரணமாக இருந்தவர்.

பிறந்த மாதம், நட்சத்திரம் - கார்த்திகை, ஆயில்யம்.

குரு: நந்திதேவர் தோழர்: திருமூலர் வழிவந்த போகர் என கோரக்கர் வகார சூத்திரம் 100-ல் கூறப்பட்டுள்ளது.

மரபு: கள்ளர்

சமாதி: பேரூர் (கோயம்புத்தூர்)

வாழ்க்கை குறிப்புகள்:

வடநாட்டில் வாழ்ந்த நவநாதசித்தருள் ஒருவரான கோரக்கநாதரே தமிழ்நாட்டில் வாழ்ந்து கோரக்கர் ஞமலிகை அல்லது கோரக்கர் வைப்பு என்ற நூறு

பாடல்கள் அடங்கிய நூல் எழுதினார் எள்று கூறப்படுகிறது. இவர் சதுரகிரியில் தமது சீடர்களுடன் தங்கி வாழ்ந்தவர் என்றும் தெரியவருகிறது. இவர் தமது மலைவாகடத்தில் குறிப்பிட்டுள்ள பலமூலிகைகள் இதுவரை யாராலும் அடையாளம் காணமுடியவில்லை. உ.ம். ஜோதிப் புல், ஜோதி விருட்சம்

கோரக்கர் இயற்றிய நூல்களில் பல கிடைக்கவில்லை. சில நூற்களை வேறுசில சித்தர்கள் கொண்டு போய் விட்டார்கள். அவ்வாறு கொண்டு போகப்பட்டவை என்னென்ன என்பதை அவரே தமது சந்திரரேகை நூலில் குறிப்பிடுகிறார்.

நூல்கள்:

கோரக்கர் சந்திரரேகை 200 - இதில் யோக நெறி, போகரும், கோரக்கரும் சீனா சென்று ஐநூறாண்டுகள் தங்கி பின் பொதிகை வந்து நானூறாண்டு தங்கியது, போகருக்கும் கோரக்கருக்கும் இடையில் நடந்த வாழ்வியல் நிகழ்ச்சிகள், குழுவுக்குறிகள், குண்டலினி ஆற்றல். சிற்சில மருந்துகள் பற்றி குறிப்பிடப்பட்டுள்ளது.

கோரக்கர் நமநாசத் திறவுகோல்: இதில் சித்திர்களின் குடும்ப வாழ்க்கை, சுண்ணம், சிவ உப்பு, பிரம கற்பம், மிருத்யுஞ் செய மந்திரம், அனுமாரைப் பற்றிய குறிப்புகள், செயநீர் பற்றிய குறிப்புகள், ஆகியவைகள் பற்றி குறிப்பிடப்பட்டுள்ளது.

கோரக்கர் இரவிமேகலை எழுபானைந்து - மறை பொருள்களின் பெயர்கள், ஐங்கோல முப்பு, ஈடுவசிய மருந்து, திராவகம், மெழுகு, சித்தர் தரிசன விதி, சித்தரைக் காண வழி ஆகியவைகள் பற்றி குறிப்பிடப்பட்டுள்ளது.

கோரக்கர் முத்தாரம் தொண்ணூற்றொன்று இதில் பூநீறு பற்றிய விவரங்கள், கோவானூர் பொட்டலிலே பாடலின் பொருள், முப்பு ஆகியவைகள் பற்றி குறிப்பிடப்பட்டுள்ளது.

கோரக்கர் நாதபேதம் இருபானைந்து இதில் சுழுமுனை பற்றிய குறிப்புகள் கூறப்பட்டுள்ளன.

கோரக்கர் தனித்தொகுப்புகள் 9 பாடல்கள் இதில் அவருடைய சமாதி பற்றிய குறிப்புகள் உள்ளன.

மேலும் கோரக்கர் அட்ட கன்மம் நூறு, கோரக்கர் சுண்ணசூத்திரம் போன்ற நூல்களும் உள்ளன.

7. பாம்பாட்டி சித்தர்: (சிலர் பதஞ்சலி என்றும், நாகமுனி என்றும் கூறுவர்)

பிறந்த மாதம், நட்சத்திரம் - கார்த்திகை, மிருகசீரிடம்

பெயர்க்காரணம்: குண்டலினி ஆற்றலை பாம்பாக உருவகப்படுத்தி தனது பாடலில் அதனை விளித்து ஆடுபாம்பே என்ற பாடியதால் இப்பெயர் ஏற்பட்டது. இவர் நுல்கள் பாம்பாட்டி சித்தர் பாடல்கள் என்ற பெயரில் கிடைக்கின்றன.

- ஊத்கைக் குழிதனிலே மண்ணை யெடுத்தே
  உதிரப் புனலினிலே உண்டை சேர்த்தே
  வாய்த்தகுய வனார் பண்ணும் பாண்டம்
  வறகோட்டுக்கு மாகாதென் றாடாய் பாம்பே.

- உள்ளத்துக் குள்ளே யுணர வேண்டும்
  உள்ளும் புறம்பையு மறிய வேண்டும்
  மெள்ளக் கனலை யெழுப்ப வேண்டும்
  வீதிப் புனலிலே செலுத்த வேண்டும்
  கள்ளப் புலனைக் கடிந்து விட்டுக்
  கண்ணுக்கு மூக்குமேற் காண நின்று
  தெள்ளு பரஞ்சோதி தன்னைத் தேடிச்
  சீர்பாதம் கண்டோமென் றாடாய் பாம்பே.

மரபு: கோஷாயி

குரு: சட்டைமுனி

சமாதி: திருமுதுகுன்றம் (சில நூல்களில் திருஞாலம் எனவும், துவாரகை எனவும் காணப்படுகிறது)

வாழ்க்கை குறிப்புகள்:

இவர் மலையில் வசிக்கும் பழங்குடி இனத்தை சேர்ந்தவர் என கருதப்படுகிறார். பாம்புகள் பிடிப்பதை குலத்தொழிலாக கொண்ட இவர் பாம்பு புற்றினுள் தவம் செய்த சட்டைமுமுனி சித்தரின் அருளால் ஞான மார்க்கம் திரும்பி மூலாதாரத்தில் இருக்கும் குண்டலினியை மேலெழும்பச் செய்து பேரானந்த நிலையடைதலை குறித்து விரிவாக கூறியிருக்கிறார்.

இவர் கொங்கு நாட்டில் மருத மலையில் தவம் செய்ததாக கூறுவர். இன்றும் அங்கு பாம்பாட்டி சித்தர் குகை என்று ஒரு குகை காணப்படுகிறது. இவர்

மருதமலையில் நஞ்சு மருத்துவ ஆராய்ச்சிக்கூடம் வைத்து நடத்தியதாகக் கூறப்படுகிறது.

நூல்கள்:

பதஞ்சலி முனிவர் தேவியாருடம் 140- பாம்புக்கடிக்கு புற மற்றும் அக மருத்துவம், மந்திரம், சக்கரம், பூசை விதி, அட்டநாகங்களின் பெருமை, விஷக்கடி சீக்கிரத்தில் மீளாத இடங்களும் உடல் உறுப்புகளும், விஷம் சீக்கிரத்தில் இறங்காத நாட்கள், விஷமுறிவு மூலிகைகள், இறங்கிய விஷத்தை ஏற்றுவதற்கு சித்து, விஷம் தீண்டியவனை பார்க்காமல் விஷம் இறக்க வேண்டிய விதி, ஆறு ஆதார சக்கர விளக்கம் பற்றி குறிப்பட்டுள்ளது.

நாகமுனி சிரரோக விதியில் தலைநோய்களை பற்றிய விவரங்களும் மருந்துகளும்,

நாகமுனி நயனரோக விதியில் கண்நோய்களை பற்றியும் குறிப்பிடப்பட்டுள்ளது.

8. **அகப்பேய் சித்தர்:**

பெயர்க்காரணம்: தான் என்கிற அகந்தையே அத்தனை இடர்களுக்கும் காரணம் என்பதை முன்னிறுத்தி அதனை அழித்தொழிக்கும் வழிவகைகளை தனது பாடல்களில் அருளியிருக்கிறார். மனத்தை பேய் என விளித்து அறிவுரையாற்றுவது போல பாடியதால் இப்பெயர் ஏற்பட்டது. இயற்பெயர் நாயனார் என குறிப்புகள் கிடைத்தருக்கின்றன.

மரபு: வேளாண் மரபு

சமாதி: அழகர்மலை (எட்டுக்குடி, திருவையாறு என்றும் கூறப்படுகிறது)

வாழ்க்கை குறிப்புகள்:

மனிதர்கள் ஒருவரை ஒருவர் ஏய்த்து பிழைக்கும் அவலத்தைக் கண்டு மனம் வெறுத்து துறவறம் பூண்டதாகவும், மகா புருஷரான வியாசரை தனது மானசீக குருவாய் ஏற்று கடும்தவம் செய்து வருகையில், குருவானவர் நேரில் தோன்றி தீட்சை அளித்தாக, அகப்பேய் சித்தர் பற்றிய செவிவழி கதைகள் கிடக்கின்றன.

நூல்கள்:

அகப்பேய் சித்தர் பாடல் என்ற 90 பாடல்கள் மட்டுமே கிடைத்துள்ளன.

- உன்னை யறிந்தக்கால் அகப்பேய்
  ஒன்றையும் சேராயே
  உன்னை யறியும்வகை அகப்பேய்
  உள்ளது சொல்வேனே
- சரியை யாகாதே அகப்பேய்
  சாலோகங் கண்டாயே
  கிரியை செய்தாலும் அகப்பேய்
  கிட்டுவ தொன்றுமில்லை.

9. குதம்பைச் சித்தர்

பிறந்த மாதம், நட்சத்திரம் - ஆடி, விசாகம்.

பெயர்க்காரணம்: குதம்பை எனும் பனையோலையால் ஆன காதணிகளை அணிந்த பெண்ணே (குதம்பாய்) என்று தமது பாடலில் பாடுவதால் இப்பெயர் ஏற்பட்டது.

சமாதி: அழகர்மலை என்னும் திருப்பதி, மயிலாடுதுறை

நூல்கள்:

குதம்பை சித்தர் ஞான சூத்திரம் 18 என்ற நூலில் சிற்சில மருந்து செய்முறைகள் கூறப்பட்டுள்ளன. குதம்பை சித்தர் பாடல்கள் என்ற நூலில் குதம்பாய் என்று முடியும் பாடல்கள் காணப்படுகின்றன. அவை மக்களுக்கு அறிவுரை கூறும் வகையில் அமைந்துள்ளது.

- கோபம் பொறாமை கொடுஞ்சொல் வன்கோளிவை
  பாபத்துக்கு ஏதுவடி குதம்பாய் பாபத்துக்கு ஏதுவடி.
- கள்ளங்கட் காமம் கொலைகள் கபடங்கள்
  பள்ளத்திற் தள்ளுமடி குதம்பாய் பள்ளத்திற் தள்ளுமடி.

10. சிவவாக்கியர்: (திருமழிசையான்)

பிறந்த மாதம், நட்சத்திரம் - தை, மகம்.

பெயர்க்காரணம்: பிறக்கும்போது சிவசிவ எனும் நாமத்தை உச்சரித்தபடியே பிறந்ததால் சிவவாக்கியர் என்ற பெயர் வந்தது.

காலம்: சிவாக்கியம் என்ற நூலின் படி இவர் காலம் பதினோராம் திருமுறையில் இடம்பெறும் பட்டினத்தடிகளுக்கு முற்பட்டதாக

இருக்கவேண்டும். இவரும் திருமழிசையாழ்வாரும் ஒருவரே எனில் இவரது காலம் ஏழாம் நூற்றாண்டாகும்.

தந்தை: பிருகு முனிவர்

மரபு: வைணவம்

வாழ்க்கை குறிப்புகள்:

பெரிய சிவவாக்கியர் பாடல் என்ற நூலில் இவரது வாழ்க்கை பற்றிய குறிப்பு உள்ளது.

நூல்கள்:

சிவவாக்கியம். இதில் சரியை, கிரியை, யோகம், ஞானம், ஆதாரத்தின் வழி யோகமடைதல், மாயை, ஞானி, கடவுள், உலகோர்க்கு புத்தி கூறல், மதசாரம் விலக்கல், பக்தி, முக்தி. பிறப்பு, இறப்பு, உயிர், விலக்கல், ஒன்றுதல், என அநேக விடயங்கள் குறிப்பிடப்பட்டுள்ளன. பாடல்களில் பல அரேபிய சொற்கள் காணப்படுவதால் சிவவாக்கியத்தில் இடைச்சொருகல்கள் இருக்கலாம் என நூலாசிரியர்கள் கருதுகின்றனர்.

நட்டகல்லை தெய்வமென்று நாலுபுட்பம் சாற்றியே
சுற்றிவந்து முனமுனவென்று சொல்லும் மந்திரம் ஏதடா?
நட்டகல்லும் பேசுமோ நாதன் உள்ளிருக்கையில்
சுட்டசட்டி சட்டுவம் கறிச்சுவை யறியுமோ?

11. யூகிமுனி:

பிறந்த மாதம், நட்சத்திரம் - ஆவணி, பூசம்

குலம்.: குறும்பர்

குரு: தேரையர்

வாழ்க்கை குறிப்புகள்:

ஐஞ்சிறு காப்பியங்களில் ஒன்றான பெருங்கதை என்ற நூலில் வத்சல மன்னனாகிய உதயணன் என்பவனுடைய முதலமைச்சராக இருந்த யூகி என்பவரே முறைப்படி உபதேசம் பெற்று யூகிமுனி ஆனார் என்பது சில நூலாசிரியர்களின் கருத்து. திருவெண்ணாமலையில் நெடுங்காலம் தவம் செய்தவர்.

நூல்கள்:

யூகி வைத்திய சிந்தாமணி பெருநூல் 800 - இதில் 96 தத்துவம், நாடி நிதானம், ரோக இலக்கணம் மற்றும் மருத்துவம் கூறப்பட்டுள்ளது.

யூகிமுனி கரிசல் 151/36 - இதில் பல்வேறு மருந்து செய்முறைகள் கூறப்பட்டுள்ளன.

யூகிமுனி புராணம் 100 - இதில் வழலை, வேதை பற்றிய குறிப்புகள் உள்ளன.

யூகிமுனி வாத காவியம் முதல் மற்றும் இரண்டாம் காண்டம் - இதில் இரசவாதம் பற்றி குறிப்பிடப்பட்டுள்ளது. வைத்திய முறைகளும் கூறப்பட்டுள்ளன.

யூகிமுனி வாத வைத்திய உலா -இதில் வாத வைத்திய முறைகள் பற்றி குறிப்பிடப்பட்டுள்ளன. மேலும் யூகிமுனி எழுதிய நூல்கள் அட்டவணையும் உள்ளது.

யூகிமுனி கும்மி - 1000 - இதில் தாது சரக்குகளின் சுத்திமுறைகள். செம்பு எடுக்கும் விதம், பல்வேறு மருந்து செய்முறைகள் பற்றி கும்மி பாடல் வடிவில் கொடுக்கப்பட்டுள்ளது.

யூகிமுனி பரிபூரணம் 200 - இதில் தாது சரக்குகளின் மருந்து செய்முறைகள் உள்ளன.

யூகிமுனி வாதாங்க தீக்ஷைவிதி 300 இதில் திராவகம், செயநீர், உலோகத்திலிருந்து எடுக்கும் செம்பு வகைகளும், கட்டு வகைகளும் கூறி அதனால் வேதை முடிக்கும் முறை மற்றும் பல்வேறு வைத்திய முறைகளும் கூறப்பட்டுள்ளன.

வாத வைத்ய விளக்கம் 200 - இதில் பழமொழிகளுடன் வைத்தியமும், முப்பு, திராவகம், குளிகை, செயநீர் முதலியவைகளும் விளக்கமாக் கூறப்பட்டுள்ளன.

மதிவெண்பா 100 - இதில் அமுரி, அதன் சுத்தி, பூநீர்-கல்லுப்பு விவரம், அதனை முடிக்கும் கைபாகம் சொல்லப்பட்டுருக்கின்றன.

12. அழுகண்ணி சித்தர்:

பெயர்க்காரணம்: அழுங்கண்களை உடையவர் என்பதால் இப்பெயர் என்றும், அழகிய கண்ணிகளை உடைய பாடல்களை அமைத்து பாடியவர் என்பதால் இப்பெயர் என்றும் கருதப்படுகிறது.

தேசம்: இவர் சீன நாட்டை சேர்ந்தவர் என்று சில நூல்கள் கூறும்.

மரபு: மரவேலை, தங்கம், வெள்ளி இரும்பு ஆகிய வேலை செய்யும் வகுப்பினா் என்று சில நூல்கள் கூறும்.

சமாதி: அழகா் மலை என்றும். நாகப்பட்டினம் என்றும் கூறப்படுகிறது.

வாழ்க்கை குறிப்புகள்:

அழுகண்ணி என்ற அரிய மூலிகையின் பயன்களை முதன்முதலில் கண்டறிந்தவா் என்பது செவி வழி வரலாறு. இவர் மக்களின் அறியாமை, மிடி, முனைப்பு, கீழ்த்தர வேட்கை, பிறப்பு-இறப்பு ஆகியவற்றைக் கண்டு மனம் புழுங்கித் தம் மனதில் எழுந்த கருத்துகளை உணர்ச்சி ததும்பும் சொற்களால் பாடல்கள் இயற்றியுள்ளார். அப்பாடல்களின் அமைப்பு பாடுபவரை தம்மை மறந்து அழவைத்துவிடும் ஆற்றலுடையவை. ஆகவே அத்தகைய பாடல்களை இயற்றிய இவரை அழுகண்ணிசித்தர் என்று மக்கள் அழைத்தனர். இவர் பாம்பாட்டி, அகப்பேய், குதம்பைச்சித்தர் போல எல்லா சித்துகளும் கைவரப்பெற்றும் ஆன்ம லாபம் கிட்டாமையால் ஞான மார்க்கத்தில் தன் வாழ்நாளை கழித்தவராகத் தெரியவருகிறது.

ஊத்தை சடலமடி உப்பிருந்த பாண்டமடி
மாற்றிப் பிறக்கெனக்கு மருந்தெனக்கு கிட்டுதில்லை
மாற்றிப் பிறக்கெனக்கு மருந்தெனக்கு கிட்டுமென்றால்
ஊத்தைச் சடலமிட்டு என்கண்ணம்மா உன்பாதஞ் சேரேனோ"

நூல்கள்:

அழுகண்ணி சித்தர் பாடல்கள் என்ற பெயரில் 41 பாடல்கள் ஞானப் புலம்பல்களாக காணக் கிடைக்கின்றன. மீதி வாதகற்பம் என்ற பெயரில் 108 பாடல்கள் வரை காயசித்திக்கு மருந்தாக கூறப்பட்டுள்ளன. 200 பாடல்கள் வரை வாசியால் குண்டலினி எழுப்புதலையும். ஆன்ம லாபத்தையும் பற்றி கூறுகிறது.

அழுகண்ணி சித்தர் ஞானசூத்திரம் 23 - இது வாசியினால் குண்டலினி எழுப்பி ஞானம் பெறுதல் பற்றி கூறுகிறது.

13. காலாங்கி நாதர்:

பிறந்த மாதம், நட்சத்திரம் - சித்திரை, அசுவினி.

பெயர்க்காரணம்: யசூர் வேதத்தில் காலாக்கினி ருத்திரம் என்று ஒரு மகாமந்திரம் உண்டு. அதனைக் கண்டவர் காலாக்கினி என்ற பெயருடைய சித்தராக இருக்கலாம் என்பது சிலர் கருத்து, மேலும் சிவனுக்கு பிரளய

காலத்தில் காலாக்கினி என்ற தீ வடிவம் உண்டு. இவ்வடிவத்தை துதிக்கும் காலாக்கினி உருத்திரம் என்ற துதியை இயற்றியவர் காலாங்கியாக இருக்கலாம் எனச் சிலர் கருதுகின்றனர்.; காலாங்கி - கால் (காற்று) + அங்கி (ஆடை): காற்றையே ஆடையாகக்கொண்டவர் என்பதும் பெயர்க்காரணமாக கூறலாம்.

காலம்: இடைச்சங்க காலம் என சில நூல்கள் வழியாக அறிய முடிகிறது.

ஊர்: சீனம்

மரபு: விசுவகன்மர்

குரு: திருமூலர்

சீடன்: போகர்

சமாதி: காஞ்சிபுரம், சில நூல்களில் திருகச்சிபுரம் என்றும், திருக்கடவூர் என்றும், திருப்பனந்தாள் என்றும் குறிப்பிடப்படுகிறது. ககன குளிகையின் உதவியோடு சீன சென்று காலன் அருளால் அங்கு சமாதியானார் என்றும் கருதப்படுகிறது.

வாழ்க்கை குறிப்புகள்:

காலாங்கிநாதர் விஷத்தின் தன்மை கொண்ட ஒவ்வொரு அணுவையும் ஆராய்ச்சி செய்து வரும்போது அதை போகருக்கு பயிற்றுவித்தார் என்ற செவி வழி வரலாறு நிலவி வருகிறது. யுகங்களைக் கடந்து வாழ்ந்த காலாங்கி நாதர் பல ரிஷிகளை சந்தித்து ஆசி பெற்றதாக கூறப்படுகிறது. திரோதாயுகத்தில் ஒரு சமயம் பிரளயம் ஏற்பட்ட போது இவர் தச ரிஷிகளை சந்தித்து உபதேசம் பெற்றுள்ளார். சதுரகிரியில் இவர் உருவாக்கிய வகார தைலக்கிணறு சுந்தர மகாலிங்கம் சன்னதிக்கு அருகில் இன்றும் உள்ளது.

திரிசங்கு மன்னர் வெகு காலம் ஆண்மகவு இல்லாமல் இருக்க. காலாங்கிநாதர் காயகல்ப மூலிகை தந்து குழந்தை பிறக்கச்செய்தார். அந்தக் குழந்தைதான் அரிச்சந்திரன் என்று கூறுகிறார் போகர். இவர் சதுரகிரியில் நீண்ட காலம் தவம் செய்தவர். அம்மலையைப்பற்றியும் அதிலுள்ள குகைகள் பற்றியும் அங்கிருந்த சித்தர்கள் பற்றியும் தமது ஞானவிந்த ரகசியம் 30 என்ற நூலில் பாடியுள்ளார்.

நூல்கள்:

காலாங்கி நாதர் பூஜாவிதி 85 - இதில் கணபதி பூஜை முதல், நவக்கிரக பூஜை, மூலிகை வித்தை, யந்திர பூஜைகள், மருந்துகள், கற்ப வகைகள், மைகள், வாதவித்தைகள், குளிகைகள் பற்றி குறிப்பிடப்பட்டுள்ளது.

14. தன்வந்திரி :

பிறந்த மாதம், நட்சத்திரம் - ஐப்பசி, புனர்பூசம் .

பெயர்க்காரணம்: திருப்பாற் கடலிலிருந்து தோன்றியவர். மருத்துவக்கலையில் வல்லவர்களை தன்வந்திரி எனச் சிறப்பிப்பது மரபு.

மரபு: ஆதி சைவ அந்தணகுலத்தவர்.

சீடன்: இவர் சூரிய குமாரர்களான அசுவினி தேவர்களுக்கு மருத்துவமுறையை உபதேசித்ததை புராணங்கள் வாயிலாய் அறியலாம்.

பேரன்: தட்சிணாமூர்த்தி (என்று மெய்ஞானம் திருமந்திரம் 1500 என்னும் நூல் கூறும்)

சமாதி: வைத்தீஸ்வரன் கோவில்.

வாழ்க்கை குறிப்புகள்:

பன்மொழிப் புலவர். இவர் தமிழில் பல நூல்கள் இயற்றியது போல வடமொழியிலும் பலநூல்கள் இயற்றியுள்ளார்.

நூல்கள்:

தன்வந்திரி வைத்திய சிந்தாமணி 1200 - இதில் பிண்ட உற்பத்தி, முக்குற்ற இலக்கணம், 72000 நாடி நரம்புக்குறிப்பு, அசாத்திய மரணகுறிப்பு, பல்வேறு வாதங்களின் இலக்கணம் மற்றும் அவைகளுக்கான புற மருத்துவம், பித்த குணம் அதனால் கிளைக்கும் நோய்களின் குணம் மற்றும் அவற்றிற்கான புற மருத்துவம், 18 குட்டம் மற்றும் அதற்கான மருத்துவம், நீரிழிவு குணம் - மருத்துவம், பத்திய பதார்த்தங்களின் குணம், பால் பொருட்கள், இறைச்சி வகைகள் ஆகியவற்றின் குணம், கண்ணோய்க்கான மருத்துவம், இன்னும் அநேக நோய்களுக்கு அக, புற மருத்துவம் கூறப்பட்டுள்ளது.

தன்வந்திரி தைலம் 500 - இதில் பல்வேறு வகையான தைல முறைகள் கூறப்பட்டுள்ளன.

தன்வந்திரி வைத்திய காவியம் - தன்வந்திரி யூகிமுனிக்கு உபதேசித்தது- இதில் நாடி, மரணக்குறிப்பு, பற்பம், செந்தூரம், கட்டு, தைலம், மெழுகு, வைப்பு, சுண்ணம், தியான முறைகள், கியாழம் பற்றி குறிப்பிடப்பட்டுள்ளது.

தன்வந்திரி கலைஞானம்- இதில் முப்பு, சுண்ணம், சவுக்காரம், கண்கட்டு வித்தை, மெழுகு, திராவகம், அயக் கிழங்கு, வைப்பு முறைகள் கூறப்பட்டுள்ளன.

தன்வந்திரி கருக்கிடை நிகண்டு 300 - ஒவ்வொரு யுகத்திலும் தோன்றிய சித்தர்களின் தொகுப்பு, சிவ முப்பு, சத்தி முப்பு, கட்டு, சுண்ணம், செயநீர், வசிய மருந்து, உருமாற்ற மை, செந்தூரம், சத்திபீடமும் நாற்பது முக்கோணமும் எழுத்துகளும், கற்பம், தியானம் கூறப்பட்டுள்ளது.

தன்வந்திரி ஏரண்டத் தைலம் - இதில் ஏரண்ட தைலம், மலட்டுக்கு மருந்து, லேகிய வகைகள், தாது சரக்குகளின் சுத்தி முறைகள், பவுத்திரம், கண்டமாலை, கண் வியாதிக்கு மருத்துவம், கடவுளை வணங்கும் முறை பற்றி குறிப்பிடப்பட்டுள்ளது.

தன்வந்திரி சூட்சும வைத்தியம் 200 - இதில் எளிமையான பற்பம், செந்தூரம், மாத்திரை, தைலம், சூரணம், கிருதம், ஆக்கிராணம் பற்றி குறிப்பட்டுள்ளது.

தன்வந்திரி வைத்திய குருநூல் (வைத்தியம்) 200 - பல்வேறு வகையான மருந்து செய்முறைகள் கூறப்பட்டுள்ளன.

15. மச்சமுனி:- மச்சேந்திர நாதர்

பிறந்த மாதம், நட்சத்திரம் - ஆடி, ரோகிணி

மரபு: செம்படவா் என்பா். இவர் இயற்றிய பெருநூல் ஒன்றில் தான் மச்ச தேசத்து அந்தணன் என்கிறார்.

குரு: போகர் (என்பதை குலால புராணம், அபிதான சிந்தாமணி மூலம் அறியமுடிகிறது என்பதை மச்சமுனி நாயனார் 800 என்ற நூலின் முகவுரையில் காணலாம்)

சமாதி: திருப்பரங்குன்றம், திருவானைக்கா, மயுரேசகம்

வாழ்க்கை குறிப்புகள்:

நவநாத சித்தரில் ஒருவர். தில்லையில் திருமூலர், பதஞ்சலியோடு திருநடனம் கண்டவர். அகத்தியர் தமது 12000 காண்டத்தில் மச்சமுனி புசுண்டரிடம் உபதேசம் பெற்றவர் என்றும், உலக ஆசையைத் துறந்து தன் சொத்தையெல்லாம் விற்று ஏழைகளுக்கு அன்னதானம் செய்தவர் என்றும் குறிப்பிடுகிறார்.

நூல்கள்:

பெருநூல் காவியம் 800 - இதில் அட்ட கா்மம். அதற்காகும் மூலிகைகள், மை வகைகள், வசியம், கூடுவிட்டுகூடு பாய்தல், மருந்து செய்முறைகள், வேதை முறைகள் ஜாலம் பற்றி குறிப்பிடப்பட்டுள்ளது.

மச்சமுனி வைப்பு 800 - தசதீட்சை, வாலை பூசை, தாது சரக்குகளின் வைப்பு முறைகள், தாது சரக்குகளின் சத்ருமித்ரு, செந்தூரம், பற்பம், சுண்ண முறைகள், நவமணிகளின் சுண்ணம் பற்றி குறிப்பிடப்பட்டுள்ளது.

16. திருவள்ளுவர்:

காலம்: கி.மு.1 முதல் 300க்கு உட்பட்டது (ஆதாரம்: திருவள்ளுவர் காலம் - டாக்டர். மா. இராசமாணிக்கனார்.)

வாழ்க்கை குறிப்புகள்:

நூல்கள்:

ஞான வெட்டியான் 1500 - இதில் தத்துவ உற்பத்தி, பிறப்பு, ஜாதி வேற்றுமை, ஜாதி மதபேத கண்டணம், கற்பம், அதற்குரியவிதிகள், முப்பு அதன் இலக்கணம், மாந்தரிக அஞ்சனமுறை, சிற்சில மருந்துகள், யோக நிலை பற்றி குறிப்பிடப்பட்டுள்ளது.

திருவள்ளுவ நாயனார் கற்பம் 300 - இது நாதாந்தசாரம் 100, கற்பக்குருநூல் 50, முப்பு சூத்திரம் 30, வாதசூத்திரம் 16, முப்புக்குரு 11, வைத்திய சூத்திரம் 100 ஆக ஏழு சாத்திரங்களடங்கியது. இதில் குருமுடிக்கும் பாகங்களும், செயநீர் முடிக்கும் பாகங்களும் பூநீர் விவரங்களும், அமிர்த தாரணையின் நுட்பமும், முப்பு விவரமும், வழலை மார்க்கமும் தெளிவாக கூறப்பட்டுள்ளது.

திருவள்ளுவர் நாதாந்த திறவுகோல் 97- இது குண்டலினியை ஏற்றி உச்சி அமிர்தத்தை உண்டு பரவெளியை சேருவது பற்றி கூறுகிறது.

திருவள்ளுவர் பஞ்சரத்தினம் 500 - இது ஞானவெட்டியான் 1500க்கும் அதன் சுருக்கமான நவரத்தின சிந்தாமணி 800 க்கும் திறவுகோலாகும். இதில் பல்வேறு மருந்துகளும் கூறப்பட்டுள்ளன.

17. உரோமரிஷி: (உரோமசன்)

பெயர்க்காரணம்: உரோம நாட்டிலிருந்து நம்நாட்டிற்கு வந்து தங்கி சித்தர்கள் உபதேசம் பெற்று சித்தராயிருக்கலாம் என்று கருதப்படுகிறது.

பிறந்த மாதம், நட்சத்திரம் - ஆனி, கார்த்திகை.

குரு: காகபுசுண்டர்

வாழ்க்கை குறிப்புகள்:

இவருடைய உடம்பெல்லாம் உரோமமாயிருந்த தென்றும், ஒரு பிரமன் இறந்தால்; ஒரு உரோமம் உதிரும் என்றும், இங்ஙனம் மூன்றரை கோடி பிரமன் இறக்கின் இவர் ஆயுள் முடியும்என்றும், அவர் இறக்கின் அஷ்டகோண ரிஷி என்பவரது கோணம் ஒன்று நிமிரும் என்றும் கூறும் கதை ஒன்றும் வழங்கி வருகின்றது.

இவர் நூல்களில் சட்டை முனியை சந்தித்தாக குறிப்பு வருவதைக் கொண்டு இவரும் சட்டைமுனியும் சமகாலத்தவராக இருக்கலாம் என அறிய முடிகிறது.

நூல்கள்:

உரோமரிஷி விநாடி பஞ்சபட்சி: இதில் ஐந்து பட்சிகளுடைய (ஆந்தை, வல்லூறு, காகம், மயில், கோழி) தொழில்களை கூறி அவைகளுக்கும் கால நேரங்களுக்கும் உள்ள தொடர்பைக் கூறி எந்த காலத்தில் எந்தெந்த வேலைகளைச் செய்தால் வெற்றி பெறலாம் என்பதை பற்றி கூறுகிறது.

உரோமரிஷி வைத்தியம் 500: இதில் வைப்பு முறைகள், வசியமுறைகள், இடுமருந்து, செந்தூர, செயநீர் முறைகள் பற்றி குறிப்பட்டுள்ளன.

உரோமரிஷி நாகராரூடம் 110 - இதில் நாகப்பாம்பின் வடிவம், வாழிடம், உணவு, பற்கடி, இனப்பெருக்கம், வகைகள், எந்த காலத்தில் எந்த பாம்பு கடித்தால் தீரும், தீராதது, கடிவாயை வைத்து கடித்த பாம்பின் வகையறிதல், மருந்துகள், மந்திரங்கள் பற்றி குறிப்பிடப்பட்டுள்ளது.

உரோமரிஷி பரிபாஷை 300 - இதில் பரிபாஷையின் பெயர்கள் விளக்கிக் கூறப்பட்டுள்ளன.

வைத்திய வாதயோக ஞானசாஸ்திர திரட்டு 8-ம் பாகம் என்ற நூலில்

- உரோமரிஷி கலைக்கியானம் 10 (குண்டலினி ஏற்றி மதியமுது உண்பது - 10 பாடல்கள்), உரோமரிஷி பூஜாவிதி 6 (6 பாடல்கள் தன்னையறியும் வழியை கூறுகிறது),
- உரோமரிஷி பூஜாவிதி சக்கரம் 14 (14 பாடல்கள் - குண்டலினி ஏற்றி மதியமுது உண்பது) உரோமரிஷி குருநூல் 50 (51 பாடல்கள் - வாதம் பற்றி குறிப்பிடகிறது)
- உரோமரிஷி வாதசூத்திரம் 16 (16 பாடல்கள் - இரவாதம் பற்றி)
- உரோமரிஷி அமிர்த கருக்கடை16 (16 பாடல்கள் - முப்புச் சுண்ணம்),
- உரோமரிஷி பூரத்துறை 16 (பூரப்பற்பம்),

- உரோமரிஷி பிர்மஞான திருஷ்டி16 (குண்டலினி-பிரணவநீர்-ஞானாதிருஷ்டி),
- உரோமரிஷி வழலை சூத்திரம் 16 (முப்புவுக்கான விளக்கம், குண்டலினியால் உடலில் உள்ள முப்பை அருந்தல்),
- உரோமரிஷி குருநூல் சிங்கிவைப்பு 100 (காய சித்திக்கு மருந்து),
- உரோமரிஷி வகாரசூத்திரம் -26 (இரசவாதம்),
- உரோமரிஷி அமுதகலைக்கியானம் 60 (ஆதாரம், வாசியோகம் மூலம் மனதை அடக்கி இரசவாதத்திற்கான செய்முறைகள்);,
- உரோமரிஷி சோதி விளக்கம் 28 (வாசியினால் குண்டலினி எழுப்பல்) ஆகிய நூற்தொகுப்புகள் உள்ளன.

18. கருவூரார்:

பெயர்க்காரணம்: கொங்கு நாட்டில் கருவூரில் வாழ்ந்தவர்.

காலம்: தஞ்சை பெரியகோவிலின் பணியில் உடனிருந்தார் என்ற செய்தியையொட்டி இவர் காலம் பத்தாம் நூற்றாண்டின் பிற்பகுதி என அறியலாம். ஆதித்த சோழன் காலத்தவர். கொங்கணவரும் இவரும் சமகாலத்தவர். கருவூர்த் தலபுராணத்தில் கருவூரார் அகத்தியருடன் வாழ்ந்ததாக குறிக்கப்படுவதால் இவர் சங்க காலத்தை சார்ந்தவர் எனக் கொள்ள வாய்ப்பு உண்டு. தஞ்சையில் ராஜராஜன் கட்டிய கோயில் சிவலிங்க பிரதிட்டைக்கு இவரே அஷ்டபந்தனம் செய்வித்தார் என்று ஒரு செய்தி வழங்கி வருவதுகொண்டு இவரது காலம் கி.பி. 11ம் நூற்றாண்டு என்பர். திருவிசைப்பா ஆசிரியருள் ஒருவரான கருவூரார் வேறு காலத்தவர்.

பிறந்த மாதம், நட்சத்திரம் - சித்திரை, அஸ்தம்.

மரபு: கன்னார்

குரு: போகர்

சமாதி: கரூவூர் திருக்காளத்தி

வாழ்க்கை குறிப்புகள்:

சைவத் திருமுறைகளில் ஒன்பதாம் திருமறையில் பத்துப் பதிகங்கள் இவரது பெயரில் காணப்படுகின்றன. பஞ்சலோக சிலைகளை செய்தும், செப்பனிட்டும் வந்தவர் என்றும் கூறப்படுகிறது.

இவர் தாம் போகுமிடமெல்லாம் தங்கத்தாலான சிவலிங்கங்களை உருவாக்கினார். காசி விசுவநாதர் ஆலயத்திலும் தங்க லிங்கத்தை

உருவாக்கினார்;. ஒருமுறை சோழமன்னன் தன் கனவில் வந்த நடராசரைப் போன்ற சிலை செய்ய விரும்பி தங்கத்தை பொற்கொல்லரிடம் கொடுத்து சிலை வடிக்கச்செய்தான். அவர்களால் முடியாது போகவே கருவூரார் செம்பு சேர்த்து சிலைவார்த்துக் கொடுத்தார். மன்னன் செம்பு சேர்த்து தங்கத்தை திருவிட்டதாக கருதி கருவூராரை சிறையில் அடைத்து விட்டான். இது கேட்ட போகர் அங்கு வந்து மன்னன் கொடுத்த தங்கத்திற்கு இணையான வெள்ளியைக் கேட்டு வாங்கி அதை மன்னன் முன்னிலையில் தங்கமாக மாற்றி கொடுத்தார். அது கண்ட மன்னன் தன் தவறை உணர்ந்து துறவியானான்.

திருச்சி மாவட்டம் கருரை சேர்ந்தவர். வெண்கலம், பித்தளை, தாம்பிர வேலை செய்யும் விசுவகன்மா வகுப்பினர் என்று சில நூல்கள் கூறும். ஒரு சமயம் இவர் திருநெல்வேலி சென்று நெல்லையப்பரையும் காந்திமதி அம்மையாரையும் தரிசித்து மானூரில் தங்கியிருந்தார். அங்கு இவர் தங்கியிருந்த போது நெல்லையப்பரும்; காந்திமதியம்மையாரும் இவருக்கு நடன காட்சியைக் காட்டியருளினார் என்று நெல்லைத் தலபுராணம் கூறும். அந்நிகழ்வு ஆவணிமூலத் திருவிழாவாக இன்றும் கொண்டாடப்படுகிறது. தமது குருவான போகருக்காகக் கற்சிலையைப் பெண்ணாக உருமாற்றி அழைத்து வந்த சித்து வேலையை இவரும் கொங்கணவரும் செய்தனர் என்ற செய்தி 'கருவூர் நாயனார் பல கலம்பகத் திரட்டு' காட்டும் செய்தியாகும். கருவூரிலும் தஞ்சையிலும் இவருக்கு சிலைகள் உள்ளன. இவர் பிரம்ம ஞானியாக இருந்ததால் இவரை மகா சித்தர் என்றழைத்தனர்.

நூல்கள்:

கருவூரார் வாதகாவியம் நொண்டி 700 - இதில் கற்பம், வைத்தியம், வாதம், ஞானம், யோகம் முதலிய பாகங்களை நொண்டி சிந்தாகவும், ஆனந்தக் களிப்பாகவும், அம்மானைப் பாவாகவும், சிந்தாகவும் பலமாதிரி சந்தங்களாய் விநோதமாக சொல்லிய நூல்.

கருவூரார் மாந்திரீக அட்டமாசித்து - அட்ட காமத்திற்கும் மந்திரம், யந்திரம், மூலமந்திரம், பொய்,மெய் மாந்திரீகர்களின் குணம், தேவதா பூசைகள் பற்றி குறிப்பிடப்பட்டுள்ளது.

கருவூரார் பூஜாவிதி 30 - இதில் வாலை பூசை பற்றி கூறப்பட்டுள்ளது.

இவையல்லாமல் கருவூரார் இயற்றிய பலநூல்கள் இன்னும் ஓலைச்சுவடியிலேயே உள்ளன.

19. தேரையர்: (மண்டூக மகரிஷி)

பெயர்க்காரணம்: ஓயாத மண்டையிடி உடையவன் மண்டை ஓட்டைத் தகர்த்து உள்ளேயிருந்த தேரையை நீக்கினதால் தேரையர் என்ற பெயர் சூட்டப் பெற்றதாகக் கூறப்படும். மருத்துவக் கலையிலும் பலமொழிகளையும் கற்றுத்தேர்ச்சி பெற்றதால் இப்பெயர் வந்நது என்பது சிலர் கருத்தாகும்.

பிறந்த மாதம், நட்சத்திரம் - பங்குனி, மூலம்.

காலம்: இவரியற்றிய மகா கரிசல் எனும் நூலில் வேமன்னா எனும் தெலுங்கு புலவரை சுட்டுவதால் இவரும் வேமன்னாவும் ஒரே காலத்தவராகவோ அல்லது சற்று பிற்பட்டவராகவோ இருக்கலாம் எனக் கருதப்படுகிறது.

மரபு: பிராமணர். சமணத்துறவி என்றும், பௌத்த துறவி (பாலி மொழியில் தேரன் என்பது பௌத்த துறவியை குறிக்கும்) என்றும் கருதப்படுகிறார்.

தந்தை: நம்பி பூபதி

குரு: தருமசௌமியர்

சீடன்: யூகிமுனி (யூகி சிந்தாமணி 800)

சமாதி: பொதிகை மலை

வாழ்க்கை குறிப்புகள்:

இவர் தொண்டைவள நாட்டின் பாலியாற்றின் வடகரையிலுள்ள திருமலைச்சேரி எனும் சிற்றூரில் உதித்தவர். தமிழ், தெலுங்கு, கன்னடம், மலையாளம், துளுவம், வடமொழி ஆகிய மொழிப் புலமையும், சோதிடம், ஐம்புள் சாத்திரம், கன்ம காண்டம், அளவை, சாங்கியம், வேதாந்தம், சித்தாந்தம் ஆகிய அறிவியல் நூல்களில் மிக்க தேர்ச்சி பெற்றவர் என்பது இவருடைய நூலைக் படிப்பவருக்கு விளங்கும். யோகம், ஞானம், வைத்தியம், வாதம் என்ற நான்கிலும் நல்ல ஆய்வுத் திறனுடன் கூடிய புலமை பெற்றவராக இவரது நூல்கள் மிளிர்கின்றன.

நூல்கள்:

இவர் வாழ்ந்த காலத்தில் தேரன் என்ற பெயருடைய பலர் இருந்ததாக தெரிகிறது. இவரால் இயற்றப்பெற்ற நூல்கள் இருத் தரத்தனவாக உள்ளன.

ஒருவகை நூல்கள் - கரிசல், காப்பியம், யமகம், வெண்பா போன்ற உயர்ந்த இலக்கிய இலக்கண நயம் பொருந்தியனவாக உள்ளன.

மற்றொரு வகை - தேரையர் வைத்திய காவியம் 1001, வாகடம் என இலக்கண வரம்புக்கடங்காத பாடல்களாக இருக்கின்றன.

சிகாமணி வெண்பா நிகண்டு சேகரப்பா
தேரையர் காப்பியந்தரு நாடக மந்தாதி
மிகாவண்ணம் நாண்மாலை யமக வெண்பா
விளங்கெதுகைப் பாவிவை யெல்லோரு மெச்சும்
முகாமகிமைக் கதிசலெனு முறையீராறும்
வேதாந்த சித்தாந்த வைத்ய வாத
முகாதியினு மசையாத விரிவுள் வேத
முத்தமுமாய் விளங்குமிஃ துண்மை தானே - தேரையர் வைத்திய மகாகரிசல்

மேற்கூறிய பாடலின்படி நூல்கள் பன்னிரெண்டே ஆயினும்

1. நீர்நிறக்குறி நெய்க்குறி
2. தைல வர்க்கச் சுருக்கம்
3. தினக்கிரமாலங்காரம்
4. சிகிச்சைக் கிரமம்
5. நோய் மருந்தளவை
6. பிரதான குணமூலித் தரு
7. வைத்தியப் பள்ளு
8. மருத்துப் பாரதம்
9. குணபாட வெண்பா உன்னும் ஒன்பது நூல்களையும் சேர்த்து மொத்தம் 21 நூல்கள் செய்துள்ளார் என்பர். இவற்றைக் குறிக்கும் தொகைப்பாடல் இல்லை. இவையல்லாமல்
   - தேரையர் ஐந்நூறு
   - தேரையர் வைத்திய காவியம் 1001
   - தேரையர் 1500 என சில நூல்களும் வெளிவந்துள்ளன.

இவரியற்றியதாகக் கூறப்படும் நூல்களில் நிகண்டு, நாண்மாலை, சிகிச்சைக் கிரமம், நோய் மருந்தளவை போன்ற நூல்கள் கிடைக்கவில்லை. மகாகரிசல் என்ற நூலில் பதினென் சித்தர்களுக்கு வணக்கம் சொல்வதால் இவர் பதினென்சித்தரே இல்லை. எனவே இவரை நவசித்தர் வரிசையில் கூறலாம்.

தேரையர் தரு 350 - இதில் பல்வேறு வகையான அக மற்றும் புற மருந்துகள். தொக்கணம், சுட்டிகை, பொட்டணம், வேது, பற்று, ஆக்கிராணம், கலிக்கம் பற்றி குறிப்பிடப்பட்டுள்ளன.

தேரையர் வைத்திய காவியம் 1500 - இதில் பல்வேறு வியாதிகளுக்கு மருந்தும் மற்றும் விஷகடிகளுக்கு மருந்தும் கூறப்பட்டுள்ளது.

தேரையர்; கரிசல் 300 - இதில் ஔடத இலக்கணம், மாணக்கரியல்பு, பற்பல பற்ப செந்தூர செய்முறைகள் குறிப்பிட்பட்டுள்ளன.

தேரையர் நோயின் சாரம் - இதில் பலவிதமான நோய்களுக்கான மருந்துகள் கூறப்பட்டுள்ளன.

தேரையர் வைத்தியம் 100 - இதில் இராமபாணக் குளிகை, குளிர்சுரக் குளிகை, தந்தக்கடுப்பு, வசியமை, கட்டு, செந்தூர முறைகள் கூறப்பட்டுள்ளன.

தேரையர் வைத்திய மகாகரிசல் - இதில் கற்பம், பற்பம். கிருதம், தைலம், மாத்தரை, சூரணம் பற்றி கூறப்பட்டுள்ளது.

தேரன் மருந்துபாரதம் - இதில் மகாபாரதக் கதை மாந்தர்களை நோய்க்கும் அவிழ்தத்திற்கும் ஒப்பிட்டு ராக தாள சந்த நயத்தோடு பாடப்பட்டுள்ளது. அதாவது அவிழ்த வகையாக பாண்டவர்களும், நோய் வகைகளாக கௌரவர்களும் அவர்களைச் சார்ந்தவர்களும் எடுத்தாளப்பட்டிருக்கின்றனர்.

தேரையர் தைலவர்க்கச் சுருக்கம் - இதில் பல்வேறு வகையான தைலமுறைகள் கூறப்பட்டுள்ளன.

தேரையர் வாகடம் - இதில் நோய்குணமும் மருந்தும் கூறப்பட்டுள்ளது.

தேரையர் அந்தாதி - இது பாடலின் இறுதி சொல் அடுத்தபாடலின் தொடக்கசொல்லாக கொண்டு பாடப்படும் செய்யுள். இதில் பல்வேறு வியாதிகளுக்கான மருந்து செய்முறைகள் கூறப்பட்டுள்ளன.

தேரன் குடிநீர் 100 - இதில் பல்வேறு குடிநீர்கள் கூறப்பட்டுள்ளன.

தேரையர் வெண்பா - இதில் தாது, தாவர, சங்கம பொருட்களின் குணம், பல்வேறு வியாதிகளுக்கான மருந்து செய்முறைகள் கூறப்பட்டுள்ளன.

தேரையர் காப்பியம் - இதில் பெரும்பான்மையாக மூலிகை மருந்துகளும் சிறுபான்மையாக தாது மருந்துகளும் காணப்படுகின்றன.

20. திருநந்திதேவர்: (கைலாய சித்தர்)

பிறந்த மாதம், நட்சத்திரம் - வைகாசி, விசாகம். இந்திரன் சாபத்தால் பூலோகத்தில் பிறப்பு என போகர் 7000 குறிப்பிடுகிறது.

பெற்றோர் - சிவன் - பார்வதி

தம்பி - வியாசன்

மாமன் - தசரதன்

பேரன் - அசுவின் தேவர்கள்

சீடன் - தன்வந்திரி என நந்தீசர் கலைஞானம் குறிப்பிடுகிறது.

மரபு: பிராமணர்

சமாதி: காசி, திருவாடுதுறை

வாழ்க்கை குறிப்புகள்:

ஒருமுறை சிவன் உமையாளுக்குச் சொன்ன இரகசியத்தை மறைப்பாகச் சொல்லாமல் வெளிப்படடையாகச் சொல்லி மாட்டிக்கொண்ட நந்தி சிவனிடம் மன்னிப்பு கோரி மண்டியிட்டாராம். இதன் காரணமாக சிவன் கோவில்களில் இன்றும் மண்டியிட்ட நிலையிலையே நந்தி காட்சி தருகிறார். இது நந்தி கருக்கிடை நூலில் கூறப்பட்டுள்ளது.

நூல்கள்:

நந்தீஸ்வர் நிகண்டு 300 - இதில் உப்பு இன்னதென்றும், வீரம், பூரம், வெள்ளை பாடாணம் போன்ற சரக்குகள் அதுவென்றும், அதனால் வகாரம் முடியுமென்றும். மூலிகை சரக்குகளின் விவரமும், ஓம்காரத்தின் விளக்கமும் கூறப்பட்டுள்ளது.

நந்தீஸ்வர் கருக்கிடை 300 - இதில் அகார, உகார தீட்சை, அகார-உகார-மகார கற்பம், அட்டகர்மம், அதற்கான வழிமுறை பற்றி குறிப்பிடப்பட்டுள்ளது.

நந்தீஸ்வர் கலைஞானம் - கற்ப மூலிகைகள், இரசமணி பற்றி குறிப்பிடப்பட்டுள்ளது.

21. திருமூலர்:

பெயர்க்காரணம்: மூலம் என்றால் காரணம். காரணம் இன்றி காரியம் நடவாது. மூலனே பூமியில் சித்த மருத்துவத்தை தன் சீடர்கள் வழி பரப்பிய மூல காரணத்தால் திருமூலர் என்ற பெயர் வந்திருக்கலாம். மூலன் என்ற இடையனின் உடலில் இருந்தமையால் இப்பெயர் வந்தது.

பிறந்த மாதம், நட்சத்திரம் - புரட்டாசி, அவிட்டம்;.

மரபு: வேளாளர் - கைலாய பரம்பரையில் வந்தவர். கைலையில் இவரது பெயர் சுந்தர நாதன் என்பதாகும்.

சீடன்: காலாங்கிநாதர்

சமாதி: சிதம்பரம்

வாழ்க்கை குறிப்புகள்:

சாலோகப் பதவியடைந்த சங்கு கன்னர் என்ற சித்தர் ஈசனால் பூவுலகுக்கு அனுப்பப்பட்டவர். அவர் அகத்தியரைக் காண வரும் வழியில் சிதம்பரத்துக்கு அண்மையில் மாடு மேய்த்துக் கொண்டிருந்த ஓர் இடையன் இறந்துவிட அதைக்கண்ட ஆவினங்கள் ஓலமிட்டதைக் கண்டு மனம்பொறாமல் தம் ஆவியை அவ்விடையன் உடலில் செலுத்தி மாடுகளை அவ்வற்றின் இல்லங்களில் சேர்த்துவிட்டு தில்லை கூத்தப்பெருமான் ஆலயத்தில் யோக சமாதியில் ஆழ்ந்திருந்து ஆண்டுக்கொரு முறை நிட்டை நீத்து ஒரு மந்திரம் இயற்றியருளினார். இவ்வாறு 3000 மந்திரங்கள் எழுதியருளினார். இறுதியில் தம் குறிக்கோளுக்கு இணங்க அகத்தியரைக் கண்டு சிலகாலம் அவருடைய ஆசிரமத்தில் தங்கி பின் தில்லை மீண்டு அவ்விடத்திலேயே சமாதி புகுந்தார்.

ஒருமுறை தவத்தில் ஈடுபட்டிருந்த திருமூலரை மார்க்கண்டேயர் கண்டு வணங்கியதாகவும் அவருக்குத் திருமூலர் உபதேசம் செய்ததையும் அகத்தியர் குறிப்பிடுகிறார். (அகத்தியர் 1200)

நூல்கள்:

திருமூலர் திருமந்திரம் - ஒன்பது தந்திரங்களில் மூவாயிரம் பாடல்களில் ஆகமக் கருத்துக்கள் கூறப்பட்டுள்ளன. சிவன் கயிலை மலையில் திருமணம் செய்துகொண்டபோது வடக்கு தாழ்ந்து தெற்கு உயர்ந்தது என்றதனால் பூமியைச் சமப்படுத்த தெற்கே அகத்தியரை அனுப்பினார் என்பது புராணக் கதை. இதற்கு திருமந்திரம் விளக்கம் தருகிறது. இங்கு வடக்கு, தெற்கு என்பன இடகலை, பிங்கலையைக் குறிக்கும். மூலாக்கினியால் குண்டலினிச் சக்தியை எழுப்பி மேல் அனுப்பும் யோகப் பயிற்சியால் இரண்டும் சமப்படும்: சுழுமுனையில் நிற்கும்.

நடுவுநில் லாதிவ் வுலகஞ் சரிந்து
கெடுகின்ற தெம்பெரு மானென்ன ஈசனட
நடுவுள அங்கி அகத்தய நீபோய்
முடுகிய வையத்து முன்னி தென்றானே'

சித்தரான திருமூலர் நாயன்மார்கள் வரிசையில் வைத்து எண்ணப்படுவதற்கு காரணம் திருமந்திரமாகும். இது மனிதன் வாழவேண்டிய நெறிமுறைகள் பற்றியும், வாதம், வைத்தியம், யோகம், ஞானம் ஆகியவை பற்றி பேசுவதோடு இறைவனின் பெருமைகளையும் பற்றி பேசுகிறது. எனவே இது திருமுறைகளில் வரிசையில் சேர்க்கப்பட்டுள்ளது.

திருமூலர் குளிகை 50 - இதில் வசிய குளிகையும் வேதை பற்றியும் கூறப்பட்டுள்ளது,

திருமூலர் பூஜாவிதி 41 - வாலைத்தியானத்திற்கான சக்கரம், மந்திரம், பூசை முறைகள் கூறப்பட்டுள்ளன.

திருமூலர் வியாதி 100 - இதில் கருவுற்பத்தி, நாடி பார்க்கும் இடங்கள், நோய் வரும் வழி கூறப்பட்டுள்ளது.

திருமூலர் நாடியந்தாதி - இதில் நாடி விவரங்கள் கூறப்பட்டுள்ளன.

திருமூலர் கருக்கிடை வைத்தியம் 600 - இதில் கருவுற்பத்தி, நாடி விவரம், பஞ்சபூத பிண்டோற்பத்தி, மரணநாடி, முத்தாதுக்களின் இருப்பிடம், குணம், தசநாடி, காயசித்தி, கருத்தரித்தல், தசவாயுக்கள், நோய் வரலாறு, சுரத்திற்கு பட்டினி விவரம், மூலிகைக் கற்பம், பஞ்சபூதவொடுக்கம், யோகம், சமாதிநிலை, ஆறாதார விளக்கம், ஞானம், சித்தமார்க்கத்தின் சிறப்பு, தாது சரக்குகளின் சுத்தி கட்டு, குரு, களங்கு, செந்தூரம், சத்து, சுண்ணம், செயநீர், அமுரிதாரணை பற்றி குறிப்பிடப்பட்டுள்ளது.

திருமூலர் வைத்திய காவியம் 1000 - இதில் தாது சரக்குகளின் பல்வேறு மருந்து செய்முறைகள் கூறப்பட்டுள்ளன.

22. சட்டநாதர்:

பிறந்த மாதம், நட்சத்திரம் - ஆவணி, மிருகசிரீடம்.

மரபு: சிங்களவர்

குரு: போகர்

சமாதி: திருவரங்கம், சீர்காழி

வாழ்க்கை குறிப்புகள்:

அகத்தியர் 12000த்தில் சட்டைமுனியின் தாய் தந்தை வேளாண் குடிமக்கள் என்றும், இவர் கோயில் வாசலில் நின்று யாசகம் பெற்றுத் தம் தாய் தந்தையை காப்பாற்றி வந்தார் என்றும் கூறப்பட்டுள்ளது.

திருவரங்கத்தில் ஒருநாள் இரவு கோவில் நடை சாத்திய பின்பு இறைவனை தரிசிக்கச் செல்ல, கோவில் பூட்டபட்டதை அறிந்து அரங்கநாதா என மும்முறை அழைக்க கோவில் கதவு திறந்து மங்கல ஒலி முழங்கி திருவிழாபோல் ஒலி ஒலிக்க மக்கள் அனைவரும் அது கேட்டு கோவில் சென்று பார்க்க அரங்கனின் திருவாபரணங்கள் அனைத்தும் சட்டநாதர் மேல் இருக்கக் கண்டு அவரை திருடன் முடிவு செய்து மக்கள் அவரை அரசனிடம்

ஒப்படைத்தனர். அரசன் அது பற்றி கேட்க எல்லாம் அரங்கன் செயல் என அவர் கூற அதை மெய்ப்பிக்கும்படி அரசன் ஆணையிட, சட்டநாதர் மீண்டும் அரங்கன் முன் சென்று அரங்கநாதா என அழைக்க முன்பு போலவே மங்கலஒலி முழங்க ஆபரணங்கள் ஒவ்வொன்றாக சட்டநாதரின் மேனிமேல் அமர்ந்ததைக்கண்டு அரசன் சட்டநாதரை வணங்கி விடைபெற்றான். அவர் திருவரங்கன் சன்னதியிலேயே சமாதி கொண்டு இன்றும் மக்களுக்கு அருள் சுரந்து வருகிறார்.

நூல்கள்:

சட்ட முனி கற்பம் 101 - இதில் கற்பத்தை எந்த வயதில் உண்டால் என்ன பலன், கருமூலிகை உற்பத்தி விதி. மூலிகை கற்பம், தாது கற்பம், கற்ப மருந்துகளின் செய்முறைகள் கூறப்பட்டுள்ளன.

சட்டமுனி சூத்திரம் 52 - இதில் முப்பு பற்றி குறிப்பிடப்பட்டுள்ளது.

சட்டமுனி ஞானம் - இது முன்ஞானம் - (உலகியல் கருத்துக்கள், சமய ஒற்றுமை பற்றி கருத்துக்கள்), பின்ஞானம் (யோகம், சித்தர் பரம்பரை பற்றிய கருத்துக்கள்) எனப் பிரிந்து யோக ஞான மார்க்கங்களை விளக்குகிறது.

23. சுந்தரானந்தர்:

பிறந்த மாதம், நட்சத்திரம் - ஆவணி, ரேவதி.

மரபு: வேளாளர்

சமாதி: மதுரை

நூல்கள்:

சுந்தரானந்தர் வாதசூத்திரம் 100 - இதில் இரசவாத முறைகள் பற்றி கூறப்பட்டுள்ளது.

சுந்தரானந்தர் தீட்சை 50 - இதில் காயசித்திக்கு ஏற்ற கற்பம் கூறப்பட்டுள்ளது,

சுந்தரானந்தர் ஞானகேசரி 50 - இதில் பல்வேறு மருந்து செய்முறைகள் கூறப்பட்டுள்ளன.

சுந்தரானந்தர் அதீத சூத்திரம் மற்றும் வைத்தியம் ஓலைச்சுவடியில் உள்ளது.

24. இராமதேவர் (யாக்கோபு)

பிறந்த மாதம், நட்சத்திரம்: நாகப்பட்டினம், மாசிமாதம், பூரம்

குரு: புலத்தியர்

சமாதி: அழகர்மலை

வாழ்க்கை குறிப்புகள்:

சஞ்சார சமாதியல் இருப்பவர். அதாவது நடந்துகொண்டே இருப்பார்: கண்கள் பாரா: காதுகள் கேளா: மூச்சும் இயங்காது. இயங்கிக்கொண்டே சமாதியல் இருக்கும் அபூர்வ நிலையாகும். இவர் நாகப்பட்டினத்தில் இருந்தபோது காசிக்குச் சென்று கங்கையில் நீராடும்போது கையிலகப்பட்ட லிங்கத்தைக் கொண்டுவந்து நாகப்பட்டினத்தில் பிரதிஷ்டை செய்தவர்.

சஞ்சார சமாதியில் இருக்கும்போது ஒருமுறை அவர் மெக்கா சென்றிருக்கலாம். அங்கு அவர் முகமதியரான பின் அரேயியமொழியைக் கற்று அவர்களோடு ஒருவராகி யாக்கோபு என்ற பெயரைப் பெறுகிறார். இதை தனது சுண்ணக்காண்டம் 600 என்ற நூலில் கூறியுள்ளார். தமது மருத்துவக்குறிப்புகளை அரேபிய மொழியிலும் பாடி வைத்தார். அவ்வாறு அவர் பாடியவை 17 மருத்துவ நூல்களாகும். மெக்காவிலிருந்து திரும்பிய இராமதேவர் சதுரகிரியில் யோகத்தில் ஆழ்ந்து நூல்களை இயற்றினார். அங்கு அராபிய மொழியல் எழுதிய நூல்களை எல்லாம் இங்கு வந்தபின் தமிழிலும் இயற்றினார். இதன் மூலம் அராபிய மருத்துவத்திற்கும் யுனானி மருத்துவத்திற்கும் இராமதேவரே அடிப்படையை ஏற்படுத்தித் தந்தார் எனக் கருத இடமுள்ளது.

நூல்கள்:

1. வைத்திய கல்லாடம் - இதில் பல்வேறு பெருமருந்துகள் கூறப்பட்டுள்ளன.
2. வகார காண்டம் - இரசவாத முறைகள் கூறப்பட்டுள்ளன.

1.6. சித்தரின் தனிச்சிறப்பு

மருத்துவம் பயில வந்தவர்களுக்கு வேதாந்தமும் சித்தாந்தமும் பயனற்றவை என்று கூறிய மேனாட்டு விஞ்ஞானிகள் இன்று, தமது ஆராய்ச்சிகளின் முடிவுகளால் கிடைக்கப் பெறுவது எதுவும் இல்லை: தமக்கும் தமது விஞ்ஞானத்திற்கும் எட்டாத தத்துவம் ஒன்று உண்டு: அது உயிர்ப்பொருளாகவே இருத்தல் வேண்டும்: அதன் வாயிலாகவே உலகத்தில் உள்ள யாவும் விளைந்தன: அப்பொருளையே ஆதாரமாய் பெற்று உலகம் நிலைத்திருக்கின்றது: தமது ஆராய்ச்சியாலும் பரிசோதனைகளாலும் கிடைக்கப் பெறும் அப்பொருளே மெய்ப்பொருள் என்று தெளிந்து தமது பழைய கொள்கைகளை விட்டுவிட்டு

மேற்சொன்ன கொள்கைகளை ஏற்று அம்மெய்ப் பொருளை அறிய வழி யாது என ஆராய்ச்சி நடத்தி வருகின்றனர். வேறு சிலர் மேற் சொன்னது போல் ஒரு மெய்ப்பொருள் தத்துவத்தை ஏற்று, அந்த தத்துவமே சூரிய மண்டலத்துக்கு அப்பால் ஓங்கி நிற்கின்றது: அப்பொருளின் ஆணையை மறுக்க இயலாது: எல்லா சேதன அசேதனப் பொருள்களும் கீழ்ப்படிந்து நடக்கின்றது: அப்பொருளின் ஆணையாலே சூரிய மண்டலத்தில் உள்ள கிரகங்களுக்குள் காணப்படுகின்ற பரஸ்பர சம்பந்தம் நிலவுகின்றது: இன்னும் இப்பொருள் ஏதோ ஒரு வகையில் உலகத்திலுள்ள ஒவ்வொரு பொருளுடனும் தொடர்புற்று இருப்பதாலேயே உலகத்தில் சடஅசட பொருட்கள் யாவற்றிற்கும் ஒரு நிலை ஏற்பட்டிருக்கின்றது. ஒவ்வொன்றும் தனது பிரத்தியேக தர்மத்தை பெற்றிருக்கின்றது என்பனவற்றை தமது விஞ்ஞானத்தின் வாயிலாக தாம் அறிவதாகவும் சொல்கின்றனர்.

இவ்வாறு மேலை நாட்டினரும் ஏற்றுக்கொள்ளக் கூடிய கருத்துக்களையும் பல்லாயிரம் ஆண்டுகளுக்கு முன்னரே சித்தர்கள் கண்டு கூறியது அவர்களின் தனிச்சிறப்பாகும். மேலும் முக்தி பெறுவதே துக்கங்களுக்கு முற்றுப் புள்ளி வைத்தலாகும். அதற்கு சித்த மார்க்கங்கள் வழிகாட்டும். அதற்கான நெறிமுறைகளைப் பின்பற்ற இச்சரீரத்திற்கு சக்தி வேண்டும். பசி. பிணி, மூப்பு, துன்பங்கள் முதலில் நீக்கப்பட வேண்டும். அப்போதுதான் சரியை, கிரியை, யோகம், ஆசனம், பிராணாயாமம், பிரத்யாகாரம், தாரணை, தியானம், சமாதி இவைகளைப் பயில இயலும். ஆகவே முதலில் இச்சரீரத்தை நோயற்றதாயும் வன்மையுற்றதாயும் செய்து கொள்ள வேண்டும். அப்போது மேற்சொன்ன வழிகளில் ஒன்றை ஏற்று அதில் விதித்துள்ள வழியை கைப்பற்றலாம். ஆகவே முக்தி தரவல்ல முயற்சிகளை செய்ய வல்லமை உடையதாக இந்த உடலை மாற்ற வேண்டும். அதற்கு சித்தர்கள் பல்வேறு வழிகளை வகுத்துள்ளனர். இவற்றை சித்தரின் கண்மணி, சித்தரின் மணிமகுடம் என்ற இயல்களில் கண்டு கொள்ளலாம்.

The Uniqueness of Siddhar scientists today who claim that theology and ideology are useless to those who study medicine? There is nothing to be gained by the results of their research; There is a philosophy that does not reach them and their science and it must be biological. Though it all that exists in the world is produced and the world is sustained by receiving the same source. They are researching that there is no way to abandon their old principles and adopt the above theological principles and find out what is available only through their research and experiments. Others, as stated above, accept the theory of reality and that theory itself extends beyond the solar system.

The interaction between the planets in the solar system exists by the order of the object. Yet the fact that this substance is in some way related to every object in the world has created a condition for all the material in the world. They say that each has its own unique quality, they know through their science.

Their uniqueness lies in the fact that the Siddhars found ideas that were thus accepted by the westerners thousands of years ago. Achieving more salvation is the end of sorrows – the above-mentioned ways will guide us. This body needs energy to follow the proper protocols. Hunger, disease, ageing, Suffering must first be eliminated. Only then can *Sariya, Kriya, Yoga, Asana, Pranayama, Pratyakaram, Dharanai*, Meditation, *Samadhi* be practiced, so the body must first be made disease-free and vigorous. Then one can adopt one of the above ways and capture the path mentioned in it so that the Siddhars have devised various ways for it to transform this body into one capable of making-salvation efforts. These can be found in *Siddhar Kanmani, Siddhar Manimakudam.*

1.7. சித்தரின் கண்மணி

வீடு பேறு பெற கடைபிடிக்க வேண்டிய வழிகளை நெறியுடன் கடைப்பிடித்து நடத்த சுகமும் உடல் வன்மையும் வேண்டியது அவசியமாகும். உலகில் காலி, கன்று, வீடு, வாசல், கார்முகில், முடி, களத்திரம், ஆடு, மாடு, மக்கள் என்னும் பல வகையான செல்வங்கள் உண்டு. இச்செல்வங்கள் யாவற்றிற்கும் நிறைவற்ற குறையுற்றவை என்ற குற்றம் உண்டு. குறைவற்றதும் நிறைவுற்றதும் நிலை பெற்றதுமான ஓர் உண்மைச் செல்வம் ஈசனின் அருட்செல்வம் ஆகும். இப்பெரும் செல்வத்தை பேறு என்றும் ஈசனின் அருட் பெரும் செல்வம் என்றும் சிவனருட் செல்வம் என்றும் சிவப்பேறு என்றும் கூறுவர்.

இவ்வருளைப் பெறுவதற்கு வழி என வகுக்கப்பட்ட வழியில் நெறிபிறழாமல் கடைபிடித்து ஒழுகுவதால் நிச்சயமாக இப்பேறு கிடைக்கும் என்பதால் நோயற்றவாழ்வே முதற்படியாக ஆனது. பிரகிருதியின் பரிணாமத்தாலாக்கப்பட்ட உடு, கோள்கள், மதி, ஞாயிறு, கால், திசைகள், பெரும்பொழுதுகள், சிறுபொழுதுகள் (அண்டம்) ஆகியவற்றின் நிலை மாறுதலுக்கு இணங்க உடலிலும்(பிண்டம்) பிரகிருதியின் செயல்களால் மாற்றங்கள் ஏற்படும். இவற்றை தவிர்க்கவே முடியாது.

ஆகவே அழியக்கூடிய தத்துவங்கள் நிறைந்த பொருட்களாலான உடலின் அமைப்பில் உள்ள இயற்கையான பொருட்களின் தத்துவங்களை மாற்றியமைத்து அதன் அழியக்கூடிய இயல்பான தன்மையை மாற்றிடல் வேண்டும். அப்போது அழியக்கூடிய பொருட்களுக்கு ஏற்படும் பசி, பிணி, மூப்பு முதலான துன்பங்கள் இவ்வுடலை அணுகாது. இதற்கேற்ற வழிதான் இரேசுரதரிசனத்தில் கூறப்படுகிறது. அதாவது இரசத்தையே ஈசுவரனாக(கடவுளாக)க் கொண்டு தொழுதல் ஆகும். இம்முறையின் ஈடுபாடுதான் சித்தமருத்துவத்திற்கு அடிப்படையாகும். இதுவே இம்முறையின் தனிச்சிறப்புமாகும்.

இரசம், பாதரசம் என்னும் பொருள் சிவத்தின் வீரியமெனச் சித்தர்கள் கருதுகின்றனர். அவ்வண்ணமே அப்பிரகம் பார்வதியின் வீரியம் என கூறியுள்ளனர். ரசம் அப்பிரகம் இரண்டையும் செய்பாகம் கைபாகம் அறிந்து தக்கபடி இணைத்தால் அதனுள் சிவசக்தி இணைப்பு உண்டாகும். சிவனும் அருளும் அதாவது அவர்கள் இருவரின் வீரியமும் ஓரிடத்தில் கட்டுண்டு கிடக்கும். இவ்விதம் தயாரிப்பதற்கு கேவலம் சடப்பொருள்களின் தத்துவங்களை மட்டும் ஆராய்ந்தறிந்தவரால் சாதிக்க இயலாது. வேதவேதங்களைப் பயின்றவர்களாலும் இயலாது. மருத்துவ நூல்களைப் பயின்றவர்களாலும் இயலாது. இப்பல்வேறு துறைகளிலும் பரிபூரண ஞானம் பெற்றவர்களுக்கும், இயற்கையின் மிக மிக சூக்குமமான நிலைகளையும் பரிணாமத்தின் பேதங்களையும் அவ்வண்ணமே அழியாத பொருளான சுத்த சத்துவமயமான அருளுடன் கூடிய சிவத்தின் தத்துவத்தையும் அறிந்தவரும் இவ்விருகோடிகளுக்கும் உள்ள பிணைப்பின் சூக்குமங்களையும் அறிந்து அணிமாதி சித்திகளையும் சுவைத்துத்துப்பிய சித்தர்களின் சூக்குமத்திருஷ்டிக்கு தான் மேற்சொன்ன முறைப்படி மேற்கூறிய இரு பொருட்களையும் ஒன்று சேர்த்து பயன் அளிக்கவல்ல நிலையில் வழங்க இயலும்.

மலங்களைத் துலக்கி மாயையினின்றும் வேறுபட்டு, திரோதாயின் விஷமச் செயலைத் தவிர்த்து ஆதிரை நாள் அன்று சித்த பொருளான ஆன்மாவை தில்லைவெளியில் கலந்து கொண்டு திரும்ப வராத நிலையை பெறுவது போல பதினெண் வகையான தோடங்களையும் நீக்கிய ரசத்தை தக்க முறையில் பற்பம் செய்து பிறகு அதை அமிருதீகரணம் செய்து சிவவீரியத்தை கண்டெடுத்து, அவ்வாறே அப்பிரகத்தையும் செய்து, அருளின் முழு வீரியத்தையுந் தனித்தெடுத்து தக்க முறையில் இவ்விரண்டையும் ஒன்றுகூட்டி சிவசக்தி மயமாக்கி, அம்மாமருந்தை சேவிப்பதால் அது இயற்கையின் பரிணாமத்தாலாக்கப்பட்ட இந்த உடலை சாம்பவசரீரமாக மாற்றி அமைக்கும். சாம்பவசரீரம் (அழியாத உடல்) கிடைத்திட்டால் அதை இயற்கையின் விளைவால் நிகழும் பசி, பிணி, மூப்பு துன்பங்கள் ஒன்றும் பாதிக்காது. அவ்வுடலினுள்

கிடக்கும் ஆன்மா பரம்பொருளுடன் தாதான்மிய சம்பந்தம் பெற்றிருப்பதால் அதுவும் சிவனாகி உள்ளும் புறமும் சிவமேயாகும் வண்ணம் செய்யும்.

துக்கம் நிறைந்த இப்பிறவியை கடக்க முக்தியை பெறவேண்டும். அம்முக்தியோ ஞானயோகத்தாலோ - ஞானகன்ம சமுச்சியத்தாலோ தான் சித்திக்கும். அதை பின்பற்ற நல்வழியும், நன்னெறியும், நோயற்ற உடலும் தேவை. இவ்வித உடல்நிலையோ மேற்சொன்ன முறையில் தயாரித்த மருந்துக் கூட்டத்தால் எளிதில் சாதிக்க வல்லது.

மகேசன் முதலான சிலதேவர்கள், தைத்தியர்களில் சிலரும், பாலகில்யர் முதலிய முனிவர்களும், சோமேசுரன் முதலிய அரசர்களும் கோவிந்தபகவத்பாதர் - அவர் சீடரான ஆதிசங்கர பகவத்பாதாசிரியர், சர்வடீ, கபிலன், வியாக்கிரபாதன், காபாலி, கந்தலாயன் முதலானவரும் மற்றும் சித்தர்களும் இதைச் சேவித்துத் தத்தமது உடலை இரசமாக்கிக் கொண்டு சீவன்முத்தராய் வாழ்ந்தனர். இது சரித்திர வாயிலான சான்று.

இவ்வண்ணம் இரச, அப்பிரகங்களை மனிதர் உட்கொள்ளத் தக்க வகைக்கு பாகஞ்செய்ய முயலும் போது, இடையில் பற்பல பற்ப, செந்தூர, திராவக பொருட்களும், இலவணம், சாரம், பாடாணங்களின் கட்டுகளும் மற்றும் பலவும் செய்முறையில் தீர்க்கப்பட்டு, மருந்துகளாய் பிணிகளைப் போக்கும் குணக் குன்றுகளாய்க் கிடைக்கப்பெற்றன.

இவ்வகையான மருந்துகள்:

- குறைந்த அளவில் பெருநோய்களைத் தீர்க்கும் தன்மை.
- உண்பதற்கு விருப்பமற்ற கைப்பு, துவர்ப்பு போன்ற சுவையின்மை.
- நாட்பட்ட நோய்களை குறுகிய காலத்தில் போக்குதல்.
- மூலிகை மருந்துகளை போலில்லாமல் எத்தனை காலம் வைத்திருந்தாலும் வீரியம் கெடாமல், அதற்கு மாறாக வீரியம் மிகைப்படும் தன்மை.
- மருந்துண்டவுடன் விரைவில் பலனைத் தோற்றுவிக்கும் திறன்.

எனும் அரிய சிறப்புகளைப் பெற்றிருப்பவையாகும். இதுவே சித்தரின் கண்மணி என்று போற்றப்படுகிறது.

Siddhar Kanmani

It is essential to have the comfort and physical strength to follow the routines to get salvation. There are many types of wealth in the world such as empty, calf, house, door, cloud instead of carmugil, hair, field, sheep, cow, people. There is a guilt that all of these riches are imperfectly deficient. A true wealth that is perfect, and enduring is the grace of Easan. This is called as the great grace of Easan, grace of Siva and *sivaperu*. Disease-free life became the first step, is the course of attaining this grace, unquestionably followed and the course would be obtained. Asteroids, Moon, Sun, Air, Directions, Day and Night, Major seasons those are made by *Prakriti's* evolutionary, whenever changed it will resemble the same changes in human body. These can never be avoided.

So in the body system of objects full of perishable philosophies. Modifying the philosophies of natural materials and its perishable nature. The nature of the need to change the appetite for perishable substances, Suffering from old age does not approach this body. The ideal way to do this is in Raseshwara dharisanam. The involvement of this method is the basis of siddha medicine. it is the uniqueness of this method.

Rasam (Mercury) is considered by the Siddhars to be the potency of Shiva. In the same way, Abragam (Micca)is considered as the strength of Parvati. If the extract of the above two are combined according to the practical method, there will be a connection of Shiva and energy in it. Shiva and Sakthi i.e. both of them is bound in one place. It is not possible for such a product to be made by one who has only studied the philosophies of despicable matter. Not even by those who have studied the scriptures. Not even those who have studied medical texts. For those who have attained perfect enlightenment in these various fields, and who know the most subtle states of nature, the differences of evolution, and the philosophy of Siva, with the most indestructible substance, the pure essence of grace, and know the intricacies of bonding with these two beings, it is as if the supernatural system has been able to provide the supremacy of the sublime as well as the sublime *Elumination of impurities* and distinguishing them from the illusion, except for the poisonous act of Dirothayin, on the day of the athirai, the soul enters the thillaiveli and attains the state of non-return. Likewise prepare *Rasaparpam* by eliminating the 18 types of impurities present in the mercury, afterthat findout the power of sivam. And then prepare Abragam by the same process findout it's full power. Add both powers it will emerge into a powerful medicine. If one consumes it, it will transform this body into an eventful body that is evolved by nature. If the body (immortal body) is found, it will not be affected by the sufferings of hunger, sickness, ageing caused by the effect of nature. Since the soul within it has a natural connection with the almighty, it will also become Shiva on the inside and Shiva on the outside..

We have to get salvation to overcome this sad birth. *But this salvation is attained by gnanayogam or gnanakanma samuchiyam.* Good way, morality, disease-free body are also required to follow it. Such type of body is health is easily achievable by the drug which is prepared by above methods. Mahesan including some gods, some *Thaithiyarkal, Palakilyar Someswaran* king, *Govindapagavadpathar* whose student *Aathi sankara pagavadpaathasiriyar, Sarvatee, Kabilan, Viyakirabathan, kabaali, Kanthalaayan* and some siddhars are serving this by making the body immortal and lived as *Sevanmuthar*. This is historical evidence.

In this way, while trying to break down the chemical into a type that can be ingested by humans, a variety of centrifugal liquids, salts, essences, packs of potions and many more were solved in the recipe as curative cures.

These types of drugs

- Cured big diseases with low dosage
- No bitter, astringent in taste.
- Short-term cure of chronic diseases,
- unlike herbal medicines, they have not lost that potency , but rather have as increased of the potency
- Ability to produce immediate effect after medication.

Which have rare specialties. This is what is revered as the Siddhar Kanmani.

1.8. சித்தரின் மணிமகுடம்

முப்பு

மூன்று உப்புகளின் சேர்க்கை முப்பு எனப்படுகிறது. இது ஒரு செயற்கை பொருள். இதைக் கொண்டு பற்பல செந்தூரங்களையும், கட்டுகளையும்

எளிதாய் செய்ய முடியும் என்பதோடு இதனால் செய்யப்பட்ட மருந்துகள் மிக வன்மையுடையதாகவும் இருக்கும் எனவும் கூறப்பட்டுள்ளது. அன்றியும் இதுவே குருமருந்தாய் வாதவேதியியல் தொழில்களுக்கு ஆதாரமாய் இருந்து வந்துள்ளது. எனவே முப்பு பற்றிய செய்தி எல்லாம் பரிபாசையிலேயே கூறப்பட்டுள்ளது.

முப்புவின் வகைகள்

1. வாதம் முப்பு
2. வைத்தியம் முப்பு
3. ஜாலமுப்பு

முப்புவின் அடிப்படை தத்துவம்

மூன்று உப்புகளின் சேர்க்கை முப்புவின் அடிப்படையாக கருதப்படுகிறது. பூமியின் மேற்பரப்பில் கிடைக்கும் பூநீறு போன்ற சக்தியின் கூறு நிரம்பிய உப்பு, கடலில் கிடைக்கும் சிவத்தின் கூறு நிரம்பிய உப்பு மற்றொன்று, மூன்றாவது இவ்விரண்டையும் சேர்ப்பதால் கிடைக்கும் மற்றொரு உப்பு ஆகிய மூன்றையும் சேர்க்கக் கிடைப்பது முப்பு எனப்படுகிறது.

ஆனால் முப்பு என்பது ஒரே முறையில் செய்யப்படும் ஒரே பொருள் அல்ல. முப்புவை செய்வதற்கு பல வழிகள், பல்வேறு கூட்டுப் பொருள்களை பல்வேறு சித்தர்கள் பயன்படுத்தியுள்ளனர். வேறு சில சித்தர்கள் பஞ்சபூத உப்புகளில் மூன்று கூடியதே முப்பு என்கின்றனர். இம்மூன்றும் வளி, அழல், ஐயம் அம்ச உப்புகளாகும். ஐம்பூதங்களில் ஆகாயம் எல்லாவற்றுக்கும் இடம் கொடுப்பதாலும் மண் எல்லா பொருட்களை தாங்குவதாலும் எஞ்சிய மூன்று பூத அம்சங்கள் முப்புவின் கூறாக கொள்ளப்பட்டன . மேலும் இவை வாத, பித்த, கப தாதுக்களை சமநிலையில் வைத்திருக்க உதவுகின்றன. ஆக காற்று, தீ, நீர் ஆகிய மூன்று அம்சங்களை உடைய உப்புகளின் கூட்டால் ஆனதே முப்பு என்பதில் கருத்து வேறுபாடு இல்லை. மேலும் அது வைத்திய விதிக்கு பொருந்துமாறு அமைந்துள்ளதும் சிறப்பான ஒன்றாகும்.

முப்பு ஒரு செயல்திறன் ஊக்கியாக செயல்படுகிறது.

- பற்ப, செந்தூர, கட்டு, களங்கு போன்ற மருந்துகளை எளிதாகவும் விரைவாகவும் முடிக்க இது பயன்படுகிறது .

- மருந்துகளுக்கு வன்மை கொடுப்பதும் அன்றி நோய்களை மிகச்சிறிய அளவிலேயே எளிதாக குணமாக்குகிறது.
- கீழ்வகுப்பு உலோகங்களை மாற்றி உயரச் செய்து செம்பொன் ஆக்குகிறது.
- யோகமுப்பு உடலைக் காயகற்பம் ஆக்கி நரை, திரை, பிணி, மூப்பு, சாக்காடு என்னும் கேடுகளில் இருந்து காக்கிறது.
- முப்பு தனித்தன்மை வாய்ந்த குணம் உடையது. இதில் இம்மூன்று பூதஅம்சங்களுமே உள்ளதால் எந்தவித பூதஅம்ச கூடுதல், குறைவையும் தன்னிலைப்படுத்தும் தன்மையுடையது.
- பிணியானது எந்த காரணத்தால் வந்தது ஆயினும் சரி, பிணியில் எவ்வித குறிகுணங்கள் காணப்பட்டாலும் சரி அவைகளை மாற்றி குணத்தைக் கொடுக்கும்.

முப்புவின் தன்மை

முப்புவின் தன்மை கடும் காரம் என்று பல சித்தர் நூல்கள் எடுத்தியம்புகின்றன.

- உ. ம். சுண்ணமது நீறிற்றென்றால்
மஞ்சளிலே சிவக்க வேணும் - அகத்தியர் கலைஞானம்
- பாலான சுண்ணமதை மஞ்சள் தன்னில்
பாய்ச்சினால் மஞ்சள் அது சிவந்து போகும் - போகர் 7000

இங்கு அகத்தியரும், போகரும் சுண்ணம் என குறித்தது முப்புவையேயாகும். முப்பு சரியானபடி முடிந்தால் அதன் சோதனை இலக்கணம் இதில் சொல்லப்பட்டுள்ளது. ஒரு ஊசிமுனை அளவு முப்புவை பெருமளவான மஞ்சள் அரைத்த கற்கத்தில் சேர்த்தால் சிவப்பு நிறமாக மாற வேண்டும்.

முப்புவின் பிறதன்மைகள்

- ஆச்சுடா உடம்பிலுள்ள வியாதி எல்லாம்
அணுப்போல உண்டிடவே பறந்தே போகும் - காகபுசண்டர்

அணு போல என்றும் முப்புவின் அளவை காகபுசண்டர் குறிப்பிடுகிறார்.

- இளமையுடன் மூப்பகலும் முப்புவாலே
எழிலுடனே நீயுமொரு சித்தனாவாய்
நளபதியும் முப்புவை உண்டபோது
நரைதிரையும் மாறுமல்லோ இராசனாமே–போகர்.

அழியக்கூடிய உடலை அழியாமல் வைத்திருக்கவும் நரை, திரை, மூப்பு, பிணி, சாக்காடு என்னும் தன்மைகள் ஏற்படாமலும் செய்யக்கூடிய யோகத்திற்கும் காயகற்ப முறைக்கும் மாந்தர் பிணியுற்றபோது அப்பிணிபோக்க பலபெரும் மருந்துகள் முடிப்பதற்கும் இம்முப்புவே ஆதாரமானதென்று அறியலாம். திரவ வடிவுடைய இரசத்தைக் கட்டவும், குருகுளிகை, ககனகுளிகை போன்றவற்றை செய்வதற்கும், இரும்பு, வெள்ளி, செம்பு முதலிய உலோகங்களை பொன்னாக மாற்றும் வேதியல் முறைகளுக்கும் இதுவே முதற்பொருளாகும்.

வாத-வைத்தியமுப்பு

வைத்தியம் என்பது வாதத்தின்(வேதையின்) வாயிலாக வந்ததென்பதே சித்தர்களின் வழி. வாதம் என்பது உலோகங்களை பொன்னாக்குவது மட்டுமன்று. அழியும் தன்மையும் முதுமையும் அடைந்துவரும் பூதஉடலை அழியாத உடலாக ஆக்கவும், இறப்பை தடுக்கவும் நோய்கள் அணுகாது செய்யவும் கூட இது உதவும்.

இவ்வாறு உடலை ஓம்பும் உபாயம் அறிந்தாலே தான் உயிரை நிலைபெறச் செய்ய முடியும். எவ்வித கேடுமில்லாத உடலில் தங்கினாலன்றி உயிரினால் இயம, நியமாதிகளைச் செய்து பாவங்களை நீக்கி, சித்துக்களை கைவரப்பெற்று பேரின்பநிலையை அடைய முடியாததாகிவிடும். இதனாலே தான் இதற்கிடையூறாக உள்ள பிணி, மூப்பு ஆகியற்றைப் போக்க வைத்தியம் தோன்றியது.

அன்றியும் உலோகங்களை உருக்கி அவற்றை செம்பொன்னாய்ச் செய்யும் வேதியியல் கலைகளைச் செய்து ஆராயும்போது பற்பல உயர் மருந்துகள் பிறந்தன. இவை பெரும் பிணிகள் பலவற்றை போக்க பயன்பட்டதாலும் வாதத்திலிருந்து தான் வைத்தியம் தோன்றியது என்பர். இதனாலேயே

"வாதி மகன் வைத்தியன்"

"வாதம் கேட்டால் வைத்தியனுக்கு ஆச்சு "என்ற சொலவடைகள் பிறந்தன.

எனவே வாதமுப்புவுக்கும், வைத்தியமுப்புவுக்கும் பயன்படும் கூட்டுப் பொருட்கள் பெரும்பாலும் ஒன்றாகவே இருக்கின்றன என்ற உண்மையை அறியலாம். இன்னும் ஆராய்ந்தால் வாதம் முப்பென்பதும் வைத்தியமுப்பென்பதும் ஒன்றே என்பது தெரியவரும். இவை பொருள் வேறுபாட்டால் அல்லாமல் பயன் வேறுபாட்டாலேயே பெயர் பெறுகின்றன. முப்பு வைத்தியத்தில் சேர்க்கப்பட்டால் அது வைத்திய முப்பு, வாதத்தில் சேர்க்கப்பட்டால் அது வாதமுப்பு என்று பெயர் பெறும்.

வாதமுப்புவின் சேர்க்கையால் ஒரு பொருளில் அதன் பரமாணு வரையில் பீலுபாக கிரமத்தில் மாற்றம் உண்டாகும். பீலுபாகம் என்பது ஒரு பொருளினுள் கிடக்கும் தனித்தனி அணுவையும் செய்பாக கைபாக முறைகளால் மாறுதல் அடையும் வண்ணம் செய்து அவ்வணுவின் சுயஅமைப்பையே மாற்றி வேறுவித அமைப்பை அதற்கு அளித்து புதியதொரு பொருளை சிருட்டித்தல். இது பொருளின் சூக்குமத்தில் மாற்றத்தை வருவிக்கும் முறையாகும். பிடர பாகம் என்பது ஒரு பொருளின் தூலத்தில் மட்டும் மாறுதலை வருவிக்கும் முறையாகும்.

ஞானயோக முப்பு

வேறு பெயர்: சோமநீர், அமுது, பூரணம், சிவகுடிலைநீர், சுடர், பிறப்பகற்றும்மூலி.

மூன்று வகை முப்புகள் அல்லாமல் ஞானம் முப்பு அல்லது யோக முப்பு என்றொரு வகையும் சித்தர்களால் கூறப்படுகிறது. இது மனித உடலில் விளைகின்றது என்று பலரும் கருதுகின்றனர். வாசிப் பயிற்சி, ஆசனம் போன்ற யோகங்களின் மூலம் இம்முப்புவை ஆக்கினையில் சுரக்கச் செய்யலாம். இத்தலத்தில் உள்ள பிட்யூட்டரி சுரப்பியின் சத்தும் மேற்சொன்ன முப்புவின் குணங்களை உடையதாக இருப்பதால் பலர் இதுவேயோக முப்பு என்கின்றனர்.

- ஊறும்அமிர்தத்தை உண்டியுற பார்க்கில்
  கூறும் பிறப்பறுக் காலம் - அவ்வைக் குறள்
- உண்டநீர் உனக்குள் பாய்ந்திடில்
  சண்டனில்லைசாக்காடெயைது வதில்லைகாண் - திருவள்ளுவர் ஞானவெட்டியான்.

முப்புவின் பயன்பாடு

1. இரசவாதத்தில் முப்புவின் பங்கு அளப்பரியது
2. வைத்தியத்தில் முப்பு மருந்தாகவும், மருந்தாக்கவும் பயன்படுகிறது
3. முப்புவினால் ஆக்கப் பெற்ற மருந்துகள் எளிதில் முடிவதோடு மிக்க வன்மையும், மிகப்பெரும் நோய்களையும் தீர்க்கும் தன்மையுடையதாகவும் உள்ளது.
4. சாறு வராத இலைகளில் அணுவளவு முப்புவைச் சேர்த்து முறைப்படி பிழிய அவற்றில் சாறு பிரிந்து வடியும்.

5. செம்பின் களிம்பைபோக்கும் என அகத்தியர் பரிபாஷை திரட்டில் கூறப்பட்டுள்ளது.
6. உலோகப்பாடாணங்களை மாரணம் செய்யும் அதாவது எல்லாப் பொருள்களுக்கும் முதலில் பகைச்சரக்காய் அவற்றை மரணித்த பின்பு நட்பு சரக்காய் அவற்றிற்கு வலுவேற்றும் திறனுடையது.
7. முப்புவால் எட்டுவித பாடாணங்களும் 112 உபரசங்களும் நவரத்தினங்களால் ஆன கற்களும் நீறும்.
8. இரசத்தைக் கட்டவும், குருகுளிகை, குருமருந்து ஆகியவை செய்யவும் முப்பு பயன்படும்
9. திரளாத பெண்ணை திரள செய்யும்.
10. காயத்தை கல்தூணை போல வைத்திருக்கவும், இறப்பை வெல்லவும் காயகற்பமாக தொழில் புரியும்.

Muppu is formed by the combination of three salts. It is an artificial product and helps in the preparation of *Chendhooram*. Medicines prepared from it are highly powerful. Further it has been the basis of the Alchemy. Hence literature about *Muppu* are written in mysterical (protection language) form.

Basic concept of *Muppu*:

On the upper surface of earth, it is rich in ***Sakthi*** power, on reaching deep into the sea it is rich in ***Sivam***. These two are combined to form ***Sivasakthi Uppu***. These three are combined to form ***Muppu***. But ***Muppu*** is not formed by a single process. There are several process to prepare ***Muppu***, said by various Siddhars. Some of them say that ***Muppu*** is a union of three salts in the Panchabootha salts. These salts have the character of ***Vali, Azhal, Iyya*** bootham which are formed by air, fire, water. They help to maintain ***thirithosha*** in equilibrium.

Functions of *Muppu*.

- It helps in the preparation of *Parpam, Chendhooram, Kattu.*
- It improves the efficacy of drugs and provides action in low doses.
- It converts lower metals into higher metals.

- It is unique and maintains the equilibrium of the body
- Irrespective of the cause and symptom, they help in treating the diseases.
- Yoga *muppu* serves as *Kayakarpam* and prevents ageing, disease etc.,

Characters of Muppu:

Many Siddha scriptures suggests that Muppu's nature is too much of alkaline.

There is a way to test the *Muppu.* whether it is finished in a correct way or not, said by Siddhars. Correct form of pin point amount of *Muppu* will convert the huge amount of turmeric *karkam*, into red in colour.

It can be known that this is also the source to keep the perishable body immortal. Along with it Yogam and *Kayakarpam* can be done to prevent occurrence of gray hair, loss of skin elasticity, impaired vision, ageing, disease and death and helps to prepare so many medicines. It is also the primordial one for Alchemy, *Rasa kattu, Guru kuligai and Kagana kuligai.*

Vatha – Vaithiya Muppu:

Remedy is come from Alchemy. Alchemy is not only to change the metals into gold but also to change the perishable body to immortal. It will also help to prevent disease and death. Thus knowing the technique of protecting the body can stabilize the life. It will not attain salvation when the soul does not persist in the body without any disease. Hence the medicine was prepared for removing the root cause of disease and ageing. Besides that during the research to make Alchemy, so many higher order medicines were obtained. It cured so many chronic diseases, that's why they said that the medicine comes from the Alchemy.

Hence materials used for the preparation of both *vadha and vaithiya muppu* are more or less the same. Sometimes both are considered as same. They are classified based on their utility. When it is used for vadha, they are classified as *Vadha Muppu.* When it used for vaithiya, they are called as *Vaithiya muppu.*

When *vadha muppu* is added, they cause, changes in atomic structure and alters their physical properties. *Peelubagam* is the process of changing individual atoms in a substance by processing methods, changing the self-organization of that atom and giving a different structure to create a new substance. It is a method of bringing about a change in the subtle state of a material. *Pidara bagam* is a method of bringing about change only in the external appearance of a material.

Gnana yoga Muppu:

Apart from the three types of *Muppu*, the Siddhars said, there is also one called *Gnana Muppu* or *Yoga Muppu.* Many believe that, it is produced in the human body. It can be secreted in the *Akinai* through the practice of *Piranayama* and *yoga* like *Asana.* The pituitary gland in this place also has the qualities of the above-mentioned Muppu, so many people call it as *Yoga Muppu.*

Uses of muppu

1. It helps in *Rasavadham*
2. It helps in the preparation of medicines and used as medicine.
3. Medicines made from *Muppu* are easy to finish and they are very strong and efficient, to cure chronic diseases.
4. It is used to extract juice from leaves which cannot be easily extracted by conventional methods.
5. It eliminates the guilt of copper.
6. It is used to increase the efficacy of metals
7. 112 types of *Ubarasam* and and 8 types of *Padanams* are finshed as *parpam* by it.
8. *Rasamani, Gurukuligai, Gurumarunthu* can be prepared by it.
9. It helps to attain puberty in delayed puberty.
10. It helps in wound healing and evades death.

1.9. இரசவாதம் - ALCHEMY

"இரசம்" என்பது ஒரு பொருளில் அடங்கிய சத்தாகும். பழம், பட்டை, காய், இலை இவைகளை இடித்துப் பிழிந்த சாற்றின் சத்தே இரசம் எனப்படுவது போல. மண்ணில் வெண்மையாயும், நீர் வடிவாயும் மிகுந்த எடையோடும் உள்ள சத்துப்பொருளே இரசம் எனப்பெயர் பெற்றது. இரசத்தை, சிவப்பொருளாகக் கொண்டனர் சித்தர்கள். இரச மருந்தின்பெருமையை உலகெங்கும் அறியச் செய்தவர்கள் தென்னாட்டுச் சித்தர்கள். அவர்களில் ஒருவராகிய சித்த நாகார்ச்சுனர் (தெலுங்கர்) வட நாட்டிற்குச் சென்ற போது இரசமும், கந்தகமும் கூட்டி அரைத்து, கருப்பாக்கிக் காட்டியது வடநாட்டார்க்கு ஒரு பெரிய ஆச்சர்யத்தை அளித்தது. இச்சிறுமாற்றத்தையே பெரிதாகக்கொண்டு அரேபியா, எகிப்து, கிரீசு நாடுகளும் போற்றத் தொடங்கின. அந்நாட்டவர்களும் இரசத்தைப் பெரியதொரு பொருளாகக் கொண்டு இரச வாதத்தில் பெரிதும் ஈடுபட்டனர், இந்நாளில் மேனாட்டு இரசாயன அறிஞர்கள் பயன்படுத்தும் 'Chemistry' என்னுஞ் சொல் "கீம்" என்னும் கிரீக்க சொல்லிலிருந்து (கீம் - கருப்பு) வந்தது என்று கூறுவர். இரசத்தையும் கந்தகத்தையும் கூட்டி அரைத்தால் கருப்பாகும் மாற்றத்தையே 'கீம்' என வழங்கியதை மேல்நாட்டார் 'Chemistry' என வழங்கலாயினர்.

இரசவாதம் என்பதை நிலை மாற்றுதல் (Transmutation) எனலாம். அதாவது உலோகங்களை மாற்றுதல் மற்றுமின்றி, உடலை நோயுற்ற நிலையிலிருந்து நோயற்ற நிலைக்கு மாற்றுதல், முதுமையிலிருந்து இளமைக்கு மாற்றுதல் எனலாம். மேலும் சரியான முறையில் மருந்துகளை செய்து முடித்தலும், செய்த மருந்து தரமானதுதானா என சோதிக்கும் தரப் பரிசோதனை முறையும் இரசவாதம் எனலாம்.

இரசவாதம் என்பது தாழ்ந்த நிலையில் உள்ள உலோகங்களை உண்ணும் பொடியாகவும், பருகும் நீராகவும் மாற்றி, நோய் தீர்க்கும் மருந்துகளை உருவாக்கி இறவா நிலையை ஏற்படுத்துதல் போன்றவற்றை உள்ளடக்கிய அரிய கலையாகும்.

படைக்கப்பட்ட ஒவ்வொரு பொருளும் பஞ்சபூத கூட்டுறவின்படி தோன்றியவை. இந்த பஞ்சபூதங்களின் அளவுகளை மாற்றி அமைப்பதின் மூலம் ஒரு பொருளை மற்றொரு பொருளாக மாற்ற முடியும்.

வேறுபெயர்: வேதை, வாதம், வகார வித்தை

காரணம்

மானிட உடல் அழியும் தன்மையுடையது. ஆனால் இந்த உடலே மனிதர்களுக்கு அழியா இன்பம் என்னும் உறுதியையடைய ஒரு சாதனமாய் அமைந்துள்ளது. இதை தம் ஞான சத்தியால் கண்டுகொண்ட சித்தர்கள் இவ்வுடலை அழியாமல் நிலைக்கச்செய்யும் முறைகளை கண்டறிந்தனர். நோயுற்ற மற்றும் அழியும் உடலைக் கொண்டு யோகசாதனைகளை செய்து பிறவியை ஒழிக்க முடியாது என்பதை உணர்ந்து அதை நோயற்றதாகவும், அழிவற்றதாகவும் செய்ய முயற்சிக்கும் (காயசித்தி) நிலையிலேயே இரசவாதத்திற்கான காரணம் தோன்றுகிறது. அழியும் தன்மை வாய்ந்த மூலிகை மற்றும் உயிரினங்களிடமிருந்து கிடைக்கக் கூடிய சரக்குகளைக் கொண்டு பல்லாண்டு நிலைத்திருக்கக்கூடிய உலோக, இரச, உபரச, உப்பு, பாடாணங்களை தக்க மருந்துகளாக செய்து உட்கொள்ள வழிமுறைகள் கண்டுபிடித்தனர். அவற்றைத் தக்க முறையில் தாமே உட்கொண்டு பல்லாயிரம் ஆண்டுகள் வாழ்ந்து காட்டியும், தம் சீடர்களுக்கு உபதேசித்தும் தம் கைப்படச் செய்து காண்பித்தும், சீடர்களைக் கொண்டு செய்வித்தும் உலகுக்கு நற்றொண்டு ஆற்றினர்.

சித்த மருத்துவ முறை உலகின் நன்மைக்காக படைக்கப்பட்டதால், இதனை பொருள் ஈட்ட மட்டுமே-வெறும் வியாபாரமாக கையாண்டால் சித்தர்களது சாபம் வந்து சேரும் எனக் கருதப்படுகிறது. எனவேதான் -வாதிமகன் வைத்தியன் என்பதற்கேற்ப - மருத்துவத்தில் ஈடுபடும் முன்னரே பிறர் உதவியின்றி வாழவும், நோயாளியிடமிருந்து பணத்தை எதிர்பாராமல் பணியாற்றவும் வாதமுறையிலும் தேர்ச்சிபெற வேண்டும் எனக் கூறப்படுகிறது. சித்தர் முறையில் கண்ட சித்து முறைகள், ஞானம் இவற்றை மருத்துவன் உண்மை, ஒழுங்கு, நியாயம், கட்டுப்பாடு ஆகிய வழிகளில் புகட்டுவதற்காகவே அவைகளை நூற்களில் கூறிச் சென்றிருக்கின்றனர். அவற்றையும் பல இடங்களில் பரிபாஷைகளாகவே கூறியுள்ளனர். ஏனெனில் இந்த பரிபாஷைகளை எல்லோரும் உணர்ந்துகொள்ள முடியாது. எவன் ஒருவன் மனமடக்கி தன்னை உணர்ந்து கொள்கிறானோ அவனாலேயே பொறுமையுடன் சித்தர்கள் எழுதிய நூல்களில் உள்ள குறிப்புகளை சரியான முறையில் கண்டறிய முடியும். உலகில் நிலவி வரும் பல மருத்துவ முறைகளில் மருத்துவம் கற்று முடித்தபின்பு, மருத்துவராக தனது வாழ்வை துவங்கும் முன் சத்ய பிரமாணம் எடுத்துக் கொள்வது வழக்கத்தில் உள்ளது. ஆனால் நமது மருத்துவத்தில் மட்டுமே சத்யபிரமாணத்தை (இயம, நியம ஒழுங்கு முறைகள் மாணவன் மற்றும் மருத்துவனின் இலக்கணங்கள்) உணர்ந்து கொண்டபின் மருத்துவத்தை கற்பது வழக்கமாக இருப்பதை பெரும் சிறப்பாகவே சொல்லாம்.

விளக்கம்

வேதை என்றால் வேதித்தல் அதாவது மாற்றுதல் என்ற பொருள் தரும். (வேதியல்- Chemistry, Alchemy). ஒரு பொருளை மற்றொரு பொருளாக மாற்றுதல் அல்லது ஒரு பொருள் மற்றொரு பொருளாக மாறுதல் (நாள் வேதி, மண்டல வேதி - கோரக்கர் மலைவாகடம்). பெரும்பாலும் இரசத்தை பயன்படுத்தி தாழ்ந்த உலோகங்கள் எனச் சொல்லப்பட்ட பித்தளை, செம்பு, இரும்பு முதலியவைகளை உயர்ந்த உலோகமான தங்கமாக செய்யப்பட்டதால் இரசவாதம் எனப்பெயர் பெறுகிறது. சித்தர்களைப் பொருத்த வரையில் அழியாத மாற்றத்தை உடலுக்கும், உள்ளத்திற்கும் ஏற்படுத்துதல் எனலாம்.

சித்தர்கள் காயசித்திக்கான மருந்துகளை செய்யும்போது தாவர மற்றும் உயிரின வகைகளைக் கொண்டு செய்த மருந்துகள் விரைவில் கெட்டும், செயலிழந்தும், சத்தியின்றியும், நாளடைவில் கிருமிகள், பூச்சிகள் போன்றவைகளுக்கு உணவாய் அழிந்தும் போய்விடுவதைக் கண்டும் சித்தர்கள், உலோகங்கள், இரசம், உபரசம், பாடாணம், உப்பு போன்றவைக்ள பல்லாண்டு காலம் அழியாமல், கெடாமல் இருப்பதைக் கண்டும் அவற்றிலிருந்து மருந்துகள் செய்தால் அம்மருந்துகள் பல்லாண்டுகாலம் வீரியத்துடன் உடற்பிணியைத்தீர்த்து உடலைக் காக்குமென்று யூகித்து, அவற்றைச் சீரணமாகாத நிலையுலுள்ளவற்றை அளவுப்படி உண்டால் சீரணமாகும் வகையாகவும் அவற்றின் விடத்தன்மை மாறி உடலில் புகுந்தால் அமுதம் போலத் தொழில் செய்வவைகளாகவும் மாற்ற பற்பல வழிமுறைகளைக் கையாண்டனர். அவற்றில் வெற்றியும் கண்டனர். இவ்வகை முயற்சியையே வாதம் என்கின்றனர்.

இந்த வகார வித்தை (வகாரம் - தன் இயல்பிலிருந்து மாறுவது, அதாவது நெருப்புக்குப் புகைந்து ஓடக்கூடியதாகிய சரக்குகள் இரசம், நாகம், இலிங்கம், பாடாணம் முதலியவற்றை நெருப்புக்கு ஓடவொட்டாமல் தடுத்தும், நீரில் கரைந்து போகக்கூடியதும் நெருப்புக்கு நில்லாது வெடித்துச் சிதறக் கூடியதுமாகிய உப்புவகைகளைக் கட்டி நீரில் கரையாமலும் நெருப்புக்கு வெடிக்காமல் உருகி, ஆறிவிட்டவுடன் இறுகி மணியாக மாறும்படிச் செய்யவல்ல முறையைக் கண்டுபிடித்து அவ்வாறு கட்டுண்ட சரக்குகளைப் பற்பம், செந்தூரம் முதலான மருந்துகள் செய்தல்) தெரிந்தவர்களையே சித்தர்கள், சித்தர்களாக ஏற்றுக்கொண்டனர்.

தீராத நோய் என்று கூறப்பெற்ற குட்டம், புற்று, கயநோய், நீரிழிவு, குடற்புண் போன்ற கொடிய நோய்களைத் தீர்க்கும் ஒரு கட்டோ, களங்கோ, சுண்ணமோ, பற்பமோ, செந்தூரமோ அவற்றைச் செய்து முடித்தபின் அது செம்மையுற முடிந்ததா? குறித்த பலனைத் தரவல்லதா? என அம்மருந்தை

பரீட்சித்துப் பார்க்க தாம்பிர உருக்கு முகத்திலோ, வெள்ளி உருக்கு முகத்திலோ அவற்றின் எடைக்கு நூற்றுக்கு ஒன்று, ஆயிரத்துக்கு ஒன்று, பத்தாயிரத்துக்கு ஒன்று என்ற விகிதத்தில் அம்மருந்தைக் கொடுத்தால் அந்தத் தாம்பிரமோ, வெள்ளியோ செம்போ, இரும்போ பொன்னாகும் என்பர். அவ்வாறு தாழ்ந்த உலோகம் உயர்ந்த உலோகமாகமானால் வேறு எந்த மருந்தாலும் தீராத உடற்பிணிகளெல்லாம் தீர்ந்து, அது உயர்ந்த நிலையை அடையும் என்பது சித்தர்கள் துணிபு.

இவ்வாறு காயசித்திக்கான மருந்துகளை செய்வதற்கு அவர்கள் சில மருந்து செய்முறைகளை வகுத்தளித்துள்ளனர் அவைகள் சித்தர்கள் மருந்துகள் ஆக்கும் அடிப்படை விதிகள் எனப்படுகின்றன. அவையாவன,

1. ஏகமூலிகைப் பிரயோகம்
2. மாரணப் பிரயோகம்
3. திராவகப் பிரயோகம்
4. செய்நீர்ப் பிரயோகம்
5. முப்புச் சுண்ணப் பிரயோகம்

என்பவைகளாகும்.

1. ஏகமூலிகைப் பிரயோகம்

இதில் தனி மூலிகை அல்லது சில மூலிகைச் சரக்குகளை பஞ்சபூத கூட்டுறவின் முறைப்படி சேர்த்து மருந்தாக முடித்துப் பயன்படுத்துவதாகும்.

2. மாரணப் பிரயோகம்

இது ஒரு சரக்கின் சத்ரு(பகை) மித்துரு(நட்பு) சரக்குகளையறிந்து, அச்சரக்கைப் பகைச் சரக்கால் மடித்து நட்புச் சரக்கால் உயிர்ப்பித்தலாகும். இவ்வகைச் செய்கையால் ஒரு பொருளில் உள்ள அணுவின் கட்டுக்கோப்பை மாற்றிப் பின் உண்டான மருந்துக்கு முதற் பொருளின் நட்புச் சரக்கைக் கொடுத்து உரங் கொடுத்தலாம்.

3. திராவகப் பிரயோகம்

இது சில உப்புகளைப் பஞ்சபூத முறையையறிந்து அளவுப்படிக் கூட்டித் திராவகப் பானையிலிட்டு காய்ச்சி திராவகம் இறக்கிக் கொள்ளல். இவ்வாறு இறக்கிய திராவகத்தைக் கொண்டு சரக்குகளை மடியவைத்து பற்ப, செந்தூர, சுண்ணங்களாகச் செய்து கொள்வதாகும். உ.ம். வெடியுப்புத் திராவகம், சங்கத் திராவகம்.

4. செயநீர்ப் பிரயோகம்

சில சரக்குகளை முறைப்படி சேர்த்து அவற்றை நீர் வடிவாக்கி அவ்வகைச் செய்நீர்களின் உதவியால் நெருப்புக்குப் புகைந்தோடும் சரக்குகளாகிய உபரச பாடாணங்களை ஓடாவண்ணம் தடுப்பதற்குப் பயன்படுத்துவதாகும். உ.ம். வெடியுப்புச் செயநீர், அண்ட எருக்கஞ்செயநீர்

5. முப்புப் பிரயோகம்

இது பூநீறு எனப்படும் ஓர் உப்பைச் சுண்ண வடிவாக்கி உபயோகிக்கும் முறையாம். முப்பு முறைகள் பல உள்ளன.

மேற்படி முறையில் முடிக்கப்பட்ட மருந்துகள் பரிசோதனை தேர்வில் வெற்றி பெறும்போது (தாழ்ந்த உலோகத்தை பொன்னாக்கினால்) அது வாதசித்தியாகிறது. அதுவே உடலை அழியாது நிலைக்கச்செய்யும்போது காயசித்தியாகிறது. சித்தர்கள் தம்முடைய காலத்தில் பொருள்களின் அணு மாற்றத்தைக் கண்டு பிடித்து, மிக்க சாந்தமான முறையில் அவற்றை இயங்கச் செய்து பல ஆக்க வேலைகள் செய்துள்ளனர். அவ்வகை ஆக்க வேலைகள் அவர்களுடைய ஆன்ம சக்தியாலும், மூலிகை, குளிகை, குரு, சுண்ணம் முதலான மருந்து சக்தியாலும் நிகழ்திதியுள்ளார்கள் என்பதை அவர்களின் நூல்கள் வாயிலாக அறியலாம்.

எனவே அம்முறைகளைக் கூறும் நூல்களைப் படிப்பவர்கள் யாவரும் தங்கம் செய்யும் ஆசையால் அந்த மருந்துகளை முறைப்படி செய்து அந்த மருந்துகளின் உதவியால் தீராதெனக் கூறப்பட நோய்களையெல்லாம் தீர்த்து மிக்க செல்வத்தையும் புகழையும் அடையட்டுமென்ற பெருநோக்கோடு அவற்றைக் கூறிச் சென்றனர். அவ்வாறு கூறும்போது யோக முறைகளையும், ஞான உபதேசத்தையும் இடையிடையே கூறி வற்புறுத்தி வந்துள்ளார்கள். ஆனால் இரசாயன வாதிகள் (ஆன்ம பலத்தை பெருக்காமல் பொன்னாசைக்கு ஆட்படுபவர்கள்) பித்தளையை ஆடகமாக (பொன்னாக) மாற்றுவதால் அவனை பித்தலாட்டக்காரன் (ஏமாற்றுபவன்) என்று மக்கள் கருதுகின்றனர்.

- 'வெந்தழிலி லிரதம் வைத்தைந்துலோ கத்தையும்

  வேதித்து விற்றுண்ணலாம் - என்கிறார் தாயுமானவர்.

ஏனெனில் இது மறை பொருளாகவே சொல்லப்பட்டிருக்கிறது. யோக சித்தியும் ஞானப்பெருக்கும் அடைந்தவருக்கு பற்றுகள் (மூவகைப் பற்று) தோன்றாது. அத்தகையோர் பொன் முதலானவற்றை வெறுத்து ஒதுக்கி விடுவர். ஆகவே செல்வத்துக்கு தமிழில் 'வெறுக்கை' என்ற பெயர் உண்டாயிற்று. இப்படிப்பட்டவர்களுக்கே வாதசித்தி தானே சித்திக்கும்:

பேராசைபட்டு இரசவாதம் என்று அலைபவர்களுக்கு அது சித்திக்காது என்று நம் புராணங்களில் சான்றுகள் உள்ளன. ஆக வாதியானவன் விடாமுயற்சி, தருமசிந்தை, தயாளகுணம், மேலான மனச் சுத்தம் இவற்றோடு முக்கியமாக தெய்வபக்தியுள்ளவனாக இருக்க வேண்டும். பேராசையும், பொன்-பொருள்-பணத்தில் இச்சையும் இருக்கக்கூடாது எனச் சித்தர்கள் வலியுறுத்துகின்றனர்.

இரசவாத வித்தை மிகக் கடினமானதென்றும், தோல்வி ஏற்படுதலும், ஏமாற்றம் காண்டலும் அந்த வித்தையில் இறங்குபவர்களுக்கு பெரும்பாலும் கைகண்ட பலனென்பதும் விளங்கும்;. அதனாலேயே

- 'வாதி மகன் வைத்தியன்'

'வாதம் கெட்டால் வைத்தியனுக்காச்சு' என்ற சொலவடைகள் பிறந்தன. ஏனெனில் வாதம் செய்ய முற்பட்டு அது முடியாமல் இடையில் பல்வேறு விதமான மருந்துகள் கிடைத்தது, அவை நோய் தீர்க்க உதவியது என்பது வாதம் செய்ய முயன்று தோல்விகண்ட பலரின் அனுபவமாகும். ஆனால் சித்தர்கள் இவ்வித்தையில் கைகண்டவர்கள் என்பது அவர்கள் இயற்றிய நூல்கள் வழியாக அறியலாம். ஏனெனில் சித்தர்கள் இரசவாதத்தை ஒரு பிழைப்புக்காகவோ, பொன்சேர்த்து மகிழவோ பயன்படுத்தியதாக அவர்களது நூல்களில் குறிப்புகள் காணப்படவில்லை.

சித்தர்கள் தங்கள் உடலையும் உள்ளத்தையும் சார்ந்து நிற்கும் உயிரை எந்தச் சார்புமற்ற இறைநிலைக்கு மாற்றுகிறார்கள். இதையே நாம் உண்மையான இரசவாதமாக கருதலாம்.

Alchemy – Introduction:

"***Rasam***" is a nutrient contained in a substance. Nutrients which are obtained from the squeezed out juice from fruits, bark, pod, leaf is called rasam. The white, watery and heavy nutrient in the soil is called rasam. The Siddhars took rasa as Shiva's medicine and made the glory of *rasa* medicine known to the world. When one of them, Siddha Nagarchunar (Telungar) went to the northern country, he found out that *rasam* and *sulphur*, which were ground and blackened, gave a great surprise to the northerners. The countries of Arabia, Egypt and Greece also started admiring this small change. The people of that country were also very involved in Alchemy with rasa as a major subject. Today, chemical scholars say that 'chemistry' came from the Greek word 'chem' (black). The chemist gave the name 'Chemistry' from 'Chem' which represents the black colour raised by grounding *rasa* with sulphur.

Rasavatham is the transmutation (the state of being changed from one form to other) it not only transmutates the metals but also the diseased to healthy indivuals.

It is also used to prepare and check the high potential capacity of medicine for diseases.

It is also defined as the state of converting lower order metals into higher order drugs (such as chooranam kudineer) which helps to attain longevity and rejuvenation.

The main principle of rasavatham is based on the five elements of earth -panchabootham. Everything is made up of the combination of 5 elements in a respective proportion (land, water space, air, fire). Transmutation is possible when these five elements differs in the their respective proportions.

Human body will annihilate at certain state. But people thought that their body gives them endless happiness. So Siddhars through their divine power, they found the methods to prevent from death. But they realised through the diseased and weak body, we couldn't attain yogic life. In order to attend the yogic life, we need a strong and healthy body (Kaayasithi) and this paved the way to the concept of rasavatham. As plants and animal extracts and products have short life span, they are combined with the metals (ulogam), rasam (Mercury), salts(uparasam) and poisons(paadanangal) which are the substances with long lifetime. When those medicines are taken as per the standard procedure and prescription one can attain the state of immortal. Siddhars were Masters in the art of alchemy and they did it with high reverence and spirituality. They proved by living thousands of years. They passed their knowledge to their students and helped people with long lasting diseases.

An Alchemist should not have avarice or greediness for gold or money or else it is believed that they will get the curse of Siddhars. That's why Siddha physicians or an alchemist should have the tendency to help others, should not expect money from his patients, and he should be well-versed in practice. Siddhars used Paripaashai (the technical term or the secret code which cannot be understand by all). The one who is divine in his thoughts and spiritual in his mind can read those *Paripaashai* mentioned in the books or script patiently. The beauty of Siddha medicine is that we take oath (*Sathyapramanam*) comprising of Iyama, Niyama, disciplinaries of the students and doctors before studying the course while others take oath after their completion of course.

Explanation:

The meaning of *Vethai* is to change. (*Naal vethi* , *Mandala vethi* – Korakkar Malaivaagadam) Changing of low order metals such as Brass (*Piththalai*), Copper (*Sembu*), iron (*Irumbu*) into high order metals like gold with the help of Mercury (*Rasam*). As far as the Siddhars are concerned, it is said to bring about immortal change to the body and mind.

Medicines prepared from plant and animal sources will get expired easily, can become less effective within short span and maybe affected by microorganisms. But medicines made from metals, salts, poisons ,minerals are not like the plant sources so they can be used for long time. When those medicines are taken as per prescribed amount they observed changes in the body and it acts as Elixir and they were modified still effectively. These particles are known as *vatham.*

vagara viththai (vagaram – changing its state) includes changing the flammable metals or minerals into non flammable, changing the water soluble metals into water insoluble, inhibiting the melting of metals etc., with these they prepared *Parpam, Chendhooram.* They believed that the persons who are well-versed in this process can only be considered as SIDDHARS.

Untreatable diseases such as leprosy (*kuttam*), Cancer (*putru*), Tubercuosis, diabetes, Ulcers can be cured by *Kattu, Kalangu, Chunnam, Parpam and Chendhooram.* To check those medicine's effectiveness it is tested through rasavatha techniques. The medicine which is to be tested should be taken 1 in 100, 1 in 1000, 1 in 10000 of the net weight of the lower order metals such as silver, copper, iron etc., if it changes into gold the medicine prepared is the best. If the medicine has the tendency to change low or cheap elements into higher elements then it can change the incurable disease of the patients too and thereby they too can attain the state of Happy living.

Fundamental principles for preparation of Siddha drugs:

1. Single drug preparation - Single herb therapy/ Based on five elemental therapy - This includes the medicines made from the action of a single herb or the mixture of herbs along with the combination of five elements - panchabootham.
2. *Maarana prayogam* - Applicaion of inimical drugs/Detoxification and potentiating process - Knowing the compatible drug and inimical drugs of a certain drug and devitalize it with the inimical drug and reviving the compatible drug . It's actions are allowed to suppress by its inimical drug first so that the atomic composition are changed within it and again retaining Life by its synergistic or compatible drug.
3. Distillation preparation - processing with corrosives.- Distillation is the process of adding some salt depending on Panchabootha theory where the salts are processed in the distillation pot. After that process get the distilled water. *Parpam, Chenthooram, Chunnam* are prepared by the above said distilled water. They are corrosive in nature.
4. Dew drops preparation - Processing with dew drops - Changing the selected proportionated substances into dew drops form medicines which are later used for the control of flammable salt, poisons while doing higher order medicines.
5. *Muppu preparation* - Processing with supreme salt of Siddha panacea - This is known as *Pooneer*. changing the salts into sunnam form. There are many types within this *muppu prayogam*. It is a process of preparing herbo-mineral medicines using supreme salt of Siddha panacea (Muppu)

If the medicines prepared from the above methods are tested, when they change metals to gold , it is called *vathasiddhi* when they treat people to attain longetivity , it is called *kayasiddhi*. By knowing the importance of rasavatham, Siddhars have insisted their students to follow through the books written by them along with their messages, yogas and spiritual knowledge. Person who attain yogasithi and spiritual mind do not feel any attachment with the things family and world (*Moovagai patru*) so they don't feel interested in gold. There evolves the name "*Verukkai*" for gold.

Many medicines have emerged during the process of *Rasavatham* which cures many diseases. Those medicines are the result of experienced people who failed in *Rasavatham.* But Siddhars have done *Rasavatham* successfully which can be proved through the scriptures and books, and it clearly explains that they don't have any motive of doing it for greed and money.

The real *Rasavatham* siddhars considered is that their soul attaining divination which was bounded by body and mind earlier.

1.10 காயகற்பம்

சித்தி இரண்டு வகைப்படும். அவையாவன வாதசித்தி, காயசித்தி. வாதசித்தி எனப்படுவது இரசவாதம்: காயசித்தி எனப்படுவது காயகற்பம். அதாவது உலகில் உள்ள உயிரற்ற பொருள் (உலோக, உபரசம்), உயிருள்ள பொருள் (மனிதஉடல்) இரண்டையும் சித்தியாக்குதல். இயற்கையில் தன்னியல்பில் மாற்றங்களைச் சந்தித்து அழியக்கூடிய உலோகங்களை நிலைத்திருக்கும் தங்கமாக மாற்றல் (வாத சித்தி). இயற்கையில் தன்னிலையில் பல மாற்றங்களை சந்தித்து இறுதியில் அழியக்கூடிய உடலை அழியாமல் சாவை மறுத்தல்(காய சித்தி) எனப்படுகிறது. "சாவை மறுப்பது மருந்து" என்கிற திருமந்திர கருத்தும், "இறந்தவர் பிறப்பதில்லை யில்லை யில்லை யில்லை" என்கிற சிவவாக்கியர் பாடலும் இங்கு நோக்கதக்கது,

- பரமா சத்தியுட் பஞ்சமாபூதம்
  தரம்மாறிற் தோன்றும் பிறப்பு" - என்கிறது ஔவைக்குறள்.

இவ்வுடலானது பஞ்சபூதங்களில் மண் - 1¼, பங்கும், தண்ணீர் 11/2 பங்கும் தீ 1 பங்கும, காற்று 3/4 பங்கும், ஆகாயம் 1/2 பங்குமாக பரந்து அடங்கியுள்ளன. இந்த எடையின் அளவு எப்போதும் நிலைபெறுமானால் இறப்பு என்பதே இல்லை. ஆனால் மனிதன் தன் அறியாமையினால் இந்த அமைப்பொழுங்கை குலைத்து விடுகிறான். இச்சையின் காரணமாக ஐம்புலன்களில ஏற்படும் அசைவு காரணமாக மனம் தன் நிலை குலைவதால் உடலில் ஐம்பூதங்களின் அளவுமுறை பிறழ்ந்துகெடும். மனதில் எழும் தீய நினைவுகளால் சீவ அணுக்கள் தளர்ந்து மெலிந்து போகின்றன. அதனால் பிணி, மூப்பு விளைவாக உடல் மரணத்தை அடைகிறது,

காயம் - உடல்: கல்பம் - ஒருகால அளவு. அல்லது கல்லைபோல் நிலைத்திருத்தல்.

காய கற்பம் என்றால் கல்பகாலமளவு அல்லது நீண்டநாட்கள் உடலை அழியாது பாதுகாத்தல் எனலாம். அதாவது நரருடைய ஓராண்டு தேவர்களுக்கு

ஒரு நாள். இது போல தேவர்களுடைய (365 நாட்கள்) ஆண்டடைக் கணித்து அத்தகைய ஆண்டுகள் நூறு கொண்டது பிரமனுக்கு ஒரு நாளாகும். அவ்வாறு நூறாண்டுக் காலம் (பிரம ஆண்டுகள்) ஒரு பிரமன் தன் பிரம்மப் பட்டத்திலிருந்து படைத்தல் தொழிலை செய்வார். அந்தக் காலம்தான் கற்பம்(கல்பம்) எனக் கூறப்படுகிறது. பிரமகற்பம் போல நீண்ட நாட்கள் மனிதன் உடலுரத்துடன் பிணிகளின்றி வாழ வகை தரும் நோக்கத்தோடு அத்தகைய செயல்திறமுள்ள மருந்துகளைச் செய்து வைத்தால் அவை கற்ப மருந்துகள் எனப்படும். மேலும் சித்தர்கள் உடல் பிணியற்று இருந்தால்தான் பிறவிப்பயனான முக்தி நிலையை அடைய முடியும் என உணர்ந்து, அதையடைய மிக முயன்று பற்பல மருந்துகளை செய்து காய சித்தி பெற்றனர்.

இதன் முக்கியத்துவத்தை

- தேகமியா தானுமொரு சித்தி பெறச் சீவன்முத்தி
  யாகு நெறி நல்லநெறி - எனத் தாயுமானவரும்
- நரை மரண மூப்பறியா நல்ல வுடம்பினரே
  நற்குலத்தாரென அறியீர் - என இராமலிங்க அடிகளாரும்
  கூறியிருப்பதை கொண்டு அறியலாம்.

திருமூலரும் உடல் வழியாகத்தான் உயிர் உய்வு அடைய முடியும் எனக் கூறுகிறார்.

- உடம்பார் அழியின் உயிரார் அழிவார்
  திடம்பட மெய்ஞ்ஞானம் சேரவும் மாட்டார்
  உடம்பை வளர்க்கும் உபாயம் அறிந்தே
  உடம்பை வளர்த்தேன் உயிர் வளர்த்தேனே - திருமந்திரம் 724.
- உடம்பினை முன்னம் இழுக்கென்று இருந்தேன்
  உடம்பினுக் குள்ளே உறுபொருள் கண்டேன்
  உடம்புளே உத்தமன் கோயில் கொண்டானென்று
  உடம்பினை யானிருந்து ஓம்புகின்றேனே. - திருமந்திரம் 725.

இவ்வாறான காயகற்ப மருந்துகளைச் சித்தர்கள் மூலிகைகளாலும், உலோகங்களாலும், இரசம், உபரசம், உப்பு, பாடாணங்கள் ஆகியவற்றாலும்; செய்து பலன் கண்டுள்ளார்கள். இவ்வாறு மருந்துகள் செய்து வரும் காலத்தில் இவை இயற்கையாக கிடைக்காத சூழ்நிலையில் அவற்றை செயற்கையாக செய்யும் சரக்கு வைப்பு முறையையும் அவர்கள் கண்டருளியுள்ளனர்.இம்முறை வேறு எந்த மருத்துவ முறைகளிலும் காண முடியாத ஒரு சிறப்பம்சமாகும்.

இத்தகைய சரக்கு வைப்பு (Synthetic drug) முறைகளை

- போகர் 7000
- அகத்தியர் அமுத கலைஞானம்
- சட்டமுனி சரக்கு வைப்பு
- மச்சமுனி பெருநூல் 800
- மச்சமுனி திருமந்திரம் 800
- பாண்டவைப்பு முதலிய நூல்களில் மிக விரிவாகக் காணலாம்.

வகைகள்

கற்ப மருந்துகளை அது பயன்படுத்தப்படும் முறை மற்றும் சேர்க்கப்படும் மூலச்சரக்குள் இவற்றைக்கொண்டு வகைப்படுத்தலாம். சேர்க்கப்படும் மூலச்சரக்குகளைக் கொண்டு

- தனி மூலிகைக் கற்பம்
- பல மூலிகைக் கற்பம்
- தனி உலோக பற்ப செந்தூர முதலான கற்பம்
- பல உலோகங்கள் கூடிய கற்பம்
- தனி இரசத்தாலான மருந்து கற்பம்
- உபரச கற்பம்
- உப்புவகைக் கற்பம் என பிரிக்கலாம்.

கற்பங்களின் வகைகள் பற்றி 'போகர் கற்பம் 300', போகர் 7000த்தின் பின் பாதியிலும், தேரையர் யமகத்திலும் காணலாம். மேலும் பயன்படுத்தப்படும் முறையை வைத்து அதை பொதுகற்பம், சிறப்பு கற்பம் என இருவகைப்படுத்தலாம். இந்த இரண்டில் மேற்கூறிய கற்பங்கள் அடங்குவதோடு மட்டுமன்றி உடலைக் காக்கும் ஆதனம் முதலிய பயிற்சிகளும் பிராணாயாமம் என்று சொல்லப்பட்ட வாசியும், யோகமும், முப்புவும் அடங்கும். இதில் யோகத்தின் மூலம் கிடைக்கும் யோகமுப்பு நமது உடலிலேயே ஊறுகின்ற சிவக்குடிலை போன்ற சத்துக்களாகும். இதைத்தான் சிவவாக்கியர் உருத்தரித்த நாடியில் என்ற பாடலில் விளக்குகிறார்,

- **பொது கற்பம்**

பொதுவான உடல் நிலையைக் காத்து மேனிக்கு எழிலையும் பலத்தையும் தந்து நரை, திரை, மூப்பாகிய கேடுகளின்றி இறப்பை வராதபடி தடுப்பதுவாம்.

உ.ம். இஞ்சி கற்பம் - இதைக் கற்பமுறைப்படி உண்ண நரை, திரை, மூப்பு முதலிய கேடுகளின்றி உடல்நலம் பெறலாம்.

கற்றாழை கற்பம் - இதை ஊறுகாயாவது, வற்றலாவது செய்து கற்பமுறைப்படி உண்ண இரசவர்க்க பண்டங்களும், கனிகளும் புசிப்பதால் உண்டாகும் நன்மை ஏற்படும்.

- **சிறப்புக் கற்பம்**

சிறப்பாக குற்றக் கேட்டால் உடலில் உறுப்புகளிலாவது உடல் முற்றுமாவது கண்ட பிணியை நீக்கி உடலுக்கு வன்மை தந்து பலமூட்டுவதாகும்.

உ.ம். கீழாநெல்லி கற்பம் (மூலிகை கற்பம்)- கீழாநெல்லி சமூலத்தினை அரைத்துப் பசுந்தயிரில் குழப்பி கலந்து தினமும் கற்பமுறைப்படி உண்டால் மேக நோயினால் ஏற்படும் வெட்டை முதலிய பிணிகள் நீங்கும்.

அயசம்பீரக் கற்பம் (தாது கற்பம்) - எலுமிச்சம் பழத்துடன் அயம் கூட்டிச் செய்யப்படும் அயசம்பீர கற்பத்தினால் பாண்டு, சோபை, சிறப்பாகத் தீரும்.

கற்ப பாண்டம் (கற்பம் உண்ணுகையில் பயன்படுத்துபவை)

1. தேற்றான் மரத்தில் செய்த பாத்திரம் - இது அமுரி வைக்கப் பயன்படும்
2. நூறாண்டு வேப்பமர வேரில் செய்தது. - இது தேன், நெய் வைக்க உதவும்.
3. காந்தத்தினால் செய்தது - இது உணவையிட்டுச் சாப்பிட உதவும்
4. அப்பிரகம்-இரசம்-கந்தகம் இவற்றால் செய்த கிண்ணிகள். இவை உணவையிட்டு உண்ணவும், மருந்துகளைப் பத்திரப்படுத்தவும் பயன்படும்.
5. மண்-பொன்-கொம்புச் சிமிழ் முதலிய பாண்டங்களும் உதவும்.

கற்பம் உண்ணும் விதிகள்:

கற்ப மருந்தை நன்னாள் அறிந்து ஆரம்பித்தல் நன்று. பல கற்ப மருந்துகள் முதலில் சிறு அளவில் தொடங்கி நாளுக்கு நாள் பெருக்கி உண்ணப்பட வேண்டும் எனவும், சில ஏற்றியும் இறக்கியும் உண்ண வேண்டும் எனவும், சிலவற்றை இடைநிறுத்தாமல் தொடர்ந்து கூறப்பட்ட நாளளவு வரை உண்ண வேண்டும் எனவும் கூறப்பட்டுள்ளன. பெரும்பாலான கற்பங்கள்

ஒரு மண்டலம் புசிக்க வேண்டியனவாக உள்ளன. புளி நீக்கம் மற்றும் இச்சாபத்தியம் வலியுறுத்தப்படுகிறது.

கற்பமுண்ணும் காலத்து தூய்மையான மனதுடன் இருத்தல் வேண்டும். பொய், திருட்டு, கபடு நீக்கி அடக்கமாக இருந்து கற்பமுண்ண வேண்டும். மனம் தூய்மையானால் கற்ப மருந்து சிறந்த பலனைத்தரும்.

காய கற்பத்தின் பயன்.

- கற்பத்தை யுண்டால் காயம் அழியாது
  கற்பத்தினாலே காணலாம் கைலயை
  கற்பத்தினாலே காணலாம் சோதியை
  கற்பத்தினாலே காலையும் கட்டிடே - சட்டைமுனி

- உருத்தரித்த நாடியில் ஒடுங்குகின்ற வாயுவை
  கருத்தினால் இருத்தியே கபாலம் ஏற்ற வல்லீரேல்
  விருத்தரும் பாலராவர் மேனியும் சிவந்திடும்
  அருள்தரித்த நாதர் பாதம் அம்மைபாதம்; உண்மையே" -
  சிவவாக்கியர்.

Rejuvenation:

Siddhi can be classified into two. They are *Kayasiddhi* and *Vathasiddhi. Vathasiddhi* called as *Rasavatham* (Alchemy). *Kayasiddhi* called as *Kayakarpam.* It means making immortal of living (especially human being) and non-living (some metals and minerals) things present in the world. Changes and destruction occurs in the characters of some metals and minerals due to environment, which will convert the unstable metals and minerals to stable metal like gold called as *Vathasiddhi.* Likewise the human body is also facing the changes and getting devastated day by day. Avert of devastation of the human body is called *Kayakarpam.* The divine concept said by Thirumoolar & quote medicine - which denies death.

The human body is made up of 11/4 of the land, 11/2 part of Water, 1 part of fire, 3/4 part of air, 1/2 part of sky. There is no such thing as death if this amount of ratio is forever sustained. But a human disrupts this system due to his ignorance. As the mind disintegrates due to his lust , the above said arrangement will alter. The Vital source gets diminished due to the evil memories that arises in the mind which generates ageing and disease that leads to devastation of the human body.

Kayam - body: *Kalpam* – a time period: - body stay a time period or become like a stone. *KarpaKarpam* is to protect the body from being destroyed for a long time.

Kayakarpam is the preservation of the body for a long time like a stone. One year in the life of a human is equals as a day of Devar. Bhramas single day equals 365 days X 100 times of (single day) Devar. Likewise this type of 100 years, Bhramma will govern this world and create the universe. This period is called as *kalpa kalam. karpa* medicines - the human body will not destroy till the *kalpa kalam.* If such effective drugs were made, they would be called *karpam medicine.* Siddhar experienced that the one who attained salvation, will not suffer disease. So they tried to attain the salvation by producing so many medicines.

The Siddhars used herbs, minerals and metals to treat such ailments. They got benefited from the use of salt and tincture, and they have also found a way for synthentic production of these drugs. They are naturally unavailable and are artificially made by the process of preparation of naturally occurring minerals, animal and herbal products. This feature is unique only in Siddha system. These methods are explained in the following.

Synthetic drug:

- Rejuvenation made by single herb
- Rejuvenation made by poly herb.
- Rejuvenation made by single metal preparation.
- Rejuvenation made by polymetal preparation
- Rejuvenation especially made by mercury.
- Rejuvenation made by minerals
- Rejuvenation made by salts.

Depending upon the usage of the karpam it is classified into pothu and sirrapu karpam.

- **General Rejuvenation:**

  It also strengthens the general body condition and prevents or delays changes occurring in the process of ageing and gives strength and vigour, maintains immunity health, longevity and prevents death.

  Inji karpam - if we take the ginger with the proper karpa methodology, it will prevent the ageing and disease.

  Katralai karpam - the intake of fruits and vegetables is similar to the Aloe vera in the form of pickled and dried part according to the karpa rituals.

- **Special Rejuvenation:**

  It has the ability to treat the dysfunction of specific organs of our body and gives us strength. That is it cures diseases occurring due to the imbalance of the three humours Vali/Azhal/ and Iyyam and maintains good health.

  *Keezhanelli Karpa*m (herb. Karpam) – The whole part of the Keezhanelli plant is mixed with curd and taken daily according to the kayakarpam norms, it cures veneral diseases.

  Iya Sambeera karpam - it cures anaemia and dropsy.

  1. Vessels made of Thetran tree is used to store amuri.
  2. The roots of 100 yrs old Neem tree is used to store honey, ghee
  3. vessel made of Magnet – it is used to eat food
  4. Vessels made up of mica,sulphur and, mercury is used to store medicine and eat food.
  5. Man (soil), gold, kombu chimil (Made by animals horns) is also used.

Rules for eating karpam foods:

It is good to start the medicine in a best day. Some *karpam* should be taken in small amount and further increased day by day. Some *karpam* should be taken in increased and decreased dosages. Some *karpam* should be taken continously without any break. Some *karpam* should be taken for one mandalam.(48days) Some karpam will have itcha *pathiyam* and avoid tamarind. There should be purity of mind during intake of Karpam. Theft, lie and deceitfulness should be avoided during the *karpa kalam.* karpa medicine will have best effect if the soul is pure.

1.11 ஆதிகால மருத்துவம்: - (Primitive Medicine) - கி.மு. 14000 - 5000

பாரம்பரிய மருத்துவத்தின் வரலாற்றை தெரிந்துகொள்ள வேண்டுமாயின் ஆதிகால மருத்துவத்தை ஆராய வேண்டியது அவசியமாகும். கெட்ட ஆவிகளை விரட்டுதல், பேயோட்டுதல், மந்திர உச்சாடனம் செய்தல், தாயத்துகள் அணிதல், செம்மண் பூச்சு, மந்திரவாதி-பூசாரிகள் செய்யும் சிகிச்சைகள் - சூடு போடுதல், சமயச்சடங்குகள், விலங்குகளைப் பலியிடல், மூலிகைச்சாறு கொடுத்தல், ஆவிக்குளியல், கெட்ட இரத்தத்தை வெளியேற்றுதல், அறுவை சிகிச்சை, மண்டையோட்டில் துளையிடல் போன்றவை ஆதிகாலத்தில் பின்பற்றப்பட்;டன. ஆதிகால மருத்துவத்திற்கு ஆதாரமாக திகழ்வது நாட்டுப்புற மருத்துவம் ஆகும். நாட்டு மருத்துவம் என்பது உடல்நலம் மற்றும் நோய் பற்றிய அனுமானங்கள், கோட்பாடுகள், செய்முறைகள் ஆகியவற்றை உள்ளடக்கிய ஒரு மருத்துவ முறையாகும். ஆதிகால தமிழ் மக்கள் எண்ணற்ற நம்பிக்கைகளையும் பழக்கவழக்கங்களையும் கொண்டிருந்தனர். அவற்றுள் பெரும்பாலானவை இன்றும் தமிழ் மக்களால் கடைபிடிக்கப்பட்டு வருகின்றன. எடுத்துக்காட்டாக, நோயாளியின் வீட்டின் முன்வாசலில் வேப்பிலையைக் கட்டித் தொங்கவிடுதல், குழந்தை வேண்டுமென்று கடவுளைப் பிரார்த்தித்தல், ஒருவருடைய நலம் காக்க பூசைகள் செய்தல் ஆகிய செயற்பாடுகள் இன்றும் தமிழ் மக்களால் கடைப்பிடிக்கப்பட்டுவரும் அன்றைய பழக்க வழக்கங்களாகும். நாட்டு மருத்துவம் மற்றவர்களை விட பழங்குடி மக்களால் இன்றும் கடைபிடிக்கப்பட்டு வருகிறது. இதுவே ஆதிகால மருத்துவம் பற்றிய ஆய்வுக்கான முக்கிய ஆதாரமாகும். தமிழகத்தின் ஆதிக்குடிகளான இருளர் எனும் பழங்குடி இனத்தவர்கள் தாவரங்களை அவற்றின் அறிவியல், மருத்துவ எல்லைகளுக்கு அப்பாற்பட்டு இன்றும் அதிக அளவில் பயன்படுத்தி வருகின்றனர்.

அவர்கள் பொதுவாக குழந்தைகள் பெண்கள், ஆண்கள் ஆகியவர்களுக்கு ஏற்படும் நோய்களுக்கான மருந்துகள் பிரசவ கால மருந்துகள், விஷக்கடி மருந்துகள் போன்றவற்றிற்கு மூலிகை மருந்துகளைத் தயாரித்துக் கொடுத்து குணமாக்குகின்றனர். இருளர் பெண்மணிகள் பிரசவம் பார்ப்பதில் மிகவும் அனுபவம் உள்ளவர்களாக விளங்குகின்றனர். அவர்கள் இன்றும் தமிழ் மருத்துவத்தின் மூலவர்களாக உள்ளனர்.

1.11.1 பாரம்பரிய மருத்துவம்:

இந்தியாவில் நிலவிவரும் பாரம்பரிய மருத்துவத்தை குறியிடப்பட்டது (இலக்கியம் சார்ந்த மருத்துவ முறைகள்), குறியிடப்படாதது என இருவகையாக பிரிக்கலாம். இதில் குறியிடப்பட்டதில் ஆயுர்வேதம், யுனானி, சித்தமருத்துவம், திபெத்திய மருத்துவம் மற்றும் ஹோமயோபதியும் குறியிடப்படாததில் நாட்டுபுற மருத்துவமும் அடங்கும். இரண்டு அமைப்புகளும் இந்தியாவில் உள்ள ஆரம்ப சுகாதார சேவைக்கு சமமாக பங்காற்றுகின்றன. அவை பின்வரும் அம்சங்களைப் பொதுவாகக் கொண்டிருக்கின்றன.

1. நோய் கணிப்பிற்கான நாடி பரிசோதனை
2. உடலின் நோய்க் குறிகுணங்கள்
3. தாது மற்றும் தாவர பொருட்களைப் பயன்படுத்துதல்.

உலக சுகாதார அமைப்பு - பாரம்பரிய மருத்துவம் என்பது உடல் மற்றும் மன நோய்களை மேம்படுத்தும் பல்வேறு கலாச்சாரங்களுக்கு சொந்தமான கோட்பாடுகள், நம்பிக்கைகள் மற்றும் அனுபவங்களின் கூட்டுத்தொகையாகும் என்று கூறுகிறது. இவைகள் விளக்கிச்சொல்லப்படாவிட்டாலும் நோயறிதலிலும், நோய் தடுப்பதிலும், ஆரோக்கியத்திலும் முக்கிய பங்காற்றுகின்றன என்று வரையரை செய்கிறது.

1.11.2 நாட்டுப்புற மருத்துவம்:

பாரம்பரிய மருத்துவமானது தொழில் முறையாக அல்லாமல், குறிப்பாக நவீன மருத்துவ சேவைகளிலிருந்து விலகியுள்ள மக்களால் நடைமுறைப்படுத்தப்பட்டு வருவது நாட்டுப்புற மருத்துவம் ஆகும். இது பொதுவாக தாவரங்களிலிருந்து பெறப்பட்ட மருத்துவ அறிவை அனுபவ அடிப்படையில் பயன்படுத்துவதாகும். இவை தலைமுறை தலைமுறையாக வாய்வழிக் கல்வி மூலமாகவும், அனுபவ முறையாகவும் தொடர்ந்து வருகின்றது. தந்தையிடமிருந்து மகனுக்கும், தாயிடமிருந்து மகளுக்கும் அல்லது மருமகளுக்கும் அல்லது குருவிடமிருந்து சீடருக்கும் எனத் தொடர்ந்து பல்லாயிரக்கணக்கான கிராமங்களில் காலங்காலமாகப் பரம்பரை மருத்துவ அறிவு வளர்ந்து வந்துள்ளது.

- சாதாரண நோய்களைக் குணப்படுத்தும் வீட்டு மருத்துவர்கள், வாய்மொழி மருத்துவ அறிவின் மூலம் பல்வேறு நோய்களுக்குச் சிகிச்சைத் தரவல்ல பல்லாயிரக் கணக்கில் உள்ள நாட்டு வைத்தியர்கள், மலைவாழ் பழங்குடி இன மருத்துவர்கள்

- பத்தியம், அபத்தியம் என்பதை அறிந்து கால நிலை, உடல் நிலைக்கேற்பவும் மகப்பேறு, வீட்டு விலக்கம் மற்றும் பாலூட்டும் காலங்களில் கொள்ளும் மற்றும் தள்ளும் உணவுகளைப் பற்றிய பரம்பரை அறிவுவுடையவர்கள்
- உடல்நலம் பற்றிய பாடல்கள்-பழமொழிகள், குறிப்புகளை அறிந்து வைத்துள்ளவர்கள்
- சில குறிப்பிட்ட நோய்களை மட்டுமே குணப்படுத்தும் தனி நபர்கள், குடும்பங்கள் உ.ம் மஞ்சட்காமாலை, கணம்
- நோய்குறிகள், நோய்த்தடுப்பு முறைகள் பற்றியப் பரம்பரை அறிவுடையவர்கள்
- மூச்சுப் பயிற்சி மற்றும் உடல் பராமரிப்பை மேற்கொள்ளும் யோகப்பயிற்சியாளர்கள்
- வர்ம முறைகளை கையாளுவோர்
- எலும்பு முறிவுக்கு கட்டுப்போடுவோர்
- விஷசிகிச்சை அளிப்போர்
- தொக்கணமுறை அறிந்தோர்
- வீடுகளில் பரம்பரை பரம்பரையாகப் பிரசவம் பார்க்கும் மருத்துவச்சிகள்

போன்றோர் நம் இந்திய நாடு முழுவதும் பல்கிப் பரந்து கிடக்கும் நாட்டுப்புற மருத்துவப் பாரம்பரியக் கூறுகளைப் படம் பிடித்துக் காட்டுகின்றனர்.

நாட்டுப்புற மருத்துவத்தில் பயன்படுத்தப்படும் சில மூலிகைகள் நோய்களை குணமாக்குவதில் மிகவும் பயன்படுகின்றன என்று ஆராய்ச்சிகள் நிறுவியுள்ளன.

Traditional Medicine:

Traditional medicine in India can be classified into codified (Ayurvedha, Unani,Siddha & homeopathy) and non codified (Folk Medicine) system. Both the systems contributing equally to the primary healthcare in India. They are the following common features

- Nadi Parikshai for Diagnosis
- Body Symptoms & Complaints
- Uses of Herbs and Minerals.

Traditional Medicine:

Definitions: (WHO- 2008.12.01 Retrieved 2014.04.20)

Traditional medicine as the sum total of the knowledge, skills and practices based on the theories, beliefs and experiences indigenous to different culture, whether explicable or not, used in the maintenance of health as well as in the prevention, diagnosis. Improvement or treatment of physical and mental illness.

Folk medicine (Traditional medicine)

Traditional medicine as practiced non professionally especially by people isolated from modern medical services and usually involving the use of plant-derived remedies on an empirical basis.

For example aspirin used as a painkiller appeared as development of quinine and cocaine, which had been used by folk medicine for a long time. In the same way, research has proved that some herbs used in folk medicine were really effective in curing disease.

Folk medicine consists of the healing practices and ideas of body physiology and health preservation known to some in a culture, transmitted informally as general knowledge and practiced by anyone in the culture having prior experience these pracitioners are known as healers.

1.12 இந்தியாவின் பிற மருத்துவ முறைகள்:
Other Medical system in India:

1.12.1. Ayurveda:

அஷ்டாங்க ஆயுள்வேதத்தை முதலில் பிரமன் கற்றார் பிரம்மதேவன் கற்ற ஆகம நூலை மற்ற முனிவர்களும் கற்றுக் கொண்டனர்: இந்திரன் ஆயுள்வேதமென்னும் ஆகமத்தை முறைப்படி முனிவர்களுக்கு உபதேசித்தான் என்று வாக்டரின் அஷ்டாங்க சங்கிரகம் கூறுகிறது. எனவே ஆகமமே ஆயுள்வேதத்தின் அடிப்படையாகிறது. அதர்வணவேதத்தின் ஒரு பிரிவாக அஷ்டாங்க ஆயுள்வேதம் கருதப்படுகிறது.

ஆயுர்வேதத்தின்படி வாழ்வின் இலக்குகளான கடமை, நீதி, இன்பம் மற்றும் முக்தி இவைகளை அடைவதற்கு ஆரோக்கியம் என்பது அடிப்படையான நிபந்தனையாக கருதப்படுகிறது. இதன்படி உலகம் மற்றும் உயிர்கள் பஞ்சபூதங்களால் ஆனவை. அவை மண், நீர், தீ, காற்று, ஆகாயம். ஆயுர்வேதத் தத்துவம் பிரபஞ்சத்திற்கும் மனிதனுக்கும் உள்ள தொடர்பை பற்றி கூறுகிறது. இது மனித உடலில் திரிதோடத்தைப் பற்றி விவரிக்கிறது. சத்துவ, இரஜோ, தமோ குணங்களைப் பற்றி கூறுகிறது. இவற்றை சமநிலையில் வைப்பதன் மூலம் ஆரோக்கியத்தைப் பேண முடியும் என்று கூறுகிறது. அக மற்றும் புறக் காரணங்களால் இச்சமநிலை குலைந்து நோய் ஏற்படும் போது உணவு, மருந்து மற்றும் செயல்முறைகளால் அவற்றை சமநிலைக்கு கொண்டுவரமுடியும் என்று கூறுகிறது. சரீரம் என்னும் செயல்பாட்டு உடற்கூறியல் நவீன அறிவியலுக்கு ஆயுர்வேதத்தின் பங்களிப்பாகும்.

ஆயுர்வேதம் எட்டு உட்பிரிவுகளை உடையது. அதாவது காய சிகிச்சை, அறுவை சிகிச்சை, கண், காது, மூக்கு சிகிச்சை, குழந்தை மருத்துவம், மனநல மருத்துவம், நஞ்சு மருத்துவம், இரசாயன மருத்துவம் மற்றும் மலட்டு மருத்துவம். அதன் அடிப்படையில் இது அட்டாங்க ஆயுர்வேதம் என அழைக்கப்படுகிறது. மேலும் கார மருத்துவமும் பஞ்சகர்மாவும் ஆயுர்வேதத்தில் பிரபலமான சிகிச்சையாக கருதப்படுகிறது. பஞ்சகர்மா என்பது நோயை உண்டாக்கும் காரணிகளை நீக்குவதற்கும் திரிதோடங்களை சமப்படுத்துவதற்கும் பயன்படுகிறது.

According to Ayurveda, health is considered as a basic pre-requisite for achieving the goals of life - Dharma (duties), Arth (finance), Kama (materialistic desires) and Moksha (salvation). As per the fundamental basis of Ayurveda, all objects and living bodies are composed of five basic elements, called the Pancha Mahabhootas, namely: *Prithvi* (earth), *Jal* (water), *Agni* (fire), *Vayu* (air) and *Akash* (ether). The philosophy of Ayurveda is based on the fundamental correlation between the universe and the man. Ayurveda imbibes the humoral theory of Tridosha- the *Vata* (ether + air), *Pitta* (fire) and *Kapha* (earth + water), which are considered as the three physiological entities in living beings responsible for all metabolic functions. The mental characters of human beings are attributable to *Satva*, *Rajas* and *Tamas*, which are the psychological properties of life collectively terms as '*Triguna*'. Ayurveda aims to keep structural and functional entities in a state of equilibrium, which signifies good health (*Swasthya*). Any imbalance due to internal or external factors leads to disease and the treatment consists of restoring the equilibrium through various procedures, regimen, diet, medicines and behavior change. Understanding of 'Functional Anatomy' i.e. *Sharir* is the unique contribution of Ayurveda to the modern science which *has* great potential for new discoveries in System Biology.

Initially, clinical medicine of Ayurveda has consists into eight distinct specialties, i.e. Kayachikitsa (Internal Medicine), Shalya Tantra (Surgery), Shalakya (Eye and ENT), Kaumar Bhritya (Pediatrics), Graha Chikitsa (Psychiatry), Agad Tantra (Toxicology), Rasayana (Gerontology) and Vajikarana (Science of virility), on the basis of which it is called 'Ashtang Ayurveda'. Over the years, Kshar Sutra and Panchakarma therapies of Ayurveda have become very popular among the public. Panchakarma is a unique therapeutic procedure for the radical elimination of disease causing factors and to maintain the equilibrium of tridosha.

1.12.2. Unani:

உலகில் அராபியர்கள் வாழும் இடங்களில் எல்லாம் இம்மருத்துவ முறை உள்ளது. இராமதேவர் என்னும் தமிழ்ச் சித்தர் அராபியாவிற்குச் சென்று மக்காவில் தங்கியிருந்தபோது அராபிய மக்களுடன் பழகி அவர்களுடைய பிணிகளைப் போக்கித் தமது மருத்துவக்குறிப்புகளை அராபிய மொழியிலும் பாடி வைத்தார். இந்தியாவில் யுனானி மருத்துவம் எனத் தற்போது பரவியுள்ளது கிரேக்க-அராபிய மருத்துவமும் ஆயுர்வேதமும் கலந்த ஒரு மருத்துவமே.

இது கிரீஸில் தோன்றிய மருத்துவமாகும் பல நாடுகளுக்கும் சென்று இந்தியாவை வந்தடைந்துள்ளது. இது நோய் தடுப்பு, ஆரோக்கிய வாழ்வு, மருத்துவ முறைகள் உள்ளடக்கிய ஒரு மருத்துவ முறையாகும். இது வெறும் நோயை போக்குவது மட்டுமல்லாது ஒரு தனிநபரின் முழு ஆளுமையையும் கணக்கில் எடுத்து பரிசீலிக்கும் தனித்துவமான மருத்துவ முறையாகும். இதன் அடிப்படைத்தத்துவம், நோயறிதல் மற்றும் மருத்துவம் செய்தல் அனைத்தும் அறிவியல் முறைக்கு உட்பட்டதாகும். இது நான்கு தத்துவங்களை அடிப்படையாக கொண்டது. அவை இரத்தம், கபம், மஞ்சள் பித்தம் மற்றும் கரும்பித்தம். அவற்றிலில் ஏதேனும் நிலைமாறுதல் ஏற்படும்போது நோய் ஏற்படுகிறது. அந்த நிலை மாற்றத்தை சரி செய்யும் போது தாதுக்கள் தம் பழையநிலையை அடைகின்றன. எனவே மருத்துவம் அவற்றை சரி செய்யும் விதமாக அமைக்கப்படுகிறது. உடலின் அனைத்து இயக்கங்களை கட்டுப்படுத்துவதும், நோய்களுக்கு எதிராக தடுப்பு சக்தியை தருவதும், உடல்

இயற்கையாக தன்னை புனரமைத்துக் கொள்ளவும் உதவும் தலைசிறந்த சக்தியாக மெடிகாட்ரிக்ஸ் நேச்சுரே கருதப்படுகிறது. இதில் நோய் கணிப்பும் மருத்துவமும் முக்கியமானதாக கருதப்படுகிறது.

ஒவ்வொரு தனிநபரின் நலவாழ்விற்கான உணவு மற்றும் வாழ்வியல் நடைமுறைகளை கண்டறிவதை இம்மருத்துவம் கருத்தில் கொள்கிறது. நோயாளியின் தேக இலக்கணம் நோய் கண்டறிதல் மற்றும் மருத்துவத்தில் முக்கிய பங்காற்றுகிறது. மனித மற்றும் மருந்துகளின் குணத்திற்கு கொடுக்கும் முதன்மை தன்மையிலிருந்தே யுனானி மருத்துவம் குறிப்பிடத்தகுந்த முக்கியத்துவத்தை பெறுகிறது.

மனிதன் மற்றும் மருந்துப் பொருட்களின் குணங்களை அளக்க நான்கு அளவீடுகளை முன்வைக்கிறது. அவை குளிர்ச்சி, சூடு, ஈரம் மற்றும் வறட்சி. இம்முறை உணவு சிகிச்சை, மருத்துவ சிகிச்சை, அறுவை சிகிச்சை மற்றும் உடல் ஒழுங்கு சிகிச்சை ஆகிய நான்கு முறைகளை விவரிக்கிறது. தோல் நோய்கள், கல்லீரல் நோய்கள், வாழ்க்கை முறை மாற்ற நோய்கள், வளர்சிதை மாற்ற நோய்கள்,, முதுமை நோய்கள், மகளிர் நோய்கள், தொற்றா நோய்கள் ஆகியவற்றை நன்கு விவரிக்கிறது. யுனானி மருத்துவ முறையானது ஆரோக்கியத்தை பராமரிக்கும் அறிவியலை உள்ளடக்கியது, ஒவ்வொருக்குமான தனித்தன்மையான நோயறிதலையும் மருத்துவத்தையும் அறிவுரையும் உள்ளடக்கியது. நோய் தடுப்பிற்கும் ஆரோக்கியத்திற்கும் வயது, காலம், கர்ப்பம், பயணம் குறித்த நடத்தை விதிகளை பரிந்துரைக்கிறது. இயற்கை மருந்துகளை உள்ளடக்கியதாக உள்ளது. தாது, தாவர, சங்கம பொருட்களை மருந்துகளாக பயன்படுத்துகிறது. யுனானி மருத்துவ மேதைகளுள் ஒருவராக அவிசென்னா(இபின்சினா 980-1037) கருதப்படுகிறார். இவரது அல்-கனான் மருத்துவ வேத நூலாக கருதப்படுகிறது,

Originating in Greece (Yunan), this system travelled to many countries before coming to India to find its permanent here.

Unani system of medicine is a comprehensive medical system, which provides preventive, promotive, curative and rehabilitative health care. The system is holistic in nature and takes into account the whole personality of an individual rather than taking a reductionist approach towards disease. The fundamentals, diagnosis and treatment modalities of the system are based on scientific principles. The basic framework of this system is based on the Hippocratic theory of four Humours, according to which any imbalance in the equilibrium of humours causes disease and therefore the treatment aims at restoring the humoral equilibrium. The system also believes that Medicatrix Naturae is the supreme power, which controls all the physiological functions of the body, provides resistance against diseases and helps in healing naturally. Temperament of a patient is given great importance both in diagnosis and treatment of diseases. It is also taken into consideration for identifying the most suitable diet and lifestyle for promoting the health of a particular individual. The remarkable holism of Unani system of medicine arises from giving primacy to the Temperament of man and drug, which unlike the molecular level, is simple and can be known as a whole. Its ease of practice arises from the fact that it uses only a few parameters i.e. the primary qualities of Hot:Cold & Dry: Wet to describe the temperament of both man and drug. Unani system of medicine described four modes of treatment viz., (Regimenal Therapy), (Dietotherapy), (Pharmacotherapy) and (Surgery). The thrust areas of Unani medicine include; skin diseases, liver disorders, noncommunicable diseases including life style diseases, metabolic & geriatric diseases and menstrual / gynaecological disorders etc. The Unani system of medicine includes the Science of Maintaining Health. It has the methods of understanding and maintaining health in a positive and individualized manner with different guidelines for different temperaments, genders, age groups, geographical regions, seasons, occupations etc. Some of the more commonly used guidelines are summarized as: Regimens for Seasons, Regimens for Agegroups Regimens for Pregnancy Regimens for Travellers etc. The section on maintenance of health is followed by methods for preventing disease. It should be noted that it describes not only Prevention of Disease but Promotion or what it calls Maintenance of Health as a separate discipline, which should be used even before Prevention of Disease. This is because, being holistic, it possesses a positive concept and description of health. Though, understandably quite elaborate. In Unani System of Medicine, drugs obtained only from herbal, animal and mineral sources are used for medication. Sometimes, these drugs are used solely, and sometimes in the form of a compound of various drugs. They may be subjected to physico- chemical processing but without breaking up their natural character. Thus, Unani system of medicine uses only natural substances in treatment.

1.12.3 Yoga

இது சித்தர் சிவனால் உருவாக்கப்பட்டதாகும். ரிக் வேதக் கவிஞர்களால் காட்டில் வாழும் கடவுள் தன்மை மிக்க சித்தர்களாக யோகி என்னும் முனிவர்கள் அறியப்பட்டுள்ளனர். சாங்கிய-யோகத் தத்துவத்திலிருந்து கி.மு. 500 வாக்கில் இதனை ஒருமுறையாக வடிவமைத்த பெருமை பதஞ்சலி முனிவரைச் சாரும். அவருக்கு முன் இருந்த பழைய யோகக் குறிப்புகளிலிருந்து தொகுத்து அவற்றைத் தமது சூத்திரங்களில் பதஞ்சலி முனிவர் புகுத்திக் கொண்டார். சாங்கியம் யோகம் என்றால் பிரிதல் என்று பொருள் தருகிறது. அதாவது இயற்கையின் தொடர்பிலிருந்து மனிதன் பிரிதல். யோகம் இதற்கு இணைதல் என்று பொருள் தருகிறது. அதாவது சீவாத்மா பரமாத்மாவுடன் இணைதல் ஆகும். இதில் எட்டு அங்கங்கள் உள்ளன. அவை இயமம், நியமம், ஆசனம், பிராணாயாமம், பிரத்தியாகாரம், தாரணை, தியானம், சமாதி என்பனவாம். அதை முறைப்படி பயின்று வந்தால் சமுதாய மற்றும் தனி மனித குணநலத்தை மேம்படுத்துவதாகவும், இரத்த ஓட்டத்தை அதிகப்படுத்துவதன் மூலம் உடல் ஆரோக்கியத்தை வளப்படுத்துவதாகவும், ஐம்பொறி, புலன்களை கட்டுப்படுத்தி மனம் மற்றும் உயிரின் அமைதியை தூண்டுவதாகவும் அமைகிறது.

யோகப் பயிற்சி மன அழுத்தத்தை தடுப்பதோடு மட்டுமல்லாமல் வாழ்வின் கடுமையான சூழ்நிலைகளை எதிர்கொள்ள தேவையான மனஉறுதியை தருவதாகவும் அமைகிறது. மனித உடல் நலத்தில் யோக மருத்துவம் நோய் தடுப்பு, மறுவாழ்வு நோய் தீர்த்தல், நலவாழ்வை மேம்படுத்துதல் ஆகியவற்றில் பங்காற்றுவதாக அமைகிறது. ஆரோக்கியத்தை மேம்படுத்தவும், நோய்களை தடுக்கவும், குணப்படுத்தவும் பல இருக்கை நிலைகள் யோக இலக்கியத்தில் விவரிக்கப்பட்டுள்ளன. அதற்கு சரியான யோகாசனத்தை தேர்ந்தெடுப்பதும் சரியான முறையில் செய்வதும் முக்கியமானதாக அமைகிறது.

The word "Yoga" comes from the Sanskrit word "yuj" which means "to unite or integrate." Yoga is about the union of a person's own consciousness and the universal consciousness. It is primarily a way of life, first propounded by Maharshi Patanjali in systematic form Yogsutra. The discipline of Yoga consists of eight components namely, restraint (*Yama*), observance of austerity (*Niyama*), physical postures (*Asana*), breathing control (*Pranayam*), restraining of sense organs (*Pratyahar*), contemplation (*Dharna*), meditation (*Dhyan*) and Deep meditation (*Samadhi*). These steps in the practice of Yoga have the potential to elevate social and personal behavior and to promote physical health by better circulation of oxygenated blood in the body, restraining the sense organs and thereby inducing tranquility and serenity of mind and spirit. The practice of Yoga has also been found to be useful in the prevention of certain psychosomatic diseases and improves individual resistance and ability to endure stressful situations. Yoga is a promotive, preventive rehabilitative and curative intervention for overall enhancement of health status. A number of postures are described in Yoga literature to improve health, to prevent diseases and to cure illness. The physical postures are required to be chosen judiciously and have to be practiced in the correct way so that the benefits of prevention of disease, promotion of health and therapeutic use can be derived from them.

1.12.4. Homoeopathy

ஹோமியோபதி என்ற சொல் கிரேக்கச் சொல்லாகும்;. இதற்கு ஒத்தது ஒத்ததை ஒக்கும்' என்பது பொருளாகும். 1805ல் டாக்டர். கிறிஸ்டியன் ஃபிடெரிக் சாமுவேல் ஹானிமேன் என்பவரால் ஜெர்மனியில் அறிமுகப்படுத்தப்பட்டது. 1790ம் ஆண்டு ஸ்காட்லாந்து மருத்துவரும் வேதியிலாளருமான வில்லியம் கல்லனின் மருத்துவக் கட்டுரையை ஆங்கிலத்திலிருந்து ஜெர்மன் மொழிக்கு மொழிபெயர்த்தபோது, சின்கோனாவின் மலேரியா காய்ச்சலை குணப்படுத்தும் திறன் அதில் உள்ள துவர்ப்புச் சுவையால் அமைகிறது என்ற குறிப்பைக் அவர் கண்டறிந்தார். இது குறித்து சந்தேகம் கொண்ட ஹானிமேன் சின்கோனா டிங்ஞ்சரை திரும்ப திரும்ப எடுத்துக் கொள்வதன் மூலம் அதன் விளைவை தனக்குத்தானே சோதித்துக் கொண்டார். தொடர்ச்சியான சோதனைகளுக்குப் பிறகு அந்த மருந்து மலேரியா காய்ச்சலை நல்ல உடல்நிலையில் உள்ள மனிதனுக்கு ஏற்படுத்துவதை கண்டறிந்தார். 'தி லா ஆஃப் சிமிலர்' என்ற ஹோமியோபதியின் முக்கியக் கோட்பாட்டை சரியான கணிப்பு, முறையான விளக்கம், அறிவுப்பூர்வமான கட்டமைப்பு ஆகியவற்றின் மூலம் இது ஒரு சோதனை அறிவியலாக தர்க்க ரீதியாக பரிணமிக்கிறது என்பதை ஹானிமேன் முன்வைத்தார்.

அதாவது எது நோயை குணப்படுத்துவதாக இருக்கிறதோ அதுவே அந்த நோயை வருவிப்பதாகவும் உள்ளது என்பதை தனக்குத்தானே பரிசோதனை செய்து பார்த்தபின் வெளியிட்டார்.

இரண்டாவது ஒற்றை வைத்திய விதி அதாவது நோயாளிக்கு ஒரு நேரத்தில் ஒரு மருந்து மட்டுமே கொடுக்கப்படவேண்டும் என பரிந்துரைத்தார்.

மூன்றாவது குறைந்தபட்ச மருந்தளவு அதாவது கொடுக்கப்பட வேண்டிய ஒற்றை மருந்தை மிகக் குறைந்த ஆற்றலில் மீண்டும் மீண்டும் கொடுக்கவேண்டும். இந்த அளவு நோயாளியின் எதிர்வினையைத் தூண்டுவதற்குத் தேவைப்படும் அளவு ஆகும். இது மென்மையான சிகிச்சையாகவும். நிவாரணத்தைத் தருவதாகவும் அமைகிறது.

The word "homoeo-pathy" (which comes from the Greek: Similia Similibus curentur or like cures like).

"Homoeopathy" was introduced as a scientific system of drug therapeutics by a German Physician, Dr. Christian Frederick Samuel Hahnemann in 1805. While translating a medical treatise by Scottish physician and chemist, William Cullen, from English to German, in 1790, he came across a foot note under Cinchona that attributed its fever curing property to the astringent (decongestant) qualities of the drug. Being sceptical of Cullen's remarks concerning the effect of Cinchona for curing malaria, Hahnemann experimented its effect on himself by taking repeated doses of cinchona tincture and experienced fever, shivering and joint pains: symptoms similar to those of malarial fever. After series of experiments, Hahnemann concluded that a drug that could produce certain symptoms in healthy individuals could also cure similar disease symptoms, in accordance with some hidden, natural laws of similars as had been vaguely perceived by ancient physicians.

Based on this, Hahnemann postulated the key principle of Homeopathy, ***the Law of Similars***, logically evolving it as an experimental science, according to the method of inductive reasoning after exact observation, correct interpretation, rational explanation and scientific construction. Dr. Hahnemann derive this law after proving drugs on him and concluded that disease curing powers of a drug are the same as the disease causing powers.

Law of simplex or single remedies: The law of simplex or single remedies is the 2nd cardinal principal of Homoeopathy. Dr. Hahnemann during his time proved crude substances known as 'drugs' on himself and he insists only one, single, medicine is to be prescribed to the patient at a time.

Law of minimum dose: This law states that the single remedy to be given should be given in the least potency and repetition. Minimum dose is that dose which is just required to evoke a reaction in the patient. It is that quantity which is just sufficient to produce a gentle remedial effect and medicinal relief.

1.12.5 திபெத்தியன் மருத்துவம். (Sowa-Rig-pa - Amchi Medicine):

சோவா-ரிக்-பா பொதுவாக அமக்கி மருத்துவம் என அழைக்கப்படுகிறது. இது இமயமலைப் பகுதியின் பல பகுதிகளின் பாரம்பரிய மருத்துவமாகும். இது முக்கியமாக பழங்குடியினர் மற்றும் போட் மக்களால் பயன்படுத்தப்படுகிறது. சோவா-ரிக்-பா என்றால் குணப்படுத்தும் அறிவியல் என்று பொருள். இதைப் பயன்படுத்துபவர்கள் அம்சி என்று அழைக்கப்படுகின்றனர். இது ஆயுர்வேதத்திலிருந்து உருவானது. அட்டாங்க ஹிருதயத்தை அடிப்படையாகக் கொண்டது. இது 4ம் நூற்றாண்டில் திபெத்திய மொழியில் மொழிபெயர்க்கப்பட்டது. வடஇந்தியாவின் சில பகுதிகளில் இது பிரபலமாக உள்ளது. இது மனிதனுக்கும் இயற்கைக்கும் இடையிலேயான தொடர்பின் அடிப்படையில் மனிதனின் நலவாழ்வை அணுகுகிறது. நோய் கணிப்பிற்கு நாடி முதலான எண்வகைத் தேர்வுகளை பயன்படுத்துகிறது. இது பௌத்தமதக் கொள்கைகளை (கர்மம், தர்மம், நீதிநெறிகள்) உள்ளடக்கியது. உயிர் தாதுக்கள், உடல் தாதுக்கள் மற்றும் மும்மலம் ஆகியவற்றை சமநிலையில் வைப்பதன் மூலம் ஆரோக்கியமான உடலை பெறுவது குறித்து சொல்கிறது. இந்தச் சமநிலையில் மாற்றம் ஏற்படும்போது நோய் ஏற்படுகிறது. ஐம்பூதங்களை அடிப்படையாகக்கொண்டது.

நோய் கணிப்பு நோயாளியை பார்த்தல், தொடுதல் மற்றும் நோயாளி சொல்வதைக் கேட்டல் மூலம் நிகழ்த்தப்படுகிறது, மருந்துகளாக தாது, தாவர, சங்கமப் பொருட்கள் பயன்படுத்தப்படுகின்றன. மருந்துகள் பொடி, குடிநீர், மாத்திரை மற்றும் மணப்பாகு வடிவில் அளிக்கப்படுகின்றன. மந்திர தந்திரங்கள் இதில் முக்கிய பங்காற்றுகின்றன.

"Sowa-Rig-pa", commonly known as Amchi medicine, is the traditional medicine of many parts of the Himalayan region used mainly by the Tribal and bhot people. Sowa-Rig-pa (BodhKyi) means 'science of healing' and the practitioners of this medicine are known as Amchi. Sowa-Rigpa is originated out of Ayurveda and is based mainly on the Ashtanga Hridaya' treaty which one of the three main Compendia of Ayurveda which was translated in to Tibetan language in 4th century. In India, this system of medicine has been popularly practiced in Ladakh and Paddar-Pangay regions of Jammu and Kashmir, Lahul-spiti, Pangi, Dharmashala and Kinnar region of Himachal Pradesh, Uttrakhand, Arunachal Pradesh, Sikkim, Darjeeling-Kalingpong (West

Bengal). Sowa-Rig-pa is a science, art and philosophy that provides a holistic approach to health care on the basis of harmony and understanding of human being and universe i.e. the environment. It uses diagnostic techniques for example pulse and urine examination (eight fold examination) and it embraces the key Buddhist principles of altruism, karma and ethics. According to the Amchi system, proper alignment of the three Dosha, seven body Tissue (seven Dhatus) and three excretory products (Malas) in the state of equilibrium constitutes a healthy body. Any disequilibrium in any of these energies leads to disease or ill-health. Amchi medical theory states that everything in the universe is made up of five basic elements, namely, sa (Earth), chu (Water), me (Fire), rLung (Wind), Nam-mkha (Space).

The diagnostic techniques in Sowa-Rigpa include visual observation, touch and interrogation. For treatment of health problems, the system makes use of herbs, minerals, animal products, spring and mineral water, moxibustion, mysticism and spiritual power. The medicines are used usually in the form of decoctions, powders, pills and syrups etc. *Mantra and tantra* components are also very important of Sowa-rig-pa.

1.13 சித்த மருத்துவத்திற்கும் இந்தியாவில் வழங்கி வரும் மற்ற மருத்துவ முறைகளுக்கும் உள்ள ஒற்றுமை வேற்றுமைகள்.

வ.எண்	சித்த மருத்துவம்	ஆயுர்வேதம்
1	சிவன் சக்திக்கு அருள சக்தி நந்திக்கு அருள, நந்தி தேவர் திருமூலருக்கு அருளினார்.	முதலில் பிரம்மா தட்சப் பரஜாப்திக்கு அருளினார் எனக் கூறப்பட்டாலும் பிரம்மாவுக்கு முன்வே ஆயுர்வேதம் இருந்ததாக சரகசம்ஹிதை கூறுகிறது.
2	இதில் 96 தத்துவங்கள் உள்ளன.	இதில் 25 தத்துவங்கள் உள்ளன.

வ.எண்	சித்த மருத்துவம்	ஆயுர்வேதம்
3	இதில் 8 வகைத் தேர்வுகள் உள்ளன.	இதில் தர்சனம், ஸ்பரிசம், பிரஷ்ணம் என மூன்று முறைகள் உள்ளன.
4	முப்புக் கொள்கை சிறப்பானது	இல்லை
5	ஆரம்பம் முதலே நாடி பார்த்தல் சிறப்பாக உள்ளது.	மிகமிக பிற்காலத்தில் சாரங்கதர சம்ஹிதையில்தான் நாடிப் பரிட்சை அறிமுகமானது.
6	இதில் பாதரசம்-உலோக மருந்து சிகிச்சை ஆரம்பம் முதலே நன்கு வளர்ந்துள்ளது.	கி.பி.14ம் நூற்றாண்டுக்குப் பிறகே நாகார்ச்சுனரால் இரச சிகிச்சை அறிமுகப்படுத்தப்பட்டது.
7	ஆரம்பம் முதலே யோக முறை சிறப்பாக பயிலப்பட்டது	சரக சம்ஹிதை காலம் வரையில் இதில் யோகம் பற்றி எதுவும் குறிப்பிடப்படவில்லை.
8	தொக்கணம் முறை வழக்கில் உள்ளது.	பஞ்சகர்மா வழக்கில் உள்ளது.
9	வர்மம் சித்த மருத்துவத்திற்கேயான தனிச்சிறப்பு.	ம(வ)ர்மம் பிற்காலத்தில் சேர்க்கப்பட்டது

சித்த மருத்துவமும் யுனானி மருத்துவமும்:

அராபிய மருத்துவமான யுனானி மருத்துவம் தோன்றிய காலம் கி.பி.8ம் நூற்றாண்டாகும்

'யுனானி மருத்துவம் ஆயுர்வேதத்தின் அடிப்படையில்தான் உருவாக்கப்பட்டது' என இந்திய யுனானி மருத்துவ முன்னோடியன மஸ்குல் முல்க் ஹக்கீம் அஜ்மல்கான் (1863-1927) கூறுகிறார். யுனானி மருத்துவ நூல்கள் ரஜி (841-926) என்பவராலும், அவிசென்னா(சினா) (980-1037) என்பவதாலும் இயற்றப்பட்டுள்ளன.

ஆயுர்வேதம் பண்டைய இந்திய (திராவிடர்) மருத்துவத்திலிருந்து கிளைத்தது என்பதாலும், யுனானி மருத்துவம் ஆயுர்வேதத்தை அடிப்படையாகக் கொண்டது என்பதாலும், இவ்விரு முறைகளுக்கும் மூத்தது பண்டைய தமிழ் மருத்துவமான சித்த மருத்துவம் என்பது பெறப்படுகிறது. யாக்கோபு என்ற பெயரில் தமிழ்சித்தர் இராமதேவர் அரபு நாட்டில் தங்கி மருத்துவம் கற்றுக்கொடுத்தவர் என்பதை மனதில் கொள்ளவேண்டும்.

சித்தமருத்துவத்தில் உள்ள பல மூல மருந்துகளின் தமிழ்ப் பெயர்கள் ஆயுர்வேதத்திலும் யுனானி முறையிலும் அப்படியே காணப்படுவதில் சிலவற்றை பார்க்கலாம்.

வ.எண்	சித்த மருத்துவம்	ஆயுர்வேதம்	யுனானி மருத்துவம்
		மூலிகைகள்;	
1	அக்கராகாரம்	அக்கராகாரபா	அக்கரகாரா
2	எருக்கு	அர்க்கம்	அக்
3	அசோக பட்டை	அசோக த்வாக்	சாலா அசோக்
4	மாசிக்காய்	மச்சிக்கா	மாபல்
5	திப்பிலி	பிப்பாலி	பில்பிலி
		தாது	
1	அப்பிரகம்	அப்பிரகம்	அப்ரக்
2	கந்தகம்	கந்தகம்	கந்தக்

வ.எண்	சித்த மருத்துவம்	ஆயுர்வேதம்	யுனானி மருத்துவம்
3	மிருதார்சிங்கி	மிருதார்சிங்கி	முர்டார் சிங்
4	புட்பராகம்	புஷ்பராகம்	புக்ராஜ்
5	படிகாரம்	படிகம்	பட்காடி
		விலங்கு பொருட்கள்	
1	பூநாகம்	பூநாகம்	கேச்சுவா
2	குதிரைப் பித்தம்	அஷ்வ பித்தம்	கோடாக பித்தா
3	கோழிமுட்டை	குக்கட அண்டம்	பஸை மார்க்
4	மனித பித்தம்	நரபித்தம்	ஆத்மிகா பித்தா
5	மயில்	மயூரம்	தவூஸ்

1.14 பிற நாடுகளில் வழங்கப்படும் மருத்துவ முறைகள்

1. ரோமன்
2. கிரேக்கம்
3. சீனம்
4. எகிப்து
5. திபெத்தியன்

மற்றும் பிற மருத்துவங்களும் உள்ளன.

1.14.1. ரோமன் மருத்துவ முறை

ரோம் மற்றும் கிரேக்கர்களின் மருத்துவ முறைகள் ஜெர்மன் மொழியில் 1546-ல் மொழிபெயர்க்கப்பட்டது. ஓளலஸ் கார்னெலிஸ் ஸெல்ஸஸ்

(கி.மு.25 கி.பி.50) எழுதிய டிஸி மெடிக்கா என்னும் குறிப்பேடுதான் ரோமானிய மருத்துவம் பற்றிய சிறந்த நூலாக கருதப்படுகிறது. மிகவும் பயனுள்ள நோய் தீர்க்கும் மருந்துகளின் பட்டியலுடன் கலைகளஞ்சியம் போன்ற அமைப்பில் உள்ளது. அறுவை சிகிச்சை கருவிகள் தயாரிப்பில் ரோமானியர்கள் மிகவும் தேர்ச்சியுற்று இருந்தனர்.

சிறந்த உயிரியலாளராகக் கருதப்படும் அரிஸ்டாட்டில் உலகின் அனைத்து உயிரினங்களையும் ஆராய்ந்தவர். மனித உடற்கூறு மற்றும் கருவுற்பத்தியில் அடையாளம் காணக்கூடிய ஒரு கருத்தமைவை கட்டமைத்தார். அவரது சிந்தனையின் தாக்கம் அடுத்த இரண்டாயிரம் ஆண்டுகளுக்கு அறிவியல் சிந்தனையில் மாற்றத்தை கொண்டுவருவதாக அமைந்தது. அரிஸ்டாட்டிலின் காலத்திற்குப் பிறகு கிரேக்க கலாச்சாரத்தின் மையம் அலெக்ஸாண்டிரியாவுக்கு மாற்றப்பட்டது. அங்கு கிமு 300 ல் ஒரு பிரபலமான மருத்துவப் பள்ளி நிறுவப்பட்டது. ரோமானிய பேரரசு கிரேக்க ஆதிக்கத்தின் கீழ் வந்த பின்னும் அலெக்ஸாண்டிரியா மருத்துவ போதனையின் மையமாகத் தொடர்ந்தது. மேலும் மருத்துவ அறிவு கிரேக்க மொழியாகவே இருந்தது.

ரோமில் முதல் முக்கிய மருத்துவர்களில் ஒருவர் கேலன். அவர் கிரேக்கத்தில் குரங்குகள் உட்பட விலங்குகளை பிரித்து மனித உடற்கூறில் நிபுணரானார். பண்டைய ரோமில் அவரது முக்கியத்துவம் மற்றும் நிபுணத்துவம் காரணமாக கேலன் பேரரசர் மார்கஸ் ஆரேலியஸின் தனிப்பட்ட மருத்துவரானார்.

Aristotle, the first great biologist, studied the entire world of living things. He laid what can be identified as the foundations of comparative anatomy and embryology and his views influenced scientific thinking for the next 2,000 years.

After the time of Aristotle, the centre of Greek culture shifted to Alexendria, where a famous medical school was established about 300 BCE. Alexandria continued as a centre of medical teaching even after the Roman Empire had attained supremacy over the Greek world, where medical knowledge remained predominantly Greek.

1.14.2. கிரேக்கம்

பண்டைய கிரேக்க நாட்டின் மிகப்பெருமை வாய்ந்த மருத்துவர் அஸ்கெலபியஸ் ஆவார். (கி.மு. 1250 பிறந்தார்) மேலை நாடுகளுள் மருத்துவத்தில் இணைந்து கிடந்த மாந்தீரிகத்தைப் பிரித்து மருத்துவத்தை அறிவியற் கலையாக

மாற்றிய முதல் நாடு கிரேக்கம் ஆகும். கி.மு. 5ம் நூற்றாண்டின் மத்தியில் ஹிப்போகிரேட்ஸ் பிரபலமான சிகிச்சை முறைகளை பயன்படுத்திப் பல பிரபலமான பெரியவர்களின் நோய்களைக் குணப்படுத்தியதன் மூலம் பேரும் புகழும் அடைந்த போது மூடநம்பிக்கையின் அடிப்படையிலடைந்த மாந்தரீக சிகிச்சை முறைகள் பற்றிய கருத்துக்கள் மெதுவாக மறையத் தொடங்கின.

இன்று அனைத்து மருத்துவர்களாலும் எடுத்துக்கொள்ளப்படும் ஹிப்போகிரட்டிக் சத்தியம் இங்கிருந்து எடுக்கப்பட்டதாகும். உண்மையில் இது ஒரு மருத்துவர் சமூக மதிப்புகளை உணர்ந்து செயல்படுவதை உறுதிப்படுத்தும் ஒரு மத ஆவணமாகும். இதன்படி மருத்துவர்கள் தங்கள் ஆசிரியரை மதிக்கவும், விடம் கொடுக்கவோ, நோயாளிகளை எந்த வகையிலும் துன்புறுத்தவோ, கத்தியைப் பயன்படுத்தவோ அல்லது நோயாளிக்கும் மருத்துவருக்கும் இடையிலான ரகயசியத்தன்மையை உடைக்கவோ கூடாது என்று சத்தியப் பிரமாணம் எடுத்துக்கொள்கின்றனர்.

போர் காயங்களுக்கு மருத்துவம் பார்க்கப்பட்டது. ஆனால் மயக்க மருந்து கொடுத்தல் பற்றிய அறிவு காணக்கிடைக்கவில்லை. காலப் போக்கில் மருத்துவர்கள் மனித உடற்கூறியல் பற்றிய அடிப்படை அறிவைப் பெற்றனர். கிமு 4ம் நூற்றாண்டில் விலங்குகளின் உடலை ஆய்வு செய்து பார்ப்பதின் மூலம் மனித உடற்கூறு குறித்த அறிவைப் பெற்றனர்.

கிரேக்க மருத்துவ நடைமுறையில் பிழைகள் இருக்கலாம்: அபாயமானதாக கூட சிலநேரம் தோன்றலாம். ஆனால் கிரேக்க மருத்துவர்கள் சரியான திசையில் மருத்துவத் தொழிலைத் தொடங்கினர். கவனம், அனுபவம் மற்றும் சோதனை மூலம் மனித உடலைப் பற்றிய துல்லியமான அறிவியல் அறிவை நோக்கி நீண்ட பாதையில் அவர்கள் தங்களது வேலையைத் தொடர்ந்தார்கள். அது நோய்க்கான சரியான சிகிச்சைக்கான சாத்தியக் கூறுகளாக அமைந்தன.

Greek is one of the founding place of ancient medicine. Asclepias is one of the Greek scholar was expert in medicine. Hippocrates was considered as father of medicine and he was popular among the people for his medical skills. Today students take Hippocrates oath as a part of dissection class to follow ethics and to know the duties as a doctor. Anesthetics were developed later and was extensively used during battle injuries. Later in depth anatomy of human body was studied. Even though greek medicine has some faults and sometimes too lethal to perform, but they carried out their studies in a proper way by understanding, experimenting the human body.

1.14.3. சீன மருத்துவம்: (1766 - 1122கி.பி)

இந்திய மருத்துவத்தைப் போன்ற நீண்டநெடும் பாரம்பரியத்தையும் வழக்கையும் கொண்டது சீன மருத்துவம். பல்வேறு வகையான மூலிகை மருத்துவம், குத்தூசி மருத்துவம், கப்பிங் சிகிச்சை, குவாஷா, மசாஜ்(துய் நா), போன் செட்டர்(டை-டா), உடற்பயிற்சி(கிகோங்) ஆகியவை பாரம்பரிய சீன மருத்துவத்தின் கீழ் அடங்கும். சீன தத்துவம் யின் மற்றும் யாங் என்பதை அடிப்படையாக கொண்டது. உடலின் உட்புறம் யின், மேற்புறம் அல்லது தோல் யாங்: மண்ணீரல், நுரையீரல் மற்றும் சிறுநீரகம் யின்: இதயம் மற்றும் கல்லீரல் யாங். ஒரு நோய் அகக்காரணங்களால் ஏற்பட்டால் அது யின்: புறக்காரணங்களால் ஏற்பட்டால் அது யாங் கசப்பு, பேதி மருந்துகள், குளிர்ச்சியான பொருட்கள் யின்: காரம், சுடான பொருட்கள், கரைப்பான்கள் யாங். யின் என்பது பூமி, சந்திரன், இரவு, குளிர், ஈரம், இறப்பு மற்றும் சடத்தைக் குறிக்கிறது. யாங் சொர்க்கம், சூரியன், பகல், வெப்பம், வறட்சி, பிறப்பு மற்றும் அசடத்தைக் குறிக்கிறது.

யின் மற்றும் யாங் அண்டத்தில் உள்ளது போலவே பிண்டத்திலும் உள்ளது. எனவே உடல்நலமுள்ள ஒரு மனிதனுக்கு யின் மற்றும் யாங் உடல் முழுவதும் சமமாக உள்ளது. இருப்பினும் சில இடங்களில் இது சமமற்று இருக்கலாம். அப்போது நோய் தோன்றும் என்று கூறப்படுகிறது.

நாடியின் நிலையறிய மருத்துவர் ஒவ்வொரு மணிக்கட்டிலும் மூன்று இடங்களை கணிப்பது அடிப்படையான விஷயமாக கடைபிடிக்கப்பட்டது. அது கன், கான், சீ (வளி. அழல், ஐயம் போல) என அழைக்கப்படுகிறது. யின் வலது புறத்தையும், யாங் இடது புறத்தையும் குறிக்கிறது. பெண்ணின் வலதுபுற நாடி நோயையும் இடதுபுற நாடி நலத்தையும் குறிக்கும். இது அப்படியே ஆண்களுக்கு மாறிவரும்.

அதுபோல நாடியானது இரண்டு நிலைகளில் உணரப்படுகிறது. அவை மேலோட்டமாக உணருதல் மற்றும் அழுத்திப் பார்த்து உணருதல். உதாரணமாக இடது மணிக்கட்டில் 'கன்'னை லேசாக அழுத்தும் போது சிறுகுடலின் நிலையையும், பலமாக அழுத்தும்போது இருதயத்தின் நிலையையும் அறிய முடியும். 'கான்' ஐ லேசாக அழுத்தும்போது மண்ணீரலையும், பலமாக அழுத்தும்போது கல்லீரலையும் அறிய முடியும். 'சீ' யை லேசாக அழுத்தும்போது சிறுநீர்ப்பையையும், பலமாக அழுத்தும்போது சிறுநீரகங்களையும் அறிய முடியும்.

Chinese medicine has a long tradition and practice similar to indian Medicine. Different types of Herbal medicine , Acupuncture, Cupping treatment,

Guasha massage, bone setter under Chinese Medicine. Chinese philosophy is based on yin and yang.

The inside of the body is yin, the surface or skin is yang; the spleen, lungs, and kidneys are yin, the heart and liver are yang; a disease is yin when it results from internal causes, yang when it comes from external causes; purgatives, bitter substances, and cold infusions are yin drugs, while resolvents, pungent substances, and hot decoctions are yang drugs. Yin also stands for earth, moon, night, cold, moist, death, and passive, among other things, while yang represents heaven, sun, day, heat, dry, life, active and so forth. Yin and yang are present throughout the macrocosm of the world just as they are present in the microcosm of the human body.

So yin and yang are distributed throughout the body in an even balance in a healthy individual. However, a specific organ or area may have more of one than of the other.

Basically, the physician had three places on each wrist at which he must ascertain the quality and quantity of the pulse. The place closest to the hand was known as the cun ("inch"), the middle position was the *guan* ("bar"), and the one farthest from the hand was called the *chi* ("cubit"). Yin representing right and yang left, a woman's right pulse indicated disorder and her left pulse order; the opposite held for a man.

The physician not only read three different pulses on each wrist but also read each pulse at two levels. For example, on the left wrist, when the inch was lightly pressed the pulse indicated the state of the small intestines; when heavily pressed, the heart. The bar lightly pressed indicated the state of the gallbladder, and when heavily pressed, the liver; and the cubit lightly pressed indicated the state of the urinary bladder heavily pressed, the kidneys. The right wrist had its own relationships to the body organs.

எகிப்து மருத்துவம்:

பண்டைய எகிப்து மருத்துவம் ஒரு பண்பட்ட மருத்துவமாக இருந்து வந்திருக்கிறது. எகிப்தியர்கள் உடற்கூறு மற்றும் அறுவை சிகிச்சையில் மேம்பட்ட அறிவை பெற்றிருந்தனர் பல் நோய்கள், மகளிர் நோய்கள், இரைப்பை குடல், சிறுநீர் கோளாறுகள் உள்ளிட்ட பல நோய்களுக்கு

அவர்கள் சிகிச்சை அளித்துள்ளனர். மேலும் மதுமேகம் மற்றும் புற்றுநோயை கண்டறிந்திருந்தினர். தாது, தாவர, சங்கமப் பொருட்களைக் கொண்டு மருந்து செய்து சிகிச்சை அளித்துள்ளனர். அவற்றில் சில இன்றும் பயன்பாட்டில் உள்ளன. அவர்கள் இந்த விவரங்களை கல், களிமண் மற்றும் பாப்பிரியில் செதுக்கியுள்ளனர். உடலின் நலத்திற்கும், நலமின்மைக்கும் உடலில் உள்ள இருபத்திரண்டு காரணிகள் சொல்லப்படுகின்றன. இவை இரத்தம், காற்று, விந்து, சளி, கண்ணீர் போன்றவற்றை சுமந்து உடலின் பல்வேறு பகுதிகளை இணைப்பவைகளாக செயலாற்றுகின்றன. இவைகள் சிலவற்றோடு சேர்ந்து, இதயத்தால் இணைக்கப்பட்டு ஆசனவாய் போன்ற இடங்களில் திறக்கின்றன. நோயாளியின் நாடித் துடிப்பை பரிசோதிப்பதின் மூலம் காரணிகளின் இயக்க நிலைகளை மருத்துவர்கள் கண்டறிந்தனர். இந்த இயக்கத்தின் சமநிலை மனித ஆரோக்கியத்திற்கு இன்றியமையாதது ஆகும். இந்த காரணிகள் உடலுக்கு அந்நியமான பொருட்களாலோ, விஷத்தினாலோ அடைபட்டால் நோய் ஏற்படும். இந்த வெளிக் காரணிகள் அல்லது விஷங்கள் உடலில் உள்ள காயங்கள் அல்லது உடலில் உள்ள இயற்கையான துவாரங்கள் வழியாக உள் நுழைகின்றன. ஹெர்மிடிக் புக்ஸ் ஆஃப் தோத் மருத்துவ வழிமுறையை நெறிப்படுத்துகிறது. முறையான மருத்துவ விதிமுறைகளின்படி நடந்து ஒரு நோயாளி இறந்துவிட்டால் அது முதன்மை குற்றமாகக் கருதப்பட்டது. நான்கு நாட்கள் மருத்துவத்தில் நோயாளியின் நிலையில் முன்னேற்றம் ஏற்படாவிட்டால் மருத்துவர் தன்னுடைய சிகிச்சை முறையை மாற்றகொள்ள அனுமதிக்கப்பட்டனர். பெண் மருத்துவர், சாதாரண மருத்துவர், மருத்துவர்களின் தலைவர், மருத்துவர்களின் மேற்பார்வையாளர், மூத்த மருத்துவர் என்று மருத்துவத் தொழில் பல படிநிலைகள் இருந்துள்ளன.

பண்டைய மருத்துவர்கள் உணவுப் பாதை, சுவாசப் பாதை, இரத்த ஓட்டம், இனப்பெருக்க உறுப்புகள், தசை, எலும்பு, நரம்பு, கண் மற்றும் காது பற்றிய உடற்கூற்றையும் நோய்களையும் பற்றிய அற்புதமான அறிவை பெற்றிருந்தனர். இருதய இயக்கத்தையும், அது இரண்டு இரத்தக் குழாய்களுள் கொண்டுள்ள தொடர்பை மட்டுமின்றி மூளைத் திரவத்தை பற்றியும் அறிந்திருந்தனர் ஆனால் சிறுநீர் மற்றும் கண்ணீர் உட்பட அனைத்து உடல் திரவங்களுக்கும் இதயம்தான் மையம் என்று அவர்கள் தவறாக நினைத்தார்கள்.

பண்டைய எகிப்தியர்களின் அறுவை சிகிச்சை மிகவும் மேம்பட்டதாக இருந்திருக்கிறது. இன்று பயன்படுத்தக்கூடிய அறுவை மருத்துவக் கருவிகளான ஸ்கேல்பெல், ஃபோர்செப்ஸ், கத்தி போன்றவற்றை பயன்படுத்தியுள்ளனர். இரத்தப்போக்கை நிறுத்தவும், காயங்களைத் தைக்கவும் அறிந்திருந்தினர். கட்டிகள், கொப்புளங்கள் மற்றும் சீழ்பிடித்த காயங்களை அறுவை செய்யவும்,

சீழை வடிக்கவும் தெரிந்திருந்தினர். கோச்சர் முறைப்படி தோள்பட்டை மூட்டுப்பெயர்ச்சி சரிசெய்யப்பட்டது. தாடை எலும்பு முறிவும் தற்கால முறைப்படியே சரிசெய்யப்பட்டிருந்தது. இன்றைய பிளாஸ்டர் ஆஃப் பாரிஸைப் போலவே அக்காலத்திலும் எலும்பு முறிவுக்கு பிளாஸ்டர் பயன்படுத்தப்பட்டது. குடலிறக்கத்திற்கான சிகிச்சை முறையும் மேற்கொள்ளப்பட்டது ஆவணப்படுத்தப்பட்டுள்ளது. அவர்களுக்கு உளவியலும் தெரிந்திருந்தது. அவர்கள் ஒருநோய்க்கு பல மருந்துகளை பரிந்துரைத்துள்ளனர். மருந்து செலுத்தும் வழியாக வாய், ஆசனவாய், யோனி, பூச்சு மற்றும் புகைபிடித்தல ஆகியவற்ற பயன்படுத்தியுள்ளனர்.

அவர்களின் மருந்தியலானது தாது, தாவர மற்றும் சங்கமப் பொருட்களை உள்ளடக்கிய மருத்துவ முறையாக இருந்திருக்கிறது.

The ancient Egyptians practiced medicine using highly professional methods. They had advanced knowledge of Anatomy and Surgery. Also, they trearted a lot of diseases including dental, gynecological, gastrointestinal and urinary disorders. They could diagnose diabetes and cancer. The used therapeutics extended from different plants to include several animal products and minerals. Some of these plants are still used in the present day. Fortunately they documented their life details by carving on stone, clay papyri.

The basic concept of health and disease according to the Ebers Papyrus is that the body has twenty-two *mtw* (vessels) which connect the body carrying various substances such as blood, air, semen, mucus, and tears. These *mtw* (vessels) are linked up at some junctures, controlled by the heart, and opened to the outside from several points like an anus. Egyptian healers would determine the condition of *mtw*-vessels by examination of the patient's pulse. The balance (*maat*) of this movement is vital for human health. If the *mtw*-vessels were blocked by foreign or noxious matters (*wekhedu*), the disease occurs. These matters may enter the patient's body through wounds or natural openings.

Medical practice was rigidly prescribed by the Hermetic Books of Thoth, and if a patient died as a result of a deviation from this strict line of treatment, it was regarded as a capital crime, also if the patient didn't improve after four days of treatment, physicians were allowed to modify the treatment. There was a hierarchy of medical profession starting with the 'swnw' (ordinary doctor); 'imyr swnw' (overseer of doctors); 'wr swnw' (chief of doctors); 'smsw swnw' (eldest of doctors); and 'shd swnw' (inspector of doctors), there is also evidence proved the existence of women physicians.

Ancient Egyptians got a surprising knowledge about anatomy, several diseases of the osseous, alimentary, respiratory, circulatory, genital, muscular, nervous, ocular, auditory, and olfactory systems were described in details, They identified the function of the heart, and its relation to the two types of blood vessels, in addition, cerebrospinal fluid was known to them too. They misunderstood that the heart was the center for all body fluids including urine and tears.

The surgery in ancient Egyptian was so advanced, surgeons used various instruments similar to present day instruments such as the scalpel, forceps, and scissors. They sutured wounds, stopped bleeding using cautery. Boils, abscesses, and septic wounds were opened surgically and drained by pieces of linen, and poultices were used as well. A dislocated shoulder was treated in a similar way to the Kocher method, also a dislocated mandible was reduced by the method used today. The plaster used for fractures consisted of linen soaked in a sticky material which hardened, They made circumcision a lot and there are some reports that documented a surgical treatment of hernia.

They knew psychology; In most cases, doctors prescribe a remedy of different drugs, not only a single drug. The routes of drug administration were basically five; oral, rectal, vaginal, topical, and fumigation. Treatments were given in different forms like; pills, cakes, ointments, eye drops, gargles, suppositories, fumigations, and baths.

The ancient Egyptian pharmacopeia comprised a wide diversity of treatments, these treatments include minerals, metals, animals, and plant sources. The range of plants used by ancient Egyptians was very wide, they have used the whole plant, or its fruit, leaves, juice, or root. Minerals and metals in the Egyptian pharmacopeia included antimony, alum, carbon from charred wood, copper, feldspar, iron oxide, limestone, red ochre, sodium carbonate, sodium bicarbonate, salt, stibnite, sulphur, and possibly arsenical compounds.These remedies are usually recommended for local mild astringent or antiseptic action in cases of boils, felons, and burns.

Many different types of drugs from animal sources are recommended in the medical papyri. Different forms of animal-derived drugs have been described; animal products such as; urine, eggs, feces, or milk in addition to animal structural components such as blood, bone, meat, bone marrow, bile, liver, spleen, and skin used also. The liver (which is rich in vitamin A) was described to prevent grey hair and to treat night blindness.

அலகு - 2

தத்துவ ஆராய்ச்சி

மருத்துவம் கற்கும் மாணவனுக்கு தத்துவ ஆராய்ச்சி மிகவும் இன்றியமையாதது. சித்தர்கள் தத்துவ ஆராய்ச்சியின் பயனாக கிடைத்தவர்களே. அவர்கள் தோற்றுவித்த மருத்துவமே சித்தமருத்துவம் என அழைக்கப்படுகிறது. தத்துவ ஆராய்ச்சி அறிவின் வளர்ச்சிக்காகவும் அனுபவ சாதனத்துக்காகவும் கூறப்பெற்றுள்ளது. தத்துவ ஆராய்ச்சி.

1. வேதாந்தம் - ஏகான்ம வாதம் (ஒரே ஆன்மாவைப் பற்றிய கொள்கையின் விளக்கம்)
2. சைவ சித்தாந்தம் (அனுபவ சாதனத்திற்கு வழிவகுக்கும்) எனும் உட்பிரிவுகளை அடக்கியது. மேலும் இது இந்து தத்துவப் பள்ளிகள் எனும் ஆறு தரிசனங்களையும் (சாங்கியம், யோகம், நியாயம், மீமாம்சம், வைசேடிகம், வேதாந்தம்.) உள்ளடக்கியது.

தத்துவம் என்ற சொல்லிற்கு உண்மை என்பது பொருளாகும். தத்துவ ஞானம் என்பது உண்மையை அறிவது என்று பொருள்படும். உண்மை என்பதற்கு உள்ளது அதாவது என்றும் உள்ளது என்பதே கருத்து. உண்மையாகவே என்றும் உள்ள பொருட்களின் தத்துவத்தை ஆராய்வது மெய்ஞானம் என்றும் அழியும் அல்லது மறையும் அதாவது பகுதிகளாக பிரியும் பொருட்களை அறிவது விஞ்ஞானம் என்றும் அறியப்படும்.

மெய்ஞ்ஞானத் தத்துவ ஆராய்ச்சியை பொழுதுபோக்கிற்காகத் தொடங்கவில்லை. ஜீவராசிகள் படும் அல்லலும், மனிதர்களிடையே காணப்படும் ஏற்றத்தாழ்வுகளுமே இந்திய ஞானிகளை இவ்வாராய்ச்சியில் ஈடுபடச் செய்தன.

மெய்ஞ்ஞானிகளும் தத்துவஞானிகளும் தத்துவ ஆராய்ச்சியில் மட்டுமன்றி அவ்வாராய்ச்சிக்குத் துணையாகும் சாதனங்களை ஆராய்வதிலும் பெரிதும் ஈடுபட்டனர். சாதனங்கள் அறிவைப் பெறும் வழிகளைகுறிக்கும். இவைகளை தத்துவஞானிகள் பிரமாணங்கள்

என்பர். பொறிகள் நூல்கள் ஆகிய இவை ஒவ்வொன்றும் ஒவ்வொரு பிரமாணம் எனப்படும். இப்பிரமாணங்கள் தத்துவஞானத்தின் சிறப்பியல்புகளுள் ஒன்றாகக் கருதப்படுகின்றன. தத்துவஞான முடிவுகளை ஆகமம், வேதம் என்ற நூல்களில் வெளியிட்டுள்ளனர். இவைகளுக்கு விளக்கம் கூற முற்பட்டபோது இதில் பல பிரிவுகள்தோன்றின.

இந்திய தத்துவ ஞானிகள் அனைவரையும் இரு பெரும் பிரிவுகளாகப் பிரிப்பது வழக்கம்.

ஒரு பிரிவு-வைதிகர் - வேத ஆகமங்களில் கூறப்பெற்றவற்றை சரி என ஒப்புக் கொள்வோர். வேதாந்தம். சித்தாந்தம், யோகம், நியாயம், மீமாம்சம், வைசேடிகம் ஆகியவை இதில் அடங்கும்.

மற்றொரு பிரிவு - அவைதிகர் - வேத உபநிடதத்தில்கூறப் பெற்றதை சரி என ஒப்புக் கொள்ளாதோர். உலகாயதம், சமணம், பௌத்தம், சாங்கியம் (பிற்காலத்தில் இதில் கடவுள் கொள்கை சேர்க்கப்பட்டது) ஆகியவை இதில் அடங்கும்.

பிரமாணங்கள்தான் அறிவைத் தரும் கருவிகள். அவைதான் அளவுகோல்கள். ஒரு பொருளை அளக்கத் தொடங்கும்முன் அளவுகோல் சரியானதாவென அறிய வேண்டும். தத்துவ ஞானம் என்பது பிரபஞ்ச ஆராய்ச்சி. பிரபஞ்சத்தைப் பற்றி அறிய அதனைப் பற்றி அறிய உதவியாயிருக்கும் கருவிகளைப் பற்றிய ஞானத்தை அவசியம் அறிய வேண்டும். இதனை அளவையால் அறியலாம்.

Knowledge on research about truth becomes inevitable for a student in the field of medicine.The great Siddhars are those who resulted from this research on truth; and the system of medicine was putforth by them was acknowledged as siddha system of medicine.The research on truth paves way for two great factors; one is the growth of knowledge and the other is the experience factor.

1. *Vethantham*- The theory on one soul(Ekanma vaatham)- the explanation on the principle of one soul.
2. *Saiva sithantham*-It paves way for experience factor.

   The research of truth in itself has subgroups and they are; *Sangium, Yogam, Nyayam, Memamsam, Vaisedigam, Vethantham.*

The word "*Thathuvam*" means truth.Thathuvam is nothing but knowing what is the truth. Truth is the one which is always eternal. The research on the truth of eternal things is termed as "*Meignanam*"; and the research on destroying, disappearing or disintegrating objects is termed as "*ving-nanam*".

This research on truth was not merely started for an entertainment factor, instead the sufferings of mankind and differences among them made Indian sages to get into this. They were also much involved in instruments helping in their research on truth. Here, instruments means the way of gaining knowledge. The enlightened people named this as"*Pramanangal*". Senses, books all these represents each one of the devices (*Pramanam*). All these devices are considered as the special feature of the research on truth. The results on this research was given in books called "*Aagamam/vetham*". When an attempt was made to explain these, there emerged several groups.

Accordingly all "*Thathuva Gnanigal*" were divided into two major groups;one is "*Vaithigar*" (they accept the facts said in Aagamam and vetham as right). *Vethantham, Sithantham, Yogam, Nyayam, Memamsam, Vaisedigam* all comes under this group. The other one is "*Avaithigar*"(they do not accept the facts said in vethas and upanyas). *Ulagayatham, Samanam, Boutham, Sangium* comes under this group.

Pramanangal are the devices for the growth of knowledge.. They are the measuring scales.In order to measure any object it is necessary to know whether the measuring scales are accurate."*Thathuva gnanam*" (research on truth) is itself the research on this universe (Prabanja aaraichi). The knowledge on the devices for this *PRABANJA AARAICHI* is mandatory and this could be known by "*ALAVAI*"(Logic).

2.1. அளவை EPISTEMOLOGY

அளவை என்பது கண்ணால் காணும் பொருளினையும் காணமுடியா கடவுள், சீவன், சீவனின் இனங்களாகிய பாசம் ஆகியவைகளையும் கண்டு. கேட்டு. கருதி அறிதலாகும். இவ்விரண்டில் காணக்கூடிய பொருளினை எண்ணல், நிறைத்தல், முகத்தல், நீட்டல் என நான்கு முறையால் அறிதலும், காண முடியாதவற்றை பேரறிஞர்கள் இயற்றிய நூல்களைக் (ஆகமங்களைக்) கொண்டு சிந்தித்து, சிந்தித்து துணிந்த துணிவைக் கொண்டு அறிதலும் ஆகும்.

Alavai is about knowing the objects which we could see as well as which are beyond our eye sight like *Kadavul, Seevan,* and their subjects *Paasam* by seeing, hearing and understanding them. Of the above said, the inanimate objects could be measured by four methods – *En* (number), *Nirai* (weight), *Neetal* (linear measure), *Mugathal* (measurement of liquid); whereas the objects which couldn't be seen should be measured and known with the help of books (*Aagamangal*) given by great scholars (*Perarignargal*) and by the decision made by the knowledge gained. In the field of research, Alavai which could be seen are only used.

ஆராய்ச்சித் துறையில் அறிவதற்கு காணக்கூடிய அளவினையே பயன்படுத்துகிறோம்.

"அளவை காண்டல் கருதல் உரை
அபாவம் பொருள் ஒப்பாறென்பர்
அளவை மேலும் ஒழிபுண்மை
ஐதிகத்தோடு இயல்பென நான்
களவை காண்பர் அவையிற்றின்
மேலும் அறைவர் அவையெல்லாம்
அளவை காண்டல் கருதல் உரை
என்றிம் மூன்றில் அடங்கிடுமே" - (சிவ.சித். அளவை எண் 6)

இவ்வளவையை தமிழர் மூன்றாகக் கொண்டு

1. காண்டல் (பிரத்தியட்ச பிரமாணம் - Observation)
2. கருதல் (அனுமானம்- Inference)
3. ஆகமம் - (உரை - Authority, Literature) என வகுப்பர்.

சிலர் மூன்றோடு மூன்று கூட்டி ஆறென்பர். சிலர் பத்து என்பர். அவை1

4. அபாவம் (இன்மை) Non – perception–இன்மை கொண்டு அறிதல் அபாவம்என்றால் இல்லாதது. அதாவது குளிர் இல்லாததால் பனி இல்லை என அறிதல். Aplasia Eg. Absence of organ.
   - (i) ஒன்றில் ஒன்று இன்மை - Dengue fever. But no haemorrhage
   - (ii) இல்லது இன்மை - Urine bile salt/pigment. – Absent – no Jaundice
   - (iii) உள்ளது இன்மை–Amenorrhea – but no pregnancy
   - (iv) அழிவுபாட்டின்மை -Hysterectomy – Removal of Uterus. என நான்கு வகைப்படும்.

5. உபமானம் (எடுத்துக்காட்டாலறிதல்) - Comparison

   எருமையை போலவே இருக்கும் காட்டெருமை ஆனால் மிக பருமனாகவும் தீவிர பண்போடும் இருக்கும் என்பதாகும்.

   A Bison is similar to Buffalo but much larger and more aggressive.

   E.g. Gastritis and cardiac disease both are the same symptoms. But cardiac disease, need medical emergency.

6. இயல்பு (இயற்கையைக் கொண்ட அறிதல்) – உண்மை ஆயிரத்தில் 100 உள்ளது. உ.ம். காயத்தின் தோற்றத்தைக் கொண்டு அது ஆயுதத்தால் ஏற்பட்டதா, அடிபட்டதால் ஏற்பட்டதா, தீயினால் ஏற்பட்டதா என்பதை அறிதல் போல.

   Natural interference - There is 100 in 1000. E.g. By seeing the texture of wound infering whether the cause of that is of weapon or injury or due to fire.

   இவை மூன்றும் காண்டலில் அடங்கும்.

7. பொருளொப்பு (அருத்தாபத்தி) - Presumption

   "நல்லோர் ஒருவர் உளரேல் அவர் பொருட்டு எல்லோருக்கும் பெய்யும் மழை" _ என்றதால் நல்லோர் அல்லாதவரும் உள்ளார் என்பது பொருள்.

   In this Thirukural it is presumed that there is also ingenuine persons along with the good people. E.g. A man who is suffering by fever often along with throat pain.

8. ஒழிபு (பாரிசேடம் - இது அதுவென அறிதல்) Inference by elimination.

   ராமன் கிருஷ்ணன் என்னும் இருவரில் ராமன் கள்வனல்லன். கிருஷ்ணன் கள்வன். ஆகையால் அங்கு வைத்து பொருளை திருடியவன் கிருஷ்ணன் என அறிதல் போலாகும்.

   Among Rama and Krishna, Krishna is a thief, Rama is not. So, by this inferring Krishna stole the object present there.

   E.g. There is a dental pain, but no carries or inflamatic gums or ulcers. Pain that's not relived by pain killers. It represents there is the trigeminal nerve involvement.

9. சம்பவம் (ஐயக்காட்சி) – Probability அப்படியும் இருக்கலாம், இப்படியும் இருக்கலாம்.

   கண்ட பொருளினை ஐயத்தோடு அறிதல் ஆகும். மேய்ந்து கொண்டிருக்கும் கன்றினை கண்டு நாய் என்பது போல் ஆகும். உ.ம். சாதாரண கட்டியை புற்றுநோய் கட்டி என ஐயப்படுதல்.

   This is inferring objects without clarity(with doubts) inferring the grazing cow as a dog.

   இவை மூன்றும் கருதலில் அடங்கும்.

10. வழக்கு (ஐதிகம்–எயாத்தி)- Tradition

    இம் மரத்தில் பேய் உள்ளது என்பது தொன்று தொட்டு வழங்கி வருவதைக்கொண்டு அறிதல். Assuming that there is ghost in the tree as by traditional sayings.

    உ.ம். இக் குடும்பத்தில் வழிவழியாக இரைப்புநோய் உள்ளது என்பதை நோயுள்ள உறுப்பினர்களைக் கொண்டு அறிதல். Knowing that there is a family history of Asthma through sick members.

    இது உரையில் அடங்கும்.

1. காண்டல்– பிரத்தியட்சம்

விளக்கம் - கொண்ட பொருளின் பெயர், வகை முதலியவற்றின் இயல்பினை ஐயம் இல்லாததும் திரிபு இல்லாததுமாக நன்கு ஆராய்ந்து அறியும் குற்றமற்ற காட்சி ஆகும். inferring a given object's name, type and it's character without any doubts or mistakes.

ஐயக்காட்சி - பொருளினை கண்டு அதனை எதுவென நன்கு ஆராயாது துணிதல் ஆகும். Seeing an object and inferring without clearence.

Presence of abdominal distention, amenorrhoea denotes pregnancy. But it may be a tumor in the uterus.

கலக்கக் காட்சி (விபரீத /திரிபு காட்சி) - கொண்ட பொருளை வேறு பொருளாக கொள்வது கலக்க காட்சியாகும். inferring a given object as some other one. Like pseudo pregnancy.

நேர்மை இல்லாத காட்சி (நிருவிகற்ப காட்சி) – கொண்ட பொருளினை மட்டும் அறியுமே அன்றி கண்ட பொருளின் பெயர், வகை, சாதி, பண்பு (குணம்), தொழில் (காரணம்) ஆகியவற்றினை கண்டு, பகுத்தறியாது, கண்டதை மட்டும் கொள்ளும் காட்சியாகும். inferring by only seeing, not looking into it's name, type, characteristic and all. Only understanding what we see.

E.g – Pregnancy. Confirmed by urine test. whetherit may ectopic, twin, position etc.

நேர்மை காட்சி (சவிகற்பகாட்சி)-அப்பொருள் அதன் பெயர், வகை, பண்பு, தொழில் ஆகிய ஐந்தினையும் கண்டு ஐயங்களை களைந்து, உள்ளது உள்ளவாறு அறிதல் நேர்மை காட்சி. inferring the given object along with it's name, type, characteristic and action without any doubts and knowing everything as it is.

E.g. Pregnancy Registration With complete checkup.

"கண்ட பொருளை இரட்டுறவே
கருத லையந் திரியவே
கொண்டறி வாம் பெயர் சாதி
குணமே கன்மம் பொருளென ஐந்து
உண்டவ் விகற்ப உணர்வினுக்குப்
பொருளில் உண்மை மாத்திரத்தின்
விண்டல் இல்லா அறிவாகும்
விகற்பம் இல்லா காட்சியே."

காணும் முறை THE WAY TO SEE/INFER

- ஆன்மா ஒரு விடயத்தை அறியும்போது
- பொறியில் ஒன்று
- அதற்கு இயைந்த பூதத்தில் ஒன்று
- அந்தக்கரணம் நான்கு

- காலாதிகள் ஏழு
- சிவ தத்துவம் ஐந்து ஆக பதினெட்டு கருவிகளால் அறியும். When the soul is inferring an object, it uses one of the sense, it's respective element, four intellectual faculties, Kaalathigal 7, Siva thathuvam 5 and so totally 18 devices are used.

காண்டலின் வகை

"காண்டல் வாயின் மனந்தன்
வேதனையோடு யோக காட்சி என
வீண்டு நான்காம்........."

1 வாயில் காட்சி - இந்திரியக் காட்சி - பொறி புலனால் அறிதல் vision by sense organs by senses.

2 மானத காட்சி (மனதின் தரத்தால் மந்திரத்தால்) அறிதல் knowning by means of mind's will power

3 தன் வேதனை காட்சி (இன்பதுன்ப நிலையில் - தன் தரத்தால் -தந்திரத்தால்) அறிதல் knowing by means of his own ability in the state whether pleasure of suffering.

4 யோக காட்சி vision by meditation என காட்சி நான்கு வகைப்படும்.

1 இந்திரியக் காட்சி – vision by sense organs

உயிரின் அறிவு தொழிற்படும் பொழுது அது பொருள்களை நோக்கிச்செல்கிறது. அப்போது அவ்வறிவு கண் முதலிய ஐம்பொறிகளையும் அப்பொறிகளுக்கு துணையாக உடன் நிற்கும் தீ முதலிய ஐம்பூதங்களையும், அப்பூதங்களுக்கு முதற்காரணமாய் விளங்கும் உருவம் முதலிய ஐந்து தன்மாத்திரைகளையும் பொருந்தி நின்றே அறியும். ஐயம், திரிபு என்ற குற்றங்கள் இன்றி ஒரு பொருளை அதனுடைய பெயர், இனம் என்ற பாகுபாடுகள் இல்லாமல் பொதுமையாக அறிகின்ற அறிவு இந்திரிய காட்சி எனப்படும். இது பொறி வழி அறியும் அறிவு எனப்படும். When the soul's inner knowledge comes into action, it focuses on objects. It uses 5 sense organs(eye, ear, nose, tongue, skin), and associated with corresponding element (Earth,Water,Fire,Air,Space) and also the relevant senses which is the cause of the above said elements. So, by this in perception without any doubts or mistakes but this knowledge is general without any look into the object's name, type, group etc., this is known as Inthiriya kaatchi . Here the knowledge is attained by means of sense organ.

"உயிரோடு உணர்வு வாயி
லொளியுரு வாதிபற்றிச்
உயிரோடு விகற்பம் இன்றி
தெரிவது இந்திரிய காட்சி"

E.g. A disease confirmed by laboratory findings and clinical findings.

2. மானத காட்சி Vision by mind

"அயர்வில் இந்திரிய ஞானம்
ஐம்புலன் சார்ந்து யிர்கன்
மயர்வற வந்த ஞான
மானதக் காண்டலாமே"

குற்றமில்லாத அந்த இந்திரிய அறிவானது, ஐம்புலன்ளோடு பொருந்தி அறிந்த பின்னர், மீண்டும் மறக்கப்படாது சித்தத்தில் நிலைபெற்று பெயர், இன முதலிய வேறுபாடுகளுடன் புத்தி தத்துவத்தின் தொழிற்பாட்டால் இன்னது என தெளிவாக அறிகின்ற அறிவு மானத காட்சி எனப்படும். இது மனதின் தொழிற்பாட்டை முதலில் கொண்டு நிகழ்வது. ஆதலால் அது மனதின் வழிவந்த அறிவாகும். The errorless vision by sense organs, after being known or used along with senses, it further stands in sitham (thoughts) and perception the object's name, type etc., so it cleverly differentiates the object's characteristics with the knowledge of truth(puthi thathuvam). This is called vision by mind. This primarily occurs based on the mental action, therefore this knowledge derived from the mind.

விடயத்தை இந்திரியம் அறிந்தமையால் இந்திரிய காட்சி என்றும், இந்திரியத்தை அந்தக்கரணம் அறிந்தமையால் மானதக்காட்சி என்றும் கூறப்பெற்றன. As the matter is known by Sense organs, which is called Inthiriya kaatchi, while as senses are known by Intellectual faculties it is known as Maanatha kaatchi.

E.g. A disease confirmed by clinical findings (signs and symptoms) of previous history correlated witht theoretical knowledge.

3 தன்வேதனை காட்சி

அனுபவிக்கப்பட்ட இன்ப துன்பங்களை இத்தகையது என்று ஆன்மாவை விட்டு நீங்காத சிற்றறிவு அறிவது தன் வேதனைக்காட்சியாகும். உயிரானது இராக முதலிய தத்துவங்களான காலம், நியதி. கலை, வித்தை, அராகம் என்னும் தத்துவங்களோடு பொருந்தும் போது அதற்கு இன்ப துன்ப உணர்வுகள் தோன்றும். சத்துவகுணம் பொருந்தும் போது இன்பமும், தாமத குணம் பொருந்தும் போது துன்பமும் விளையும். வேதனை என்ற சொல் நுகர்வு என்றே பொருள்படும்.

Self suffering feelings is the one where this *Sittrarivu* (which is always with the soul) recognizes the experienced sad and happy happenings. When the soul is set with *THATHUVAS (raaga, kalam, niyathi, kalai, vithai, araagam)* it experiences the sad and happy events. When the Sathuva character is set happiness is felt, while in case when Thamasa character is set sadness is felt. Here suffering means Consumption.

E.g. It is self analysing method. Compared with psychological disorders.

4. யோகக் காட்சி

சமாதியால் மலங்களைக் கெடுத்து தேச காலங்களிலே பொருந்திய பொருட்கள் எல்லாவற்றையும் இருந்த இடத்திலே இருந்து அறிவது யோகக் காட்சி ஆகும். யோகக் நிலையில் ஐம்பொறிகளின் உதவியின்றி விடயங்களை அறிதல் ஆகும். சித்தர்கள் யோக நிலையிலேயே சித்தமருத்துவத்தையும், மருந்துகளையும் கண்டறிந்து கூறினர் என்பர்.

While attaining the state of Samathi, people came to know what is happening in the other parts of the external world from where they are. This is called Yoga katchi. In this divine state (yoga nilai), we came to know about things without the help of our sense organs. There is a saying that, this was the state, where Siddhars discovered the Siddha drugs.

E.g. Just like usage of cctv, skype, zoom meet and video assisted surgery etc.,

5. கருதல் – அனுமானம்

விளக்கம்– கொண்ட பொருளினைக் கருதி அறிதல் கருதல் எனப்படும். inferring by understanding about the object

கருதும் முறை - அல்லது கருதல் அளவையில் உள்ள உறுப்புகள்.

Way of understanding or factors of Inference.

மேற்கோள், காரணம், எடுத்துக்காட்டு, பொருத்திப்பார்த்தல், முடிவுரை. இதனை பிரதிக்ஞை (பக்கம்), ஏது, திருஷ்டாந்தம், உபநயம், நிகமனம் என்று வடமொழியில் கூறுவர்.

1. மேற்கோள் (proposition) - இம்மலையில் தீ உண்டு.
2. காரணம் (Reason) - ஏனெனில் அங்கு புகை இருக்கிறது.
3. எடுத்துக்காட்டு (Illustration) - எங்கே புகையுண்டோ அங்கே தீ உண்டு. அடுக்களை போல.
4. பொருத்திப் பார்த்தல் (Application) - தீயோடு மாறாது தொடர்ந்து வருகின்ற புகை இம்மலையில் இருக்கிறது.
5. முடிப்புரை (Conclusion) - இங்கே தீ உண்டு.

அ) கொண்ட பொருளினை அறியும் பொருட்டு மூன்றாகப் பகுத்து நடுவு நிலைமையில் உள்ளதை சீர்தூக்கி கருதி அதன் தன்மையை எடுத்துக் காட்டுவது சுபக்கம் எனவும்

ஆ) அதன் தன்மையை எடுத்துக் காட்டாதது விபக்கம் எனவும்

இ) இவைகளுக்கிடையே துணிதலுக்கு இடமாய் உள்ளது பக்கம் எனவும் மூன்றாக கூறுவது ஆகும்.

- அதாவது கருதற்கு முதலாக பக்கம்.
- அதன் உண்மையை எடுத்துக் காட்டி துணிய செய்வது சுபக்கம் (உண்மையான பாகுபாடு - நிகர் பக்கம்)
- அப்பொருள் இல்லையென துணிதற்கு இடம் தருவது விபக்கம் (இன்மையான பாகுபாடு நிகரில் பக்கம்)

பகுக்கப்பட்டது பக்கம் என பெயர் பெற்றது.

In order to infer about a given object, it is divided into 3 and the neutral one is highlighted thereby showing its character is called "*Subakkam*", When the character is not shown then it is called "*Vibakkam*", So, the attempting side between these subakkam and vibakkam is called "*Pakkam*" (state).

- For understanding *(karuthal)*, first comes Pakkam.
- Then attempt made by highlighting it's truth is Subakkam (Support)
- Attempt made to say the absence of the object is *Vibakkam* (non support)
- E.g A human being–பக்கம்

  Temperature and pulse – Normal. – சுபக்கம்

  Temperature and pulse down –patient collapsed. – விபக்கம்

ஒரு பொருளை இது என அறிதற்கு(மேற்கோள்) மூன்று பக்கமாக வகுத்தது போல, அவ்வாறு கருதுவதற்கு காரணம் எது என ஆராய்ந்து பின் துணிதல் வேண்டும். ஆகையால் எது (காரணம்) என்பதையும் சைவர்கள் மூன்றாக கொண்டனர். அவை

As we had three divisions for understanding an object, it is necessary for looking into the cause of reasoning. So, the cause-"*Yethu*"(kaaranam) is also divided into three.They are;

i) இயல்பேது- (இயல்பான காரணம்) - மா பூத்தது என்றால் மரத்தின்மேல் நிற்றல்

   If a person wants to meet a doctor – he is ill.

ii) காரியவேது– (காரிய காரணம்) - புகை தனக்கு காரணமாகிய அனலை அறிவித்தல் Presence of smoke indicating the presence of it's cause (ie.,fire)

   Fever indicates something is disturbed in the body.

iii) அனுபலப்தியேது– (இன்மைக்காரணம்) - சீதம் இன்மையால் பனி இன்மை என்பது போல

   Understanding there is no chill as there is no snow.

   (உள்ளதை உள்ளதென்று உணரும் அறிவிற்கு உபலத்தி என்றும், இல்லதை இல்லையென்று உணரும் அறிவுக்கு அனுபலத்தி என்றும் பெயர்.)

   E.g. There is no rhonchi and or rales on RS examination there is no Asthma.

என்ற மூன்று வகையான காரணங்களை (ஏது) உடைய பொருளை அறியத்தக்க ஞானமானது இரண்டு வகைப்படும். இந்த பக்க, ஏதுக்களால்

(மேற்கோள், காரணங்களால்) தான் அறிய சொல்லுதல் மற்றும் பிறர் அறிய சொல்வதாகும். இந்தச் சொல் (உதாரணம்) இரண்டு வகைப்படும்.

There is a wisdom that can know the objects which have the three types of the above said causes, it is subdivided into two types. That is self realization and making others realize is done. It is expressed by examples through delivering words. This example is of 2 types, they are,

1. அன்னுவயம் (உண்டு) உடன்பாட்டுச் சொல் –புகையும் இடத்தில் தீ உள்ளது எனக் கூறுவது.

   Declarative or Assertive sentence - Saying that the place with smoke is having fire.

   E.g. Presence of urinary irritation, rigor, chill, abdominal pain, indicates there is the UTI.

2. எதிரேகம் (இன்மை) எதிர்மறைச் சொல் நெருப்பில்லாமல் புகை இல்லை என்பது போல்.

   Negative sentence - Saying in a way of absence. As there is no smoke without fire.

   E.g. No renal calculi – there is no pain, vomiting etc.,

கருதலின் வகை :

- ……." அனுமானந்
  தனக்கும் பிறருக்கும் மென்று இரண்டாம்".

அ) தன் அனுமானம் - தனக்காக ஒன்றை கருதி அறிதல் - தன் பொருட்டு கருதுதல். Understanding concepts for them selves (for their self realization)-

உதாரணம் - காலை உண்ட உணவு செரிக்க வில்லை, ஆதலால் மதியம் பசிக்கவில்லை என உணர்தல். Understanding that due to breakfast's indigestion, there is no hunger in the afternoon.

ஆ) பிறர் அனுமானம் - பிறர் பொருட்டு கருதி அறியச் செய்தல். பிறர் கருதுதல் பொருட்டு எடுத்துச் சொல்லல். Understanding concepts in order to make others known

Eg. Information, Education and Prevention of a disease via National health program.

(வேறு)

அ) பிரத்தியட்சம் அனுமானம் - முன்பு கண்டுள்ள பூவை பின்பு காணாது இருந்தாலும் அதன் மணத்தால் அறிவது.

This is understanding by experience., In some place, even if the flower is not seen knowing it's presence with the help of the flower's smell.

E.g., A disease diagnosed by past ill history – Asthma.

ஆ) அனுமான அனுமானம் - ஒருவன் சொல்லும் வார்த்தையை கொண்டே இவனுக்கு இந்த நூல் வரும் என உணர்தல்.

Judging someone/ something by just hearing their words.

Eg. A doctor diagnosed the disease by the patient's gait, delivering words, body movements and facial expressions during interrogation.

இ) ஆகம அனுமானம் - இப்போது இக்கரும முயற்சியால் வரும் பயனானது, முற்பிறவியில் செய்த கருமத்தின் பலனாக விளைகிறது என அறிவது ஆகம அனுமானம்.

This is understanding that all which is happening in this birth is due to the karma of the previous births.

E.g. Hereditary disorders – myopathy, hemophilia etc.,

3. உரை – ஆகமம்

விளக்கம் - இறையருள் பெற்ற அனுபூதிமான்களுடைய வாக்குகளே ஆகமம் என்றும் உரை என்றும் வழங்கப்பெறும். பொதுவாக 'பழங்காலத்திலிருந்து தொடர்ந்து வருவது' என்று பொருள். காட்சியாலும் அனுமானத்தாலும் அறியப்படாத சுவர்க்க நரகங்களை அறுதியிட்டுக் கூறுவது ஆகும். அதாவது மந்திரம், தந்திரம், பெரியோரிடம் கேட்டல் ஆகிய மூன்றால் தெளிதலாகும்.

This is the sayings of the great saints and enlightened people., things which cannot be seen or felt is said to be with full surety in this Aagama anumanam.

சிவகாமங்கள் 28 என திருமந்திரம் 1421ம் பாடல் குறிப்பிடுகிறது,

வகை :

- "ஆண்டவுரை தந்திர மந்திரத்
தோடு உபதேச சொல் என மூன்
பூண்ட அளவைஎதிர் புலன்தன்
னியல்பு பொதுவென்று இரண்டாமே "

1. தந்திரக் கலை - (தன் + திரம் = தந்திரம்) மூச்சுவிடல், மூச்சுவாங்கல், மூச்சு அடக்கல் போன்ற ஒகப் பயிற்சிகளைப் பழகிவரின் வீணாதண்டுள்ளே புகுந்தோடி உடல் முழுமையும் உள்ள நரம்புகள், ஆறு ஆதாரங்களின் இடையே உள்ள உறுப்புகளை வன்மைப்படுத்தி அறிவினை விளக்கி, உடலை அழியாதிருக்கச் செய்யுவும், இறைவனது தன்மைகளை அடையவும் கூடும். சித்தாந்திகள் தங்கள் திறத்தால் (தம்திரத்தால் - will power) ஐம்புலன்களைத் சிதறவொட்டாமல் தம் நாட்டத்தை ஒரு நிலையில் வைத்து மந்திரத்திற்கான எழுத்துக்களை ஓதாமலேயே ஆறு நிலைகளையும் தம்வழியாக்குவர்.

   By practicing yoga the nerves run all over the body through verteberal column, which strengthens the organs in the passage of six atharam, gives eternal state to the body. Siddhanthis concentrate their senses without dispersion, focusing on their aim, without chanting mantras, uniting the six atharams in their way.

2. மந்திரக் கலை - (மனம் + திரம் = மந்திரம்) மந்திர ஜபத்தால் மனதை அடக்கி தெய்வத்தை வழிபடும் யோகத்தை போதிப்பது. ஐம்புலன்களை அடக்க மூச்சடக்கி மனதையோர் நிலைக்குக் கொணர்ந்து உடலை வளர்த்து, சிவகதியடையும் பொருட்டு செய்யும் யோக முறையை (அட்டாங்க யோகம்) கடைபிடிப்பவர்கள் வேதாந்திகள் ஆவர்.

   Vethanthis controlling their mind through chanting mantras. Reciting the yoga of worshiping the lord by subduing the mind with mantra japa.

3. உபதேசக் கலை - ஆதி அந்தமில்லாத கடவுள் திருநாமங்களைத் திரும்பத் திரும்ப கூறுவது. This is educating about the endless divine.

   பிரமாணத்தால் அறியப்படும் பிரமேயம் இரு வகைப்படும். அதாவது இம்மூன்று அளவைகளைக் கொண்டு அறியப்படும் பொருட்களின் இயல்பு தன்னியல்பு, பொதுவியல்பு எனப்படும்.

1. தன்னியல்பு - அன்னிய சாதியாகிய இலுப்பையையும் தன்சாதியாகிய மாவையும் தவிர்த்து தேமா என நிற்றல்.

   This is about standing different from the common ones.(excluding other group's ilupai and it's own group's ma(mango) and being as thema. Eg. A baby has no findings of his parents.

2. பொதுவியல்பு – அன்னிய சாதியாகிய இலுப்பையை ஒழித்து தன்சாதியாகிய மாமரம் என பொதுப் பெயர் பெற்று நிற்றல். This is about standing with any one of it's common one. (excluding ilupai and having maamaram(mango)as it's common name)

   Eg. A child has anyone of his parent's character.

போலி

கருதல் அளவில் உறுப்புகளாக விளங்குகின்ற மேற்கோள், காரணம், எடுத்துக்காட்டு அதாவது பக்கம், ஏது, உவமை என்ற மூன்றிலும் பிழை நேருமானால் அவை போலி எனப்படும். அவற்றின் வகைகளும், பிறரோடு வாதிடும்போது தோல்விக்கு இடமான தோல்வி தானத்தின் வகைகளும், இதில் குறிப்பிடப்படுகிறது.

மேற்கோள் அதாவது பக்கப்போலி (பட்சாபாசம்) என்பது நான்கு வகைப்படும்

ஏதுவா பாசம் அதாவது காரண போலி மூன்று வகையாக சொல்லப்படும். விரித்துச் சொல்லும்பொழுது 21.

உவமை (திருஷ்டாந்தபாசம்) போலி இரண்டு வகைப்பட்டு விரித்துக் கூறும் பொழுது பதினெட்டு ஆகும்.

விவாதிக்கும் பொழுது பேச தெரியாமை காரணமாக மயங்க பேசுவதும் பேசாது இருத்தலும் என்ற இரண்டும் தோல்வித்தானம் (நிக்ரத்தானம்) எனப்படும். இதை விவரித்து உரைக்கும் போது அது 22 ஆகும். ஆகவே இவை யாவையும் கூட்டி போலிகள் 65 எனப்படும்.

அளவையியலில் பிழைகள் நேர்ந்தால், அளந்து அறிவதிலும் பிழைகள் நேரிடும். ஆதலால் அவற்றை அறிந்து நீக்கிக் கொள்ளுதல் வேண்டும்.

If there is going to be any mistake in the parts of karuthal (such as proposition, Reason, Illustration, i.e., pakkam, ethu, uvamai respectively) that is called "POLI". Here their types are explained, While in an argument, both speaking in a daze and not speaking due to not knowing how to speak are called failure (Nikrathanam). If there is any mistake in this Epistemology, there is going to be mistake in the thing which is measured too. So,it is necessary to know and remove all errors.

அலகு 3

சித்தர்களின் முதற்கோட்பாடு

3.1 கல்வியின் நோக்கம்

இம்மண்ணில் பிறந்த ஒருவன் கற்பது எதற்காகவெனில், கல்வியின் துணை கொண்டு ஆராய்ந்து பிறப்பு-இறப்பு என்ற இன்னல்களை நீக்கி, நிலையான இன்பத்தை (வீடுபேறு) அடையவே ஆகும். பிறப்பு என்பது உயிர்களின் பிறப்பை மட்டுமல்லாது உலகத்தின் பிறப்பு (தோற்றம்) குறித்ததும் ஆகும். தோற்றத்தைப்பற்றி சித்தர்களின் முதற்கோட்பாடு விவரிக்கிறது. இதில் தோற்றத்தைப் பற்றிய சித்தர்களின் கருத்தோடு ஆறுசமயங்கள் கூறும் கருத்தும் விவரிக்கப்படுகிறது. வீடு அடைய உதவும் வழிகள் சித்தர்களின் மற்றொரு கோட்பாடு என்ற பகுதியில் விளக்கப்படுகிறது.

Purpose of education

What a person born in this world learns is to explore with the help of education and to get rid of the afflictions of birth and death and to attain salvation. Birth is not only living organism but also the universe. The first concept of siddhar's is to explain about the creation of universe. The concept of the six philosophical school of thoughts will be explained along with siddhar's concept. Ways to help reach the salvation are explained in another section called *Siddhargalin matroru kotpadu.*

3.2 பொருள் தத்துவம்

பொருள் எனப்படுவது சொல்லில் உணரப்படுவது. அது முதற்பொருள், கருப்பொருள், உரிப்பொருள் என மூவகைப்படும். இவை மூன்றும் நலவாழ்வு என்ற பகுதியில் விளக்கப்படும்.

Material philosophy: Porul is what is perceived in the word. It can be categorized as *Mutharporul, Karupporul and Uripporul*

தத்துவ விளக்கத்தில் பொருள் மூன்று வகைப்படும். அவை

- அருவப் பொருள் மெய்ஞானத்திலும்
- அருவுருவ பொருள்
- உருவப்பொருள் இரண்டும் விஞ்ஞானத்திலும் விளக்கப்படும்.

அருவப் பொருளை மெய்கண்டான் நூலைத் துணையாகக் கொண்டு விளக்கலாம்.

விஞ்ஞானத்தை அறிவது உடல் தத்துவம் விளக்கத்திற்கு உறுதுணையாகவும் இன்றியமையாததும் ஆகும். சித்தர் அறிவியல் விஞ்ஞானத்தோடு இணைந்த மெய்ஞ்ஞானம் என்றால் அது மிகையில்லை.

சித்தர்களின் முதல் கோட்பாடு என்பது உலக மற்றும் உயிர்களின் தோற்றம் ஆகும்.

சித்தர்களின் மற்றொரு கோட்பாடு – உலக மற்றும் உயிர்களின் ஒடுக்கமாகும். இதில் வீடடையும் வழிகள், (சித்தமார்க்கங்கள்) தீக்கை, ஆகியவை விளக்கப்படும்.

3.3 உலக மற்றும் உயிர்களின் தோற்றம் மற்றும் ஒடுக்கம் குறித்த அறுசமயக் கொள்கை :

இந்தப் பிரபஞ்சம் எதிலிருந்து தோன்றியது? எங்கனம் தோன்றியது? எதற்காக தோன்றியது? இதற்கு அழிவு உண்டா? அழிந்தபின் என்னவாகும்? என்பது போன்ற கேள்விகளுக்கு விடைகாணும் நோக்கத்தில் ஏற்பட்ட ஆராய்ச்சியின் விளைவாக தத்துவஞான உலகில் இருபெருங்கொள்கைகள் எழுந்தன.

அவை 1. கருத்து முதல்வாதம் 2. மெய்மைவாதம் ஆகும்.

கருத்து முதல் வாதம் :

உலகப்பொருட்கள் அனைத்தும் எண்ணத்தால் அறியப்படுகிறது. ஆனால் உண்மையில் ஆன்மாவுக்கும் புறப்பொருட்களுக்கும் தொடர்பு இல்லை. கருதல் மட்டுமே உண்மை என்ற கருத்து முதல்வாதம் ஏற்பட்டது.

மெய்மை வாதம் :

உலகப்பொருட்கள் அனைத்தும் நிகழ்ச்சிகளாக உள்ளன. அவை வெறும் கருத்துகள் அல்ல, உண்மையாகவே உள்ளன எனக் கொள்வது மெய்மை வாதம் எனப்படும்.

இவ்விரண்டு கொள்கைகளும் இந்திய தத்துவமரபின் வளர்ச்சியை பெரிதுபடுத்தின. கருத்து முதல் வாதத்தைக் கொண்டு உலகத் தோற்றத்திற்கு மூலப்பொருள் ஒன்றே எனக் கொள்பவர் ஒரு பிரிவினர். மெய்மை வாதத்தைக் கொண்டு உலகத் தோற்றத்திற்கு மூலப்பொருள் பல எனக் கொள்பவர் மற்றொரு பிரிவினர்.

இப்பகுதியில் உலகத்தோற்றம் குறித்த பல்வேறு தத்துவங்கள் விளக்கப்படுகின்றன. உலகத்தோற்றம் குறித்தும், உயிர்களின் தோற்றம் குறித்தும் இந்து தத்துவப்பள்ளிகள் என்றழைக்கப்படும் ஆறுதரிசனங்கள் விளக்குகின்றன. ஆறுதரிசனங்களாவது சாங்கியம், நியாயம், வைசேடிகம், மீமாம்சம், யோகம், வேதாந்தம் ஆகியவனவாகும். இவை ஆறும் (மதங்கள் என்றும் அழைக்கப்படுகின்றன) வேதங்களை ஒப்புக்கொள்பவை. இவைகளைத் தவிர வேத மறுப்பைக் கொண்ட பௌத்தம், சமணம், உலகாயதம் என்ற மதங்களும் உலக, உயிரினத் தோற்றங்கள் குறித்தக் கருத்துக்களை குறிப்பிடுகிறது.

Origin and Destruction of Universe and Life according to six religion concept:

From where did this Universe originate? When did it originate? Why did it originate? Is the Universe destroyable? What will happen after the destruction of universe? Two important principles arose from the research attempting to answer all these questions. They are:

1. *Karuthu Mudal vatham* (It states that intention helps in knowing all the earthly things. In reality there is no relationship between the soul and the external things. According to this principle, considering is of foremost importance and it conveys truth.)
2. *Meimai vatham.* (According to this principle the earthly things are not just mere thoughts but they are incidences which actually exist in reality.)

Both of these principles enhanced the growth of India's philosophical legacy. There were two set of people.One set of people followed the principle of '*Karuthu Mudhal vatham*' and considered that there was one chief reason behind the creation of universe. Other set of people followed '*Meimai vatham*' and considered that there were multiple reasons behind the creation of universe.

The six darshanas, also known as the *Hindu thathuva pallis*, explain the origin of life. The six visions are *Sangyam, Nyayam, Vaisetikam, Memamsam, Yoga and Vedhanta*.. (The above 6 are also called as religions and are accepted by the Vedas. Apart from them other beliefs such as *Bowtham, Samanam, Ulagayutham* explains the origin of this world).

In this part various reasons behind the creation of universe are discussed.

3.3.1. வேதாந்த தத்துவம்.

வேதத்தின் அந்தமாக உள்ளதால் உபநிடதங்களுக்கு வேதாந்தம் என்று பெயர். அவ்வுபநிடதங்களில் காணப்படும் முரண்பாடுகளை களைவதற்கென்றே தோன்றியதே வேதாந்த தத்துவமாகும். வேதாந்த சூத்திரத்தை ஆக்கியவர் பாதராயணர். ஆனால் இதுவும் விளங்குவதற்கு கடினமாக இருந்ததால் இது பிற்காலத்தில் துவைதம், அத்வைதம், விசிட்டாத்துவைதம் என்ற பிரிவுகளாகப் பிரிந்தது.

அத்வைதத்தின்படி

இவ்வுலகு உயிருள்ளவை, உயிரற்றவை என இருவகை தோற்றப்பொருள்களால் உண்டாகியுள்ளது. தோற்றம் என்பது பொய்யாகும். உதாரணம் ஒரு பொருள் வேறு ஒரு பொருள் போல தோன்றுதல். கயிறு பாம்பு போலத் தோன்றுதல்: கானலில் நீரோட்டம் தோன்றுதல்: விண்ணில் நீலநிறம் தோன்றுதல். இது ஆரோபம் என்றும் அத்தியாரோபம் என்றும் சொல்லப்படும். இதனால் கட்டு அல்லது தளை ஏற்படும்.

இத்தோற்றங்களை பொய்யானவை என்று நாம் அறியாமல் நிலைபெற்ற தத்துவங்கள் என்று அறிவதற்கு காரணம் ஆரோபம் என்ற இருளின் திரிபான மயக்கமே ஆகும். நிலையற்றவை ஆயினும் இவற்றுள் ஒவ்வொன்றிலும்

பிரம்மத்தின் "சித்" என்ற பாவம் (பகுதி) சேர்ந்திருக்கிறது. அதனாலேயே இவை நம் புலன்களுக்கும் அறிவுக்கும் புலனாகின்றன.

மேலே கூறியுள்ளது போல பெயரும் உருவமும் இன்றி, இரண்டற்ற ஒரே பொருளாக உள்ளதை அறிவாகவும், முழுமை உடையதாகவும், உணர்வுடையதும், உணர்வு ஊட்ட வல்லதுமான ஒன்றை பிரம்மம் என்பர். (இப்பிரம்மத்தில் ஐம்பூதவேறுபாடுகள் எல்லாம் தோன்றும் இத்தகைய தோற்றமே உலகம் எனப்படும்). இதனை பற்றி தெளிவது அபவாதம் எனப்படும். இது வீடு பேற்றைத் தரவல்லது. இத்தத்துவங்களை வேதாந்த நூல்கள் உபதேசிக்கின்றன.

ஆகவே ஈசனே நிலைபெற்ற நித்தியமான தத்துவம். மற்ற யாவும் அஞ்ஞானம் வாயிலாய் உண்டான தோற்றங்கள் ஆகும். அத்வைதத்தின்படி பிரம்மம் ஒன்றே அனைத்திற்கும் காரணம் . இதன்படி உலகம் என்பது பொய், பிரபஞ்சத்திற்கு மூலப்பொருள் பிரம்மம். அதுவே இவ்வுலகில் வெவ்வேறு வடிவங்களாக காட்சி தருகிறது. ஆக உடலும் உயிரும் ஆகிய இரண்டும் பிரம்மத்தினிடமாய் பிறந்த தோற்றங்கள் அதாவது பிரம்மமே உலகாக, உடலாக, உயிராக தோன்றுகிறதே தவிர அது எவ்வித மாற்றமும் அடைவதில்லை. மாறாத ஒருபொருள் வேறொன்றாக மாறிவிட்டது போலதோன்றுகிறது என்ற இக்கருத்து விவர்த்த வாதம் எனப்படும்.

பிரம்மமானது உலமாகவும், உயிராகவும் தோற்றமளிப்பதற்குக் காரணம் மாயையாகும். பிரம்மம் மாயையோடு சேராத நிலை நிர்குணபிரம்மம், சேர்ந்த நிலை சகுணபிரம்மம். இதன்படி பிரம்மம் வேறு, ஆன்மா வேறு அல்ல. பிரம்மம்தான் பல உயிர்களாக தோன்றுகிறது. இதனை விளக்கவே பிரம்மம் பரமாத்மா என்றும், உயிர் சீவாத்மா என்றும் அழைக்கப்படுகிறது. இங்கு ஒரே ஒருஆன்மா (பிரம்மம்) மட்டுமே உண்டு. எனவே அத்வைதிகளை ஏகான்மவாதிகள் என்று கூறுவர். தேகத்துக்கு சீவாத்மா எப்படியோ, அப்படியே சீவாத்மாவுக்கு பரமாத்மா. பரமாத்மா இல்லையெனில் சீவாத்மா உயிரற்ற உடலைப்போலாகிவிடும். ஆத்மா உடலை உற்பத்தி செய்வதில்லை. இயக்குவது மட்டும்தான் ஆன்மாவின் செயல். ஆன்மாவானது விழிப்பு, கனவு, உறக்கம், துரியம் (கருவி நீங்கின இடம்) என்னும் நான்கு அவத்தையிலும் பொருந்தி அனுபவித்தும் (போகம்), அனுபவத்திற்கு இடமாகிய பொருளிலும் (போக்கியம்) கூடி இயங்கும்.

ஆன்மா

- நனவில் 14 கருவிகளுடன் இயங்கும்
- கனவில் 4 கருவிகளுடன் இயங்கும்

- சுழுத்தியில் சித்தம் எனும் ஒரு கருவியுடன் இயங்கும்
- துரியம் என்பது பிரம்மம் தவிர பிற எல்லாம் நீங்கி நிற்கும் இடம். (இது ஒரு ஆனந்தநிலை. இந்த நிலைதான் ஆன்மாவின் உண்மை நிலை)

According to Athvaitham

This world is made up of both living and non living things. According to this principle appearance is false. For example a rope appears like a snake, the blue color of the sky, the appearance of lake in desert which turns out to be the mirage etc. This is known as Aaropam or Athiyaropam. It results in bondage.

The illusion resulting from darkness radiated by the Aaropam makes us believe in these false appearances and we tend to think that these will last forever. Even though it doesn't last forever, a part of the Brahmam "Siddh" is mixed with these. Hence our sensed and intellect is able to comprehend it.

As mentioned above, Brahmam is able to provide intellect, feelings, senses and enables things which don't have name nor form to become complete.In this Brahmam there are variations in the five elements which give rise to creation and hence is known as earth.Obtaining clarity regarding this is known as Apavadham. It is capable of giving salvation. These principles have been proposed by Vedantha books.

Hence Easan is the everlasting and consistent philosophy. Rest arose as a result of *Angnanam*. According to Athvaitham, brahmam is the reason behind everything. According to this this earth is false, *brahmam* is of foremost importance for this universe which gives appearance in this world in different forms. Hence both body and soul are born out of *brahmam.* Brahmam originates as this earth, this body and this soul. It does not undergo any changes or transformation. The statement that one object appears to have changed into another is called *Vivertha vatham..*

The reason behind *Brahmam* originating as the body and soul is *Maya. Nirguna Bhramam* is the state in which *bhramam and Maya* remain separated. *Saguna Bhramam* is the state in which *bhramam* and maya remain together. According to this *bhramam* and soul are not different.

Bhramam originates as many souls. In order to explain this *bhramam* is called as *Paramathma* and soul is called as Jeevathma. Here only one soul *(bhramam)* exists. Hence Advaitas are said to be monotheists.

Just like how Jeevathma is needed for body, *Paramathma* is needed by the *Jeevathma*. If there is no *Paramathma jeevathma* will turn into lifeless body. *Athma* doesn't generate or produce the body. *Athma's* action is only to direct the body. *Athma* acts together with 4 kinds of states i.e. awake, dream, sleep, Deep sleep (slumber state). *Athma* acts along with experiencing it (போகம்) and the subject for experience (போக்கியம்).

Athma

- Awake state acts with 14 tools.
- Dream state acts with 4 tools.
- Sleep state acts with Siddham only
- *Duriyam* (Deep sleep) is the state in which everything apart from *bhramam* is away. This is a state of utmost happiness. This is the true state of *Athma*.

விசிட்டாத்வைதத்தின்படி பிரம்மமும் உண்மை, உலகமும் உண்மை. பிரம்மத்திலிருந்தே உலகம் தோன்றுகிறது. பிரம்மம் காரணம்: உலகம் காரியம் எனும் பரிணாமவாதம் ஏற்றுக் கொள்ளப்படுகிறது. இதன்படி பிரம்மம் ஒன்று: உயிர்கள் பல. சாங்கிய தரிசனம் பரிணாமவாதத்தை முன்வைக்கிறது.

According to *Vishishta Dhuvaitham Bhramam* is true. Earth is true. Earth originated from *Bhramam*. *Bhramam* is the reason. Earth is the Effect. This evolutionary principle is accepted. According to this *bhramam* is one, souls are many. *Sangiyam* confers the Evolution principle.

துவைதத்தின்படி இறைவன், உயிர், உலகு என்ற மூன்றும் உண்மை. பிரம்மமே இறைவன். உயிர்கள் பல. பிரகிருதியே சடஉலகுக்கு மூலப்பொருள். சாங்கிய தரிசனப்படியே பரிணாமம் ஏற்படும். ஆனால் இறைவன் அதற்கு செயற்காரணமாய் இருப்பான்.

According to *Dhuvaitham* God, body, soul all three are true. *Bhramam* is God. Souls are many. *Pirakiruthi* (Nature) is the source for the world. Evolution occurs as per the philosophy of the *Sangiyam*. But God will be the cause of it.

வேதாந்தத்தின் படி

அஞ்ஞானம் அல்லது இருள் இருவகையாக செயல்படும். அவை ஆரோபம், அபவாதம் எனப்படும். ஈசன் உலகை படைக்க எண்ணி தனக்கு உதவியாக மாயையை (இது சக்திகளின் கருவூலம்) ஏற்கிறது அதனிடத்தே இயல்பாக உள்ளதான விட்சேபசக்தி(தோற்றும்சக்தி), ஆவரணசக்தி(மூடும்சக்தி) என்ற இருவகை திறனால் உயிரினங்களுக்கு ஏழு வகை அவத்தைகளை உண்டாக்கினார்.

அவை

- அஞ்ஞானம் – அறிவின்மை
- மூடல் – ஆவரணம்
- முளைத்தல் – தோன்றல்(விட்சேபசக்தி)
- காணாத ஞானம்
- கண்ட ஞானம்
- தழல்கெடல்
- குளிர்மையாதல் என்பனவாகும்.

1. **அஞ்ஞானம்:** பிரம்மத்தின் உருவமாகிய ஆன்மாவை (நான் யார்) என்று மனதில் சிந்தனை செய்து அறிந்திடாததன்மையே அஞ்ஞானம் – அறிவின்மை எனப்படும் . 'அகம்பிரம்மாஸ்மி' 'சிவோகம்' என்ற தத்துவத்தை சிந்தித்து அறிந்திடாத மடமையே அஞ்ஞானம் எனப்படும்.
2. **மூடல் அல்லது ஆவரணம்:** பரன் அல்லது பிரம்மம் அல்லது இறைவன் என ஒன்று காணப்படவில்லை . அவ்வாறு ஒன்று உண்டேல் கண் முதலான ஐந்து கருவிகளில் ஏதேனும் ஒன்றில் புலனாகும் . அவ்வாறு புலனாகாத காரணத்தால் இறைவன் என்ற ஒன்று இல்லை என மறுத்து வாதாடும் தன்மை. இது மெய்யறிவை, மூடல்சக்தி மூடிக்கொண்டு இருப்பதால் நிகழ்வதாயிற்று. இதனால் இறைவன் உண்டு எனும் தத்துவத்தை ஏற்க மறுக்கும் நிலை ஏற்படுகிறது. அதாவது உண்மையை தெரிவிக்காது மூடி வைக்கும் திறன் மூடல் ஆகும்.
3. **முளைத்தல் (தோன்றல்-விட்சேபசக்தி):** ஆகம், ஆவி என இரண்டும் ஒன்றியவர்களே சீவர்கள். ஆகம் புலனாகிறது ஆவி புலனாவதில்லை .கன்மங்களைத் துய்க்க எடுத்த உடலுடன் கூடிய உயிர் நான் என்பதை உணர்தல் முளைத்தல் எனப்படும். இவ்வுடலை உயிராக கருதிய மறைப்பு

நீங்கி உடல் வேறு, உயிர் வேறு என்று உணர்த்தும் அறிவை விட்சேப சக்தி என்றனர்.

4. **காணாத ஞானம்:** சற்குருவின் உபதேசத்தால் தான் யார் என்று உண்மையாக அறிந்து கொள்ளுதலே காணாத ஞானம் எனப்படும். இந்த உணர்வு மெய், வாய், கண், மூக்கு, செவி எனும் உணர் கருவிகளின் வழி அறிதல் அன்று . அதாவது ஞானேந்திரியங்களினால் காணாத ஞானம் என்றனர். 'தான் யார்' என்பது போன்ற பல தத்துவங்களை குருவின் உபதேசத்தால் அறிதலே காணாத ஞானம் எனப்படும்.

5. **கண்டஞானம்:** குருவின் உபதேசத்தால் கிடைத்த மகா வாக்கியங்களின் பொருளைச் சிந்தனையால் தேர்ந்து ஐயப்பாடுகளை எல்லாம் விலக்கி தெளிந்து, தானே இரண்டற்ற நிலையை எய்துவதற்கு கண்ட ஞானம் என்று பெயர் . தத்துவமசி– தத் – அது: துவம்– நீ : அசி– ஆகிறாய்: என்பது போன்ற சொற்களின் பொருள்களை சிந்தித்தல் தெளிதல்.

6. **தழல் கெடல்:** துக்கதுவம்சம் என்றும் தூக்க நாசம் என்றும் கூறப்படும். உயிரின் இயல்பான தன்மை உலகப்பொருட்களில் விழைவு கொண்டு வாழ்தல் ஆகும் . இது மாயையின் காரியமாக நிகழ்கின்றது. இதன் விளைவால்' நான்' என்றமுனைப்பின் வழி பிறந்த 'ஆக்கியோன்' என்ற நினைப்பும்; ' எனது ' என்ற உறவின் வழி தோன்றிய'துய்ப்போன்' என்ற எண்ணமும் தலைமை பெறும். இதனை 'அகம்பாவம்'என்பர். ஆகவே நான் எனது என்ற எண்ணத்தை ஒழித்து நிற்றலே எல்லா வகை துன்பங்களையும் போக்கி கொள்ளும் வழியாகும். தான், தனது என்ற எண்ணத்தை போக்கியவனுக்கு தொந்தங்கள் ஏதும் தொடராது . தொந்தங்களாவது இரட்டை. பசி– தாகம்: விழிப்பு - உறக்கம்: இறப்பு- பிறப்பு: சூடு– குளிர்ச்சி: நட்பு – பகை. இவ்வாறு தொந்தங்களை நீத்தவன் ஆயினும் அவன் நித்திய சுகத்தை பெற்றவன் அல்லன்.

7. **குளிர்மையாதல்:** ஆனந்தத்தைப் பெறல் என்ற தத்துவம். அஹம்பிரம்மாஸ்மி என்ற முறையில் 'தான்' பரனுடன் இரண்டற்ற நிலையில் கலந்து நிற்றல் என்பர் வேதாந்திகள். சிவோகம் என்ற நிலையை எய்துதலே அழியா இன்ப நிலை என்பர் சித்தாந்திகள். இத்தகைய நிலையை எய்துதலே பிறவிப்பயன் எனப்படும். இதனை வீடு என்று கூறுவர்.

அஞ்ஞானம் முதல் குளிர்மையாதல் ஈறாக கூறப் பெற்ற அவத்தைகளே பந்தத்திற்கு காரணம்.

According to *Vedantham*, Ignorance or darkness acts through two ways. These are revealing and concealing. *Easan* intend to create the world and accepts the *Mayai* to help him. Easan created 7 states for all living beings using 2 powers – revealing power and concealing power. They are

1. **Ignorance** - Ignorance is failure to identify that *athma* is a form of *bhramam*. Failure to think and realise the philosophy of '*Agam Bhramashmi*' or '*Sivogam*' is known as ignorance.
2. **Concealing power** - *Paran or Bhramam* or God cannot be seen. If so, it can be detected by any one of the five sense organ. Arguing and arriving to conclusion that god himself doesn't exist after being unable to detect *Bhramam* indicates lack of wisdom. This happens as concealing power blinds us. As a result of this one fails to agree that god exists. Hence concealing power blinds one and results in failure to realise truth.
3. **Revealing power** - living being is the union of body and soul. body can be detected and soul cannot be detected. *Mulaithal* is the realisation that one's soul resides in a body to experience the result of karma. Revealing power is the ability to comprehend that body and soul are different and not one and the same.
4. **Invisible wisdom** is self-realisation which results from the lessons taught by one's Guru. This cannot be realised through the 5 sense organs – touch, speech, vision, smell and hearing. As it cannot be realised through these 5 sense organs it is known as Invisible wisdom. It is the self-realisation obtained through teachings of Guru.
5. **Visible wisdom** - It is the great knowledge obtained from the teachings of Guru which aids in eliminating doubts and getting clarity. To achieve unparalleled status, one should think of the following words like *Thathuvamasi* (Thath – that: Thuvam – you: Asi – are)
6. Abolish of suffereing - It is also known as destroy of Grief. The basic character of life is living and experiencing the benefits of the world. It happens as a result of mayai. Because of it the thought that creator of one by own, and consumer of one by self. The result is the thought of 'creator' born out of 'I': thought of 'consumer' emerging out of 'myself and self'. This is known as arrogance. Elimination of arrogant possessive thoughts of

"self", "myself" paves way for removing all kinds of sadness. One who eliminates such thoughts does not face any doubles (like oxymoron). Doubles are hungry-thirst, awake-sleep, birth-death, hot-cold. Even though he who destroy the doubles is not the one who has attained eternal bliss.

7. This philosophy is based on attaining happiness. *Vedanthis* say that '*Agambhramasimi*' is the way to attain the state of mixing with paran and not remaining as two separate entities. According to *siddhanthigal*, 'sivogam' is the state of attaining eternal happiness. This attainment is known as mukthi. Ignorance is the reason behind issues resulting due to bondage.

3.3.2. நியாயதரிசனம்

ஒரு விடயத்தை தர்க்க ரீதியாக அணுகுவது. எனவே இதனைத் தர்க்கம் என்றும் கூறுவர். அறிவைவிட அந்த அறிவைப்பெறும் வழியே முக்கியம் என்பது இவர்கள் கொள்கை. ஒரு பொருளைத் திடீரென பார்க்கும்போது முதலில் அதன் பொதுவான தன்மையே (நிர்விகல்பகாட்சி) தோன்றும். ஆனால் கணப்பொழுதில் அதன் சிறப்பான தன்மை தோன்றும் (சவிகல்பகாட்சி). உதாரணமாக ஒரு கயிறைத் திடீரென பார்க்கும்போது அதுபாம்பு போல தோன்றலாம். உடனடியாக மனம் அது பாம்பல்ல கயிறு என்பதை தீர்மானித்துவிடும் . அதனால்தான் நியாயவாதிகள் ஒருபொருளின் குணம் என்பது வேறு, அந்தக் குணத்தைத் தாங்கி நிற்கும் பொருள்(குணி) என்பது வேறு என்று பிரித்துக் கூறுகின்றனர்.

இவர்கள் கருத்துப்படி பிரபஞ்ச தோற்றத்திற்கு மூலகாரணம் அணுக்களாகும். ஒரு பொருளைப் பிரித்துக்கொண்டே போனால் ஒரு கட்டத்திற்கு மேல் அதை இனிப்பிரிக்க முடியாது என்ற நிலை ஏற்படும். அதுவே அணுவாகும்.

இவர்கள் கூற்றுப்படி ஆன்மா பல. அவை நித்தியம் . அறிவைத் தாங்கி நிற்கும் பொருளே உயிர். அதாவது அறிவு வேறு; ஆன்மா வேறு (குணம்வேறு; குணிவேறு) இரண்டையும் பிரித்தறிய முடியும். உயிரானது சடமாகிய உடம்பிலிருந்து விடுபட்டு அறிவை இழந்து தனித்து நிற்கும் நிலையே முக்தி எனப்படும். அது கடவுளுடன் இணைவதில்லை. கடவுள் உண்டு. அவர் நித்தியபொருட்களைக் (16 பொருட்கள்) கொண்டு இப்பிரபஞ்சத்தை படைத்து, காத்து, அழிக்கும் தொழிலை செய்பவர்.

இதில் உண்மையை நிலைநாட்டும் பொருட்டு கருத்துக்களை சீர்தூக்கிக் காட்டுவது என்ற நிலையில் மிகவும் சீரியநிலையில் இருப்பதை சமவாதம் என்பர். இதுவே தர்க்கத்திலும் மருத்துவத்திலும் முக்கியம் பெறுகிறது. இவர்கள் ஆரம்பவாதத்தை பின்பற்றுபவர்கள்.

Accessing a situation with rationale. So it is called the logic. Their philosophy is that the way of attaining intellect which is more important than the intellect itself. While suddenly looking at an object its basic character appears first-. However within a fraction of second its special character appears. For example while looking at a rope first it appears as snake. Then our mind realise that it isn't snake but just a rope. That is why Niyayavathigal argue that the nature of an object is different, the object(character) that sustains that quality is different.

According to their opinion the chief reason behind the creation of universe is atoms. After continuously segregating an object there comes a stage where no more segregation is possible. At this stage it is known as atom. According to this *Athmas* are many. They are constant. Object which bears intellect is soul. Intellect and *Athma* are different and can be separated. *Mukthi* is the stage in which soul exists alone without intellect after leaving the body. It doesn't unite with god. God exists. He used constant objects and performed the acts of creation, protection and destruction.

Equality is the state of being very zealous in reconciling opinions in order to establish the truth. This is what is important in logic and medicine. They follow *Aramba vatham*.

3.3.3. வைசேடிகதரிசனம் (சிறப்பியம்)

இவர்களின் கொள்கைப்படி இப்பிரபஞ்ச உற்பத்திக்குக் காரணம் அணுக்களாகும். (இவ்வுலகம் அணுக்களால் ஆனது.) இவற்றைப் பரமாணுக்கள் என்பர். இவை பல. நில அணுக்கள் ஓர் இயல்பும், நீர் அணுக்கள் ஓர் இயல்பும், தீ அணுக்கள் ஓர் இயல்பும், காற்று அணுக்கள் ஓர் இயல்பும், ஆகாய அணுக்கள் ஓர் இயல்பும் உடையன என்பர் சித்தாந்திகளும், வைசேடிகளும். ஆக அடிப்படையில் ஐந்து குண அணுக்கள் உண்டு. ஒவ்வொரு அணுவும் தனக்கென ஒரு தனித்தன்மை எனும் விஷேடத்தை உடையது. அந்த விசேடமே அதை அதன் இனத்திலுள்ள

ஏனைய அணுக்களிலிருந்து பிரிப்பது. கடவுள் உண்டு. அணுக்களை இயக்கி இப்பிரபஞ்சத்தைப் படைத்து, காத்து, அழிப்பது அவரின் தொழிலாகும். எனவே பிரபஞ்ச உற்பத்திக்கு செயற்காரணம் கடவுள் ஆகும்.

பொருட்களின் உற்பத்திக்கு (காரியம்) அணுக்கள்(காரணம்) இணைதல் அவசியமாகும். இங்கு காரணத்தில் இல்லாத ஒரு புதிய பொருள் காரியத்தில் தோன்றுவதை அசத்காரியவாதம் (அ) ஆரம்பவாதம் என்பர். உதாரணமாக மண்ணும் பானையும். மண் காரணம், பானை காரியம். மண்ணில் பானை இல்லை. ஆனால் மண் துணுக்குகள் இணைந்து தான் பானையாகியுள்ளது. (புதுப்பொருள்) இதில் பானையை உடைத்தால் அது மண்ணாகிவிடும். பானை என்பது இல்லாமல் ஆகிவிடும்.

According to them atoms are the reason behind creation of universe. Universe is made up of atoms. Such atoms are known as *paramanu* (Basic atom). They are many in number. According to Siddhanthis and Vaisedigars atoms are of 5 types based on it's nature – soil atoms, water atoms, fire atoms, wind atoms and sky atoms. The speciality is that each atom has its own unique character and nature. This speciality itself makes it different from other atoms of its type. God exists. He governs the atoms to perform the act of creation, protection and destruction. Hence god is the reason behind creation of Universe.

For the generation of living and non living things(Effect) the fusion of atoms(Cause) is necessary. The creation of a new object which is not present in the cause is called *Asathkariya Vatham* or *Aramba vatham.* For example take soil and pot. Soil is the cause and pot is the effect. Pot isn't there in soil but atoms of soil together formed pot. Breaking of pot brings back the atoms of soil.

3.3.4. சாங்கியதரிசனம் (அ) தத்துவம்

இந்திய தத்துவங்களுள் இது மிகவும் பழமையானது. இவர்களது தத்துவப்படி படைப்பு 24 தத்துவங்களால் ஆக்கப்பட்டது. இவர்கள் கூற்றுப்படி நித்தியப் பொருட்கள் இரண்டு. 1. ஆன்மா (அ) புருடன் - அறிவுடையது. 2.மூலப்பிரகிருதி - அறிவற்றது- சடப்பொருள். கடவுள் என்று எவரும் கிடையாது. உலகிலுள்ள சடப்பொருட்கள் எல்லாம் இதிலிருந்தே தோன்றி இதிலேயே மறைகின்றன. இது நிரீசுரசாங்கியம் எனப்படும். பிற்காலத்தில் சாங்கியத்தத்துவ இயலார்

கடவுள் கோட்பாட்டைத் தம்முடன் இணைத்துக் கொண்டனர். இவர்கள் கடவுளைப் பரிணாமத்தின் தூண்டுகோலாகவும், அதனை முறைப்படுத்தி கண்காணிப்பாளராகவும் கொண்டனர். இது ஸேஸ்வரசாங்கியம் எனப்படும்.

உலகமாகிய காரியத்துக்கு காரணம் பிரகிருதியாகும். அக்காரணத்தில் காரியம் சூட்சுமமாக உள்ளது என்பதே இவர்கள் கொள்கை. இதனையே சத்காரியவாதம் என்பர். பிரகிருதியானது படைப்புக்கு முந்தைய நிலையில் மூலப்பிரகிருதி என்று அழைக்கப்படும். இதில் மூன்று குணங்களும் சமநிலையில் இருக்கும்.

படைப்பின்போது ஆன்மா(அ) புருடன் மூலப்பிரகிருதியுடன் தொடர்பு கொள்கிறது. அப்போது பிரகிருதியில் உள்ள முக்குணங்களின் சமநிலையில் சலனம் ஏற்படுகிறது. அதன்விளைவாக மகத் எனப்படும் புத்தி தோன்றுகிறது. அப்புத்தியிலும் முக்குணங்கள் தொடர்ந்து காணப்படும். அதாவது ஆத்மாவும் பிரகிருதியும் இரண்டறக் கலந்து புத்தியாக பரிணமிக்கின்றன. அப்புத்தியில் இருந்து அகங்காரம் தோன்றுகிறது. அது மூன்றாக பிரியும். அதில் சத்துவகுணம் மேலோங்கும் போது மனமும், ஞானேந்திரியங்களும் கன்மேந்திரியங்களும் ஆக பதினொரு இந்திரியங்கள் உருவாகின்றன. இராசத அகங்காரம் தாமச அகங்காரத்தைத் தூண்டுவதால் பஞ்சதன்மாத்திரைகள் உருவாகின்றன. அவை ரூப, ரச, ஸ்பரிச, சப்த, கந்த தன்மாத்திரைகள் ஆகும். இவற்றிலிருந்து சூட்சுமமான பஞ்சபூதங்கள் தோன்றுகின்றன. இங்ஙனம் ஒன்றிலிருந்து ஒன்று உருவாவதை பரிணாமம் என்றும் இக்கோட்பாட்டை பரிணாமவாதம் எனவும் கூறுவர் இத்தோற்றக்கிரமத்தில் ஆத்மா நீங்கலாக இருபத்துநான்கும், ஆத்மாவை சேர்த்து இருபத்தைந்தும் தத்துவங்களாகவும் கொள்ளப்படும்.

சுருங்கச் சொன்னால் உலகத்தோற்றத்திற்கு காரணம் மூலப்பிரகிருதி. இதிலிருந்தே பரிணாமம் ஆரம்பமாகிறது. அதற்கு ஆத்மா உடந்தையாக இருக்கிறது. செயற்காரணமான ஆத்மாவானது மூலப்பிரகிருதியைத் தூண்டுவதால் பரிணாமம் ஏற்படுகிறதே ஒழிய ஆத்மாவில் இருந்து ஒன்றும் பிறக்காது. ஆன்மாவிடமிருந்து பெற்ற சக்தியாலேயே இயற்கை இத்தனையும் தன்னிலிருந்து தானே உண்டாக்கிக் கொள்கிறது.

Among all Indian principles, this is very old. According to them creation is made up of 24 principles. Based on their principle there are 2 Eternity materials. One is soul or Purudan-have wise. Other one is Moola pirkiruthi – without wise. God doesn't exist. All things in this world originate and disappear here. This is known as *Nerisura sangiyam*. Later people following this principle also accepted the principle of existence of God. They defined God as the stimulus for evolution and as the one who tracks and observes the same. This is known as *Seshwara sangiyam.*

Pirakiruthi is the cause of the world. The effect is subtly seen in the cause is their principle. This is known as *Sathkariya Vatham.* Before the stage of creation Pirkiruthi is known as *moola pirkiruthi.* Here all 3 qualities exist in balanced state.

During creation *Athma* or *Purudan* is associated with *moola pirkiruthi.* At that moment a temptation occurs in the balance of the 3 qualities seen in pirkiruthi. As a result of this an intellect called '*Magath*' originates. In that intellect the 3 qualities are continued to be seen. *Athma* and *pirkiruthi* fuses with each other and appears as intellect. From this intellect, arrogance originates. It separates into 3. In this when the *Sathuva gunam* is raised, the mind, five sensory organs and Motor organs *(Kanmenthiriyangal)* originates. Hence totally 11 organs are formed. *Panchathanmathiraigal* (Basic molecules) are formed from *Thamasa agangaram* which is stimulated by *Rakshatha agangaram.* They are perception, vision, smell, taste and hearing, From this the subtle form of five primordial elements originates.. Thus Evolution is the formation of one thing from another. This theory is known as Evolution theory. Excluding *Athma* (soul) there are 24 philosophies whereas including athma there are 25 philosophies.

In short, the cause for creation of universe is *moolapirkiruthi.* From this evolution started. For this *athma* remains as a supportive tool. Nothing is born from the soul unless the evolution occurs because the causal soul triggers the *moolapirkiruthi* (primordial nature). *Athma* which is the tool induces *moolapirkiruthi* as a result of which evolution takes place and not directly from *athma.* Nature is able to create everything from itself because of the power obtained from the *Athma.*

3.3.5. யோகதரிசனம்

இந்த தத்துவம் சாங்கிய தரிசனத் தத்துவத்தையே ஏற்றுக்கொள்கிறது. ஆனால் சாங்கியரின் நாத்திக கொள்கையை ஏற்காமல் இவர்கள் ஆத்மா, பிரகிருதி என்ற இரண்டையும் இணைத்து சிருட்டியை ஏற்படுத்த கடவுள் உண்டு என்பதை ஏற்றவர்கள். இங்கு யோகம் என்றால் பிரிதல் என்று பொருள். அதாவது

ஆத்மாவானது பிரகிருதியிலிருந்து பிரிதல் ஆகும். இதுவே முக்தி என்பது இவர்களின் கருத்து (சாங்கியர்களின் கருத்தும் இதுவே) ஆகும்.

யோக தரிசனத்தில் மனம் (அ) சித்தம் பற்றி அதிகம் பேசப்படுகிறது. இது சாங்கியத்தில் கூறப்படும் மகத் அல்லது புத்தியை ஒத்தது. இதுவே பிரகிருதியின் முதல் படைப்பாகும். அதில் ஆத்மாவின் பிரதிபலிப்பை காணலாம். எனவே புருடனின் பிரதிபலிப்பைப் பெற்றுச் சித்தம் அறிவுடையதாகிப் பலவகையாகச் செயல்படுகிறது. சித்தம் தன்னளவில் எங்கும் நிறைந்திருக்கும்போது அது காரணசித்தம் (The cause mind) அது ஒரு உடலோடு தொடர்பு கொள்ளும் போது தன் தேவைக்கு ஏற்ப சிறியதாகவோ பெரியதகவோ மாறும்போது அது காரிய சித்தம் (The effect mind) என்றும் அழைக்கப்படும். சித்தத்தை தூய ஆரம்ப (மகத்) நிலைக்கு கொண்டு வருவதும், ஆன்மாவை பெரும் துன்பத்திலிருந்து விடுபடச் செய்தலுமே யோகத்தின் குறிக்கோளாகும். இதற்கு உறுதுணையாக அட்டாங்க யோகம் கூறப்படுகிறது.

முதன் முதலில் அட்டாங்கயோகத்தை மருத்துவத்தில் புகுத்திய பெருமை சித்தர்களையே சாரும்.

This principle accepts Sangiya principles. But this principle does not accept their policy of atheism. They have accepted that 'to combine athma and prikiruthi for creation' God exists. Here yogam means separation, which means the separation of athma from prikiruthi. This is known as Mukthi. This is same as the principle of Sangiyargal).

In *Yoga darisanam* is taken about mind (siddham). This is similar to the *magadh* or intellect told in *Sangiyam*. This is the first creation by *pirkiruthi..* We can see the reflection of *athma* in it. As the mind obtains the reflection of *Purudan* it acts intellectually in many ways. When *Siddham* exists everwhere by itself it becomes the cause mind, when it exists in relation with a body or when it exists either as small or big according to its need, it is known as the effect mind. The goal of *yogam* is to bring our mind to its pure state known as '*Magath*' freeing our athma from huge sadness. *Attangayogam* aids in this. The pride of incorporation of *Attangayogam* in medicine belongs to Siddhargal.

3.3.6. மீமாம்சதரிசனம்

வேதங்கள் மந்திரம், பிரமாணம், உபநிடதம், என்ற மூன்று பகுதிகளை உடையன. இதில் பிரமாணங்களை அடிப்படையாகக் கொண்டு தோன்றியவை மீமாம்சம். மீமாம்சம் என்றால் விசாரித்து அறிதல் என்பது பொருள்.

பிரபஞ்ச உண்மையை அறிய இவர்கள் வேதத்தை ஆதாரமாக கொண்டனர். வேதம் தானே தோன்றியது . அதை யாரும் படைக்கவில்லை. எனவே கடவுள் ஒருவர் இல்லை. வேதம் ஒலிகளால் ஆனது. அவ்வொலி நித்தியமானது. எனவே வேதம் அழிவற்றது.

இவர்களை பொருத்தவரை இவ்வுலகம், ஆன்மா(பல) இரண்டும் நித்தியம். ஆன்மாவுக்கு விடுதலை பந்தத்திலிருந்து விடுபடுதல். அதற்கு சந்தியாவதனம், யாகம் செய்தல் முதலிய கிரியைகளை வேதவிதிப்படி செய்தல் வேண்டும். தியானத்தால் ஆத்மஞானம் பெற்றும் பந்தத்திலிருந்து விடுபட முடியும். இவர்கள் கர்மத்தையும் ஞானத்தையும் வலியுறுத்துவதால் இதற்கு ஞானகன்ம சமுச்சியவாதம் என்று பெயர் ஏற்பட்டது.

Vedhas have 3 parts which include *Mantras*, Oath and *Upanishads*. The ones that appear to be based on oaths are *Memamsam*. *Memamsam* means legitimate inquiry and cognition.

To know the truth of universe they had *vedham* as the foundation. Vedham originated by itself. No one created *Vedhas*. Hence there is no god. Vedham is made up of sounds which are true and eternal. Therefore, there is no destruction for *Vedhas*. *Vedham* is eternal.

According to them this world and the many *athmas*, both are forever. Freedom for athma is freedom from bonds. In order to free *athma santhiyavathanam*, *yagam* have to be done according to the priciples and ways of *Vedhas*. By performing *dhyanas* one can obtain *athmagnanam* and can be free from bonds. As this principle emphasises both on *karmam* and *gnanam* this is known as *gnanakanma samuchiya vatham*.

3.3.7. வேதமறுப்பு தத்துவங்கள்

- **உலகாயத தத்துவம்.**

இதைத் தோற்றுவித்தவர் தேவகுரு பிரகஸ்பதி. உலகாயதக் கொள்கைகளைத் தத்துவ ரீதியாக சார்வாகர் என்பவர் பரப்பியதால் இதற்கு சாருவாகம் என்ற பெயர் ஏற்பட்டது. இந்திய தத்துவங்களிலேயே மிகவும் ஆதியானது இது. இது தோன்றிய காலம் வேதகாலம் என்பர். வேதங்கள் எவ்விதம் கடவுள் உண்டென வலியுறுத்தினவோ அதற்கு மறுப்பாக கடவுள் இல்லை என்று வாதிக்கும் கட்சியும் ஆரம்பமாகிவிட்டது என்றே தோன்றுகிறது. வேதத்திலுள்ள அல்லது வேதத்தைப் பின்பற்றுவோர் கடைபிடித்த சில மூடக்கொள்கைகள் நம்பிக்கைகளை எதிர்ப்பதற்கென்றே இத்தகைய நாத்திக வாதங்கள் தோன்றின எனலாம்.

இவர்கள் காண்டல் அளவையை மட்டுமே தமது தத்துவ ஆராய்ச்சிக்கு துணையாகக் கொண்டனர். நிலம், நீர், தீ, காற்று என்னும் நான்கு பூதங்களே இவர்களின் உண்மைப் பொருள். இவையே நித்தியப் பொருட்கள். அதாவது புலன்களால் உணரப்படுபவையே உண்மையானவை, ஏனையவை பொய். ஆகாயத்தை புலன்களால் உணர முடியாததாகையால் இவர்கள் அதனை ஒரு உண்மைப் பொருளாக ஏற்றுக் கொள்வதில்லை. இந்நான்கு நித்தியப்பொருட்களும் வெவ்வேறு விகிதங்களில் இணைவதால் இப்பிரபஞ்சமும் அதிலுள்ளபொருட்களும் உண்டாகின்றன. அவ்விதமே இவ்வுடம்பும் ஒருஉணர்வும்(ஆன்மா) உண்டாகின்றன. அவ்வுணர்வு உடம்புவளர வளரும். உடம்புத்தேய தேயும். எனவே உடம்பிற்கு வேறாக உயிரென்ற (ஆன்மா) ஒன்று இல்லை. உயிர் (ஆன்மா) என்பது பொய். பாக்கு, வெற்றிலை, சுண்ணாம்பு ஆகிய மூன்றும் சேரும்போது செந்நிறம் உண்டாவது போல நான்கு பூதங்களின் சேர்க்கையினால் ஒருவிதசக்தி உண்டாகி, உடல் அழியும் போது அச்சக்தியும் அழிந்து விடுகிறது என்பது இவர்களது கொள்கை. இவ்வுலகத்தில் காணும் ஆண், பெண் விகல்பங்களுக்கும், மனிதன், மிருகம் என்ற படைப்புக்கும் பூதங்களின் சுபாவமே காரணம் எனச் சமாதானம் பகர்வதால் இது சுபாவ வாதம், பூதவாதம், சாருவாதம் எனக் கூறப்படுகிறது.

நான்கு பூதங்களும் வெவ்வேறு விகிதங்களில் சேர்வது அவற்றின் இயல்பு. அவை தானாக சேரும் . அதற்கு கடவுள் என்ற யாரும் தேவையில்லை. கடவுள் பொய். உடலுக்கு இன்பதுன்பங்கள் இயல்பாக உள்ளன. அதற்கு காரணம் வினை என்பதும் பொய். நான்கு பூதச்சேர்க்கையால் உண்டான பிராணவாயு நீங்கினால் உடம்பு உணர்விழந்து நாசமாகும். அதுவே வீடுபேறு.

இவ்வுலகாயதத்தில் தேகத்தை ஆன்மா என்று கருதும் தேகான்மா வாதம், இந்திரியங்களை ஆன்மா எனக் கருதும் இந்திரியான்மாவாதம், பிராணனை ஆன்மாவாக கருதும் பிராணான்மாவாதம் என்று பல பிரிவுகள் உண்டு.

This principle was created by Devaguru Pragaspathi. This principle was spread by Sarvagar. Hence it is also known as Saruvagam. This is the most primitive of all the Indian principles. The time period when this originated is known as Vetha period. .Just like how *Vedham* emphasises the presence of god, there are principles against it which strongly argue that there is no god. Atheist principles originated just to oppose the superstitious policies followed by some people who go by *vedhas*.

They used only observation as tool for their research on their principles. According to them Earth, water, fire, wind are the true elements. These are the only eternal elements i.e, only those which can be detected by sense are true, rest are false. As sky cannot be sensed they don't consider sky as a true element. The combination of varying proportions of the 4 elements resulted in the creation of universe. In the same way body and *athma* (a feeling) is created. The feeling grows as the body grows. As the body depletes it also depletes. Hence there isn't *athma* which exists separately. *Athma* is false. Just like how there is formation of red colour when areca nut, betel leaves and calcium oxide are mixed, there is formation of one *Sakthi* (power) when the four elements combine.When the body destroys, the power also destroys according to this principle.The differences seen in this world between male and female, animal and human is also due to the nature (சுபாவம்) of elements is the conclusion of this principle. Hence it is also known as Subava vatham, *Boothavatham* and *Saruvatham*.

The combination of the 4 elements in varying proportions is its nature. It combines on its own. For this process god isn't required. God is false. Happiness and sorrow by virtue is present in human body, stating karma as the reason for it is false.. When the *pranavayu* (formed by combination of the 4 elements) leaves the body it leads to the loss of senses and eventually the destruction of body.This is known as attaining salvation.

In this consideration body as athma is known as *Theganma vatham*. Considering senses as athma is known as *Inthiriyanma vatham*. Considering pranan as athma is known as *Piirananma vatham*. Thus there are many divisions.

3.3.8. பௌத்தம்

இதைத் தோற்றுவித்தவர் கௌதமபுத்தர். காலம் கி.மு.6ம் நூற்றாண்டு. புத்தமதக் கொள்கைப்படி, இவ்வுலகம் மாற்றத்தால் ஆனது. பிரபஞ்சம் பருப்பொருட்களினால் ஆனது. அவை தொடர்ந்து மாறியபடியே உள்ளன. இதில் கடவுளுக்கோ ஆன்மாவுக்கோ இடமேயில்லை. நாம் அறிவது எல்லாம் மனத் தோற்றங்களே. ஒரு கணத்துக்கு மேல் நிலைத்து நிற்பது எனபேசத் தக்கபொருள் எதுவும் இல்லை. மாற்றம் ஒன்றுதான் உண்மை. அதுதான் தொடர்ச்சியாக இடையறாது நிகழ்ந்து கொண்டிருக்கிறது. ஒன்று அழிகிறது, இன்னொன்று தோன்றுகிறது. நிலைபேறுள்ள பொருள் எதுவும் இல்லை. ஒரு பொருளும் ஒரு கணம் கூட நிலைத்து நிற்பதில்லை. எல்லாம் கணத்தில் தோன்றி கணத்தில் மறையும் என்று கூறுவதால் இவர்களை கணபங்கவாதிகள் என்றும் இவர்களது வாதம் கணபங்கவாதம் என்றும் கூறப்படும். ஆன்மா உடலுக்குப் புறம்பாக தனித்த ஒருபொருளாயினும் அது நிலையான பொருள் அன்று. மிகவேகமாக இயங்கிக் கொண்டிருக்கும் உணர்வுகளின் கோர்வைதான் ஆன்மா. ஆன்மாவை நிலைப்படுத்த, தாங்கி நிற்க நிலைத்த அடிப்படைப்பொருள் எதுவும் தேவையில்லை. ஆன்மா என்ற ஒன்று இல்லை. எனவே இது அனாத்மவாதம் எனப்படுகிறது.

இவர்கள் துணைகொண்ட அளவைகள் காண்டல், கருதல் மட்டுமே. கடவுள் என்று எவரும் இலர். எல்லாம் சூனியம். ஞானமே ஆன்மா. அது நீரோட்டம் போல தொடர்ச்சியாக கணந்தோறும் தோன்றி அழியும். அங்ஙனம் தோன்றி அழியும் போது (ஒரு பெட்டியில் பெருங்காயத்தை வைத்து எடுத்தபின் அந்த பெட்டியில் வேறு ஒரு பொருளை வைத்தால் அதில் பெருங்காயத்தின் மணம் வீசுவது போல) முற்கணத்தில் அழிவெய்தும் ஞானத்தில் (ஆன்மாவில்) தோன்றிய வாசனை பிற்கணத்தில் தோன்றும். அதாவது வினையும் மறுபிறப்பும் உண்டு. வினை தானாகவே மறுபிறப்பில் பற்றும் என்பதாகும். ஆன்மாவில் பற்றுவதால் அறிவு முதலியன தோன்றும். இங்ஙனம் ஞானத்தில் தோன்றிய வாசனை அழிவதே முக்தி எனப்படும்.

Gauthamabuddha is the creator of this principle. Time period is 6th century. Based on this principle the world is made up of changes. The Universe is made up of materials. It repeatedly undergoes changes. There is no space in this for god or athma. Whatever we look at is just our mind's imagination. Nothing exists for more than one moment. It happens continuously without break. One is destroyed. One originates. There is nothing which is permanent. Everything originates for a moment and disappears in that moment itself. Hence they are known as *Ganabangavathigal* and their principle is known as *Ganabanga vatham.* If athma exists outside the body it doesn't mean it is a stable being. The compilation of the feelings which act and develop fast is known as athma.There doesn't have to be anything to normalize and support *athma.* There isn't anything called as *athma.* Hence this is known as *Anathma vatham..*

They used the tools of observation and Inference. There isn't anyone called as god. Everything is nothing. wisdom is *athma.* Just like the flow of water it originates and destroys at the same moment. At that moment when it originates and destroys (even after removing asfoetida from a box in which it was kept and replacing with some other object the smell of asafoetida persists) similarly in the previous moment the destroyed *athma's* fragrance persists in the next moment also. Hence it can be concluded that *karma* and rebirth exists. *Karma* automatically continues in the next birth. As *karma* continues with athma wisdom and more is created. When the fragrance which originated in the wisdom gets destroyed it is known as *mukthi.*

"பேதமை சார்வாச் செய்கை யாகும்
செய்கை சார்வா வுணர்ச்சி யாகும்
உணர்ச்சி சார்வா வாயிலாகும்
வாயில் சார்வா ஊறாகும்மே
நுகர்ச்சி சார்ந்து வேட்கையாகும்
வேட்கை சார்ந்து பற்றாகும்மே
பற்றிற் தோன்றும் கருமத் தொகுதி
கருமத்தொகுதி காரணமாக
வருமே யேனை வழிமுறைத் தோற்றம்
தோற்றஞ் சார்பின் மூப்புப் பிணி சாக்கா
டுவல மாற்றுக் கவலை கையா றெனத்
தவலிறுன் பந்தலை வருமென்ப
ஊழின் மண்டிலமாசி சூழுமிந் நுகர்ச்சி " – மணிமேகலை

3.3.9. சமணமதம்

இதைத் தோற்றுவித்தவர் பார்சவநாதர் எனவும் சீர்திருத்தியவர் மகாவீரர் எனவும் கருதப்படுகிறது. இது உலகத்தோற்றத்திற்கு மூலப்பொருள் ஒன்றல்ல பல எனக்குறிப்பிடுகிறது. சீவன், அசீவன் இரண்டுமே நித்தியம் எனக்குறிப்பிடுகிறது.

பொருளுக்கு அழிவென்பது நிலைமாறுதல் ஆகும். ஒருபொருள் அழிந்துவிட்டதென்றால் அது மற்றொன்றாக மாறிவிட்டது என்பதே கருத்து. ஒருபொருள் இன்னொன்றாக மாறலாமே அன்றி ஒன்றுமேயில்லாமல் அழிக்க முடியாது. அதேபோல ஒருபொருளைக் கொண்டு மற்றொரு பொருளை ஆக்கலாமே தவிர எந்தப் பொருளுமின்றி புதியதொரு பொருளை ஆக்க இயலாது. சேர்க்கைப் பொருளை அழித்துக்கொண்டே போனால் தனித்த மூலப்பொருளை அடையலாம். அந்த மூலப்பொருள் அணுக்களே ஆகும். அணுக்களுக்கு வடிவம் இல்லை, தோற்றமும் இல்லை ஆகையால் அது காட்சிக்கு புலனாகாது. அனுமானத்தால் மட்டுமே தெரியும். இவ்வுலகம் பகுதிகளால் மூலப்பொருட்களின் சேர்க்கையால் இப்பிரபஞ்சமும் அதிலுள்ள பொருட்களும் தோன்றுகின்றன. அதைக் கண்ணால் காணமுடியும். அம்மூலப்பொருட்கள் பிரிந்து அணுக்களாகின்றன. அவற்றைக் கண்ணால் காண இயலாது. இவர்கள் நிலம், நீர், தீ, காற்று ஆகிய பூதங்களை மூலப்பொருட்களாக ஏற்றுக்கொள்ளவில்லை. காரணம் அவற்றை மேலும் பிரிக்கமுடியும் என்று கூறுவர். அப்படிப் பிரித்துக் கொண்டே போகும்போது இனிப்பிரிக்கமுடியாது என்ற ஒருநிலை வருவதை சமணர் அணு என்றனர். அதுவே மூலப்பொருள். இதில் கடவுளைப் பற்றி கூறப்படவில்லை. பந்தத்திலிருந்து விடுபட்டு வீடுபேறு அடைந்த உயிரே கடவுள் என்பது சமணக்கருத்து. சீவன்கள் பல. இவை உடல், உலகு முதலியன. பந்தங்களை அறுத்து விடுதலைபெறும் நிலையே முத்தி அல்லது கேவலஞானம் எனப்படும். இவர்கள் அநேகாந்தகொள்கையை உடையவர்கள். எந்தஒருபொருளைப் பற்றிய எந்த ஒரு முடிவும் முடிந்த முடிவாகாது, (ஏகாந்த வாதம்) ஒரு பொருளைப் பற்றிய கருத்து ஒரு கோணத்திலிருந்து பார்க்கும்போது சரியாகும், மற்றொரு கோணத்திலிருந்து பார்க்கும்போது இதற்கு மாறான கருத்தையும் நல்கும். பலமுடிவுகளை ஏற்கும் இக்கொள்கை அநேகாந்தவாதம் எனப்படும். அநேகாந்தகொள்கையாவது.

உண்டு

இல்லை

உண்டு இல்லை

சொல்ல முடியாதது

உண்டென்று சொல்லமுடியாதது

இல்லையென்று சொல்லமுடியாதது

உண்டுஇல்லையென்று சொல்லமுடியாதது - என்ற கொள்கைகளை உடையது.

The creator of this principle is Parsavanathar, also known as Magaveer. .According to this principle for the creation of universe the basic tool isn't one but many. Both living and non-living beings are considered as true and eternal.

Destruction for an object refers to change in state. If an object has been destroyed it means it has changed into something else. An object can definitely change into something else but can never be destroyed without any trace. An object is always created from another object. It is not possible to create a new object out of now here. When the constituents of an object is being destroyed repeatedly we can reach the particulate matter present which are the atoms. There is no shape nor appearance for atoms. Hence atoms cannot be seen by naked eye. Only by inference atoms can be seen. The world is made up of parts. The basic and essential tools combine to form the universe and the objects seen in universe. It can be seen with naked eye. These tools divide and become atoms which cannot be seen in naked eye. They did not accept soil, water, fire and wind as the elements needed for creation. The reason for this is these elements can be further divided. When there is repeated division leading to a state where it cannot be further divided is known as atom. This is the basic and essential tool for creation. There hasn't been mention of god in this principle. According to them the soul which has free from bonds is considered as the God. There are many living beings. They are the body, world. The stage of freeing oneself from bonds is known as *mukthi* or *Kevala gnanam*. They go by *Anegantha kolgai.* .For any object any decision cannot be the final one. The opinion or decision about an object might seem right in one perspective and wrong in the other. As this principle accepts various decisions and perspectives it is known as *Anegantha vatham.* This principle has decisions as follows:

- Is present.
- It is not present.

- It is present but not present.
- Can't decide.
- Can't say it is present.
- Can't say it is absent.
- Can't say it is present but absent.

3.3.10. ஆசீவகம்

ஆசீவகம் என்பது தமிழ் மெய்யியல் கொள்கையும், துறவு வாழ்க்கையும் ஆகும். இது உலகின் மூத்த மதமாக இருக்கலாம் எனக் கருதப்படுகிறது. சித்தர் என்ற பெயர் இங்கிருந்தே எடுக்கப்பட்டிருக்கிறது.

This principle is about the Tamil and about the life of penance. This might be the first and earliest religion of the world. The name siddhar has been derived from here.

அணுவைப் பற்றிவேத காலத்திற்கு முன்பு இருந்த ஆரியரல்லாத அனுபூதிமான்கள் (கிமு 3000) கூறியுள்ளனர்

கிமு 800ல் வாழ்ந்த ஆசீகவாதிகள் அணுக்களைப் பற்றி மிகவும் தெளிவாக விஞ்ஞானரீதியில் கூறியுள்ளார்கள் நால்வகை அணுக்களின் (மண், நீர், தீ, காற்று) புணர்ச்சியாலும் பிரிவாலும் இரசாயன விளைவுகள் நிகழ்கின்றன. நிலவணுக்கள் வன்மை உடையனவாக விளங்கும். நீரணுவானது கீழே விழுந்து குளிர்ச்சியான தன்மையோடு சுவையும் உடையதாகி, 'இழின்' என்னும் ஒலியுடன் நிலத்தைச் சேர்ந்து, பின் நிலத்தின் ஆழத்தில் சுவறியும் போய்விடும் தன்மையாகும். நீரணுக்கள் எரிப்பதும் மேல்நோக்கி எழுகின்றதோர் இயல்பும் உடையதாகும். காற்று அணுக்கள் குறிக்கிட்டு அசைத்தலை செய்கின்ற ஒரு தன்மையை உடையது .இவை நான்கும் தமக்கு ஒரு ஆதியுமற்று அனாதியாகவே உள்ள பரமாணுக்கள் ஆகும். இவை சிதைவுறுவதுமில்லை. ஒன்று மற்றொன்றாக மாறுவதும் இல்லை. இவை உலாவுவதும், தாழ்வதும், மேல் எழுதுவதும் ஆகியவற்றைச் செய்யும் இயல்புடையது. நிலவணுக்களால் அமைந்த மலை நொறுங்கி பின் மணல் ஆகிப்போகும். பின் பலவாக செறிந்தபின் தம்முடைய பழைய அணுத்தன்மையாக ஆகவும் செய்யும்.

சுமார் கிமு 5000 அளவில் சித்தாந்த ஆகமவாதிகள், சைவர்கள், சமணர்கள், பௌத்தர்கள் விஞ்ஞான தத்துவ அறிவை பெருக்கியவர்களாவர். அவர்கள் பொருட்களின் தோற்றத்தை ஆராய்ந்தார்கள். அணுவுக்கு ஆதியும் இறுதியும் இல்லை. அது பிரிக்க முடியாத சிறு துகளாகும். பொருட்கள் அனைத்தும்

அணுக்களின் தொகுதிகள். ஒரு பொருளின் நிறம், மணம், சுவை முதலிய தன்மைகள் அப்பொருளில் உள்ள அணுக்கள் தன்மையை பொருத்து இருக்கும். அணுக்களின் சேர்க்கையால் வெவ்வேறு பொருட்கள் தோன்றுகின்றன. சாங்கியர், நியாயவாதிகள், வைசேடிகர் போன்றோரும் அணுக்களே பொருட்களின் ஆதி உறுப்புகள் என்றனர்.

Even before the period of *Vedhas non-Ariyan Saints* (BC 3000) explained about atoms.

The optimists who lived in 800BC have explained in scientific way very clearly about atoms. The fusion and fission of the four types of atoms (soil, water, fire, wind) results in the happening of chemical reactions. Soil atoms possess strength. Water atoms fall down and acts as coolant and also possesses a taste. It falls on soil with the sound '*ezhin*'. Then it has the ability to flow in the depths of the soil. It also has the property of boiling and evaporation. The atoms of wind has the ability to interfere and move. All these four elements are eternal. They do not undergo destruction or separation. One doesn't change into other. These have the property of roaming, floating above and below. The hill which is made up of soil atoms breaks down to give soil which further separates and leads to the constituent soil atoms.

At around 5000BC Siddhantha *Agamavathigal, Saivargal, Jainist, Buddhist* were the ones who developed the knowledge of scientific philosophy. They have analyzed the origin of beings and their creation. There is no origin or end for atoms. Atoms cannot be further separated. All objects and beings are the result of compilation of atoms. The colour, smell and taste of an object depends upon the property and nature of its atoms. The fusion of atoms results in creation of various objects. *Sangiyar, Niyayas, Vaisedigar* have also stated that atoms are the first and primitive constituents of everything.

3.3.11. சைவ சித்தாந்தம்

சைவ சித்தாந்தம் சீவனைப் பற்றி வேறு எவரும் ஏற்காத மிக விசித்திரமான கருத்து ஒன்றை; கூறுகிறது. ஆகமம் இறைவனை மனித நிலைக்கு தாழ்த்தாமல், மனிதனை (அதாவது கேவல ஞானம் எய்திய பரிபூரண மனிதனை) இறைவன்

நிலைக்கு உயர்த்தி கடவுளாக்கி வழிபடுத்தியது. "உள்ளது போகாது: இல்லது வாராது" என்னும் அடிப்படைக் கொள்கையைக் கொண்டது. இவ்வுலகம் அணுக்களால் ஆனது என்கிறது. காலம். நியதி. கன்மம், சுபாவம் ஆகிய தத்துவங்களைக் கொண்டது. மேலும் "எதைப்பற்றி சொல்லினும் அது அங்கனமிருக்கலாம்" என்னும் சியாத் வாதத்தைக் கொண்டது ஆகமம்.

தத்துவ ஆராய்ச்சியின் பயனாக முடிவுக்கு முடிவாக சித்தர்கள் தாங்கள் கண்டறிந்ததை அணு என்று கூறினர். இவ்வுலகத் தொடக்கத்தை அறிய வேண்டுமாயின் அதன் முடிவை ஆராயவேண்டும். முடிவு எங்கேயோ அங்கேதான் தொடக்கம். பொருளுக்கு முடிவென்பது பகுதிகளாக பிரிதல். இதற்கு மேல் அழிக்க முடியாத நிலை வரை அழித்துக் கொண்டே போனால் அணுக்களின் முடியும். இவ்வணுக்கள் தான் உலகின் ஒடுக்கம். இவற்றிலிருந்துதான் உலகம் உற்பத்தியாகிறது. இவ்வுலகம் அணுக்களால் ஆனது.

கிபி 200 இல் வாழ்ந்த சங்கப்புலவர் அவ்வையார் தன் அகவலில்

"அணுவிற்கு அணுவாய் அப்பாலுக்கு அப்பாலாய்
கணுமுற்றி நின்ற கரும்புள்ளே காட்டி" - என்று கூறியுள்ளார்.

கிபி 700 ல் இருந்த சிவவாக்கியர் அணுவைப் பற்றி கீழ்வருமாறு குறிப்பிடுகிறார்.

"அணுத் திரண்டகண்டமாய் அனைத்தும் பல்லியோனியாய்
மனுப்பிறந்தோதிவைத்தநூலிலேமயங்குறீர்
சனிப்பதேது? சாவதேது? தாபரத்தினூடுபோய்
நினைப்பதேது? நிற்பதேது? நீர் நினைந்து பாருமே
அணுவின் உன்கூட அண்டமாய்அளவிலாதசோதியை
குணமதாகவும்முளேகுறித்துநோக்கின்முக்தியாம்"

நீலகேசி என்னும் சிறு காப்பியத்தில் அணு ஐந்துருவாயுள்ளது என்று கூறி ஐம்பூதங்களை பற்றி குறிப்பிடுகிறது.

மாபெரும் கவி கம்பர் கிபி.1200 –ல் அணுவைப் பற்றிய கம்பராமாயணம் இராவணன் வதைப் படலத்தில் குறிப்பிட்டுள்ளார்.

கிபி 14 ஆம் நூற்றாண்டில் அருணந்திசிவாச்சாரியார் அணுவைப் பற்றி உலகம் அணு ரூபத்தில் ஒடுங்கும் என்று குறிப்பிடுகிறார்.

சிவஞானசித்தியார் மூவகைஅணுக்களைப் (பதி பசு பாசம்) குறிப்பிடுகிறார்.

மகாகவி சுப்ரமணியபாரதியார் கலைமகள் தோத்திர வாயிலாக அணுவின் பெருமையை கூறுகிறார்.

திருமூலர் உயிரை குறிப்பிடும் தோறும் அணு என்றே பறைசாற்றி இருக்கிறார்

"அணுவில் அணுவினை ஆதிப்பிரானை
அணுவில் அணுவினை ஆயிரம் கூறிட்டு
அணுவில்அணுவை அணுக வல்லார்கட்கு
அணுவில்அணுவைஅணுகலும்ஆமே" _ திருமந்திரம்-2008

அணுவுக்கு அணுவாய் உள்ளதை ஆயிரம் கூறு செய்து அவ்வாயிரத்தில் ஒரு கூற்றினை நெருங்க வல்லாருக்கு அணுவுக்கு அணுவானவனும் ஆதிபிரானும், மிகச் சூக்குமானவனும் ஆகிய பரம்பொருளை அடைதல் ஆகும்.

தண்ணீரின் (H_2O) சூட்டினால் நீராவியாகி நீரின் அணுத்திரள்கள் வரும். நீரின் அணுத்திரள்களைப் (H_2O) பிரித்துப் பார்த்தால் அணுக்கள் மட்டுமே வரும். அப்போது அங்கு தண்ணீரின் இயல்பு இருக்காது. தண்ணீரையும் இருவேறாக பிரிப்பவையே உலகத்தின் அடிப்படை பொருட்கள். இவை தத்துவங்கள் எனப்படும். இவைகள் தம்மோடு தாமுமாக கலந்து அணுக்களாகவும், பொருள்களாகவும் ஆகின்றன. இப்படி பல்கிப்பெருகும் உலகம் 96 தத்துவங்களை அடிப்படையாகக் கொண்டது. 96 தத்துவங்கள் அணுக்கள் தோறும் பொதிந்து பல்வேறு சடப்பொருள்களாகிக் காணப்படுகின்றன.

இவ்வாறாக சித்தர்கள் தங்கள் யோக வன்மையால் உலகைப் படைத்து, காத்து, அழித்து, நிர்வகிக்கும் காரணகாரிய பொருள் எது என ஆராய்ந்து, அது அணுவினுள் அணுவாக உள்ளது என்பதை கண்டறிந்தனர். அணுவே அனைத்திற்கும் காரணம் என்று சித்தன் சிவபெருமான் உரைத்து, முடிவில் அம்மாபெரும் சித்தனும் காரணகாரிய பொருளாகவே சென்றடைந்தமையினால் அதனை சிவம் என்றும் பதி என்றும் போற்றியுள்ளனர். ஆக அணுவினுள் கிடக்கும் பரம அணுவினை ஆதிப் பிரான். பதி, சிவம், கடவுள் என பல பெயர்களால் போற்றினார்கள். காரண காரிய பொருளை பதி என்றும், அப்பதியோடு அகலகில்லேன் என்று இருக்கும் பொருளைப் பசு என்றும், அப்பசுவை பதியிடம் இருந்து பிரிக்க முயலும் மிக கவர்ச்சி உடையதே பாசம் என்றும்மூன்று நித்திய அணுக்களை அணுவில் கண்டு மொழிந்தனர்.

As a result of research on various principles Siddhargal concluded that atom is responsible for the creation of universe. In order to know about the creation of the universe it is important to find about the end of the universe. Where there is end there begins creation. The end for an object or being refers to its separation into atoms. Then there comes a stage where further separation isn't possible. This is stage called end which ends in atoms. Hence from atoms the universe originated. This universe is made up of atoms.

Separating the atom of an atom into 1000 parts and nearing one part of it means attaining the '*Paramporul*' who is the atom for an atom.

The evaporation of water (H_2O) as a result of boiling results in the liberation of water molecules. The separation of such water molecules results in water atoms. At this state there will be absence of the properties of water. The principles separate water into two. These mix along with itself turning into atoms and objects. The world expands in this way and thus has 96 basic principles. All these principles are present in an atom and are seen in non-living beings.

In this way Siddhargal analyzed the reason behind the creation, protection and destruction of this world with their yogic powers and found that it is present in atoms. Lord Shiva has said that atom is the reason behind everything. In the end the great Siddhan Lord Shiva became the reason behind everything. So atom is known as sivam or pathi. Hence the ultimate atom present in the atoms came to be known and praised as *Aadhibiran, pathi, sivam*, god and many more such names. The reason is known as *pathi and pasu*, known as the one which reminas always next to *pathi. Pasam* is known as the one which tries to separate *pasu* from *pathi.* All 3 are found to be in an atom.

பதி - மெய்ப்பொருள் (Everlasting) : பசு - அறிவு பொருள் (knowledge) : பாசம் - பொய் பொருள்: (pretense)

இவ்வுலகம், உயிர்களின் தோற்றம் குறித்து பேசுகையில் பதி, பசு, பாசம் என்ற மூன்று முக்கிய நித்திய துணுக்குகளை பற்றி சைவசித்தாந்தம் குறிப்பிடுகிறது. இவை மூன்றும் அனாதி. சாங்கிய தரிசனத்தைப் போல இதுவும் சத்காரிய வாதத்தை ஏற்றுக்கொள்கிறது.

தோற்றம் என்பது காரணநிலையிலிருந்து காரிய நிலைக்கு வருதல் ஆகும்.

அழிவு (ஒடுக்கம்) என்பது காரிய நிலையிலிருந்து மீளவும் தன் காரண நிலையை அடைதல்.

Saiva siddhantham mentions about *pathi, pasu and paasam* in the discussion about the world and the beings. These 3 are eternal. Just like *Sangiyam* this principle accepts *Sathkariya vatham.*

Creation refers to the transferring from the state of cause to state of effect.

Destruction refers to the recovery from the state of effect and back to the state of cause.

பதி – இறைவன் (Almighty): பசு - உயிர்கள் (living beings) பாசம் – கட்டு (Bondage).

அனாதியாய் உள்ள உயிர்களெல்லாம் சிருஷ்டி (ஆக்கம்) தொடங்கும் முன் அவற்றின் கருவி கரணம் எல்லாம் சுழுத்தி நிலையில் இருக்குமாறு மாயையின் இடம் பொருந்தியிருக்கும். அச்சீவன்களின் கன்மமும் உடனே இருக்கும். இந்த மாயை மூலப்பிரகிருதியில் அடங்கி நிற்பதே ஆகும். இவ்விதம் பிரளய காலத்தில் சிற்றறிவு மயமான எல்லா ஜீவன்களும் இலிங்கசரீரத்தில் நிற்க பெற்றவைகளாய் பிறப்புக்கு முன் தாம்தாம் செய்த வினையின் வித்தையும் தம்மிடம் தாங்கி புலனாகாத நிலையில் மூலப்பிரகிருதியில் ஒடுங்கி நிற்கும். இந்த நிலை பிரம்மத்தின் சுழுத்தி நிலை என்பர். இந்த அவத்தை சிலகாலம் நீடித்து நிற்கும். இங்கு இரவு பகல் பாகுபாடு கிடையாது இதற்கு 'கால தத்துவபேர்' என்று பெயர்.

சுத்த சைதன்யம் (விழிப்பு நிலை) என்னும் பிரம்மத்தின் (சித்தின்) கூறு அவ்வியக்தத்தில் தோன்றுங்கால் ஆங்குண்டாகும் அறிவின் பிழம்பான சேதனுக்கு 'கூடஸ்தன்' (உடலிடை உயிர்) என்று பெயர். இக்கூடஸ்தனின் சேர்க்கைக்கு பிரம்மத்தின் விருப்பமே காரணம். முக்குணங்களையும் சமநிலையில் கொண்டு ஒரு விதமான மாற்றமும், இயக்கமும் இன்றி உள்ள முது மூலப்பிரகிருதியில் மேற்சொன்ன சைதன்யம் வந்து இயங்குவதால் அதில் பொருந்திய முக்குணங்களில் சலனம் உண்டாகி மாற்றமுள்ள தோற்றத்தைப் பெற காரணமாகும். முதலில் மாற்றமுறும் அம்முதுமூலப்பொருளுக்கு வியக்தம் (புலனாகும் நிலை) என்று பெயர்.

Before creation all the souls which are eternal exists in the state of deep sleep along in the place of *Mayai. Karma* also comes along with this. This *Mayai* remains in the *moola prakiruthi.* In this way in the period of destruction all the beings stand in the subtle body along with the karma done in the previous births which remain in the *moola prikiruthi.* This state is known as the *Bhrama's* state of deep sleep. This state remains so for some time period. There is no differentiation between day and night in this state. This is known as *kalathathuva per.*

A part of *Bhramam* which is a conscious state will be appeared on invisible state, from that there is the origin of enlightened soul called *Koodasthan.* The wish of Bhrama is the reason behind the combination seen in Koodasthan. *Moola prakiruthi* exists with balance in the 3 qualities and with no changes nor action. In this when the *sutha saithanyam* comes and acts it results in change in the balance of 3 qualities causing creation. The object which undergoes such a change first is known as *viyaktham.* (Visible state).

ஈசனின் அகப்பார்வை வெள்ளத்தால் அவ்யக்தம் (புலனாகாத நிலை)என்ற இந்த நிலை தன்னுள் கிடந்த சத்துவ, ரஜோ, தமோ குணங்களின் ஏற்றத்தாழ்வு எனும் மாற்றங்களை பெறும் காரணத்தால், வியக்தமாகி (வெளிப்பட்டு) ஆக்கல் தொழிலுக்கு முதல் காரணமாய் நிற்கும்.

குறிப்பு: ஈசன் - 1. எவன் ஒருவனுடைய ஏவல் மற்ற எல்லோராலும் பணிந்து ஏற்கப்படுகிறதோ' 2. எவனொருவன் ஆட்சிக்கு உட்பட்டு யாவும் நிற்கின்றனவோ 3. எவனொருவனுடைய அருட்பெருக்கினால் ஆக்கம் அழிவு என்ற இரு வகையான செயல்கள் நிகழ்கின்றனவோ அவன் ஈசன் எனப்படுவான்.

ஆகவே உலகம் தோன்றுவதற்கு ஈசன் - செயல் காரணம்: மாயை – முதற்காரணம்: மற்றும் உள்ள கன்மம், முக்குணம் துணை காரணம் ஆகும்.

With the help of Sivan's power an object in the state of invisible state, it undergoes variations in its 3 qualities- Sathuvam, Rajo, Thamo resulting in the shift of state to viyaktham-visible state.

Easan - 1. One whose order does everyone follows

2. One whose ruling does everything comes under.

3. On whose power causes creation and destruction is known as Easan.

For the creation of universe *Easan* is the main cause, mayai is the primary cause, *karma* and *mukgunangal* is the supporting cause.

சமநிலையில் உள்ள போது இம்மூன்று குணங்களும் ஒன்றுபட்டு நிற்கும். செயலாற்றும் நேரத்தில் இவை ஒன்றில் ஒன்று ஏறியும், தாழ்ந்து வரும்.

மூலப்பிரகிருதி மகதத்துவம் ஆகும். பின் அகங்காரம் ஆகும்: அகங்காரம் மூன்றாகப் பிரியும்.

1. மீசுரசத்துவ அகங்காரம் (அறிவின் பெருக்கோடு கூறியது)
2. மீசுரஇராசத அகங்காரம் (மாற்றமுறச் செய்யும் இயல்புடையது)
3. மீசுரதமோ அகங்காரம் (பூதாதி அகங்காரம்)

மீசுரசத்துவ அகங்காரம் முதற்காரணமாகவும் மீசுரஇராசத அகங்காரம் துணைக்காரணமாகவும் கொண்டு இந்திரியங்களும் அந்த கரணங்களும் உண்டாகும். மீசுரதமோஅகங்காரம் முதற்காரணமாகவும் மீசுரஇராசத அகங்காரம் துணைக்காரணமாகவும் கொண்டு நொய்ய பூதங்களும் மகா பூதங்களும் உண்டாகும்.

அதாவது மூலப்பிரகிருதியிலிருந்து சத்துவகுண ரூபியாய் மாயாசக்தி தோன்றியது. மாயையிலிருந்து இரசோகுண ரூபியாய் மகதத்துவம் என்ற ஆவர்ணசக்தி தோன்றியது. ஆவர்ணசக்தியினின்று தமோகுண ரூபியாய் மகதங்காரம் என்ற விட்சேபசக்தியுண்டானது. விட்சேபசக்தியினின்று முக்குணங்களோடு கூடிய சப்த தன்மாத்திரையாகிய ஆகாயம் தோன்றியது. அதைத் தொடர்ந்து காற்று, தீ, நீர், மண் தோன்றியது.

சித்தாகிய ஆன்மா மீசுரமான சத்துவ அகங்காரத்தையொட்டி நின்று தன்னை தான் அறிய முயற்சிக்கும் செயலை ஏற்கும். மீசுரமுற்று நிற்கும் சத்துவ அகங்காரம் ஆன்மாவிற்கு துணைக்காரணமாய் நின்று அறிவைபெருக்கி ஆன்மா தன்னை தான் காண்பதற்கு விளக்குப் போல உதவுகிறது. ஆன்மாவிற்கு அறிவை உதவும் சத்துவத்தின் திரிபான கருவிக்கு மகத் தத்துவம் என்றும் புத்தி தத்துவம் என்று பெயர்.

அறிவே உருவெனத்தக்கதான சொரூபத்தை பெற்ற கருவியாகிய இம்மகாதத்துவத்தில் தோன்றும் பிரம்மத்தின் சாயையைத் 'தான்' என உணர்தல் அகங்காரத்தின் செயலாகும். இவ்வகங்காரத்திலேயே சத்துவம் மற்ற இரண்டினை காட்டிலும் ஓங்கி நிற்குமாயின், அப்புத்தி தத்துவமானது செயலற்று எவ்வித மாற்றங்களும் இன்றி நிலைபெற்று நிற்கும்.

On steady state these mukgunams is in sustainable state. On action they collide with one another.

Moola pirakiruthi (primordial matter) is divided into mesura *sathuva agankaram, mesura rajoagankaram, mesura thamoagankaram.*

Inthiriyangal and Anthakaranangal are formed by the primordial cause of Mesura sathuva agankaram and auxiliary cause of mesura rajo agankaram. Subtle and structural five elements are formed by the primordial cause of mesura thamo agankaram and auxiliary cause of mesura rajo agankaram.

From *moolapirkiruthi, sathuva* characteristic *mayasakthi* was created. From *mayasakthi,* rajo characteristic *magathathuvam* alies *avarnasakthi* (concealing power) was created. From *avarnasakthi, thamo* characteristic *magathagankaram* alies *vitcheba sakthi* (Revealing power) was created. From that revealing power, subtle primordial element sound which has three *gunam* was created. It was followed by air, fire, water and earth.

The soul will stand by the *sathuvagunam* and accept the function of trying to know itself. *Sathuva agankaram* stands as auxiliary cause for the soul to know itself. It is called *magathathuvam or buthi thathuvam.* A fine collection of knowledge known as *magathathuvam,* shows the reflection of *bhramam* which causes the feeling of ourselves. Here *sathuvagunam* is dominant.

கோசங்கள் உண்டாகும் விதம்.

ஈசனின் "சித்" எனும் சொரூபம் சத்துவம் ஓங்கியதான அகங்காரத்தை தழுவி நிற்கும் ஆன்மாவோடு சேர்ந்தால் அதற்கு 'அந்தர்யாமி' என்று பெயர். இது முதல்வனின் சுழுத்தி நிலை எனப்படும். இந்த நிலையின் சொரூபமே நமக்கு ஆனந்தமயகோசம் ஆகும். அதாவது இவ்வகையான வியக்தம் (வெளிப்பட்டுள்ள நிலை), அதிலுள்ள சத்துவத்தின் மீசுர நிலை, அதில் தோன்றும் பிரம்மம், அங்கு கிடக்கும் ஆன்மா ஆகியவற்றின் கூட்டுக்கு பொதுவாக ஆனந்தமயகோசம் என்பது பெயர்.

இக்கோசத்தில் சத்துவம் மீசுரமுற்றிருப்பினும் இராசசம், தாமசம் இல்லை என்று கூறக்கூடிய அளவுக்கு குறைவாக இருப்பினும். அங்குள்ள ஆன்மாவுக்கு ஏற்படும் அனுபவங்கள் அல்லது முக்குணங்களின் செயற்கை அந்தர்யாமியை (பிரம்மத்தை) சற்றும் தீண்டுவதில்லை. ஆயினும் இவ்வந்தர்யாமியே ஆனந்தமயகோசம் தோன்றவும் நிலைபெற்றிருக்கவும் முதற்காரணம் துணைக்காரணம் ஆகும்.

'சித்'தின் தோற்றம் அதிகப்பட்ட(மீசுரமுற்ற) இராசத குணத்தில் உண்டாகும் போது 'தான்', ''தனது' என்று உணரும் அறிவு சீவனுக்கு உண்டாகும். இவ்வாறு அறிவு பெற்ற சீவனும் அதற்கு ஆதாரமான இராட்சதகுணம் விஞ்சியதாலுற்ற அகங்காரமும் ஒன்றுபட்டிருக்க, செயற்காரணமாய் அந்தர்யாமியும் சேர்ந்து விஞ்ஞானமயகோசம் என்னும் இரண்டாவது உடற்கூற்றை பெறும். இங்கு நிலைபெற்ற சீவனுக்கு பிராஞ்சன் என்று பெயர்.

Creation of Kosangal

Easan's "Siddh" image is called "*Antharyami*" , if it is associated with a soul that embraces the *Sathuva Agankaram*. This is called deep sleep of Almighty. This is the nature which is our *Anandhamaya Kosam*. That is visible state, *sathuva agangaram*, emergence of *bhramam*, all are combinedly known as *Anandhamaya kosam*. However the experiences that occur to the soul does not touch andharyami.

Antharyami is the primordial and auxiliary cause in the formation and stabilising the *Anathamaya kosam*.

When the image of '*Siddh*' is appeared in the rajo *agangaram*, the soul gets the feeling of 'mine' and 'myself'. The above said soul, *rajo agangaram* and *antharyami* all are united together and gives the second system of the body. It is called *Vignanamaya kosam*. The name of Seevan who settled here is *Piranjan*.

''ஈசனுக்கிது சுழுத்தி இதுவே காரண சரீரம்
கோசம் ஆனந்த மாகும் குணம் ராட்சச மவித்தை
தேசறும்வித்தை தோறும்சிற்சாயை சீவ கோடி
நாசமா முயிர்க்கபோது நாமும் பிராஞ்சனாமே'' (கை. ந.33)

மாயைதான் ஈசனுக்கு சுழுத்தி அவத்தை. இதுவே காரண சரீரம் ஆனந்தமயகோசமும் ஆகும். இராட்சத குணம் அஞ்ஞானம் என்று சொல்லப்படும். இந்த அஞ்ஞான அவத்தையில் 'சித்' எனும் சாயல் (ஈசனின் நிழல்) படிந்து இருப்பவை சீவன்கள் என்று அழைக்கப்படும். காரிய சரீரங்களை (அன்னமயகோசம்) அடையாமல் இருக்கும் அவ்வுயிர்களுக்கு பிராஞ்சன் என்ற பெயர் அந்த நிலையில் உண்டாகும்.

அறிவின்மையின் உயர்வை தெரிவிக்கும் பொருள் தரவல்லது பிராஞ்சன். அதாவது தன்னையும் தனக்கு ஆதாரமான தலைவனையும் சிறிதேனும்

அறியாதவன் என்னும் பொருள் தரவல்லது. இருப்பினும் நிலையற்ற பொருட்களை நன்கு அறியும் ஆற்றல் இவனுக்கு உண்டு. பிராஞ்சனுக்கு கனவு, நனவு, உறக்கம் என்ற மூன்று வகை அவத்தைகள் (காலம்) உண்டு.

Deep sleep of *Easan* is *Mayai.* This is also casual body and *Anandhamaya kosam.* The giant nature is said to be ignorance. Those who have the impression of '*Siddh*' (shadow of Esan) in this cognitive state are called *Seevan.* The Seevan that does not reach the physical system is called *Piranjan* in that condition. *Piranjan* will indicate an increase of ignorance. That is, he does not know himself and the leader who is his source. However, he has the ability to know unstable objects well. He have three state of consciousness awakeness, dream and sleep.

சத்துவகுணக்கூறால் அந்தக் கரணங்களும் ஞானேந்திரியங்களும் தோன்றின

பஞ்சபூதகூட்டுறவில் சத்துவகுணக்கூறுகள் கூடி சத்துவம் எனக் கூறப்பட்ட அந்தக் கரணங்களையும், ஞானேந்திரியங்களையும் உண்டாக்கின. அந்தக் கரணங்கள் நான்காகக் கூற பெற்றாலும் சித்தத்தை அகங்காரத்திலும், புத்தியை மனதிலும் அடக்கி அந்தகரணங்களை இரண்டு என்பர்.

- பொருளின் நன்மை தீமையை உறுதிப்படுத்தும் தன்மையை புத்தி என்றும்
- சங்கல்பத்தையும் விகல்பத்தையும் உறுதி செய்யும் தன்மையை மனம் என்றும்
- நினைப்பாற்றலை பெருக்கும் தன்மையை சித்தம் என்றும்
- ஒரு பொருளின் மீது உரிமை கொண்டாடும் தன்மையை அகங்காரம் என்றும் கூறுவர்.

ஒரு பொருளின் நன்மை தீமையை கொண்டு தான் நம் மனம் வேண்டும், வேண்டாம் என்ற தன்மையை வெளிப்படுத்தும். ஆகையால் புத்தியை மனத்தில் அடக்கினர். அதேபோல் நினைப்பாற்றலின் (சித்தத்தின் விருத்தியே) அகங்காரம் விளையக் காரணம் ஆதலால் அகங்காரத்தை சித்தத்தில்அடக்கினர்.

விண்ணின் சத்துவகுணக்கூறால் கேட்டல் என்ற உணர்வைத் தரும் காதுகளும், காற்றின் சத்துவகுணக்கூறால் ஊறு எனும் தொடு உணர்வை தரும் தோலும், தீயின் சத்துவகுணக்கூறால் பார்வை எனும் உணர்வை தரும் கண்களும், நீரின் சத்துவகுணக்கூறால் சுவை என்னும் உணர்வைத் தரும் நாவும், மண்ணின் சத்துவகுணக்கூறால் மணம் என்னும் உணர்வை தரும் மூக்கும் தோன்றின.

சத்துவகுணம் மாற்றமாய் வந்து தோன்றிய அந்தக்கரணம், ஞானேந்திரியம், அவற்றின் செயல்களுக்கு மனோமயகோசம் என்று பெயர்.

இராசதகுணக்கூறால் கன்மேந்திரியங்களும், பஞ்ச பிராணாதி வாயுக்களும் தோன்றின.

விண்ணின் இராசசகுணக்கூறால் வாக்கும், காற்றின் இராசசகுணக்கூறால் கைகளும், நீரின் இராசசகுணக்கூறால் ஆண்- பெண் குறிகளும், தீயின் இராசசகுணக்கூறால் கால்களும், மண்ணின் இராசசகுணக்கூறால் எருவாயும் தோன்றின.

பஞ்சபூதங்களின் சமட்டியில் இராசதகுணக்கூறால் பிராணன் தோன்றியது. அது இடம், தொழில், வேற்றுமையால் ஐந்து பெயர்களை உடையதாயிற்று. அவை பிராணன், அபானன், வியானன், சமானன், உதானன் ஆகும். பஞ்ச வாயுக்களும் அவற்றின் செயல்களும் பிராணமயகோசம் எனப்படும்.

ஆக அந்தகரணங்கள் 2

ஞானேந்திரியங்கள் ஐந்து

கன்மேந்திரியங்கள் ஐந்து

பஞ்ச பிராணன்கள்ஐந்து

ஆக. பதினேழுதத்துவங்களும் எல்லா உயிரினத்துக்கும் (அதாவது நான்கு வகை பிறப்பு 7 வகை தோற்றம்) லிங்க சரீரம் எனப்படும் நுண்ணுடலாக ஆயிற்று.

Intellectual faculties and and five sense organs are produced from a part of *Sathuva gunam*. Even though *anthakaranangal* is 4. We consider it 2 by *siddham* in *angankaram, puthi* in *manam*.

Confirmation of goodness and badness is called intellect

Confirmation of resolution and hesitancy is called as mind

Growing of enhance memory is called *siddham*

Claiming ownership of an object is called *Agankaram*

It is with the goodness and badness of an object that our mind expresses the do's and don't's. therefore the intellect was incorporated in the mind. Similarly, growing of enhance memory is the reason for result of agankaram, therefore the *agankaram* was incorporated in *Siddham*.

Ears which gives the sense of hearing by the *sathuva gunam* of sky. Skin which gives the sense of touch, pain, temperature by the *sathuva gunam* of air. Eyes which gives the sense of sight by the *sathuva gunam* of fire. Tongue which gives the sense of taste by the *sathuva gunam* of water. Nose which gives the sense of smell by the *sathuva gunam* of soil are generated.

Intellectual faculties and sense organs and their actions are called as *manomaya kosam*. (Psychic system/mental system)

Motor organs and five vital vayu forces are formed by *rajo gunam*.

Speech emerges from the rajo gunam of the space. Hand emerges from the *rajo gunam* of the Air. Leg emerges from the *rajo gunam* of the Fire. Genital organs emerges from the rajo gunam of the water. Rectum emerges from the rajo gunam of the soil.

On the base of panchabootham and rajogunam leads to the formation of *pranan*. Following this *abanan, uthanan, samanan, viyanan* comprising the *prana mayakosam*. (Respiratory system)

Hence intellectual faculties 2, sense organ 5, motor organ 5 and *piranathi vayu* 5 are totally 17. These are all the subtle body for all living things.

ஆகவே ஆனந்தமயகோசம், மற்றும் விஞ்ஞானமயகோசம், பிராணமயகோசம்; என்ற மூன்றையும் ஜீவன்கள் மீசுரமுற்ற சத்துவம் மற்றும் மீசுரமுற்ற இராசத அகங்காரத்தின் வாயிலாக பெறுகின்றனர்.

தமோகுண மாற்றமாய் உண்டான மகாபூதங்களின் சேர்க்கையால் உண்டான உடலுக்கு அன்னமயகோசம் என்று பெயர். - Physical system

ஆனந்தமயகோசம் - காரண சரீரம். (சூக்குமசரீரம்) – causal body

விஞ்ஞானமயகோசம், மனோமயகோசம், பிராணமயகோசம் - நுண்ணுடல் (லிங்க சரீரம்) – subtle body

அன்னமயகோசம் - காரிய சரீரம் (போகதனு–தூல சரீரம்) – gross body.

தமோ குணத்தை மாற்றமுறச் செய்து இயங்குவிப்பது ஆவரண சக்தி (மூடல் சக்தி) மற்றும் விட்சேப சக்தி (தோற்ற சக்தி) ஆகும். தோற்றல் சக்தி

வாயிலாய் நொய்யபூதங்கள் என்னும் ஐந்து தன்மாத்திரைகளும், பஞ்சீகரணம் என்னும் முறைப்படி நொய்யபூதங்களிலிருந்து தோன்றும் மகா பூதங்களும், இம்மகாபூதங்களின் சேர்க்கையால் இப்பிரபஞ்சம் உண்டாகின்றன. இங்கு ஈசனுடைய 'சித்' சத்தியும் 'சத்' சத்தியும் மேற்கூறிய ஐந்து கோசங்களிலும் ஆன்மாவிலும் தொடர்பு பெற்று முதற்காரணமாகவும் துணைக்காரணமாகவும் நிற்றலால் அவனே எல்லாமுமாய் தோன்றினான். அன்னமயகோசத்தில் மருவி நிற்கும் சீவனுக்கு'விசுவன்' என்று பெயர். இப்பரு உடலில் ஆன்மா விழிப்பு நிலையை பெற்றவன் ஆகிறான். இங்கு நிறைந்திருக்கும் ஈசனுக்கு விராட புருஷன் என்று பெயர். அதாவது இவ்வுலகம் முழுவதையும் இதற்கு அப்பால் உள்ள இது போன்ற மற்றைய உலகங்களையும் தனக்கு சரீரம் என சொல்லும் வண்ணம் ஏற்று அவற்றினுள் உயிரே போல் நிற்கும் ஈசனுக்கு விராட புருஷன் என்று பெயர். விராடன் இந்த பிரபஞ்சத்தின் உடலாக உருவகம் செய்யப்படுகிறது. (முண்டக உபநிடதம்)

முற்றும் உணர்தல் முதலிய சிறந்த குணங்களோடு கூடிய ஈசனுக்கும் சீவர்களுக்கும் நுண்மை பருமை என்று கூறப்பட்ட நிலைகள் ஒன்றாக இருந்தாலும்

காரிய உபாதி உடையவன் சீவன் (ஆன்மா) என்றும்

காரண உபாதி உடையவன் சிவன் (ஈசன்) என்றும் அறிக .

அதாவது காரண உபாதி - மாயை : காரிய உபாதி - அந்தக்கரணம். (உபாதானம் என்றால் மூலம், முதல் என்பது பொருள்.)

Thamo Gunam is activated by revealing power and concealing power. Subtle five elements are created by revealing power, basic five element (pancha bootham-gross element) are created by *panchbootha pancheekaranam.* Universe is created from the basic five element. Here '*Siddh*'' and '*Sath*' power of Esan associated with five system (*kosam*), he appeared to be everything by standing as the primary and auxiliary cause. The name '*visuvan*' is given to seevan who stands in physical system. Here the soul is in conscious state. *Easan,* who stands here is called virada *purushan.* He accepts the whole world and other worlds it beyond as his body and stands as a soul in it is called *virada purushan.*

Sivan is the accomplice of the effect. That cause is Mayai: Effect is intellectual faculties

தமோகுணம் மீசுரமுற்றுள்ளதால் இப்பொருட்களெல்லாம் சடப்பொருட்களாக தோன்றின. சிலவற்றில் சத்துவகுணத்தின் வாயிலாய் தோன்றிய சிலதன்மைகளும்,

இராசதகுணத்தின் வாயிலாய்தோன்றிய சிலதன்மைகளும், தமோகுணத்தின் வாயிலாய் தோன்றிய வேறுசில சிறப்புத்தன்மைகளும் உண்டாகின்றன. எவ்வாறெனில் சடப்பொருட்களெல்லாம் மீசுரமுற்ற தாமசகுணத்தின் மாற்றமே ஆனாலும் அவற்றுள் ஒன்று கரும்பாகவும் மற்றொன்று வேம்பாகவும், வேறொன்று புளியாகவும் தோன்றுவது ஆகும்.

வெளிப்பட்டுள்ள விளக்க நிலையான பேருண்மை (மகத்தத்துவம்) முதல் நொய்யபூதங்கள் என்ற ஒளி, ஒலி, ஊறு, ஓசை, நாற்றம் என்னும் தன்மாத்திரைகள் ஈறாக உள்ள பிரகிருதியின் பேதங்களுக்கு சமட்டி என்று பெயர். உ.ம். தனித்தனி மரங்களை குறித்தல்.

நொய்ய பூதங்களின் வாயிலாய் தோன்றும் மகா பூதங்கள் (மண், நீர், தீ, வளி, ஆகாயம்) முதல் அவற்றின் சேர்க்கையால் உண்டான இந்த உலகில் உள்ள எல்லாம் வியட்டி (சிருஷ்டி) எனப்படும். உ.ம். மரங்களின் தொகுப்பால் உண்டான காட்டை குறித்தல்.

Activation of *thamogunam* leads to the formation of non living objects. Some have sathuva character, some have *rajo* character and some have *thamo* character. Some plants are made as thamo character, eventhough one is sweet, one is bitter and one is pungent. The different forms of materials from *magathathuvam* to subtle five elements are called *samatti.* Which are made up of five elements are called *viyati.* Single denotes *samatti.* (E.g. Tree). Compound denotes *viyati.* (E.g. Forest)

3.4. பஞ்சபூதபஞ்சீகரணம்

நுண்ணுடலில் (லிங்கசரீரத்தில்) உறவு கொண்டு உயிர்க்கு அதன் வினைப்பயன் போல பருவுடலையும் அந்த உடலுக்கு பொருத்தமான துய்க்கும் தன்மையையும் வாய்ப்பையும் உண்டாகும் பொருட்டு எல்லோரையும் காக்கும் ஈசன் ஐந்து தன்மாத்திரைகளையும் பஞ்சீகரணம் செய்தான்.

ஒவ்வொரு பூதத்திலும் ஐந்தைந்து பூதங்களைச் சேர்த்து சிருட்டி செய்வதற்கு (ஆக்குவதற்கு) பஞ்சீகரணம் என்று பெயர்: அருவ பூதம் உருவ பூதமாக மாறும் காரியம் பஞ்சபூதபஞ்சீகரணம் எனப்படும்: யாதாவது ஒரு பூதம்நிலை சக்தியிலிருந்து சலனசக்தியை அடைவது பஞ்சபூதபஞ்சீகரணம் எனப்படும். எந்த பூதங்கள் பஞ்சீகரணம் செய்யப்பட்டனவோ அவற்றை பஞ்சீகிருதபூதங்கள் என்பர்.

பிரம்மத்தின் நிழல் (சித்) தாமச குணம் மிக்குற்ற அகங்காரத்தில் விழும்போது ஆவரண சக்தி, விட்சேபக்தி என்ற இருவன்மைகளையும் இணைக்கச் செய்தே பரிணாமத்தை உண்டாக்குகிறது.

ஆன்மதத்துவத்தையும் பிரம்மதத்துவத்தையும் இரண்டும் ஒன்றே என்ற உண்மையையும் அறியக் கூடாத வண்ணம் மறைக்கும் இயல்புடைய சக்திக்கு மூடல்வன்மை (ஆவரண சக்தி) என்று பெயர்.

மூடல் என்னும் ஆவரணசக்தியால் தத்துவ விளக்கம் உண்டாக வாய்ப்பற்று போவதால் பிறவிக்கடலுள் எக்காலத்தும் சீவன் மூழ்கிக் கிடக்க நேரிடும். அதனால் இதனை அச்சம் தரவல்லது என அழைத்தனர்.

''தோற்றமாம் சக்தி தன்னில்
சொல்லியவிண்ணாம்விண்ணில்
காற்றதாம் காற்றில் தீயாம்
கனலில் நீர் நீரின்மண்ணாம்
போற்றும்இவ்வைந்தும் நொய்ய
பூதங்கள் என்று பேராம்
சாற்றுமற்றி வற்றில் போக
சாதனதனு உண்டாகும்'' - கை.ந-36

தோற்றம் என்று கூறப்பெற்ற விட்சேப சக்தியின் திறத்தால் விண்ணும், விண்ணிலிருந்து காற்றும், காற்றிலிருந்து தீயும், தீயிலிருந்து நீரும், நீரிலிருந்து மண்ணும் ஆகிய நொய்ய பூதங்கள் தோற்றம் கொண்டன.

''தேடருமக ண்டஒளிப்பி ழம்பாய் ஞானா
தீதப்பூ ரணமாய்த் தற்செயல் கொண்டெல்லா
மூட விடவல்ல துமாய்த் தனித்த ஒன்றுள்
மூழ்கிநின்ற முக்குணசிற்சக்தி தன்னில்
நாடா னந்தம் பிறந்ததிற் காலுதித் ததிற்தீ
நீர்மண் ணுண்டாய் மண்தாநல் கவந்த
ஓடதியில் அனமுமதில் உலகுநிற் குமுயர்வா ய்ந்தவ்
வோடதியின் உரிமை சொல்வாம்'' – தேரன்குணவாகடம்

யாவரும் தேடி காண்பதற்கு அரியதும் ஓர் எல்லைக்குள் அடங்காத அறிவாதாரமாயும், அறிவுக்கு எட்டாத பூரண நிறைவாய் தன் செய்கையினால் எல்லாவற்றையும் ஒடுக்கவும் தோற்றுவிக்கவும் வல்லதாயும், தனக்கு மேல் ஒரு பொருள் இல்லாமல் தானே யாவற்றுக்கும் மேம்பட்டதாயும், ஒப்பற்ற

பொருளாய் விளங்கி நிற்பது எதுவோ, அதற்குள் மறைந்து நின்ற அறிவின் விளக்கத்தில் சத்வ, இரசோ, தமோகுணங்களாகிய முக்குணங்களும், ஒன்றில் ஒன்று இணைந்தே நிற்கும். ஆயினும் எக்குணம் முக்கியமாய் மேம்பட்டு நிற்குமோ, அக்குணத்தினின்றும் உடல், ஐம்பொறி, உலகம், போகம் உண்டாவதற்கு ஆதாரமாகிய பஞ்சபூத தன்மாத்திரைகள் உண்டாயின. அவை ஒலி, ஊறு, ஒளி, சுவை, நாற்றம் என்பன ஆகும்.

PANCHAPOOTHA PANCHEEKARANAM - FIVE ELEMENTAL THEORY

The soul which is contact with the spiritual body will attain it's physical body according to their *karma.* The protecting lord shiva made the five fold combination. (*pancha pootha pancheekaranam*), for giving opportunity to reduce their karma

The method of combining five boothas in a single bootham is called *pancheekaranam. Pancheekaranam* is the name for making sirushti by adding five bootham in each bootham. The transformation of bootham which is from invisible state to visible state is called *Panchabootha Pancheekaranam.* Any one of the bootham which is convert from static power to kinetic power is called *Panchabootha Pancheekaranam.* The Bootham which is made of *Pancheekaranam*, is called *pancheekirutha bootham.*

That is five elements undergo fractionation and re-assortment among themselves in a peculiar manner to form various substances of perceptible and imperceptible /perceive/macro and microscopic matter. It is classified into two types namely *sukkuma/nunniliai* (subtle) *panchikaranam* and *sthula/parunilai* (structural) *panchikaranam*- Permutaion and combination of five elements.

Abundance of thamasa gunam which receives the shadow of Almighty, will activate both the revealing power and concealing power which combine to form the evolution.

The truth behind *aanmathathuva and bhramathathuva* is that both are same, which are hidden by a hiding force termed as "*Aavarana sakthi'*

As this concealing power of Aavarana sakthi will just cover up all the truths there will be no chance for the soul to realize the certainty and it will be drowning inside the Sea of births *(PIRAVI KADAL)* and thus this force was termed a frightening one.

Due to the ability of the revealing power there formed the *"NOYYA BOOTHAS"*; Space and from that Wind then the Fire then the Water and then the Soil.

The truth of intelligence is just hidden behind one thing which no one can never find;has no limits; has the fullness which our intelligenge never reach; has the capableness of both creating and destroying; and there is nothing above or beyond the thing ;it is there above all others. The three gunas *(SATHUVA, THAMASA, RASO)* will always be intermingled with each other but whichever guna is importanly enhanced in that the *PANCHATHANMAATHRA* [five senses- Sound; vision; Taste; Smell, hearing) is fomed and this panchathanmathras is responsible for the formation of *udal* (Body), *Aympori* (five sense organs); *ulagam and bogam.*

தூலபஞ்சபூத தோற்றம்

பஞ்ச தன்மாத்திரை பூதங்கள் பஞ்சீகரித்து அவற்றினின்றும் விண், கால், அனல், புனல், மண் எனும் ஐந்து தூல பஞ்ச பூதங்கள் தோன்றின. தாமச குணம் ஓங்கி முதன்மை பெற்ற மாயையின் கண்ணுள்ள தமசில்சத்துவம், தமசில்இராசதம், தமசில்தமசு எனும் முக்குணங்கள் இத்தன்மாத்திரைகள் முழுவதிலும் தொடர்ந்து நிற்கும். அதன் காரணமாக உணர் கருவிகளாகிய ஞானேந்திரியங்கள் ஐந்தும், அந்தக்கரணமாகிய மனம், புத்தி ஆகிய ஏழு தத்துவங்களும் தோன்றின. இதற்கு ஞான சாதனம் என்று பெயர்.

"ஐம்பூதமும்பத்தாகி அவை பாதி நந்நான் காக்கி
நந்து தம்பாதிவிட்டு நான்கொடுநான்கும் கூட்ட
வந்தன தூல பூதம் மகா பூதம் அவற்றினின்றும்
தந்தன நான்காந்தூலதநுவண்டபுவன போகம்". (கை. ந . 41)

ஐந்து பூதங்களையும் (தனித்தனியாக ஒவ்வொன்றையும் சரிபாதியாக பகிர்ந்து) 10 ஒத்த பாகங்கள் ஆக்கிக்கொண்டு, ஒவ்வொரு பாதியையும் நான்கு நான்காகப் பகிர்ந்து ஒவ்வொரு பூதத்தின் ஒரு பெரிய பகுதியும்(½) நான்கு சிறிய பகுதிகளாகவும் (1/8) இருக்குமாறு செய்து, அப்பாகங்களில் பெரியதாகிய

அரை பாகத்தில்அப்பூதம் நிற்க, மிகுதியான நான்கு பாகங்கள் மற்ற நான்கு பூதங்களிலும் இணைய, தூலபூதங்கள் உண்டாயின.

From the *Panchathanmaathra boothas* the *sthoolaboothams* (gross bootham - space, wind, fire, water, soil) were formed. Due to the abundance of thamasa gunam in mayai the three gunas namely *Thamasil Sathuva, Thamasil Raasatham, Thamasil Thamasu* in itself will be continuing throughout these thanmaathirais. (Due to this, the five gnanenthiriyam (*Unar karuvigal*- sense organs), *and the anthakarnams-Manam, Bhuthi* totally these *seven thathuvams* were formed; these were collectively called as the "*Gnana Sathanams*".)

The five boothas are made into 10 equal parts,(each bootha is divided equally into two);and each half is again divided into 4 parts; each *bootha* is kept as in one big ratio (1/2) and four small ratios (1/8); and in those parts the corresponding bootha stands in the bigger part while the remaining four *boothas* will be kept in the smaller parts and thus *thoola boothas* are formed.

பூதம்	**மண்**	**நீர்**	**தீ**	**கால்**	**ஆகாயம்**
மண்	1/2	1/8	1/8	1/8	1/8
நீர்	1/8	1/2	1/8	1/8	1/8
தீ	1/8	1/8	1/2	1/8	1/8
கால்	1/8	1/8	1/8	1/2	1/8
ஆகாயம்	1/8	1/8	1/8	1/8	1/2

மகா பூதங்கள்என்பன. – அண்டம், புவனம், போகம், போக்கியம் என்பனவாகும். அதாவது அண்டம் (பிரம்மாண்டம்) என்பதன் உள்ளே மேலெழுந்த புவனம்–பூலோகம், புவலோகம், சுவலோகம், சனலோகம், தபோலோகம், சத்யலோகம் என்பனவும், கீழேழுபுவனங்கள் – அதலம், விதலம், சுதலம், தராதலம், இராதலம், மகாதலம், பாதாளம் என்பனவும் (14 உலகங்களும்) அடங்கும்.

போகம் என்றது போக்கியத்தை நுகரக்கூடிய உடலுடன் கூடிய உயிர்கள் ஆகும்.

போக்கியம் என்பது நுகர்தரு பொருள்கள் ஆகிய உணவு, நீர், காற்று முதலான பல பொருட்கள் ஆகும்.

இவ்வாறு இறுதியாக மண் பூதம் தோன்றிற்று. இவ்வாறாக தோன்றிய மண் தோற்றுவிக்க உலகிலுள்ள உயிர்கள் நிலை பெறுவதற்கு முக்கிய ஆதாரமாகிய பொருட்கள் தோன்றின.இவ்வாறு தோன்றிய பொருட்கள் தாது, தாவர, சங்கம் என மூவகையாகவும், இயங்குவன, இயங்காதன என இரு வகையாகப் பிரிக்கப்படும். தாது தாவரசங்கமப் பொருள்கள் யாவும் நால்வகை பிறப்பு, ஏழு வகைத் தோற்றத்தில் அடங்கும்.

நால்வகை பிறப்பு:

அண்டஜம் – முட்டையிலிருந்து பிறப்பன. Birth from eggs உ.ம் மீன், தவளை, பறவை, பல்லி, பாம்பு முதலியன.

சுவேதஜம்- வியர்வையிலிருந்து பிறப்பன. Birth from sweat particles உ.ம் பேன், கண்ணுக்குப் புலனாகாத நுண்கிருமிகள்.

உத்பீஜம் – வித்திலிருந்து பிறப்பன. உ.ம் தாவரங்கள் . Birth from seeds eg,birth of plants

சராயுஜம் - பையிலிருந்து பிறப்பன. உ.ம் பசு, குரங்கு, மனிதன் முதலியன.

ஏழு வகை தோற்றம்

தேவர், மக்கள், விலங்கு, பறவை, ஊர்வன, நீர்வாழ்வன, தாவரம்.

Bogam is the soul in which the body consume Bokiyam. Bokiyam are indicated as food, water, wind etc.

Finally the soil Bootham appeared, and from this all the things appeared on earth. Those things are the basic resources for living organisms. These were classified into three such as Metals and minerals, plants and living beings and further classified into movable and immovable. These Thathu, Thavara, Sangama things will be categorized into 4 types of birth and 7 types of creations.

Four kinds of Birth:

Andajam – Birth from eggs e.g., Birth of fish, frog, birds, lizard, snakes etc.,
Swethajam - Birth from sweat constituents e.g., Birth of lice, microbes etc.,
Uthpejam – Birth from seeds e.g., Birth of plants.
Sarayujam - Birth from genital sac(uterus) e.g., Cow, monkey, humans etc.

Seven kinds of Creations:

Thevar, Humans, Animals, Birds, Reptiles, Aquatic Organisms, Plants.

அலகு 4

அருவப்பொருள்

4.1. பதி - PATHI (Almighty)

சிவபெருமான் பதி பசு பாசத்தை பார்வதிக்கு உரைக்க, பார்வதி நந்திக்கு உரைக்க, நந்திதேவர் கைலாயத்தில் திருமூலர் வர்க்கத்தாருக்கு போதித்தார். இதனை திருமூலர் திருமந்திரத்தில்

"பதி பசு பாசம் பயில்வியா நித்தம்
பதி பசு பாசம் பகர்வோர்க் காறாக்கி
பதி பசு பாசத்தைப் பற்றற நீக்கும்
பதி பசு பாசம் பயிலநிலாவே" திருமந்திரம் - 2412

பதியாகிய சிவன் நமக்கு நித்தமும் பசு, பாசம் பற்றிப் பயில்விக்கிறான். பசு, பாசம் பற்றி ஆராய்பவர்களுக்கு வழி காட்டுகிறான். பதியாகிய சிவன் பாசத்தன்மையையும், பசு தன்மையையும் கெடுப்பான். பதியாகிய சிவனை தியானித்தால் பசுத்தன்மையும் பாசத்தன்மையும் நில்லாது ஒழியும்.

"பாசம் பயிலுயிர் தானே பரமுதல்
பாசம் பயிலுயிர் தானே பசுவென்ப
பாசம் பயிலப்பதி பரமாதலால்
பாசம் பயிலப்பதி பசுவாகுமே" - திருமந்திரம் 2423

பதியின் மீது பாசம் கொண்ட ஆன்மா பரம் என்ற நிலையை அடைகிறது. பசுவின் மீது பாசம் கொண்ட ஆன்மா உலக இயலில் ஆழ்கிறது. பதி பாசத்தில், நிலையாக நின்று பரமாகும் பசு, இறுதியில் பசுபதியாகவே ஆகிவிடுகின்றது.

இறைவன் சித்துப்பொருள். உலகம் சடப்பொருள். இறைவனே உலகை படைத்தான் எனில் சித்திலிருந்து சித்துதான் தோன்றவேண்டுமே தவிர சடம் தோன்ற முடியாது. இதுவே சித்தாந்திகள் கொள்கை. வேதாந்திகளும் சித்தாந்திகளும் அடிப்படையில் வேறுபடும் இடங்களில் இதுவும் ஒன்று.

வேதாந்திகள் அறிவே சொருபமான பிரம்மத்திலிருந்து அதற்கு நேர்மாறான உலகு உண்மையில் உற்பத்தியாகவில்லை, உற்பத்தியாவது போல தோன்றுகிறது என்பர். சித்தாந்திகள் உலகம் இறைவனிடமிருந்து இல்லை மாயையினிடமிருந்தே தோன்றுகிறது என்பர். இறைவன் தனது சித்த சக்தியைக் கொண்டே மாயையைத் தொழிற்படுத்துவான். சூரியனும் அவனது கதிர்கள் போல இறைவனும் அவனது சத்தியும். சூரியனின்றி கதிர்கள் இல்லை. ஆனால் கதிர்கள் சூரியனாகாது.

பசுக்களை பாசம் விடுவதில்லை. பாசத்தை பசுக்களாலும் நீக்கிக் கொள்ள முடிவதில்லை. இப்படி இருப்பதனால் படைப்பு முதலிய ஏற்பாடுகளே தேவையில்லை. ஆனால் அது முக்காலமும் நடந்து கொண்டே உள்ளது. இந்த ஏற்பாடுகளை உயிர் என்ற அணு செய்துகொள்ளவேயில்லை. உயிரால் அதை செய்துகொள்ளவும் முடியாது. ஆதலால் பசு, பாசம் என்ற இரண்டைக்காட்டிலும் மேம்பட்ட பொருள் இருந்தாக வேண்டும். அது பாசப் பகைப்பொருளாக இல்லாவிடில் உயிர்களால் பாசம் நீங்க உதவ முடியாமற் போகும். உயிர்களின் சார்பில் அது நின்று அருள் புரியாவிடில் உயிர்களால் பாசம் நீங்கி உய்தி அடைய முடியாது. எனவே அப்பொருள் தோன்றி அழியும் பொருளாக இருந்தால் உயிர்களுக்கு சந்தானமாக நின்று உதவ முடியாமற் போகும். ஆகவே இப்பொருளும் எப்பொழுதும் இருக்கும் நிலையான பொருளாகும். ஆக பொருட்கள் எண்ணிக்கை எவ்வளவாக இருப்பினும் அவை பதி, பசு, பாசம் என்ற இம்மூன்றிலேயே அடங்கும்.

பதியே நித்தியப்பொருள் எனக்கூறும் பொருள் எதுவோ அது பதியின் வேறாய பொருளாகும். எது பதியை உணரமாட்டாமைக்கு காரணம் எதுவோ அதுவே பாசப்பொருளாகும். இம்மூன்றுமே நித்தியப்பொருள்களாகும்.

Lord Shiva narrated the concept of *Pathi, Pasu, Paasam* to *Parvathi*, and *Parvathi* said that to *Nanthithevar*, and *Nanthithevar* told the concept to the *Thirumoolar vargam* people in kailayam. This was given by Thirumoolar in his Thirumanthiram;

Lord Shiva (pathi) will always be preaching us about *pasu and paasam*; he guides us all in search of this *pasu and paasam*; he would destroys the qualities of both *pasu and paasam*, if we meditate and focus on *Pathi*. These *pasu and paasam* will be gone out of the way.

The soul dedicated to pathi will attain the *PARAM* (eternal state) state; while the soul dedicated to pasaam will be drowned in the universal life. The soul which standing in the affection of pathi attains the param and finally it becomes the *Pasupathi* by itself.

In order to describe the characters of *pathi, pasu, paasam* it is necessary to prove them as Eternal things.

Almighty is the fully conscious knowledge; World is the inanimate material. If the God creates the world, the *Siddh* (knowledge) will be created from the *Siddh*, it not an inanimate. This is Siddhars' principle. This is the place where the Siddhanthis and Vethanthis will be differentiated. The *Vethanthis* says that the world opposite to the *Bhramam* is not actually created from it, but appears to be created. *Siddhanthis* says the World does not created from the god, but from the Mayai. God creates the world with his '*Siddh*' power. The God and his '*Siddh*' power is like the Sun and its rays. Without the Sun there are no rays; but the rays do not become the Sun. *Pasam* does not leave the *Pasu*. *Pasu* cannot eliminate the *Pasam*. Therefore there is no need for creation etc, arrangements. But it works as a continuous process. Soul does not prepare these arrangements. soul cannot do it. Hence there must be one thing which is higher from *pasu* and *pasam*. If it is not hostile object for the *Pasam*, that will not help to get rid of the *Pasam*. If it is not helpful to the *Pasu*, they will not attain salvation. If it is not constant, it will not help to *pasu*. So it is an ever stable one. So, so many things are here, but all are under in three division *Pathi*, *Pasu* and *Pasam*. Hence which one says that *Pathi* is a constant, that is different from *Pathi*.

பதியை அளவையால் நிருபித்தல்

பொதுவாக ஒரு பொருள் உண்டென்று நிரூபிக்க மூன்று வழிகள் உண்டு. அவை காண்டல், கருதல் மற்றும் உரை ஆகும். இதில் கடவுளை நிரூபிக்க உரையே சிறந்த வழியாகும்.

கடவுளை கண்ணால் காண முடியாது. உணர மட்டுமே முடியும். சைவ சித்தாந்தம் கடவுளை நிரூபிக்க கருதல் அளவையை ஏற்கிறது. சுபக்கத்தின் மூலம் கடவுளை அது மூன்று வழிகளில் நிரூபிக்கிறது.

1. உலகின் உண்மையை கொண்டு மூலம் அதை படைத்தவன் உளன் எனக் கூறல்
2. படைப்பின் நோக்கத்தை ஆராய்வதன் மூலம் அதை படைத்தவன் உளன் எனக் கூறல்

3. உலகில் உள்ள குறையுள்ள பொருட்களை காண்பதன் மூலம் குறைவற்ற பரிபூரண பொருள் உண்டெனக் கூறல்.

EXISTENCE OF PATHI BASED ON EPISTEMOLOGY (Alavai):

There is basically three ways to prove the presence of a thing, those are ***Kaandal*** (by Observation), ***karuthal*** (by Inference) and ***urai*** (by Literature). In these urai is the best way to prove the presence of God.

God, cannot be seen through our eyes it could only be inferred by our internal knowledge. Saiva Siddhantha proves about Lord shiva *(Pathi)*. It has two types; *subakkam* and *vibakkam*. *Subakkam* is about proving the presence of God. The presence of God could be proved by the use of *karuthal* only. Pathi could be proved by *karuthal* in three ways.

1. Understanding the truth about the presence of Universe and inferring that there should be someone who had created this.
2. By searching the purpose of creation and proving that there is a creator.
3. By finding the unfulfillness of all things in Universe and proving that there is a thing which is fulfilled in all aspects.

Pathi has 9 divine manifestations *(THIRUMENIKAL)*; Five divine powers *(SAKTHI)* and endlessly Performing the *THIRUKOOTHU* (Cosmic play).

4.1.1. ஒன்பது திருமேனிகள்; NINE DIVINE MANIFESTATIONS OF PATHI

பதி அருவப்பொருளில் அடங்கக்கூடியது. ஒன்பது திருமேனிகளை கொண்டது. அவை

1. அறிவு - சிவம் - wisdom
2. ஆற்றல் – சக்தி – Energy/power
3. ஒளி - விந்து – Light
4. ஒலி - நாதம் - Sound
5. அருளோன் - சதாசிவம் - Grace
6. ஆண்டோன் - ஈசன் - Governing

7. படைப்போன் - அயன் - Creator
8. காப்போன் - அரி - Protector
9. அழிப்போன் –அரன் - Destroyer

அறிவு, ஆற்றல், ஒளி, ஒலி இவை நான்கும் மேற்படி;. அருளோன் – நடுப்படி;. ஆண்டோன், படைப்போன், காப்போன், அழிப்போன் _ கீழ்ப்படி.

Wisdom, Energy, Light, Sound all these are considered as Upper state;

Arulon – Grace is Middle state;

Esan, Creator, Protector and Destroyer are in Lower state

1. அறிவு (சிவ இயல்) – wisdom

சிவம்(ன்) என்ற சொல் புறநானூறு போன்ற மிகப் பழைய நூல் முதற்கொண்டு நான்கு வேதங்களிலும் காணப்படவில்லை. ஆனால் சிவனைக் குறிக்கும்'' நீல மணிமிடற்று ஒருவன்'', ''கறைமிடற்றண்ணல்'' போன்ற சொற்கள் புறநானூற்றில் காணப்படுகின்றன. கடைச் சங்ககாலமாகிய கிமு 760 முதல் கிபி 1,300 வரை (ஏறத்தாழ) உள்ள நூல்களில் சிவன் என்ற சொல்லாட்சி காணப்படுகிறது. சிவனை கடவுள் என்று குறிப்பிடுகின்றனர். கடவுள் என்றால் இயக்குதல். எனவே கடவுள் என்பதற்கு உலகை இயக்குபவர் என்பது கருத்து. கடவுள் என்பதற்கு உள்ளத்தைக் கடந்தவர், உலகை கடந்தவர் எனப் பொருள் கூறுவர். அதேசமயம் உலகிலும் உள்ளவர். உலகினுள்ளும், உயிர்களின் உள்ளும் நிறைந்து நிற்கும் நிலையை 'உள்' என்ற சொல்லும், அவற்றைக் கடந்து நிற்கும் நிலையை 'கட' என்று சொல்லும் குறிக்கும். உலகை இயக்குபவன் இறைவன். அவன் உலகெங்கும் நிறைந்தவன் அதேசமயம் உலகைக் கடந்து நிற்பவனும் ஆவான். தானே யாவற்றிற்கும் முதன்மையாய் இருத்தலே கடவுள் தன்மையாகும்.

சிவத்தின்பண்புகள்:

திருவள்ளுவர் சிவத்தை எண்குணத்தான் என்கிறார்.

1. தன்வயத்தனாதல்
2. தூய உடம்பினன் ஆதல்
3. இயற்கை உணர்வினன் ஆதல்
4. முற்றும் உணர்தல்
5. இயல்பாகவே பாசங்களின் இன்று நீங்குதல்

6. பேரருள் உடைமை
7. முடிவில் ஆற்றல் உடைமை
8. வரம்பில் இன்பம் உடைமை

சிவமே மேலான பொருள்:

உருவம் இல்லை: குறியும் இல்லை: குணமும் இல்லை: அழுக்கு அற்றது: அது ஏகம்: அழிவில்லாதது: உயிர்களின் அறிவுக்கு அறிவு: சலனமற்றது: எல்லை அற்றது: ஆனந்தமே உருவானது: மாறுபடுபவர்களுக்கு அரியது: வழிபடுபவர்களுக்கு எளியது: சிறியவற்றுள் சிறியது: பெரியவற்றுள் பெரியது: அறிவுடையோர் அதனை சிவம் என்பர்.

"எல்லா உலகிற்கும்அப்பாலோன் இப்பாலாய்
நல்லார் உள்ளத்து மிக்கருள் நல்கலால்
எல்லோரும் உய்யக்கொண்டிங்கே அளித்தலாற்
சொல்லார்ந்த நற்குரு சுத்த சிவமே " - திருமந்திரம் 1576

சிவன் புரியட்டம்

எல்லா பொருளையும் தன்னுள் அடங்க வைத்திருப்பதனால் பெரியோனாக இருப்பதோடு கூட, மிக மிக நுண்ணிய பொருளிலும் தான் அடங்கியிருக்கும் தன்மை உடையது சிவம். ஆதலால் புரியட்டமாகும். (ஞாயிறு, திங்கள், நிலம், புனல், அனல், காற்று, வானம், அக்கினி ஆகிய எட்டு உருவங்களாக இயங்குவது சிவத்தின் நிலைக்களன்களாகும்) இங்ஙனம் அணுவுக்குள் அணுவாக தங்கியிராவிட்டால் எந்த பொருளும் நிலை கொள்ளாது. அணுவுக்கு அணுவாக சிவம் இல்லாவிடின் எங்கும் நிறைந்த பொருளாக வழங்கப்படமாட்டாது. இந்நுண்மை நிலைதான் யாவரையும் யாவற்றையும் ஆட்டுவிக்கும் நிலையாம் சிறப்புடையது . உயிருக்கு உயிரான நொய்மை நிலையிலும் சிவத்துக்கு எவரும் இணையாகார். சிவம் ஒன்றே முத்தொழிலுக்கும் உரியது. ஏனையோர் தத்தமது தொழிலுக்கு உரியவர்.

சிவபேதங்கள் (சிவம் நிற்கும் நிலை)

லயம், போகம், அதிகாரம் ஆகும். சிவம் அனாதி ஆகவே வினை நீங்கிய இயல்புடையது. ஆதலால் சிவத்திற்கு கன்ம உடம்பு கிடையாது.

- எல்லா தத்துவங்களையும் தன்னுள் ஒடுங்க செய்தலும் (லயம்–அழித்தல்)
- அத்தத்துவங்களை உயிர்களின் பொருட்டு உபகரித்தலும்(போகம் - படைத்தல்)
- அவற்றை உயிர்கள் பற்றி நின்று துய்த்து அறிவு விளக்கம் பெற செய்தலும்(அதிகாரம் -காத்தல்) என்கிற இந்த மூன்று தொழில்களுக்கும் சிவமே முதலாகும் . இம்மூவகை சிவபேதங்களும் சுத்தமாயா தத்துவங்களைக் கடந்து நிற்பதே சுத்த சிவம். இதனையே இறைவன், முதல்வன், கடவுள் எனச் செப்புவர்.

சிவம் நிற்கும் இந்த நிலைகளை சிவத்தின் தொழில்கள் எனவும் கூறுவர். ஆனால் இவற்றுடன் மறைத்தல், அருளல் என்ற இரண்டும் சேர்த்து சிவத்தின் தொழில்கள் ஐந்து ஆகும்.

நடுவுநிலைமை:

நீருக்கும் நீரோடு கலந்து உட்புக்கும் ஆகாயம் இடம் தந்து நிற்பது போல எப்பொருளிலும் சிவம் நீருக்குள் வெளி போல் கலந்துள்ளது. ஆகாயம் நீருக்கு உப்புக்கும் இடம் தந்து நிற்பினும் ஆகாயம் உப்புத்தன்மையை அடையாது. உப்பு நீருக்குள் வாழினும் மீன்கள் உப்பு ஏறிய உடம்பினை அடைவதில்லை. அதுபோல சிவன் எங்கு தங்கினும் எவையுள் தங்கினும் தோய்வுறான். 'ஏகம் தங்குவது தனித்தாமே' எனப்பட்டது. சிவம் நடுநிலையின்பாற்பட்டது.

1. ARIVU (SIVA IYAL)

The word *Sivam* was not found in literatures like *Purananooru* and even in the four vedhas. But words representing Shiva like "*Neela manimidatroruvan*", '*Karimidatranal*' were found in *Purananooru.* The books of last sanga period (ie) approximately from B.C 760 to A.C 1300 had the rhetoric of the word *Shivan. Shiva* was descripted as God. *Kadavul* (God) means creating or directing;therefore the word kadavul depicts as the director of the Universe;God is meant as the one who had transcended the souls and the Universe; and at the same time who exist in all the worlds and in everyone's inner self. the state of being in everything is denoted as "*VUL*"and the transcended state is referred as "*KADA*". The director of this world is God and he is the one who is in everything and also in a transcended state; he is the supremacy of all and this is the character of God.

QUALITIES OF SIVAM:

Thiruvalluvar has said Sivam as "*Engunathan*"(One having eight characters)

1. Mesmerize
2. Clean body
3. Nature consciousness
4. Full cognisance
5. Character of being away from bonding naturally
6. Possession of abundance grace
7. Endless energy
8. Unlimited happiness

SHIVAN'S SUPREMACY:

Has no structure, no signs or marks, no dirt, it is the supreme (*yegam*), indestructable, intelligence of the soul's knowledge, calm, has no limits, and the shape of happiness, indefinable to unbelievers and easily attainable for those who believe, smallest of small and biggest of big; and knowledgeable describe it as *Sivam*.

SIVAN PURIYATTAM

Sivam has the capability of covering everything in and also being present in very minute things. Hence, sivam is *Puriyattam*. Sivam will be functioning as in 8 structures (Sun, Moon, Earth, Water, Fire, Wind, Space, many souls) if shivam is not present in every single atom, then there will be no certainty in things; and also if shivam is not present in everything it will not be regarded as a fixed certain thing. This minuteness state is the one which rules everybody and everything and no one is equal to Shivam even in the state of softness of the soul. Sivam is the whole responsibility for the three profession;. while others are concerned only with their own profession.

STATES OF SIVAM

They are Integration. Consumption, Authority. *Sivam is Anathi.* So it is does not have *karma* and thus has no *Kanma* body.

- Integration of all Thathuvam in it is *Layam* (depleting-Azhithal)
- Creation of that Thathuvam for living beings is *Bogam* (creating-Padaithal)
- Guiding the living beings to have a clearance about Thathuva is *Athigaram* (protecting-Kaathal).

Hence for these three Professions, Sivam is the prominence. These three states of Shivam standing beyond Sutha maya thathuvam is referred as *Sutha Sivam.* This is only said as *Iraivan, kadavul* etc.,

These states of sivam is also said as his functions, besides *Maraithal, Arulal* are also considerd.Therefore,in total there are 5 functions of *Shiva.*

NEUTRALISM:

The space gives shelter to both the water and the salt in it as like that *sivam* is there in everything., even though space gives shelter to both the water and the salt in it it doesn't attain the salted state; the fish even though living in salt water doesn't attain a salted body alike *Sivam* wherever it stays it doesn't change it's state., thus it is said,"*Yegam thanguvathu thanithamae*';

2. சக்தி இயல்

சக்தி ஆற்றலே அன்றி வேறில்லை.

சக்தியின் இருப்பிடம்:

"ஈராறு நாதத்தில் ஈரெட்டாம் அந்தத்தில்
மேதாதி நாதாந்த மீதாம் பராசக்தி
போதா ஆலயத்து அவிகாரம் தனில்போத
மேதாதி ஆதாரம் மீதான உண்மையே"- திருமந்திரம் 1705

பன்னிரண்டு கலைகள் கொண்ட சூரியமண்டலம், பதினாறு கலைகள் கொண்ட சந்திர மண்டலம், ஆகிய இவற்றில் மேதை முதலான கலைகளில், நாதாந்தகலைக்கு மேல் விளங்குபவள் பராசக்தி. அறிவேயான ஆன்மாவில் லயித்து, விகாரம் இல்லாமல் வேதம் முதலிய ஆதாரம் கடந்த நிலையில் சக்திக்கு மேலே விளங்குவது சிவமாகும்.

சக்தியின் தோற்றம்:

"உலகில் எடுத்தது சத்திமுதலா
உலகில் எடுத்தது சத்தி வடிவாய்
உலகில் எடுத்தது சத்திகுணமாய்
உலகம் எடுத்த சதாசிவன் தானே" – திருமந்திரம் 1713

உலகைப் படைக்க எண்ணியே சதாசிவம் தன்னை விட்டு நீங்காத சக்தியின் துணை கொண்டு அதை தோற்றுவித்தான். குண்டலினி சக்தியின் ஆற்றலால் உலகு வடிவமாய் காட்சி தருகின்றது. சிவசக்தியால் அவை உலகில் வேறுவேறு அறிவு பொருந்தியனவாய் வழங்குகின்றன.

சிவத்தின் சக்திகள் :

"எண்ணில் இதயம் இறைஞான சத்தியாம்
விண்ணில் பரை சிரமிக்க சிகையாதி
வண்ண கவசம் வனப்புடை இச்சையாம்
பண்ணுங் கிரியை பரநேத்திரத்திலே- திருமந்திரம் 1744

இருதய மந்திரம் - ஞானசக்தி(அறிவாற்றல்) - இதயம்
சிரசு மந்திரம் - பராசக்தி(வனப்பாற்றல்) - தலை
சிகாமந்திரம் - ஆதிசக்தி(நடப்பாற்றல்) - முடி
கவச மந்திரம் - இச்சா சக்தி (அன்பாற்றல்) -கவசம்
கண் மந்திரம் - கிரியாசக்தி(தொழில் ஆற்றல்) – கண்

எனவே இவற்றின் அனைத்தும் திருஆற்றல் மயம். சிவம் செயல் காரணமாகி அச்சிவத்தை அகலகில்லேன் என்றிருக்கும் பண்புடைய சக்தியே, அச்சிவம் ஐந்தொழிலை இயற்றுவதற்கு துணைக்காரணமாய் இருப்பதால் பெண்பால் எனப்பட்டது.

இறைவனும் அவனது சக்தியும் சூரியனும் ஒளிக்கதிர்களின் போலவும், தீக்கு சூடு, பூவுக்கு மணம், மணிக்குள் ஒலி போலவும் விளங்கும். எனவே

ஆற்றல் என்னும் பராசக்தி சிவத்தினிடம் பாதியாய் இயங்குகிறது. அருவ, உருவ, அருவுருவ முத்திறப்பொருட்களில் சிவத்துடன் சக்தி சரிபாதி இடம் பெற்றிருக்கிறது.

"சத்தி தராதலம் அண்டம் சதாசிவம்
சத்தி சிவம்மிக்க தாபர சங்கமஞ்
சத்தி உருவம் அருவம் சதாசிவம்
சத்தி சிவதத்துவ முப்பத்தாறே" – திருமந்திரம் 1737

சக்தி பூமி என்றால், அண்டம் சதாசிவம் ஆகும். தாவர, சங்கம (அசையும், அசையா) பொருட்கள் அனைத்தும் சிவசக்தியே. உருவம் படைத்த அனைத்தும்சக்தியின் வடிவம். அருஉருவம் ஆவது சதாசிவம். சிவனும் சக்தியும் பொருந்திய தத்துவங்கள் 36. (ஆன்ம தத்துவம் – 24, வித்யா தத்துவம் – 7, சிவதத்துவம் – 5)

அதாவது சக்தியின் பீடமாக அமைவது ஆன்ம தத்துவம். சக்தியின் கண்டமாக அமைவது. வித்யா தத்துவம். சக்தியின் லிங்கமாவது. சிவ தத்துவம்: சக்தியின் ஆத்மாவாக ஆவது எப்போதும் சதாசிவம். ஆகவே "சக்தியில்லையேல் சிவமில்லை: சிவன் இல்லையேல் சக்தி இல்லை" எனவே தோற்றக்கிரம்மே இல்லை.

SAKTHI IYAL:

Sakthi is nothing but power.

Residence of Sakthi:

The Solar zone having 12 *kalais* (like branches which distribute the vital source of Solar zone), Lunar zone having 16 kalais, and in those kalais following *METHAI, PARASAKTHI* is the one being in top of the *NATHANTHAKALAI.* Shivam together within the soul without any change of its nature, situated beyond the sakthi.

Appearance of Sakthi:

In order to create the world, Satasivam created it with the help of *Shakti* which never left him. By the power of *Kundalini Shakti*, the world appears in shape. By virtue of *Shiva Shakti* it is appears as different types of souls in the world. i.e., from single sense to sixth sense

Divine powers of Sivam:

The mantram of heart - *GNYANA SAKTHI*, the power of knowledge - Heart.

The mantram of head - *PARA SAKTHI*, the power of beauty - Head.

The mantram of kavasam - *ICHA SAKTHI*, the power of love - *Kavasam*.

The mantram of eyes - *KIRIYA SAKTHI*, the power of functioning - Eyes.

Thus all of these are Divine energetic. Sivam becomes the cause and sakthi which never leaves sivam becomes the auxiliary cause for functioning the five professions of Shivam. *Shivam* and sakthi will be like Sun and it's rays, fire and it's heat, bell and it's sound and hence the massive force called sakthi is the equal half of *Shivam*. And also the sakthi is the equal half of the *Shivam* in the gross, subtle and intangible things.

If *sakthi* is considered as the Earth, Sathasivam is the Universe. The plant and animal kingdom are all nothing but *Shivasakthi*; whichever is having a certain srtucture are all *sakthi's* form; and those in subtle form are all sathasiva's form. 36 thathuvas are in Siva and *Sakthi*. (*Anma thathuva*-24, *vidhya thathuva*-7, *siva thathuva*-5).

Anma thathuva becomes bottom of *Sakthi*, *Vidhya thathuva* becomes neck, and *Siva thathuva* becomes symbol, but the soul of sakthi is always the *Sathasivam*. Therefore there is no *Siva* without *sakthi* and there is no *sakthi* without *siva;* and thus there is no creation.

3. விந்து இயல் (ஒளிஇயல்) :

அண்டத்திற்கும் பிண்டத்திற்கும் காரணம் விந்து . விந்துவும் சிவமும் ஒன்றே. விதை இல்லாமல் முளை தோன்றாது. இம்முளையானது விதை இல்லாமல் வேறு இடத்தில் தோன்றுவதில்லை. வித்தும் முளையும் ஒன்றைவிட்டு ஒன்று இல்லாமையால் இரண்டையும் ஒரு பொருளாகக் கருத வேண்டும். அதைப்போலவே விந்துவும் சிவமும் ஆகும்.

"வித்தினில் அன்றி முளையில்லை அம்முளை
வித்தினில் அன்றி வெளிப்படு மாறில்லை

வித்தும் முளையும் உடனல்ல வேறல்ல
தன்மையாகும் அரநெறி காணுமே'' –திருமந்திரம் 1932

அண்டத்தில் விதையாய் விளங்கித் தோன்றும் சிவமே, பிண்டத்தில் விந்துவாக உள்ள இயல்பை மக்கள் உணரமாட்டார்.

விந்துவே உள்ளும் புறமும் :

''வீயம்அது ஆகியவிந்துவின் சக்தியால்
ஆய அகண்டமும் அண்ட மும்பாரிப்பக்
காய ஐம்பூதமும் காரிய மாயையில்
ஆயிட விந்து அகம்புறம் ஆகுமே'' - திருமந்திரம் 1928.

விதையான விந்துவின் ஆற்றலால் ஆகின்ற அண்டமும், அகண்டமும் விளங்கி, வான் முதலிய ஐம்பூதங்களும் காரியமாயையில் தோன்ற, விந்து அவற்றின் உள்ளும்புறமுமாய் விளங்கும். சிவமே ஒளியாய் சுடராய் நிற்கும் இந்த ஒளியை

அண்ட ஒளி, பிண்ட ஒளி, 'மன ஒளி,' ஞான ஒளி, சிவ ஒளி என்னும் ஐம்பெரும் பிரிவில் அடங்குவர்.

1. அண்ட ஒளி (அண்டஆதித்தன்):

''தானே உலகுக்குத் தத்துவமாய் நிற்கும்
தானே உலகுக்குத் தையலுமாய் நிற்கும்
தானே உலகிற்கு சம்புவுமாய் நிற்கும்
தானே உலகுக்குத்தண்சுடர் ஆகுமே''- திருமந்திரம் 1978

உலகத்தில் காணப்படும் கதிரவன் உலகத்திற்கு எப்படி முதல் காரணமும், இறைவனும் ஆகுமோ, அப்படியே அண்டக்கோசத்தில் விளங்கும் ஆன்மக் கதிரவனே சிவமாகவும், சக்தியாகவும், திங்களாகவும் பிண்ட நிலையில் பொருந்தும்.

அகத்தில் அண்ட ஆதித்தனைவணங்கும் நிலை:

''வலையம் முக்கோணம் வட்டம் அறுகோணம்
துலை இரு வட்டம் துய்ய விதம் எட்டில்
அலையுற்ற மேல்வட்டத்தில் ஈரெட்டு இதழாம்
மலைவு அற்றுஉதித்தனன் ஆதித்தன் ஆமே''– திருமந்திரம் 1979

வலையம், முக்கோணம், வட்டம், அறுகோணம், துலை, இரு வட்டம் என்ற அறுவகை அடையாளங்களால் காணப்படும். மூலாதாரம் முதல் ஆக்கினைவரை உள்ள ஆறு ஆதாரங்களில் அவற்றின் துய்ய தன்மையை ஆராய்ந்தால், சுழன்று கொண்டிருக்கும் வட்டத்தில், 16 இதழ் தாமரை காணப்படும். நெஞ்சத்தில்(விசுத்தியில்) கதிரவன் தோன்றும். சுவாதிட்டானத்தில் இருந்து (மண்கூறு) மேலே வருவது கதிரவன் வரும்வழி. இதை யோகியர் அல்லாத மற்றவர்கள் அறிய முடியாது. அங்ஙனம் எவராலும் காணப்படாத கதிரவன் நீருக்குரிய மணிபூரகதத்திற்கும், தீக்குரிய அனாகதத்திற்கும் இடையில் உதிப்பான்.

"மண்ணை இடந்ததின் கீழொடும் ஆதித்தன்
விண்ணை இடந்து வெளிசெய்து நின்றிடுங்
கண்ணை யிடந்து கணிதந்த வானந்தம்
எண்ணுங் கிழமைக்கு இசைந்து நின்றானே"– திருமந்திரம் 1983

மண் கூறாகிய சுவாதிட்டானத்திற்கு கீழே மூலாதாரம் வரையிலும் விண்கூறாகிய ஆஞ்ஞாசக்கரத்திற்கு வெளியிலும் சூரியன் விளங்கி நின்றிடும். இரு கண் பார்வைக்கு நடுவில் இடம் கொண்ட ஆக்கினையில் களிப்பூட்டும் ஆனந்தத்தால் நாம் தியானிக்கும் உரிமைக்கு உடனாய் நிற்பவன் ஆதித்தன்.

2. பிண்டஆதித்தன் (பிண்ட ஒளி) :

"நின்றும் இருந்தும் கிடந்தும் நடந்தும்
கண்டாய நந்திக்கருத்துள் இருந்தனன்
கொன்று மலங்கள் குழல்வழி ஓடிட
வென்று விளங்கும் விரிசுடர் காணுமே " - திருமந்திரம் 1985

நிற்றல், இருத்தல், கிடத்தல், நடத்தல் என்ற எந்த செயலை செய்தாலும், இளைய நந்தி (சிவன்) என் சிந்தையில் இருந்தால் மலங்களைகொன்று, மனம் வீணாதண்டின் கீழ் நோக்காமல், மேல் நோக்கி எழுப்பினால் பிண்டத்தில் விளங்கும் விரிசுடர் ஆதித்தனை காணலாம்.

3. மனவாதித்தன்(மன ஒளி):

"எறிகதிர் ஞாயிறும் மின்பனி சோரும்
எறிகதிர் சோமன் எதிர்நின்று எறிப்ப
இரு கதிர் உள்ளே இயங்கும் என்னாவி
ஒரு கதிர் ஆகில்உவாஅது ஆமே"–திருமந்திரம் 1988

வெப்பக் கதிரினை வீசும் ஞாயிறும், ஒளியுடன் பனியையும் வீசும் திங்களும், ஒரே நேர்கோட்டில் இயங்குவது உவா எனப்படும் (நிறைமதி). அதுபோல அணுவில் வலப்பால் உயிர்ப்பும் பிங்கலை (ஞாயிறு), இடப்பால் உயிர்ப்பு இடகலை (திங்கள்), என்ற இரு கலைகளுக்கு உள்ளே என் ஆன்மாவும் கூடினால் அது ஒன்று கூடி உவா ஆகும் (அறிவு பிழம்பாய் நிற்கும்). இதுவே மன ஆதித்தன் எனப்படும்.

அதாவது திங்களும் (இடகலை), கதிரவனும் (பிங்கலை), மூலக்கனலும், சுழுமுனையும் ஆகிய இந்நான்கு கலைகளும் ஆன்ம ஒளியிலும் உள்ளன. கதிரவன், குண்டலினி, தீ,, சந்திரன் என்னும் நான்கும் பொருந்த அதுவே பவுர்ணமி ஆகும்.

இடகலையும், பிங்கலையும் முறையாக இயங்கினால் அது நல்ல தவமாகும். பிங்கலையில் இடகலை பொருந்தி நிகழும் போது உண்டாகும் கனல் நடுநாடி (சுழுமுனை) வழியே செல்லும்போது சிந்தை தெளிவு உண்டாகும். இவரே சித்தம் சிவமாக்கப் பெற்ற திருவினர்.

4. ஞானாதித்தன் (ஞான ஒளி):

"விந்து அபரம்பரம் இரண்டாய் விரிந்து
அந்த அபரம்பர நாதமாகியே
வந்தன தம்மிற் பரங்கலை யாதிவைத்து
உந்து அருணோதயம் என்ன உள்ளத்ததே - திருமந்திரம் 1993

விந்து ஒன்றே நுண்மையான பரம் என்று பருமையான அபரம் என்று இரண்டாக விரியும். அந்தப் பருமையான விந்துவே மேல் நோக்கும்போது பரநாதமாய், ஐவகைகளுடன் (நீக்கி, நிலைப்பி, நுகர்வி, அமைப்பி, அழுத்தி) வந்து, 'ஞானக்கதிரவன்' தோற்றம் என்று சொல்லும்படி மனதில் எழும்பித் தோன்றும்.

"உள்ள அருணோதயத் தெழும் ஓசை தான்
தெள்ளும் பரநாதத்தின் செயல் என்பதால்
வள்ளல் பரவிந்து வைகரியாதி வாக்கு
உள்ளன ஐங்கலைக்கு ஒன்றாம் உதயமே" –திருமந்திரம் 1994

அந்த மனதில் எழும் ஒலி (நுண்ணோசை, நினைவோசை, மிடற்று ஓசை, தன் செவிக்குகேட்கும், ஓசை பிறர் செவிக்கும் கேட்கும் ஓசை) தெளிந்த பரநாதத்தின் செயல். ஆதலால் வள்ளலான சிவபெருமான் அருளால் வைகரி முதலிய வாக்குகள், பரவிந்து உடன் கூடி ஐந்து கலைகளிலிருந்து தோன்றுவது அருணோதயம் (அருள் நன் தோற்றம்) எனப்படும்.

சிவம் கற்பனை பொருளல்ல. நிகரற்ற சிவ ஒளி நிறைந்த அண்டகோச இருளை நீக்கி தலையில் நிறைந்த சுடராய் விளங்கி அமுதம் சுரக்கச் செய்யும்.

5. சிவ ஆதித்தன் (சிவ ஒளி):

''கடம் கடம் தோறும் கதிரவன் தோன்றில்
அடங்கிட மூடில் அவற்றில் அடங்கான்
விடங்கொண்ட கண்டனும் மேவியகாயத்து
அடங்கிட நின்றதும் அப்பரிசாமே'' – திருமந்திரம் 2002

நீருள்ள குடங்கள் தோறும் கதிரவன் தோன்றுவான். அவன் அதனுள் அடங்கும் படிமூடி வைத்தாலும், அக்குடங்களில் அடங்கி விடமாட்டான். அதுபோலவே நீலகண்டனும் உயிரில் அடங்கியும் வெளியில் விளங்கியும் இருப்பான்.

சிவமே உடல்-உயிர்: இருள்-ஒளி

''தானே விரிசுடர் மூன்றும் ஒன்றாய் நிற்கும்
தானே அயன்மால் எனநின்று தாபிக்கும்
தானே உடலுயிர் வேறு அன்றி நின்றுளன்
தானே வெளி ஒளி தான் இருட்டு ஆகுமே'' - திருமந்திரம் - 2003

சிவமே பரந்த கதிர்களையுடைய கதிரவன், திங்கள், தீ மூன்றும் பொருந்திய ஒரு ஒளியாக விளங்கும். தானே நான்முகன் திருமால் என நின்று தான் முதல்வன் என்ற தன்மையை மெய்ப்பிக்கும். தானே அறிவற்ற உடம்பிலும், அறிவுடைய உயிரிலும் பிரிவின்றி கலந்திருக்கும். அதுவே வானம் ஆகவும், அதன் ஒளியாகவும் இருப்பதுடன் இருளாகவும் உள்ளது.

சிவஒளியே எல்லா உயிர்களையும் தொழிற்படுத்துகிறது:

''தெய்வச் சுடர் அங்கி ஞாயிறும் திங்களும்
வையம் புனல் அனல் மாருதம் வானகம்
சைவப் பெரும்பதி தாங்கிய பல்லுயிர்
ஐவருக்கு இடமிடை அரங்கம் ஆமே '' –திருமந்திரம் 2004

சிவஒளியின் அருள்பெற்று ஒளிரும் அக்கினி, ஞாயிறு, திங்கள், நிலம், நீர், தீ, காற்று, வானம் என்ற எட்டு திரு உருவங்களும் அனைத்து உயிர்களிடமும் உள்ளன. இவை சிவன் உறையும் திருமேனிகள் ஆகும்.

இந்த எட்டு உருவங்களை ஐந்து பிரம்மம் ஆறு உறுப்புகளைக் கொண்டு தொழிற்படுத்தும்.

ஆன்ம ஒளியை அறிந்து மனம் பொருந்தினால் சிவனுடன் பிரிவின்றி இருக்கலாம்:

"ஒளியை அறியில் உருவும் ஒளியும்
ஒளியும் உருவம் அறியில் உருவாம்
ஒளியின் உருவம் அறியில் ஒளியே
ஒளியும் உருக உடன் இருந்தானே"- திருமந்திரம் 2,681

ஆன்ம ஒளியை அறிந்து நின்றால் உருவமான உடல் நினைவு மறைந்துபோகும். உடல் நினைவு இருக்குமானால் மீண்டும் பிறப்பு வரும். ஆன்ம ஒளியில் உள்ளம் உணரின் ஒளிமயமாக தோன்றும். ஒளியில் தோய்ந்து நிற்க அந்த ஒளி உருகி சிவன் விளங்குவான்.

ஐம்பூதஒளிகளும் சாதனையால் தலையின் மீது ஒரே ஒளியாதல்:

"மேல் ஒளி கீழ் அதன் மேவிய மாருதம்
பார்(ல்)ஒளி அங்கி பரந்தொளி ஆகாசம்
நீர் ஒளி செய்து நெடு விசும்பு ஒன்றினும்
மேல் ஒளி ஐந்தும் ஒருங்கு ஒளியாமே" – திருமந்திரம் 2685

ஐம்பூதங்களுக்கும் மேலாக நிற்கும் ஒளி வானம். அவ்விசும்பினைத் தடவி வரும் ஒளிப்பொருள் காற்று. காற்றின் பால் வரும் ஒளி தீ. நீருக்கு இடம் கொடுத்து எங்கணும் பரந்து இருப்பது நிலம். மேல்ஓதிய பூதங்கள் ஐந்தும் ஓர் ஆற்றலாய் விளங்குவதை ஒளி என்று அருளினார்.

"மின்னிய தூவொளி மேதக்க செவ்வொளி
பன்னிய ஞானம் பரந்த பரத்தொளி
துன்னிய வாரொளி தூய்மொழி நாடொறும்
உன்னிய வாரொளி யொத்தது தானன்றே" – திருமந்திரம் 2686

மின்னலைப் போன்ற தூய ஒளி, மாட்சிமை உடைய செந்நிற ஒளி, வேதங்களால் புகழ்ந்து பேசப்படும் பரவொளி, ஆறு ஆதாரங்களில் பொருந்திய ஒளி என்னும் இவற்றை, தூய மொழியான சிற்சக்தி நாள்தோறும் சிவன் விருப்பத்திற்கு ஏற்றவாறு ஒரே பேரொளியாய் அமைக்கும்.

"இலங்கிய தெவ்வொளி யவ்வொளி ஈசன்
துலங்கொளி போல்வது தூங்கருட் சக்தி

விளங்கொளி மூன்றே விரிசுடர் தோன்றி
உளங்கொளி உள்ளே ஒருங்கு கின்றானே'' – திருமந்திரம் 2689

இயல்பாய் பேரொளியாய் விளங்குவது எதுவோ அதுவே சிவம். சிவத்தின் சக்தியும் அவ்வாறே ஒளிமயமாய் சிவத்தின் விருப்பத்திற்கு ஏற்ப செயலைச் செய்து முடிக்கும். எங்கும் விளங்கும் ஒளியான திங்கள், கதிரவன், அக்கினி என்ற மூன்றும் விரிந்த சுடராகி விளங்கி, மனத்தில் அவை ஒன்றாகி அந்த ஒளியில் சிவமும் உடன் நின்று அருளும்.

அதாவது ஆன்மா சக்தி வயப்பட்டபோது திங்கள், ஞாயிறு, தீ என்ற மூன்று கண்டங்களில் ஒளி விளங்கும். ஆன்மா சிவத்தை பற்றிய போது அவ்வொளி மூன்றும் ஒரே ஒளியாக மன மண்டலத்தில் ஓடி ஒளிரும்.

விந்து சிவத்தின் 9 திருமேனிகளில் ஒன்று. இது காரண மாயை எனப்படும். விந்துவினின்று நல்லுயிர்களை இயக்கிச்சிவம் கொள்ளும் திருஉருவம் 25.

1. சிவக்கொழுந்து 2. அம்மையப்ப பிள்ளை 3. ஒற்றைத்தாளர் 4. எச்ச தலைவர் 5. விடையூர்தி 6. நந்திவர்த்தர் 7. கூத்தப்பெருமானார் 8. கொடுஞ்சினத்தார் 9. பெண்ணொருகூற்றண்ணலார் 10 ஆலமர்செல்வர் 11. திருநீலகண்டர் 12. சலந்தரன் ஒடுக்கி 13. ஆழிஅருள்வோன் 14. அந்தகாசுரன் ஒடுக்கி 15. திரிபுரரொடுக்கி 16.கங்கை தாங்கி 17. உற்றுழி உதவி 18. சிவச்சுடர்க்கொழுந்து 19. மீன் ஒடுக்கி 20. ஆமையொடுக்கி 21. பன்றி ஒடுக்கி 22. ஆளரியொடுக்கி 23. முதுகெலும்பு தூக்கி 24. காலபைரவர் 25. பலிப்பகவன்

கந்த புராணம்சிவபுண்ணிய பாடல் 3–35

''செய்திடும் விந்து பேதத்தின் திறன் ஐயைந்துஞ்
செய்திடும் நாதபேதத் திறனா லாறுஞ்
செய்திடும் மற்றவை யீரீரண்டி ற்றிறஞ்
செய்திடு மாறாறு சேர் தத்துவங்களே '' –திரு மந்திரம் 1924

விந்து பேதம் இருபத்தைந்து, நாத பேதம் 24 மற்றவை நான்கு என்ற இவை முப்பத்தி ஆறு தத்துவங்களே.

''வந்திடு பேதமெல்லாம் பரவிந்து மேல்
தந்திடு மாமாயை வாகேசி தற்பரை
உந்து குடிலையோ டேமுறு குண்டலி
விந்துவில் இந்நான்கும் மேவா விளங்குமே'' – திருமந்திரம் - 1925

இந்த வேறுபாடுகள் எல்லாம் உயர்வான (ஒப்பில்லாத) விந்துவால் உண்டானவை. தோற்றத்தை தரும் மாயையும், வாக்கு சக்தியும், சிவசக்தியும்

(தற்பரை), உயரச்செல்லுகின்ற பிரணவத்தில் மகிழ்வை உண்டாகும் குண்டலினியும் ஆகிய நான்கும் விந்துவிடம் பொருந்தி நிற்கும்.

"விளங்கு நிவர்த் தாதிமே வகராதி
வளங்கொள் உகா ரமகாரத்துள விந்து
களங்க மில்நாதாந்தங்க ண்ணினுள் நண்ணி
உளங்கொள் மனாதியுள் அந்தமு மாமே" - திருமந்திரம்- 1926

VINDHU IYAL (LIGHT):

The reason of the macro and microcosm is Vinthu. Sivam and vinthu are the same. There is no plant without a seed; and also the sprout does not appear elsewhere without the seed., so there shouldn't be any difference between the seed and plant as like that there is no difference between Vinthu and Sivam.

People won't understand that Shivam as seed in the universe, that is Vinthu in the microcosm.

VINTHU IS IN AND OUT:

The world and the universe are made by Vindhu. Due to its power the Panchaboothams are created in the Kariya Mayai, and Vindhu will becomes their in and out self. Shivam stands as light and bright. This light is include in five types. They are light of the universe, light of body, light of mind, light of enlightment and light of Shivam.

1. ANDA AATHITHAN (Light of the Universe):

Sun in the world is the cause and Lord for the world. Likewise the Soul in the body is also appears as Shivam, Sakthi and the Moon.

The state of worshiping Anda aathithan in the innerself

It is seen in 6 signs and they are, ring, triangle, hexagon, hole and two circle. If we look into the characters of aatharas from Moolakini till Aakinai, inside the rotating circle, there will be a 16 petaled-lotus flower seen. There will be sun being formed in the heart. From swathitanam there comes the way of sun. These all could be viewed only by the great saints and no one else but them. This kathiravan rises in between the Manipooragam and Anakatham which cannot be viewed by normal people.

From Swathitanam to the Moolatharam, beneath it, outside the Aagnyachakram the sun is formed. The Aakinai which has it's own place in between the view of two eyes, Adhithan is the one who stands with us in exhilarating bliss

2. **PINDA AATHITHAN: (Light of the body)**

Being performed any of the actions like standing, sitting, lying, walking, If Shivan is placed in our thought, he will kill the impurities, and our mind directed upwards by our thoughts, without directed downwards we will be able to see the Sun with it's rays in the microcosm.

3. **MANAVAATHITHAN (The light of soul-Mana oli):**

The sun which spreads the heat rays, the moon which gives light and spread cold rays when directed in one straight line, it is called as UVA (full moon)., alike the same inside of our body Pinkalai (Sun) in right, Idakalai (Moon) in left, united with the soul, is called Manavathithan

It is said that, the Sun, the Moon, the Heat and the central axis all are present in the enlight of the soul. If the sun, kundalini, fire, moon are in accordance then that is the POURNAMI (full moon).

If the idakalai,pinkalai are in good action then that is a good **Meditation.** The heat formed when the idakalai is in accordance with pinkalai,travelled through the Nadu naadi (Suzhumunai), there the soul will get enlightment. He is the one whose mind has become Shivam.

4. **GNANA AATHITHAN (The light of enlightment):**

Vinthu is the one which divides the finest **Param** and the widespread **Aparam** when directed upwards,it forms as **Paranatham** with the five kalais (neeki, nilaipi, nugarvi, amaipi, azhuthi) and is regarded as **gnana kathiravan** in our minds.

The sounds arised in those minds (microwaves, sound from think, sound from throat, sound he hears in his ears, and sound heard in others) was the action of the Paranatham., and hence with the blessings of Lord shiva, the Vaakugal like Vaigari, in accordance with the

Para vinthu, formed from the five kalais is called the Arunothayam(arul nan thotram).

Sivam is not a imaginary thing, the uncomparable light of shiva,will remove the darkness of macrocosm and will be the maximal ray of light in the head and makes the elixir **(amutham)** to be secreted.

5. SIVA AATHITHAN (Light of Shivam):

The sun is seen inside the vessels containing water,if we keep the vessels as like to cover him up,he will not be coverd up., alike the same Neelakandan (Shivan) even though present in everything's inner-self, he will be also present in the widespread outside world. Likewise Neelakandan include in the soul and interpretates in the outer side.

SIVAM IS THE BODY AND SOUL (Dark and Light):

Sivam will be there as a Sun, Moon and the Fire as a single light. Sivam will be standing as Bhrama and Vishnu and proves it as a prominence. It will be spread and mixed in all the ignorant bodies and the knowledgable souls. It is being the space and both it's light and darkness.

THE LIGHT OF SIVA MAKES ALL LIVES TO FUNCTION:

The eight bodies-Agni, Sun, Moon, Earth, Water, Fire, Wind, Space all enlightened with the help of Siva oli, is present in all the lives. These are the places where sivan resides, these eight bodies are being made functioned by five Bhramam with 6 organ.

IF MIND IS KEPT IN ACCORDANCE WITH THE KNOWLEDGE OF AANMA OLI SHIVAM CANNOT BE SEPERATED:

If there is knowledge of aanma oli, the consciousness of the physical body will disappear and suppose if there is consciousness of the physical body then there will be rebirth. If the soul recognises the aanma oli there will be a maximal light formed; and in that enlightment shiva will be sensed.

THE LIGHT OF PANCHABOOTHA BECOMING A SINGLE LIGHT(IN COURSE OF EFFORT) ON HEAD:

The one which is on top of Panchaboothas is the light of space., and the one which follows this is the light of wind., and the light from wind is the light of fire.The one which gives shelter to water is the soil (land). The above said boothams when acted as one force that is called as OLI.

Thooya oli alike that of lightening, the majestic red light, Para oli which is appreciated in vethas, the light which is in the six aatharas, these all are regulated according to the desire of shiva, by the Sivasakthi.

The brightness in nature is Shivam. Shiva's sakthi also in nature of brightness does all things according to Shiva's desire. The three lights which are being present every where (moon, sun, fire) will be widespread and get united in the mind and enlightens along with Shivam. (ie) when the soul is in the rule of sakthi, light appears seperately in the sun,moon and fire while when the soul is in with shivam, these three lights will become one and brightens in the mind **(mana mandalam).**

Vinthu is one of the sivam's nine divine manifestations (thirumenikal). This is the Karana mayai. From vinthu for directing lives Sivam has taken 25 potraits;

All these differences are formed due to the higher (uncomparable) vinthu. The Mayai, Vakku, Shivasakthi, Kundalini-all these four will be in accordance with vinthu.

4. நாதம் (ஒலி) இயல்:

"மணி கடல் யானை வார்குழல் மேகம்
அணி வண்டு தும்பி வளை பேரிகை யாழ்
தணிந்தெழு நாதங்கள் தாம் இவை பத்தும்
பணிந்தவர்க்கு அல்லது பார்க்க ஒண்ணாதே - திருமந்திரம் 606

அகத்தவத்தால் உள்ளெழும் ஓசை பத்து. அவை மணி, கடல், யானை, புல்லாங்குழல், மேகம், வண்டு, தும்பி, சங்கு, பேரிகை, யாழ் என்பன. இப்பத்தினை ஒத்த ஓசை அகத்தில் பயிலப்பெறும். இதுவே ஒலி என்றும் நாதம் என்றும் பெயர் பெறும்.

"ஓரெழுத் தாலே உலகெங்குந் தானாகி
ஈரெழுத் தாலே இசந்திங் கிருவராய்
மூவெழுத் தாலே முளைக்கின்ற சோதியை
மாவெழுத் தாலே மயக்கமேஉற்றதே" திருமந்திரம் 885

அகரமாகிய ஓரெழுத்தால் உலகமெல்லாம் பரவி அததுவாய் விளங்கி, உகரம் என்ற இரண்டாவது எழுத்தால் உடம்பினுள் பொருந்திச் சிவசக்தியாய் மூன்றாவது எழுத்தான மகரத்தால் தோன்றுகின்ற ஒளிப்பொருளை மாயையால் மயக்கத்தைப் பொருந்தும் படிசெய்தது. (அகரம் – நனவு: உகரம் – கனவு: மகரம்–சுழுத்தி (மயக்கமான நித்திரை நிலை))

"ஓதும் எழுத்தோடு உயிர்கலை மூவைந்தும்
ஆதி எழுத்தவை ஐம்பதோ டொன்று என்பர்
சோதி எழுத்தினில் ஐயிரு மூன்றுள
நாத எழுதிட்டு நாடிக் கொள்ளீரே " –திருமந்திரம் 963

உயிர் வளர்க்கும் கலைகளான இடகலை, பிங்கலை, சுழுமுனை இவற்றோடு பிரணவமும் சேர்ந்து உயிர் வளர்க்கும் எழுத்துக்கள் மொத்தம் 51. சோதி எழுத்து அகரம் (சந்திரக்கலை), நாத எழுத்து (உகாரம்) . சோதியை உண்டாக்கும் அகரகலையில் ஏனைய எழுத்துக்கள் சூக்குமமாய் உள்ளன. நாதஎழுத்தாகிய உகரத்தை அத்தோடு சேர்த்து அறிந்து கொள்ளுக.

"ஐம்பது எழுத்தே அனைத்து வேதங்களும்
ஐம்பது எழுத்தே அனைத்து ஆகமங்களும்
ஐம்பது எழுத்தே ஆயும் ஆவது அறிந்த பின்
ஐம்பது எழுத்தும் போய் அஞ்செழுத்தாமே" - திருமந்திரம் 965

அனைத்து வேதங்களும், ஆகமங்களும் குறிப்பிடுவது ஆணவம் நீங்கிய ஐம்பது எழுத்துக்களையே. அந்த ஐம்பது எழுத்துக்களால் தெரிவிக்கப்படுவது பிரணவமேதான் என்று அறிந்தபின், ஐம்பது எழுத்தும் ஒடுங்கி அஞ்செழுத்திலே அடங்கி பிரணவம் விளங்கி சிவத்தை அடையலாம்.

"விந்துவும் நாதமும் மேவி உடன் கூடிச்
சந்திர னோடே தலைப்படும் மாயில்
அந்தர வானத்து அமுதம் வந்தூறிடும்
அங்குகதி மந்திரம் ஆகுதி யாமே "- திருமந்திரம் 1971

விந்துவும் நாதமும் பொருந்தி உயர்ந்து போய் சந்திரமண்டலத்தில் அமையும்போது சகஸ்ரதளத்தில் (அந்தர வானம் உடல் தொடர்பில்லாத

வானம்) அமுதம் சுரக்கும். அங்கு ஏற்படும் பிரணவ ஒலியே ஆகுதிக்குரிய மந்திரம் ஆகும்.

NAATHAM IYAL (SOUND-OLI IYAL):

As a result of the meditation, there arises 10 sounds inside,those are-**Bell, sea, elephant, flute, cloud, bee, dragon fly, conch,** ***perigai, yazh.*** The sounds resembling these 10 sounds are raised inside and this is called oli or naatham.

Agaram as a single word is widespread throughout the world, Ugaram as the second letter, resides in the body and the third letter Magaram is set as sivasakthi and the light particle from this sets the mayakkam with help of maya.(Agaram -Conscious state-Nanavu: Ugaram -Dream state-*Kanavu: Magaram -Suzhuthi-* sleeping state).

The kalais which build the soul-*idakalai, pinkalai, suzhumunai* and along with this pranava is joined and thus the letters building the soul totally are 51. The letter of *Jothi (jothi ezhuthu-agaram-chandirakalai), naatha ezhuthu (ugaram).* The other letters in *Agarakkalai* creating jothi are in a hidden state. *Naatha ezuthu-ugaram* should be known along with this.

Both the *vetham* and *aagamam* describe the 50 letters only; but all those 50 letters represents the one single *Pranavam*; after knowing this,all these 50 were covered up in the *pranava* and thus sivam can be attained.

When the *vinthu and naatham* goes higher and gets settled in the Lunar zone,there will be elixir secreted in the Sahasrathalam. **(Anthra vanam-which is not in connection with the body)**; and the sound of *pranava* arised there is the primary *mantra.*

5. சதாசிவம் (அருளோன்) இயல்:

அருஉருவமாகிய சிவம் சதாசிவம் எனப்பட்டது. சிவனின் ஒன்பான் திருமேனிகளில் நடுவில் உள்ளது சதாசிவம் ஆகும்.

"உருவும் அருவும் உருவோடு அருவும்
மருவு பரசிவன் மன்பல் லுயிர்க்குங்
குருவும் என நிற்கும் கொள்கையனாகுந்
தருவென நல்கும் சதாசிவன் தானே" - திருமந்திரம் 1763

சிவன் உருவம் அருவம் அருவுருவம் என மூன்று வகையான திருமேனியை கொண்டவன். நிலைபெற்ற பல உயிர்களுக்கு குருவாகும் தன்மை உடையவன். அவனே சதாசிவமாய் கற்பகமரம் போல் வேண்டியவார்க்கு வேண்டியவற்றை அளிப்பவன் ஆவான்.

சிவனேசதாசிவன்

"தானொரு கூறு சதாசிவன்எம் இறை
வானொரு கூறு மருவியும் அங்கு உள்ளான்
கோன் ஒரு கூறு உடலுள்நின்று உயிர்க்கின்ற
தானொரு கூறு சலமயன்ஆமே" – திருமந்திரம் 112

சிவபரம் பொருளின் ஒரு கூறான சதாசிவனான எம்இறைவன் வான்கூற்றில் பொருந்தி எல்லா தத்துவங்களிலும் ஊடுருவியும், வேறாயும் உள்ளான். அப்பெருமானே உடலும் பிராண வடிவாயும் உள்ள தலைவன் ஆவான். அவனது மற்றொரு கூறும் பரந்த வடிவாய் உள்ளது.

சக்தியே சதாசிவன்

"அளியார் முக்கோணம் வைந்தவன் தண்ணில்
அளியார் திரிபுரையாம் அவள் தானே
அளியார் சதாசிவமாகி அமைவாள்
அளியார் கருமங்கள் ஐந்து செய்வாளே" – திருமந்திரம் 401

அருள் நிரம்பிய முக்கோண பீடத்தின் விந்துவில் மையத்துப்புள்ளியிலே விளங்கும் அருள்உள்ளமும் மண்டலநாயகியுமாய் உள்ளவள் சக்தி. அப்பெருமாட்டியே அருள்செய்யும் சதாசிவம் மூர்த்தியாகி பொருந்தி இருப்பாள். அவளே ஐந்து தொழில்களைச் செய்பவள்ஆவாள்.

அசையாதவற்றை அசையச் செய்பவன் சதாசிவன்

"குசவன் திரிகையில் ஏற்றிய மண்ணைக்
குசவன் மனத்துற்றது எல்லாம் வனைவன்
குசவனைப் போல் எங்கள் கோன்நந்தி வேண்டில்
அசைவில் உலகம் அதுஇதுவாமே– திருமந்திரம் 443

மண்ணைக் குழைத்து திரிகையில் ஏற்றி கற்பனை செய்த வடிவங்களை எல்லாம் விற்பனை நோக்கிக் வடிக்கும் குயவனை போல, உயிர்களின் வினைகளுக்கு ஏற்ப உலகை வடிக்கிறான் இறைவன்.

உள்ளக் கோவிலில் வீற்றிருப்பான்

"விடை உடையான் விகிர்தன் மிகுபூதப்
படை யுடையான் பரிசே உலகாக்கும்
கொடை உடையான் குணம் எண்குணமாகும்
சடை உடையான் சிந்தை சார்ந்து நின்றானே" - திருமந்திரம் 444

சதாசிவம் ஒளியை ஊர்தியாக உடையவன். ஒருவரால் உண்டாக்க படாதவன். பிறப்பற்றவன். ஐம்பூதங்களை கொண்டு உலகை ஆக்குபவன். வேண்டுவோருக்கு வேண்டுவனவற்றை கொடுக்கும் கொடைத்தன்மை உடையவனின் குணங்கள் எட்டு. ஒளிக்கதிர்களை வீசிக்கொண்டிருக்கும் அப்பெருமான் அடியவரின் சிந்தையில் வீற்றிருப்பவன் ஆவான்.

உபதேசம் செய்தருளள்

"அகன்றான் அகலிடம் ஏழும் ஒன்றாகி
இவன்தான் எனநின்று எளியனும் அல்லன்
சிவன்தான் பலபல சீவனும் ஆகி
நவின்றான் உலகு உறுநம்பனும் ஆமே" - திருமந்திரம் 448

சதாசிவன் அகன்ற இடத்தையுடைய இந்த உலகம் ஏழுடனும் ஒன்றாக பொருந்தி உள்ளான். அவற்றைக் கடந்தும் உள்ளான். இவ்வகையில் சிவன் உடனாயிருப்பினும் எளிமையில் காட்சி தருபவன் அல்லன். சிவனே பலவகையான உயிர்களிடம் பரவிக் கலந்து அவனை விரும்பியவருக்கு அவரவரிடம் பொருந்தி உபதேசம் செய்தருளினான்.

உயிர்கள் உய்ய அருள்பவன்

"உச்சியில் ஓங்கி ஒளிதிகழ் நாதத்தை
நச்சியே இன்பம் கொள்வார்க்கு நமன் இல்லை
விச்சும் விரிசுடர் மூன்றும் உலகுக்குத்
தச்சு மவனே சமைக்க வல்லானே-திருமந்திரம் 442.

பிரம்மரந்திரத்தில் ஓங்கி விளங்கும் நாதத்தை விரும்பி இன்பத்தை அனுபவிப்பவர்க்கு இறப்பு இல்லை. மேலான விரிந்த சுடராய் உள்ள தீ, ஞாயிறு, திங்கள் ஆகிய மூன்றையும் உலகுக்குத் தந்து உயிர்கள் உய்யும்படி அருளுகின்றவன் அச்சதாசிவனே. ஆகவே சதாசிவமே சிவகுருவாய் வந்தருளி, வழிகளை நவின்றருளி நம்புவார்களுடைய நம்பிக்கைக்கு முழுஉரிமை வாய்ந்த நம்பன்.

SATHASIVAM (ARULON) IYAL:

Sivam is called the *Sathasivam. Sathasivam* is in the middle of the siva's nine divine manifestations.

Sivan has a perceptible, imperceptible, and subtle state. He is being the preacher of lives; as *Sathasivam* he provides all the needed things to the needy as like the *Karpaga* tree.

SIVAM IS SATHASIVAM:

Sathasiva which is one part of the *SIVAPARAM;* will be in fixed in space and will get mixed up in all the truths(thathuvas), and also it stands separately. He is the captain with the physical and soul feature and his other part is also in wide spread.

SAKTHI IS SATHASIVAM:

Sakthi is being in the mid of the *vinthu's* triangular seat and she is being the prominence there with glory;she is the blessing Sathasiva and she does the 5 functions.

SATHASIVA MAKES MOVEMENT IN THE IMMOVABLE (STATIONARY TO DYNAMIC):

The potter makes different mud vessels according to his wish with the help of the suitable instruments (*thirigai*), like the God creates the world according to the *karmas* of soul.

RESIDENT OF THE INNERSELF(ULLA KOVIL):

Sathasiva keeps light as the driving force, he cannot be created by someone, has no birth, he creates this world with *Panchaboothams.* He gives all the needs for those who asks and he has 8 characters; and this lord who is spreading his glorious rays will be seated in the innerselves of his servants.(those who dedicate them towards the God).

PREACHING:

Sathasiva is fixed with all these 7 worlds and also he is being beyond this; although he is present inside everyone he cannot be easily demonstrated. He is widespread among souls and he preaches for those who all likes him.

HELPS IN THE ENHANCEMENT OF SOULS:

Those who experience happiness by desiring the naatham which is in the Bhrama ranthiram has no death. Sathasiva is the one who gives the world all the widespread rays-the Sun, Moon and Fire and thus enhances the souls. Hence, Sathasivam comes as ***Siva guru***, shows the ways and becomes the hope for whomever trust him.

6. ஆண்டான் (ஈசுரன்) இயல் – (மறைத்தல்)

சிவத்தின் ஆணையை ஏற்று மகேசுவரன் சீவர்கள் அறியாதபடி வினையின் பயன்களை நுகரும் படி செய்கிறான். இதுவும் வினையைக் கழிப்பிக்கச் செய்வது. ஆதலால் இது அருட்செயலே.

உடனிருந்தும் இறைவனை மனம் அறிய இயலாமை

"உள்ளத்து ஒருவனை உள்ளுறு சோதியை
உள்ளம் விட்டு ஓரடிநீங்காஒருவனை
உள்ளமும்தானும் உடனே இருக்கினும்
உள்ளம் அவனை உருவறியாதே" - திருமந்திரம் 431

இறைவன் உயிருக்கு உயிராக இருப்பவன். மன மண்டலத்தில் உள்ளே எழும் பேரொளி வடிவு கொண்டவன். இத்தகைய அவனை மனதில் உடனாய் இருப்பினும், மனம் மலமறைப்பினால் இன்னதன்மையன் என்று உணராது.

உயிர்களுக்கு புலப்படாதவன் சிவன்

"மண் ஒன்றுதான் பலநற்கலம் ஆயிடும்
உள்நின்ற யோனிகட்கு எல்லாம் ஒருவனே
கண்ணொன்று தான்பல காணும் தனைக்காணா
அண்ணலும் அவ்வண்ணம் ஆகி நின்றானே"- திருமந்திரம் 440

ஒரே மண் பல நல்ல பானைகள் ஆகும். அதேபோல் உடல் பாகங்களுக்கெல்லாம் உள்ளே உள்ள ஒருவனே காரணமாகும். கண் என்றபொறி வெளியே இருக்கின்ற பல பொருள்களை கண்டாலும், அது தன்னை அறியாது. அதுபோல இறைவனும் எல்லா உயிர்களின் வேறுபாட்டுக்கு காரணம் ஆனாலும், அவன் உயிர்களின் காட்சிக்கு புலப்படாமல் விளங்குபவன் ஆவான்.

AANDAN IYAL (EESURAN-MARAITHAL-hidden).

By taking *Siva's* orders *Mageshwaran* makes the organisms consume their *karmas;* as this removes the effect of karma, it is also considered as a grace.

THE STATE OF MIND NOT RECOGNIZING GOD EVENTHOUGH HE IS WITH US:

God is the life of the soul. He is the brightness of the mind; but eventhough him being in ourselves due to malas(impurities) the mind could'nt recognize him.

SIVAN COULDN'T BE RECOGNIZED BY THE SOUL:

The same one soil becomes many good pots, similarly all parts of the body are caused by the One within. Eyes can show us everything outside,but it couldn't see itself and as the same, Siva is the cause of the difference in all the lives but he will not be perceptible by the soul.

7. அயன் (படைப்பு) இயல்

நாததத்துவ தோற்றம்

"ஆதியோடு அந்தம் இலாத பராபரம்
போதம் அது ஆக புணரும் பராபரை
சோதி அதனில் பரம் தோன்றத் தோன்றுமாம்
தீதில் பரைஅதன்பால் திகழ் நாதமே " –திருமந்திரம் 381

தொடக்கமும் முடிவும் இல்லாத மேலான பரம்பொருள், அறிவுமயமாய் பிரிப்பில்லாமல் விளங்கும் பராசக்தியான பேரொளியிடம் பரன் தோன்றத்

தீமையற்ற பரை (பராசக்தி) தோன்றும். அந்த பராசக்தியிடம் நாதம் தோன்றும்.

நாதத்தினின்று தோன்றுவன

"நாதத்தில் விந்துவும் நாத விந்துக்களில்
தீதற்றகம்வந்த சிவம் சத்தி என்னவே
பேதித்து ஞானங் கிரியை பிறத்தலால்
வாதித்த இச்சையில் வந்துஎழும்விந்துவே" - திருமந்திரம் 382

நாதனிடமிருந்து தோன்றியது நாதம். இந்த மொத்த படைப்பும் அவனிடம் இருந்து தோன்றிய நாதம்தான். படைப்புகளை ஆசை வருத்துகிறது. அதனால் விந்துஉருவாகிறது. உருவாகும் விந்துக்களில் தீமை ஏதும் இல்லாத சிவனும் சக்தியும் வந்து அமரும். அந்த விந்துக்களிலிருந்து தோன்றப் போகும்உயிர்களுக்கு முறையே அறிவு, செயல் ஆகியவற்றின் காரணமாக அமைகிறார்கள்.

"இல்லது சக்தி இடந்தனில் உண்டாகிக்
கல்லொளி போலக் கலந்துள் இருந்திடும்
வல்லது ஆக வழிசெய்த அப்பொருள்
சொல்லதுசொல்லிடில் தூராதி தூரமே" - திருமந்திரம் 383

இதுவரை இல்லாத ஒன்றை நம் சிவன் படைத்தான். அந்தப் படைப்பு தான் இந்த உலகம். இந்தப் படைப்பின் சகலத்திலும், நவமணியின் ஒளியை அதனிடமிருந்து பிரிக்க முடியாதது போல, சக்தி கலந்துள்ளது. சகல இயக்கத்திற்கும் காரணமான அந்த சக்தியின் பெருமையை சொல்லலாம் என்றால், அது நம் சிற்றறிவுக்கு எட்டாததாக உள்ளது.

சிவசக்தி படைப்பில் நான்முகனிடம் பொருந்தி படைத்தல்

"புவனம் படைப்பான் ஒருவன் ஒருத்தி
புவனம் படைப்பார்க்கு புத்திரர் ஐவர்
புவனம் படைப்பான் பூமிசை யானாய்
புவனம் படைப்பான் அப்புண்ணியன் தானே" - திருமந்திரம் 386

புவனத்தை படைப்பது சிவனும் சக்தியும் ஆகும். படைக்கும்போது சிவசக்தி, நான்முகன் முதலியவரிடம் இருந்து பஞ்சபூதங்களை படைத்து புண்ணியம் செய்யும் மூர்த்தியாக வழங்குகிறது. அதாவது உலகங்களை படைப்பது ஒலியாகிய சிவமும், ஒளியாகிய சக்தியும் ஆகும். அந்த

உலகங்களில் பல தொழில்களை புரிவதற்காக இவர்களின் சக்தியில் இருந்து தோன்றிய பிள்ளைகள் 5 பேர் (பிரம்மன் – சதாசிவன், பஞ்சபூதங்களையும் கொள்ளலாம்) அனைத்தையும் படைப்பதற்கு காரணமான சதாசிவமூர்த்தியே ஆயிரம் இதழ்கள் கொண்ட தாமரை மலரில் வீற்றிருந்து உலகங்கள் அனைத்துமாகவும், அதில் இருக்கும் உயிர்கள் அனைத்துமாகவும் இருக்கிறான்.

நீருடன் கூடிய மண்ணில் பிறப்பு உண்டாதல்

"நீரகத்து இன்பம் பிறக்கும் நெருப்பு இடை
காயத்தில் சோதி பிறக்கும் அக்காற்றிடை
ஓர் வுடைநல்லுயிர் பாதம்ஒலி சக்தி
நீரிடை மண்ணின் நிலைப் பிறப்பாமே"-திருமந்திரம் 388

சக்தியே நீரின் சுவையாக, நெருப்பில் ஒளியாக, வீசுகின்ற காற்று தரும் உணர்வாக, வான்வெளியில் உள்ள சப்தங்களின் ஒலியாக உள்ளாள். நீரினால் சூழப்பட்ட நிலப்பகுதி பல உயிர்கள் தோன்ற காரணம். நிலத்தில் அந்தப் பிறப்புதரும் தன்மையாக விளங்குபவள் சக்தியே ஆவாள். இறைவனது தன்மையே, பஞ்சபூதங்களில் நீரில் சுவையாக, நெருப்பில் ஒளியாக, காற்றில் உணர்வாக, ஆகாயத்தில் ஒலியாக உள்ளது. இதுவே நிலத்தில் உடல்சார்ந்த உயிர்களாகவும் பிறந்திருக்கிறது. அதாவது பஞ்ச பூதங்கள் ஐந்தும் இறைவனிடமிருந்து உருவானவையே. உலகங்கள் இதில் அடங்கும்.

நீர்ப்பகுதியான மணிபூரகத்தில் உயிருக்கு இன்பம் உண்டாகும். அக்கினி விளங்கும் அனாகதமான நெஞ்சத்தில் ஒளி வீசுகின்ற கிரணங்கள் உண்டாகும். வாயு விளங்கும் விசுத்தியில் உயிர்ப்பும் நிலைபெற்றிருக்கும். நாதம் சக்தியை தந்து கொண்டிருக்கும். நீருக்கும் மண்ணுக்கும் இடையே உள்ள சுவாதிட்டானமே உற்பத்திக்குரிய இடமாகும்.

துன்பம்நீக்கி இன்பம் தருபவன் சிவன்

"நின்றுயிர் ஆக்கும் நிமலன் என் ஆருயிர்
ஒன்று உயிராக்கும் அளவை உடலுற
முன் துயர் ஆக்கும் உடலுக்கும் துணையதா
நன்று உயிர்ப்பானே நடுவு நின்றானே" - திருமந்திரம் 394.

உடலில் ஆன்மாவை வைத்து உயிராக மாற்றுபவன் என் ஆருயிர் இறைவனே. உயிர்களிடத்தில் கொண்ட மாபெரும் கருணையினால் உடலில்

இணைந்த ஆன்மாவுடன் உயிராக கலந்து இருக்கிறான். முற்பிறவியின் வினைகளை தீர்க்க வேண்டி பிறவி எடுத்த அந்த உடலில் காலம் முடியும் வரை அந்த உயிர் செய்யும் எந்த செயலிலும் தலையிடாமல் நடுநிலையாக நின்று, கவனித்துக் கொண்டு, அந்த உயிர் வாழ வேண்டிய காலம் வரை, அந்த உயிரின் உடலோடு ஒன்றாக கலந்து, நன்றாக காத்துக் கொண்டு நிற்கிறான் இறைவன்.

AYAN (PADAIPU-CREATE)IYAL:

THE FORMATION OF NATHA THATHUVA:

Parai appears when the *Paramporul* joined with *parasakthi.* From this *Natham* will appear.

FORMATIONS FROM *NAATHAM:*

Natham is formed from *Naathan.* This whole creations are the *naatham* from him. Creatures are suffered from desires and thus vinthu is formed, and in thus *Shivam* and *Sakthi* comes and resides, and the lives which are going to be formed from *vinthu,* they become the reason for their intelligence and actions.

Sivam has created the one which is never seen before and that is this World. In all the creations of this world *Sakthi* is present as like the brightness in the nine gems; If we want to talk about the pride of *Shakti,* it is beyond our knowledge.

THE SIVASAKTHI'S CREATION IN ACCORDANCE WITH NANMUGAN:

This world is created by sivam and sakthi, and while doing this *sivasakthi* creates *Panchaboothas* from persons like *nanmugan.* (ie) this world is created by *Shiva* as light and *Sakthi* as sound and in order to perform various functions in the world, there came 5 children from their powers. The reason for all these creations is the ***Sathasivam*** and he is seated in the 1000 petaled lotus and being the world and also the lives of it.

BIRTH IN LAND WITH WATER:

Sakthi is present as the taste in Water, light in Fire, the sense of flowing Wind, the sounds of the Space. The landscape which is surrounded by water is the cause for the creation of several life forms.The reason for birth occurring in the landscape is also sakthi itself. God's characteristics is being as taste in water,light in fire,sense in wind and the sound in space and this itself is born as a physical form of souls. ie.,the pancha boothas are itself formed from God and in those panchaboothas the worlds are getting covered up.

In *Manipooragam*, which is of the characteristic of water, happiness to the soul is formed. In *Anakatham*, which is the characteristic of fire, ray emitting sources *(kiranangal)* are formed. In *Visuthi*, which is the characteristic of wind, the soul's life gets Stand by. *Naatham* will be providing *sakthi*, and the *Swathitanam* which is in between the water and soil is the place of creation.

SIVAN REPLACES SORROW WITH JOY:

God is the one who keeps the soul inside the body and makes life, and due to his massive courtesy he is being the life of the soul. In order to complete the *Karmas* of the previous births this birth had happened, God will be residing in that soul till it's end and be watching the soul's actions being neutral without interfering in any of it. God will be residing and protecting the life till it's end.

8. அரி (காப்பு) இயல்

உடலினை தாங்கிய காலத்தும் நீங்கிய காலத்தும் காத்து அருள்பவன் சதாசிவன். (வினைப் பயனாக அனைத்தையும் காக்கும் முறை)

"தாங்கரும் தன்மையும் தானவை பல்லுயிர்
வாங்கிய காலத்தும் மற்றோர் பிறிதில்லை
ஓங்கி எழுமைக்கும் யோகாந்த மவ்வழி
தாங்கி நின்றானும் அத்தாரணி தானே" – திருமந்திரம் 419

பல்வேறு விதமான உயிர்களுக்கும் அவற்றின் உடலுக்குள் இருந்து உயிரை தாங்கும் தன்மையாக இருக்கும் இறைவனே, அவை அழியும்

காலத்தில் உள்ளிருந்து வெளியே வரும் உயிரை வாங்குகின்றவனாகவும் இருக்கின்றான். அவனைத் தவிர உயிர்களை தாங்கவும் வாங்கவும் அருள்செய்யும் தெய்வம் வேறு ஒன்று இல்லை. இப்படி ஏழுஉலகங்களையும், அதில் இருக்கும் அனைத்து உயிர்களையும் தாங்கி நிற்கின்ற இறைவனே அதைத் தாண்டிய விண் உலகத்தையும் தாங்கி நிற்கின்றான். அவனே உயிர்கள் தமது பிறவிச் சூழலில் இருந்து விடுபட்டு விண்ணுலகம் அடைய வழியாக, யோக முறைகளையும் அருளி அந்த முறைகளைப் பின்பற்றி வரும் உயிர்களின் வழி முழுவதும் அவற்றை காத்து அருளுகின்றான்.

எங்கும் நிறைந்து நிற்பவன்

"உடலாய் உயிராய் உலகம தாகிக்
கடலாய் கார்முகில் நீர்பொழி வானாய்
இடையாய் உலப்பிலி எங்கும் தானாகி
அடையார் பெருவழி அண்ணல் நின்றானே" - திருமந்திரம் 413

உலகத்தை படைத்து அதனை காத்து அனைத்து உயிர்களின் உடலாகவும் சூட்சுமத்தில் உயிராகவும், அவை பிறந்து வாழும் அனைத்து உலகங்கள் ஆகவும், அந்த உலகங்களில் உயிர் தோன்ற வழி செய்யும் கடல் களாகவும், அவை வாழ வழிசெய்யும் மழை நீரைப்பொழியும் கருத்த மேகங்கள் கொண்ட வானம் ஆகவும், வானத்துக்கும் பூமிக்கும் இடையில் இருக்கும் வெற்றிட ஆகாயமாகவும், அனைத்தும் தானே ஆகவும், உண்மையான அடியவர்கள் தேடி அடையும் முத்தியாகவும் இறைவன் ஒருவனே நிற்கிறான்.

"உற்று வனைவான் அவனே உலகினைப்
பெற்று வனைவான் அவனே பிறவியைச்
சுற்றிய சாலும் குடமுஞ் சிறுதூதை
மற்றும் அவனே வனைய வல்லானே " –திருமந்திரம் 417

உயிர்கள் உருவாக வேண்டும் என்ற எண்ணத்தில், உயிர்களை பல்வேறு உலகங்களில் உருவாக்குபவன். அவனே உயிர்களின் வினைப்பயனை பெற்று அதன் காரணமாக பிறவியை உருவாக்குபவன். ஒரு குயவன் தனது அச்சு சக்கரத்தில் களிமண்ணை வைத்துச் சுற்றி அந்த களிமண்ணைக் கொண்டு பலவிதமான பாத்திரங்கள் செய்வது போல இறைவன் உயிர்களின் வினைகளுக்கு ஏற்ப பல்வேறு விதமான உடல்களை வடித்து அருளும் வல்லமை உள்ளவன் ஆவான்.

1. ARI (KAAPU IYAL):

Sathasiva protects us everytime (ie) whenever we have a body or not. (protecting as a result of *karma*).

God who protects the soul is the one who even takes the soul with him at the end of life, no one can give and at the same time take the soul at the end, and like this God protects all the 7 worlds, life forms inside it and also even the macrocosm. He is the one who gives the way ***(yoga muraigal)*** to get rid of the birth cycle and to reach the eternity and protecting all those lives who is following these.

PRESENCE IN EVERY PLACE:

He Created this world, protecting it, being as the life of soul in a hidden form, being as all the worlds where we live, being as the sea which is the cause of the creation of life forms, being the space which brings about rain so that the life forms could live, being the empty space between the sky and land, in short he is being the everything, and he is the eternity for those who all are in search of him.

He is the one who makes life in various worlds, he takes the karmas of lives and makes births in accordance with it. A Potter with his equipment makes various vessels smiliarly, God has the supremacy and ability to create various physical forms.

௯. அரன் (அழிப்பு) இயல் (சங்காரம்)

சிவனே ருத்ரனாய் சங்காரம் செய்கின்றான்.

மூன்று சங்காரம்

"லயங்கள் மூன்றினும் ஒன்று கற்பாந்த
நிலையன் றழிந்தமை நின்று உணர்ந்தேனால்
உலைதந்த மெல்லரிசி போலும் உலகம்
மலைதந்த மாநிலம்தான் வெந்ததுவே" – திருமந்திரம் 422

இறைவன் வினையின் படி அனைத்தையும் அழிக்கும் மூன்று விதமான பிரளய வகைகளில், ஒன்று கற்பாந்தம் (கல்பம் + அந்தம்). பிரளயத்தில் நிலையில்லாத இந்த உலகம் இழிவு நிலைபெற்று, அழிந்து போனதை யானும் இறைவனின் திருவருளால் அவனோடு நின்று கண்டு உணர்ந்தேன்.

உலையில் இட்ட அரிசி வெந்து சாதம் ஆவதைப் போல மலைகளால் சூழப்பட்ட மாபெரும் நிலமான இந்த உலகம் இறைவன் தந்த நெருப்பால் வெந்து அழிந்தது.

- தின பிரளயம்- ஒவ்வொரு உயிரும் தினம் தூங்கி எழும் இடைவெளிகளில் நிகழ்வும் அழிவுகள்
- கற்பாந்த பிரளயம் (நடுப் பிரளயம்) – வினை முடிந்த பின் வரும் அழிவுகள் (உயிர்களோடு உலகமும் அழிவது)
- மகாப்பிரளயம் (பெரும் பிரளயம்) - ஊழிக்காலத்தில் வரும் பேரழிவு (அண்டங்களை அழிக்கக்கூடியது)

"நித்தசங் காரம் உறக்கத்து நீள் மூடம்
வைத்தசங் காரமுஞ் சாக்கிரா தீதமாஞ்
சுத்தசங் காரம் தொழிலற்ற கேவலம்
உய்த்தசங் காரம்பரன் அருள் உண்மையே" -திருமந்திரம் 425

1. நித்த சங்காரம் (நான் என்ற எண்ணம் அழிந்த நிலை) - என்பது உயிர்கள் உறங்கும் போது தன்னைச் சுற்றி என்ன நடக்கிறது என்பதை முற்றிலும் அறியாத நிலையாகும்.
2. வைத்த சங்காரம் (மனம் முதலிய காரணங்களுடன் கூடிய நிலை)- என்பது உயிர்கள் உறங்கும் போது ஏற்படும் கனவு நிலையாகும். (கனவில் எல்லாம் தன்னுடையது போல இருக்கும் ஆனால் விழித்ததும் எதுவும் தனது இல்லை என உணருதல்)
3. சுத்த சங்காரம்(கருவிகளினின்று நீங்கி பரன்அருளில் கூடாமல் இருக்கும் நிலை) – என்பது உடலை விட்டுப் பிரிந்த ஆன்மா ஆணவமலத்திலேயே இருந்து பிறக்கவும் முடியாமல் இறைவனுடன் கலக்கவும் முடியாத நிலை.
4. உய்த்த சங்காரம் - என்பது இறைவனது திருவருளால் ஆன்மா உண்மைப் பொருளான இறைவனுடன் சென்று இரண்டற கலந்து விடுதல் ஆகும்.

சுத்த சங்காரத்துள் நிகழ்வது

"பாழே முதலா எழும் பயிர் அப்பயிர்
பாழாய் அடங்கினும் பண்டைப் பாழ் பாழாக
வாழச் சங்காரத்தின் மால் அயன் செய்தியாம்
பாழாம் பயிராய் அடங்கும் அப்பாழிலே " – திருமந்திரம் 429

சேற்றுச்சகதியில் விதைத்த விதை அந்த சகதியையே ஆதாரமாகக் கொண்டு அதனிடமிருந்து பயிராக வெளிப்பட்டு வருவதைப் போல, அனைத்திற்கும் பழமையான இறைவனிடமிருந்து அவனையே முதலாகக் கொண்டு அவனிடம் இருந்து வெளிப்பட்டு உலகத்தில் கருவாக பிறக்கிறது ஆன்மா. விளைந்த பயிர் பயன்படுத்தப்பட்ட பிறகு அழிந்து மண்ணோடு மண்ணாக ஆனாலும் ஆகுமே தவிர, மீண்டும் அது விதைத்த விதைக்குள் போய் சேர முடியாது. இதனாலேயே ஆன்மாவுக்கு தனித்த வாழ்வு என்பது இல்லாத சங்கார (வாழாச்சங்காரம்) சுழற்சியில் தள்ளப்பட்டு, மீண்டும் பிரம்மனால் கருவாக பிறந்து, திருமாலால் காக்கப்பட்டு வளர்ந்து, மறுபடியும் சங்காரத்தில் இறந்து கொண்டே இருக்கும். எப்போது மண்ணில் பிறந்த பயிர் மண்ணிலே கலந்து, அந்த மண்ணும் ஒருநாள் மறைந்து போகின்றபோது அந்த பயிரின் தடயமே அழிந்து போய் விடுவது போல, உலகத்தில் மீண்டும் மீண்டும் பிறவி எடுத்து இறக்கும் ஆன்மா, எப்போது வினைகளை முடித்து தான் என்ற தடயத்தை (ஆணவமலத்தை) முற்றிலும் துறந்து மாயைகளை நீக்கி உண்மையை உணருகின்றதோ, அப்போது அது தோன்றிய இறைவனிடமே சென்று அடங்கிவிடும்.

ARAN IYAL -SANKAARAM

Sivan as ***Ruthra*** does the sankaaras.

THREE SANKAARAS:

Karpantham is one of the three types of deluges. According to *karma*, God destroys everything. During this period this uncertain world was destroyed by God, and it is said that this was sensed by the poet due to the blessings of God grace. As like how rice is being cooked,this world surrounded by hills is being destroyed by the fire.

- *THINA PRALAYAM*-Every single soul is getting destroyed in a daily basis during the sleep wake cycle.
- *KARPAANTHA PRALAYAM-(NADU PRALAYAM)*

  This happens after the end of karmas(world is getting destroyed along with the life forms)
- *MAHA PRALAYAM(PERUM PRALAYAM)*-This is the great destruction in the oozhi kaalam.(destruction of macrocosms).

Nitha sankaaram-(destruction according to daily basis)-leaving the thought of ourselves (naan)-this is the state when we are sleeping, lacking the consciousness of what is happening around us.

Vaitha sankaaram-(being with the mind)-This is the dreaming state. In dream everything will be considered as our things but when we are awake we realize that nothing belongs to us.

Sutha sankaaram- This is the state in which the soul separated from the body cannot be neither born nor attain salvation.

Uyitha sankaaram-this is the state in which the soul gets enlightened by God and attains the salvation

HAPPENINGS INSIDE THE SUTHA SANKAARA:

The seed planted in mud will become a plant solely on its power and capability, similarly the soul with the prominence of God gets birth in this world from God itself, After the crop has been used, it cannot go back into the seed instead it decays and becomes dust with the soil, and hence there is no individual life for a soul and it is getting suffered in the birth cycle., it is again getting birth by *bhrama*, being protected by God *(Thirumal)*, then again gets destroyed by *sankaaras*. Similarly being born and being destroyed continuously the soul will be in the birth cycle until it removes all it's *karmas;* the soul gets it's eternity only when it is relieved of the *Aanava Malam* and once relieved it goes and gets along with the God itself attaining the eternal state.

4.1.2. பதியின் சக்திகள்

- **சக்திகளின் நிலைகள்:**

1. சொரூபநிலை (செயலற்றநிலை)
2. தடத்தநிலை (செயல்நிலை)

சொரூபநிலை: இறைநிலையானது தனக்கென்று ஓர் உருவும், தொழிலும்,பெயரும் இல்லாத நிலை சொரூபநிலை எனப்படும்.

தடத்தநிலை: இறைநிலை, தன்னுடைய சொரூப நிலையிலிருந்து இறங்கி வந்து படைத்தல், காத்தல், அழித்தல், மறைத்தல், அருளல் ஆகிய ஐந்தொழில்களையும் நிகழ்த்துவது தடத்தநிலை எனப்படும்.

பஞ்ச சக்திகள்

- "எண்ணில் இதயம் இறைஞான சத்தியாம்
  விண்ணிற் பரைசிரம் மிக்க சிகையாதி
  வண்ணக் கவசம் வனப்புடை இச்சையாம்
  பண்ணுங் கிரியை பரநேத்தி ரத்திலே" -திருமந்திரம் 1744
- சிவம் செயற்காரணமாகி, அச்சிவத்தை விட்டு அகலாத பண்புடைய சக்தியே, அச்சிவம் ஐந்தொழில்களை இயற்றுவதற்கு துணைக்காரணமாய் இருத்தலால் பெண்பால் எனப்பட்டது.
- ஆதிஅந்தம் இல்லாத பராசக்தி ஒன்றாகத் தோன்றி, ஆண்-பெண் என்ற இரண்டு சக்தியாகி, இச்சை, கிரியை ஞானம் எனமூன்றாக வளர்கிறது.
- இதய மந்திரம் இறைவனுக்கு ஞானசக்தியாகும்.

  சிரமந்திரம் ஆகாயத்தில் விளங்கும் பராசக்தியாகும்.

  சிகா (சிகை – முடி) மந்திரம் ஆதிசக்தி

  கவச (போர்வை : வண்ணம் - அழகு) மந்திரம் இச்சா சக்தியாகும்.

  நேத்திரம் (கண்) – கிரியா சக்தியாகும்.
- பரா, பச்யந்தி, மத்யமா, வைகரி என்ற நான்கு ஒலிகளாக பரிணமித்து, படைத்தல், காத்தல், அழித்தல், மறைத்தல், அருளல் என்ற ஐவகை சக்திகளாக உருப்பெறுகிறது.

  இது நமது உடலின் ஆறு ஆதாரங்களிலும் அமர்ந்து நம்மை ஆட்டுவிக்கிறது.
- திரோதானசக்தி உலகத்தைத் தொழிற்படுத்த வேண்டும் என விரும்பியதால் (இச்சைப்படுவதால்) அஃது இச்சாசக்தி எனப்பெயர் பெறுகிறது.

  அதற்குரிய வழிகளை அறிதலால், 'ஞானசக்தி' என்ற பெயரை ஏற்கிறது.

  அவ்வழியே தொழிற்படுத்த நிற்றலால் 'கிரியாசக்தி' என்றப் பெயரைக் கொள்கிறது.

  எனவே பராசக்தி, ஆதிசக்தி, ஞானசக்தி, இச்சாசக்தி, கிரியாசக்தி என்ற இவை பஞ்சசக்திகள் என்று தொகைநிலை பெற்றுத் திகழ்கிறது.

1. பராசக்தி:

சிவத்தின் ஒன்பது திருமேனிகளிலும் சக்தி உடனிருந்து தன்னை விட்டுப்பிரியாமல் ஓர்பாதி தனதாககொள்ளுவது பராசக்தியாகும். அருவ, உருவ, அருவுருவ முத்திறப் பொருட்களில் சிவத்துடன் சக்தி சரிபாதி இடம்பெற்றிருக்கிறது.

2. ஆதிசக்தி:

உயிர்களை நோக்கி ஐந்தொழில் செய்யுங் காலத்தில் சிவன், தடத்த சிவன் எனப்படுவான். அவனது சக்தி ஆதிசக்தி எனப்பெயர் பெறும். இது எல்லாவற்றிற்கும் ஆதிரூபமாக அனைத்தையும் படைத்த மூலசக்தியாக விளங்குவது.

3. இச்சாசக்தி:

இறைவனது கருணையாகிய இச்சாசக்தி எல்லா உயிர்களிடத்தும் வேறுபாடின்றி ஒருதன்மையாய் செயல்படும். இச்சாசக்தி எப்போதும் செயல்பாட்டுக்கு துணையாய் நிற்கும். ஞானசக்தி, கிரியாசக்தி இரண்டும் ஒருதன்மையாய் செயல்படாமல் நலம்விளையும் முறையில் அந்தந்த உயிர்களின் பக்குவ நிலைகேற்ப வெவ்வேறாய் அறிந்து அதற்கேற்ப ஒவ்வொன்றும் தனித்தனியாகவும், இணைந்தும், ஏறியும், குறைந்தும் செயற்படும். இதனால் செயல்நிலையில் (தடத்தநிலையில்) பெரும்பாலும் ஐந்துவகைப்பட்டு நிற்கும்.

4. ஞானசக்தி:

ஞானசக்தி மட்டும் தொழிற்படும் நிலையில் பதி 'சிவம்' என நிற்கும்.

5. கிரியாசக்தி:

கிரியாசக்தி மட்டும் தொழிற்படும் நிலையில் பதி 'சக்தி' என நிற்கும்.

இரண்டும் ஒப்பத்தொழிற்படும் நிலையில் பதி 'சதாசிவம்' என நிற்கும்.

ஞானசக்தி குறைந்து கிரியாசக்தி மட்டும் தொழிற்படும் நிலையில் பதி 'மகேசுவரன்' என நிற்கும்.

கிரியாசக்தி குறைந்து ஞானசக்தி மிக்குத்தொழிற்படும் நிலையில் பதி 'வித்தை' என நிற்கும்.

FIVE DIVINE POWERS OF PATHI:

The states of sakthi are

1. Sorooba nilai (stationary state)
2. Thadatha nilai (action state)
   1. ***SOROOBA NILAI:*** The Divine state which not having a structure, profession and name of itself is called the sorooba nilai.
   2. ***THADATHA NILAI:*** Divine state comes under and does it's five functions – (Creation, Protection, Destruction, Hiding and Grace.)

FIVE DIVINE POWERS OF PATHI:

- Becomes the helping force it is considered as Female gender.
- *Parasakthi* without having any beginning or end will be formed as one then divides into male and female powers and builded as Icha, *Kiriya and Gnana.*
- The mantram of heart in Divine is the *Gnanasakthi*
- The mantram of head is being the *Parasakthi* is in the space.
- The *siga mantram* is the *Athi manthram*
- The *kavasa* which is the beauty mantram is the *Icha sakthi*
- It is sounded as four *Para, Pachyanthi, Mathyama and Vagari* and reforms as the 5 powers (Creation, Protection, Destruction, Hiding and Grace), and it resides in all the six Aatharams of our body and governs us.
- The *Thirithoda Sakthi* in order of desire to the functioning of the world it takes it's name as Ichasakthi and on knowing into ways for it takes the name as *Gnanasakthi* and it takes the name of '*Kriyasakthi*' because it works in that way.
- Thus these are all categorized as the five Divine powers (Creation, Protection, Destruction, Hiding and Grace)

1. **PARASAKTHI**

As sakthi is being present as equal halves in all the nine Divine manifestations of siva and also being an equal half in all the aruva, uruva and aruvuruva it is considered as parasakthi.

2. **AATHISAKTHI**

Siva when performing it's five professions he is called the Thadatha sivan and his sakthi is named as Aathisakthi, this is the primordial source of everything.

3. **ICHASAKTHI**

Icha sakthi, which is the mercy of God, works uniformly in all living beings without any difference. *Gnana sakthi, Kriya sakthi* do not act as one, but in beneficial manner, they know differently according to the maturity level of their respective beings, and accordingly, each of them acts either individually, together, increasingly or decreasingly. Thus in action state *(thadatha nilai)* they will be mostly of 5 types.

4. **GNANASAKTHI**

The state when only *Gnanasakthi* is functioning there pathi stands as *SIVAM.*

5. **KIRIYASAKTHI**

The state when only *kiriyasakthi* is functioning pathi stands as *SAKTHI*

When both these states are in function, *Pathi* stands as *SATHASIVA*

When *Gnanasakthi* is reduced and only *Kiriyasakthi* is functioned *Pathi* stands as *MAHESHWARAN.*

When kiriyasakthi is reduced and *Gnanasakthi* is increasingly functioned, *Pathi* stands as *VIDHAI.*

4.1.3. திருக்கூத்து – Cosmic play

சிவம் தான் செய்யும் திருவருட் தொழில்கள் அனைத்தும் சக்தியின் வாயிலாக செய்யும். இது திருக்கூத்து எனப்படும்.

"எங்கும் திருமேனி எங்கும் சிவசத்தி
எங்கும் சிதம்பரம் எங்கும் திருநட்டம்
எங்கும் சிவமாய் இருத்தலால் எங்கெங்கும்
தங்கும் சிவனருள் தன் விளையாட்டதே" – திருமந்திரம் 2722

உருவமாகவும் அருவமாகவும் அருவுருவமாகவும் இருக்கின்ற எல்லாம் இறைத் திருமேனிதான். இயங்குகிற எல்லாம் சிவசத்திதான். பார்க்கின்ற எல்லாம் சிதம்பரம்தான். ஆடுகிற எல்லாம் திருக்கூத்துதான். பார்க்குமிடமெங்கும் நீக்கமற நிறைந்திருக்கும் பரிபூரண ஆனந்தமாய் பரமசிவம் விளங்கும்.

"சிற்பரஞ் சோதி சிவானந்தக் கூத்தனைச்
சொற்பதமாய் அந்தச் சுந்தரக் கூத்தனைப்
பொற்பதிக் கூத்தனை பொற்றில்லைக் கூத்தனை
அற்புதக் கூத்தனை யாரறி வாரன்றே" –- திருமந்திரம் 2723

பொன்னம்பலத்தில் என்றும் இடையறாது நிகழும் திருக்கூத்து ஐவகைக் குறிப்பாகும். தாண்டவம் (பிறப்பு அறச்செய்கின்ற கூத்து) சீவர்களை முன்னேற்றப் புரியும் அருட் செயலாகும். அவை

1. அற்புதக் கூத்து – சிருஷ்டிக்கின்ற நடனம் (படைத்தல்)
2. ஆனந்தக் கூத்து – இன்பம் தருகின்ற நடனம் (காத்தல்)
3. அனவரத கூத்து – சுவாச இயக்க நடனம்(மறைத்தல்)
4. ஊழிக்கூத்து – தூக்கத்தை செய்யும் நடனம் (அழித்தல்)
5. பேரொடுக்கக்கூத்து – தன்பால் அணைத்துக்கொள்வதற்குரிய நடனம் (அருளல்)

அண்டம் ஒன்பதும் சிவனது ஆளுகைக்கு உட்பட்டவை

"பூதாண்ட பேதாண்ட போகாண்ட யோகாண்ட
மூதாண்ட முத்தாண்ட மோகாண்ட தேகாண்ட
தாகாண்ட மைங்கரு மத்தாண்ட தற்பரத்து
ஏகாந்தமாம் பிரம்மாண்டத்த என்பவே" – திருமந்திரம் 2728.

ஐம்பூதங்களாலான அண்டம், வெவ்வேறு வகையான பூதங்கள் கலத்தலாலாகும் அண்டம், நல்வினை தீவினைக்கு ஏற்ப அனுபவங்களை அடையும் அண்டம், யோக பலத்துக்கு ஏற்ப யோகிகள் நிலைபெறும் அண்டம், உற்பத்தி காலத்து சீவர்கள் பிறப்பெடுக்கும் பழைய அண்டம், சிவப்பேறு பெற்று மீளாது உறையும் முக்தர்கள் இருக்கும் அண்டம், ஆசையுள்ள உயிர்

உடல் விட்ட பின்பு இருக்கும் அண்டம், பூத உடலுடன் சீவர்கள் வாழும் அண்டம், மிகுந்த வேட்கை உடையவர் வாழும் அண்டம் ஆகிய ஒன்பது அண்டங்களும் ஐந்தொழிலும் தொடர்ந்து நடைபெற்று வரும் சிவத்தின் ஆளுகைக்கு உட்பட்ட ஏகாந்தம் ஆகும். இவை தனியாக இருக்கக்கூடிய பிரம்மாண்டத்தில் உள்ளனவாகும்.

1. ஆனந்தக் கூத்து

''ஒன்பதும் ஆட ஒரு பதினாறாட
அன்புறு மார்க்கங்கள் ஆறும் உடன் ஆட
இன்புறும் ஏழினும் ஏழு ஐம்பத்தாறு ஆட
அன்பதும் ஆடினான் ஆனந்தக்கூத்தன்றே ''–திருமந்திரம் 278.

ஒன்பது திருமேனிகள் ஆட, எண் திசைகளும், அவற்றின் உள்திசையெட்டும் ஆக உள்ள பதினாறு கோணங்களும் ஆட, ஆறு மார்க்கமும் ஆட, இன்பத்தை அளிக்கும் ஏழு ஆதாரங்களுமாட, அவற்றில் உரையும் 51 எழுத்துக்களின் இடமாக சிவானந்தக்கூத்தை சிவன் ஆடுகின்றான்.

சிவன் ஆடினால் புவனங்கள் ஆடும்

''தத்துவம் ஆடச் சதாசிவந் தானாடச்
சித்தமும் ஆடச் சிவசக்தி தான் ஆட
வைத்த சராசரம் ஆட மறையாட
அத்தனும் ஆடினான் ஆனந்தக்கூத்தன்றே '' - திருமந்திரம் 2789

2. அற்புதக் கூத்து

''அண்டங்கள் தத்துவமாகிச் சதாசிவமந்
தண்டினிற் சாத்தவி சாம்பவி ஆதனந்
தெண்டினில் ஏழும் சிவாசனம் ஆகவே
கொண்டு பரஞ்சோதி கூத்துகந் தானே'' - திருமந்திரம் 2771

அண்டத்தில் உண்மைப் பொருளாக உள்ளதுவே பிண்டத்திலும் உள்ளது. நான்முகன் முதல் சதாசிவம் வரை உள்ள ஐந்தும், வீணாதண்டின் அடியில் உள்ள குண்டலினி ஆகிய சாத்தவியும், முடியில் உள்ள பார்வதியின் சக்தியான சாம்பவியும் ஆகிய ஏழும் சிவநடனத்திற்குரிய இருப்பிடமாகக் கொண்டு சுடர் போன்ற சிவன் கூத்து நடத்துகிறான்.

3. சுந்தரக் கூத்து (அனவரத கூத்து – சுவாச இயக்க நடனம்)

"கொடுகொட்டி பாண்டரம் கோடு சங்காரம்
நடம் எட்டோடு ஐந்துஆறு நாடிஉள்நாடும்
திடம் உற்று எழும்தேவதாருவாம் தில்லை
வடம் உற்ற மாவனமன்னனவன் தானே" – திருமந்திரம் 2733

கூத்துக்களுக்கு உட்பட்ட ஆடல் வகைகள் கொடுகொட்டி, பாண்டரங்கம், அல்லியம், மல்லாடல், துடி, குடைக்கூத்து, குடக்கூத்து, பேடிக்கூத்து, மரக்கால்கூத்து, பாவைக்கூத்து, கடைக்கூத்து. இவற்றில் கொடுகொட்டி, பாண்டரங்கம் ஆகியன சிவன் ஆடுவது.

- முப்புரங்களை எரித்து விட்டு சிவன் ஆடிய கொடு நடனம் - கொடுகொட்டி
- வெண்ணிற சாம்பலைபூசிக் கொண்டு ஆடும் சுடுகாட்டு நடனம் - பாண்டரங்கம்
- பிரம்மனின் ஐந்தாவது தலையைக்கிள்ளி அந்த கபாலத்தைக் கையில் வைத்துக் கொண்டு ஆடிய ஆட்டம் - கோடு - (கபால கூத்து)

இந்த மூன்றும் அழிவு (சங்காரக்) கூத்துக்கள். இவை அல்லாமல் நிலம், நீர், தீ, காற்று, வானம், ஞாயிறு, திங்கள், உயிர், என்ற (புரியட்டம்) எட்டிலும் நிரம்பி ஆடுகின்றான் சிவன். அவன் நிரம்பி ஆடாத பொருள், உயிர் ஒன்றுமே கிடையாது. ஆடிக்கொண்டே ஐந்தொழில்களையும் செய்கிறான். தாருகாவனத்து முனிவர்களின் செருக்கை அழிக்க தாருகாவனத்திலும்; அனைவருக்கும் தில்லைவனத்திலும்; அம்மைக்கு காட்ட ஆலங்காட்டிலும் ஆடினான்.

4. பொற்பதிக் கூத்து (ஊழிக்கூத்து)

"பூதல மேருப் புறத்தான தெக்கணம்
ஓதும் இடைபிங்கலை யொண்சுழுமுனை யாம்
பாதி மதியோன் பயில் திருவம்பலம்
ஏதமில் பூதாண்டத் தெல்லையின் ஈறே " - திருமந்திரம் 2748.

பொன்பதி- பொற்பதி– பொன்மலை- துவாதசாந்தப் பெருவெளி; பூதலம்– இடகலை மேரு - சுழுமுனை. தெக்கணம்-பிங்கலை: இந்த சுழுமுனை நாடியே பிறை சூடிய பித்தன் நடனமாடும் அம்பலமாகும். இதுவே பூதாண்டத்தின் எல்லையும் ஆகும்.

5. பொற்றில்லைக்கூத்து (பொன்+தில்லை+கூத்து) பேரூழிக்கூத்து

ஆறு ஆதாரங்களிலும் உள்ள ஒளிகளும் ஒன்றாக சேர்ந்து நெற்றிக்கு நேரே விளங்கும் ஒளியில் ஆடும் கூத்து.

''அண்டங்கள் ஓரேழும் ஐம்பொன் பதியாகப்
பண்டை யாகாசங்கள் ஐந்தும் பதியாகத்
தெண்டினிற் சத்தி திருவம் பலமாகக்
கொண்டு பரஞ்சோதி கூத்துகந் தானே '' –திருமந்திரம் 2749.

மூலாதாரம் முதலான ஏழு சக்கரங்களையும் அண்டங்களாக கொண்டு அங்கே தோன்றும் பண்டைய ஆகாசங்களான பூதவானம், குணமயவானம், குணரகிதவானம், கதிரவவானம், சிதாகாயம் (மண்ணில் ஆகாயம், நீரில் ஆகாயம், தீயில் ஆகாயம்......) என்னும் ஐந்தையும், முதுகுதண்டில் விளங்கும் குண்டலினி சக்தி கொண்டு நெற்றிக் கண்ணில் பொன்னொளியை பெருக்கி உலகை இயக்குகின்றான்.

இத்திருக்கூத்து புரிவது உலக நன்மைக்காகவும், உலகோர் நன்மைக்காகவும், ஆகும்.

சிவக்கூத்தை கண்டவர் அடையும் நிலை:

''புளிக் கண்டவர்க்கு புனலூறு மாபோல்
களிக்கும்திருக்கூத்துக் கண்டவர்க் கெல்லாம்
துளிக்கும்அருட் கண்ணீர் சோரநெஞ்சு உருக்கும்
ஒளிக்குள்ஆனந்தத்து அமுதூறும் உள்ளத்தே'' - திருமந்திரம் 2778

புளியைக் கண்டவர் நாவில் நீர் ஊறுவது போல சிவானந்தத்தை தரும் திருக்கூத்தைத் தலையின் மீது கண்டவர்க்கு எல்லாம் இன்ப கண்ணீர் முத்து முத்தாக விழும். அதில் சோர்ந்த நெஞ்சம் அன்பால் உருகும். உள்ளத்தில் உணரும் ஒளியாய் சிவம் இன்பத்தை பெருக்கி நிற்கும்.

''புரிந்தவன் ஆடில் புவனங்கள் ஆடும்
தெரிந்தவன் ஆடும் அளவு எங்கள் சிந்தை
புரிந்தவன் ஆடின் பல்பூதங்கள் ஆடும்
எறிந்தவன் ஆடல் கண்டு இன்புற்றவாறே'' – திருமந்திரம் 2786

எல்லாம் அறிந்த சிவன் ஆடினால் அனைத்து புவனங்களும் அவனுடன் சேர்ந்து ஆடும். சிந்தையின் சீர்மைக்கு (தியானத்தின் ஆற்றலுக்கு) ஏற்ப சிவன் உள்ளத்தில் ஆடுவான். அவன் நடனம் புரிந்தால் பூதங்களும் அவனுடன் நடனம் புரியும். சிவன் நடனத்தை கண்டவர்கள் அடையும் இன்பம் அளவற்றது.

"ஆதி நடம் செய்தான் என்பர்கள்ஆதர்கள்
ஆதி நடம் செய்கையாரும்அறிகிலர்
ஆதி நடமாடல்ஆரும் அறிந்தபின்
ஆதி நடமாடலாம் அருட்சக்தியே " – திருமந்திரம் 2787.

கூத்தன் நடனம் செய்தவன் என்று அறிவற்றவர் உரைப்பர். அங்ஙனம் அவன் நடனம் செய்ததை பார்த்தவர் எவருமிலர். ஆதியான சிவன் அவரவர் உள்ளத்தில் நடிப்பதை அறிந்த பின்பு, அருட்சக்தி அவ்வாறு காணுமாறு துணை செய்கிறது என்பதை அறிவர்.

Sivam does all it's divine functions through sakthi and this is called *THIRUKOOTHU*

Whatever being as *Aruvam, Uruvam, Aruvuruvam* all are the manifestations of the Almighty and whatever is in movement are all ***Sivasakthi.*** All we see is Chithambaram. Every Dance is *Thirukoothu.* ***Paramasivam*** will be present as a complete maximal of happiness in everything we see.

Thirukoothu being performed in ponnambalam is given as 5. The *thandava* (Doing without birth) is a grace being performed in order of improving lives. Those are

1. **ARPUTHA KOOTHU** - the dance of creation (Creation)
2. **AANANTHA KOOTHU** - the dance of bliss (Protection)
3. **ANAVARATHA KOOTHU** - dance for breathing moves (Hiding)
4. **OOZHI KOOTHU** - the dance for sleep (Destruction)
5. **PERODUKA KOOTHU** – the dance for covering up everything in itself (Grace)

All the nine universe are under the rule of Sivam.

The universe made of pancha boothas, the universe made of the merging of various *boothas*, the universe attaining experiences in accordance with their *karmas*, the universe of yogis, the universe which is old where lives are created, the universe where people is not yet recovered from the grace of shiva, the universe where the desired souls is there after leaving their physical bodies, the universe where souls live with their physical bodies, the universe with people of a great search. These 9 universe where the five divine functions are taking place are under the supremacy ruling of Sivam, and these all comes under single *Bhramandam*.

6. AANANTHA KOOTHU

When the nine manifestations perform the dance, all eight directions will dance, their inner directions also dance, thus all 16 angles will dance, then all 6 maargam will dance, the 7 *aatharas* giving happiness will also dance, and the 51 letters living in them is the place where Sivam performs his *Sivanantha koothu.*

All worlds will dance if Sivam dances.

7. ARPUTHA KOOTHU

What is real in the universe exists in the body. All the five from *Nanmugan* to *Sathasivam*, also the *Satthavi or Kundalini* under the vertebral column, *Sambavi,* the power of *Parvathi* in the head, all these seven are the places known for the dance of *Shiva*, flame like *Shivam* conducts the dance.

The true thing which is in the andam (macrocosm) is the same which is in the pindam (microcosm-body). The five from ***Nanmugan*** to ***Sathasiva,*** the kundalini (saathavi-internal power) which is in bottom of the veenathandu (spinal cord) and the power of *Parvati* at the end -*sambavi* and these seven are the place of *Siva's* dance and he performs dance like a ray.

8. SUNDARA KOOTHU(ANAVARATHA KOOTHU-THE DANCE FOR BREATHING MOVEMENTS)

The types of dance in cover of the Cosmic play are *kodukoti, pandarangam,alium, malladal, thudi, kudaikoothu, kudakoothu, pedikoothu, marakalkoothu, paavaikoothu, kadaikoothu.* In these *kodukoti* and *pandarangam* are performed by Sivam.

- The dance performed by shiva after having burnt the mupuram is called *kodu nadanam-kodukoti.*
- The dance performed by applying the white ash all over his body called the cemetery dance-*pandurangam.*

- The dance performed by keeping the fifth head of Brahma in his arms is called the *kodu-kabala koothu.*
- These three are destroying dances *(sankaara koothu)*

Other than this he dances in the following eight in prominence land, water, fire, wind, sky, sun, moon, soul. There is no place where there is absence of his Cosmic play, he performs his five divine functions simultaneously with his cosmic play and there is no soul without this. In oder to bring down the pride of sages he danced in the *Tharugavanam*, for all these in ***Thillai vanam*** and for *ammai (parvathi)* in *Aalangadu.*

9. PORPATHI KOOTHU (OOZHI KOOTHU)

Ponpathi-porpathi-ponmalai-thuvathasantha peruveli; boothalam-idakalai; meru-suzhumunai; thekanam-pinkalai: this suzhumunai naadi is the ambalam where half-moon disguised sivam dances and this is the limit of *boothandam.*

10. POTRILAI KOOTHU (PON+THILAI+KOOTHU-PEROOZHI KOOTHU)

The divine light within the human body dictates the flow of energy at *seven chakras.* The five celestial elements (Land, Water, Fire, Air, Space) is elevated at five chakras between *mooladhara* and *vishudhi* to merge with space consciousness by channelizing the flow of *kundalini* enery in the spinal cord and by intensifying the kundalini energy at the third eye. A kundalini yogi controls the function of five elements within his body and also in the outer space by merging with the supreme consciousness. A *kundalini yogi* expands in to *Paranjothi*, the eternal light, at the fore head and performs cosmic dance to dictate the function of this endless universe. This cosmic play is done for the world and the people in the world.

This is the dance taking place where all the lights of six aatharas combine in the forehead.

Keeping the 7 chakras as Andangal (universe) and there is the old Aagasangal boothavaanam, gunamayavaanam, gunarakithavaanam, kathiravavaanam, sithakaayam (aagaya (sky) in soil, aagaya in water, aagaya in fire.....) with these five,the kundalini sakthi (inner power) and by creating rays he directs the world.

THE STATE ATTAINED BY THOSE WHO SAW THE SIVA KOOTHU (COSMIC PLAY)

As like the secretion of saliva at the sight of tamarind, those who saw the *sivanandha* in the head will have happy tears and the soul attaining it will be melting in kindness and the Sivam recognized in soul will increase the happiness and stay.

Sivam who knows everything and if he dances all the universe will dance along with him. According to the efficacy of the meditation sivan dances in the soul. If he dances, all the boothas along with him will dance and the happiness attained by the people who sees it is limitless. *Koothan* will do the dance is the saying of the illiterates. No one has seen that dance .Sivan after acknowledging souls will help people see the divine scene.

4.2 பசு

பெயர்க்காரணம் : இயற்கையிலேயே சுமை உடையது ஆகையால் இப்பெயர் ஏற்றது.

வேறு பெயர்கள் : ஆன்மா, உயிர், அறிவு, சீவன், பிராணன், சேதனன்.

உயிரின் வடிவம்:

"மேவிய சீவன் வடிவதுசொல்லிடில்
கோவின் மயிரொன்று நூறுடன் கூறிட்டு
ஆவியின் கூறது ஆயிரம் ஆயினால்
ஆவியின் கூறு நூறாயிரத் தொன்றாமே " – திருமந்திரம் 2011

பசுவின் மயிர் ஒன்றினை எடுத்து அதை நூறு பங்கு செய்தல் வேண்டும். பின்பு அந்தநூற்றில் ஒன்றினை எடுத்து ஆயிரம் கூறு செய்தல் வேண்டும். அந்நிலையில் ஏற்படும் ஒரு கூற்றினை நூறாயிரம் கூறு செய்தால், நூறாயிரம் கூற்றில் ஒரு கூற்றின் வடிவமே ஆருயிரின் வடிவமாகும்.

உயிரின் தன்மை, இயல்பு:

"உளதுஇலது என்றலின் எனது உடல் என்றலின்
ஐம்புலன் ஒடுக்கம் அறிதலின் கண்படில்
உண்டிவினை இன்மையின் உணர்த்த உணர்தலின்
மாயா இயந்திர தனுவினுள் ஆன்மா " –சிவஞானபோதம்

இல்லை என்று சொல்லும் அறிவு உடையது ஒன்று உண்டு ஆதலால் எனது உடல் என்ற சொல்லுக்கு வேறாக எனது, என ஒன்று இருப்பதனால், ஐந்து புலன்களையும் அறிவது ஒன்று இருத்தலால், ஐம்புலன் ஒடுக்கத்து கனவு நிகழ்ச்சிகளை விழிப்பு நிலையிலும் அறிவது ஒன்று இருத்தலால், உறக்கம் உண்டானால் உயிர்ப்பு இருந்தும் நுகர்வு செயல்கள் இல்லாமையால், விழிப்பில் அவற்றை கொள்வது உடலுக்கு வேறானதொன்று என்பது தெரிவதால், உயிர் எனும் ஒரு தனிப் பொருள் உள்ளது என்று கொள்ளப்பட்டது.

"அந்தக் கரணம் அவற்றின் ஒன்றன்று; அவை
சந்தித்து ஆன்மா சகசமலத்து உணராது
அமைச்சு அரசு ஏய்ப்ப நின்று அஞ்சவத்தைத்தே"– சிவஞானபோதம்

உயிர் என்பது மனம் முதலிய அகக் கருவிகள் எல்லாம் அல்லது ஏதேனும் ஒன்று என்பது ஆகாது. எனினும் ஆணவமலம் காரணமாக அதன் அறிவு அறிவதில்லாமல், அமைச்சரோடு கூடிய அரசன் போல, அகக்கருவிகளுடன் கூடியிருந்து விழிப்பு, கனவு, உறக்கம், பேருறக்கம், உயிர்படக்கம் என்னும் ஐந்து வகையான உணர்வு நிலைகளையும் உடையதாகிறது. ஆகவே மனம் முதலிய அகக்கருவிகளுடன் கூடிய ஐவகை உணர்வு நிலைகளை அடைதல் உயிரின் இயல்பாகும்.

சீவன் அசீவ காரியமாகிய உடலோடு சேரும்போது தன் இயல்பான குணம் நீங்கி பேரறிவு கெட்டு சிதைவுற்று அல்லற்படும். பொறி, புலன் அனைத்தும் ஆன்மாவிற்கான கட்டுகள். இக்கட்டுகளை களைந்தால் ஆன்மா தன் இயல்பாகிய முற்றறிவையும், முழுஞானத்தையும் அடையும். ஆன்மாவின் இந்நிலைக்கு கேவலஞானம் என்றுபெயர். அப்போதுதான் உயிர் தன் இயல்பான தன்மையான முற்றுணர்வு, முடிவில்லா ஆற்றல், சாந்தம், ஞானம் இவற்றைக் கொண்டிருக்கும் என்று சமணமதம் குறிப்பிடுகிறது.

உயிரின் இருப்பிடம்:

"மத்திமம் ஒத்த சிலந்தி வலையத்துள்
ஒத்தங்கிருந்து உயிருண்ணு மாறு போல்

அத்தனும் ஐம்பொறி ஆடகத்துள் நின்று
சத்தம் முதல் ஐந்தும் தானுண்ணுமாறே " –திருமந்திரம் 2170

சிலந்தி தன் வாயினால் உடம்பினின்றும் நூலிழைத்து, அந்நூலால் தனக்கு வேண்டிய உணவுகளை அகப்படுத்தும் வலைகளை அமைத்துக்கொள்கிறது. மேலும் தான் தங்குவதற்குரிய கூடும் அமைத்துக்கொள்கிறது. அந்த இடத்தையே மத்திமம் என்று கூறினர். அதுபோல் பதியும் ஆடுதல் புரியும் இடமாக உடம்பினை பசுக்கள் அமைத்தது. பதியும் ஐம்பொறிசேர் உடம்பகத்தில் அவ்வுயிர் ஐம்புலன்களையும் நுகர்தல் பொருட்டு, தானும் ஒருங்கிணைந்து காட்டி காண்கிறது. ஆகவே பதி உடம்பின் மத்திமத்தில் உயிருக்கு உயிராக தங்கி அமைகின்றது.

உயிருக்கு பருமன் அளவு சலனம்:

உயிர் எந்த உடலை தனக்கு உறைவிடமாகக்கொள்கிறதோ அந்த பருமனுக்கு ஏற்ப தன்னை கூட்டவும், குறைக்கவும், விரிக்கவும், சுருக்கவும் வல்லது. உயிர்கள் பல. அவை நித்திய பொருள்கள் . அவற்றின் உண்மை இயல்பு ஞானமே. எனினும் அவை உடலோடு கட்டுண்ட நிலையில் ஒரே தரத்தரன அல்ல. பொறி புலன்களின் தொகைக்கு ஏற்ப ஓரறிவு உடையனன தொடங்கி ஆறறிவு உடையனவரையுமாக பல தரத்தன. மிகச் சிறிய அளவினதாக ஒரு எறும்பின் உடலினுள் புகுந்து உய்த்தசீவன், மிகப்பெரிய அளவினதாக யானையின் உடலில் புக வேண்டின் அவ்வுடல் முழுவதும் சென்று செறியத்தக்கதாக தன்னை பெரிதாக்கிக் கொள்ள வல்லது. இதேபோல் யானையின் உடலில் குடியிருந்த சீவன், ஒரு எறும்பின் உடலில் குடியிருக்க நேரிடின், அதற்குத்தக்க தன் பருமனைசுருக்கிக் கொள்ளும். அதாவது தனக்கென வடிவம் எதுவும் இல்லாத உயிர் தான் எந்த உடலை எடுக்கின்றதோ, அந்த உடலின் வடிவத்தை எடுத்துக் கொள்கிறது. இது சமணர்கள் தத்துவம் ஆகும்.

பதிக்கும் பசுவுக்கும் உள்ள வித்தியாசம்:

	பதி	பசு
1	எல்லாவற்றிலும் கலந்தும் கடந்தும் இருக்கிறது	எல்லாவற்றிலும் கலந்து, கலந்த பொருளின் தன்மையை பிரதிபலிக்கிறது.
2	பரிசுத்தமானது	ஆணவ மலத்தால் கலப்புற்றுது.
3	வல்லமை குணம் சக்தி ஆகிய இவைகள் முக்காலமும் மாறுவதே இல்லை	பசு தன் தன்மையில் மாறாவிட்டாலும் கலந்த பொருளின் வல்லமை குணம் சக்தி ஆகியவற்றை பிரதிபலிக்கச் செய்கிறது.
4	எல்லாவற்றையும் அறிவிக்கும் வல்லமை உடையது	பதியின் உதவியால் தான் அறிய முடியும்.
5	அருவ சித்தம்	உருவச் சித்தம்

Pasu - Since it naturally has load, it get this name.

Shape of soul:

Take a cow's hair and divide it into 100 pieces. From that 100 piece take one piece and divide it into 1000 pieces. From that thousand pieces take one piece and divide it into 100000 pieces. From that one lakh pieces the size of one piece is the shape of the soul.

Nature of the soul:

There is a sense that tell 'no': It is different from 'my body' that the word mentioned as 'my': It recognizes the five senses: It has the knowledge of dream even in the alterness stage, Inspite of the inactiveness of five senses: There is no action and consumption process in asleep condition, despite of presence of the soul. In awake stage it is known that consumption of five senses is other than body. Hence it is proved the soul.

Soul is not defined as mind, like all intellectual faculties or one of them. However due to arrogance it will be known something. It is like the King with his ministers, the soul along with the intellectual faculties, get the awakeness, dream, sleep, long term sleep, the unconscious (Holi state). Hence the soul has the characteristics of feeling those kind of stages by nature itself.

when the soul together with body, it will lose it's natural character and wisdom: The soul tied up of Sensory organ and senses. If it is possible to remove the tie, the soul will attain it's own knowledge and wisdom. This is the quote of *Samana Matham,*

Place of the soul:

As like the spider secretes & builds it's web by secreting saliva into fine thread like substance from it's body, with that it catches or traps it's food or prey, it's been processed & produced by the spider. The another purpose is to make a place for stay`. That place is called as centre. Likewise, Pathi (God) also undergo motility inside the soul. Pathi stays in the soul, in order to show all the knowledge, truth, realities with the guidance & help of 5 sense organs & it's functions. Pathi stays in the center of the soul.

Corpulence, quantity and motility of soul:

The soul is able to increase, decrease, expand and contract itself according to the size of the body in which it resides. So many souls are there. They are sustainable. Their actual character is wisdom, however they are not of same quality. According to the amount of trap senses, there are many standards ranging from single sense to sixth sense. If the soul enters the body of an ant, it will be able to constrict itself so small, likewise if it penetrates the body of an elephant, it will be able to enlarge itself in a very large quantity. That is the soul, which has no form of its own, takes the form of whatever body it takes. It is the concept of *Samanar.*

Difference between pathi and pasu:

Pathi	Pasu
There is mixing and beyond everything in this world	This being mixed in everything and reflects the nature of the mixed materials.
It's completely pure	It is impure due to arrogance.
It has superficial characters, they have no charges	Although the soul does not change its nature, it reflects the strength and quality of the mixture.
Invisible thing.	Visible thing
It has the power to guide everything	With the help of pathi, it could able to know things

உயிர் பற்றிய கருத்துக்கள்:

திருமூலர் உயிரை அறிவு என்கிறார்.

- "அறிவு வடிவென் றறியாத என்னை
  அறிவு வடிவென்று அருள்செய்தான் நந்தி
  அறிவு வடிவென்று அருளால் அறிந்தே
  அறிவு வடிவென்று அறிந்து இருந்தேனே "-திருமந்திரம்2357
- "அறிவுக்கு அழிவில்லைஆக்கமும் இல்லை
  அறிவுக் கறிவல்ல ஆதாரம் இல்லை
  அறிவை அறிவே அறிகின்றது என்றிட்டு
  அறைகின்றன மறையீறுகள்தாமே" – திருமந்திரம் 2358
- "அறிவறி யாமையை நீவி யவனே
  பொறிவா யொழிந்தெங்கும் தான் ஆனபோது
  அறிவாய் அவற்றினுள் தானாய் அறிவின்
  செறிவாகி நின்றவன் சீவனும் மாமே " – திருமந்திரம் 2363

மாயாகாரிய கருவிகளைக் கொண்டு அறியும் அறிவு சுட்டறிவு. அறிந்ததை குறித்தலும், அறிந்தேன் என்றலும் சிற்றறிவு. இவ்விரண்டும் புல்லறிவு. இருட்டு சார்பால் ஏதும் அறியாத நிலை அறியாமை. இது பேதமை. எனவே பேதமையையும், புல்லறிவாண்மையையும் கடந்து நீங்கியது மேலான முற்றறிவு. இதுவே பொறி வழி செல்லாமல் இருக்கும். பொறி வழி நீங்கியவுடன் எல்லாம் தானாக விளங்கும் . தானான போது நல்லறிவு ஆகிய சிவம் அவற்றுள் ஒடுங்கி நிற்கும். அதுவே உயிருக்கு உயிராகிய சீவனும் ஆகும்.

- ''அறிவறி வென்ற அறிவும் அனாதி
  அறிவுக்கு அறிவாம் பதியும் அனாதி
  அறிவினைக் கட்டிய பாசம் அனாதி
  அறிவு பதியில் பிறப்பறும் தானே''- திருமந்திரம் 2405.

ஆருயிரை அறிவு என்றும் பேருயிரைஅறிவுக்கு அறிவு என்றும் கூறுவர்.

- ''பசு பலகோடி பிரம்மன் முதலாய்ப்
  பசுக்களைக் கட்டிய பாசம் மூன்றுண்டு
  பசுத் தன்மை நீங்கிஅப்பாசம் அறுத்தலால்
  பசுக்கள் தலைவனைப் பற்றி விடாவே'' - திருமந்திரம் 2406

பிரம்மன் முதலான பசுக்கள் பல கோடி உண்டு. அந்த பசுக்களைகட்டியுள்ள பாசங்கள் ஆணவம், கன்மம், மாயை என்ற மூன்று. பாசத்தை அறுத்து விட்டு பசு தன்மையை நீக்கினால் அந்தப் பசுக்கள் பதியாகிய தலைவனை விடாமல் பற்றியிருக்கும்.

திருமூலர் உயிரை அணு என்றே பல இடங்களில் குறிப்பிடுகிறார்.

- ''அணுவில் அணுவினை ஆதிப்பிரானை
  அணுவில் அணுவினை ஆயிரம் கூறிட்டு
  அணுவில்அணுவை அணுக வல்லார்கட்கு
  அணுவில்அணுவை அணுகலும்ஆமே'' - திருமந்திரம்-2008
- நாலொரு கோடியே நாற்பத்தெ ண்ணாயிர
  மேலுமோ ரைந்நூறு வேறாய டங்கிடும்
  பாலகைதொண்ணூறோடாறுட்படும் அவை
  கோவியைந்துளாகுங்குறிக்கிலே'' – திருமந்திரம் 2178

அணுவில் 4,0048,500 தத்துவங்கள் என்ற மெய்கள் சிறப்பாக காணப்படும். அவை அனைத்தும் 96 என்று கூறப்படும் மெய்களினுள் அடங்கும். அவற்றையும் அடக்கி கூறினால் 25 மெய்களில் அடங்கும்.

எல்லா சக்திகளையும் ஒன்றாக இசைத்துக் கூட்டி அமைப்பதில் ஏற்படும் சக்தி ஒன்றை உயிர் என்றும் குண்டலினி சக்தி என்றும் பேரறிஞர்கள் கூறியிருக்கின்றனர். அந்த சக்திக்கும் மற்ற எல்லா சக்திகளுக்கும் அமைந்திருக்கின்ற ஒரு நடுநிலை உண்டு. அந்த நடுநிலையை பரம் என்கின்றனர். அப்பரத்தில் ஆதிசக்தி தங்கி அங்கிருந்து மற்றைய சக்திகளை ஏவல் புரிந்து ஆட்சி செய்கிறது.

உயிர் பற்றிய மணிமேகலை கருத்து

- எல்லையில் பொருள்களில் எங்கும் எப்போதும்
  புல்லிக் கிடந்து புலப்படுகின்ற
  வரம்பு இல் அறிவன் இறைநூற்பொருள் ஐந்து
  உரம்தரு உயிரோடு ஒருநால்வகை அணு
  அவ்வணுஉற்றும் கண்டும் உணர்த்திடப்
  பெய்வகை கூடிப்பிரிவதும் செய்யும்
  நிலம், நீர், தீ, காற்று என நால்வகையின
  மலை மரம் உடம்பு என திரள்வதும் செய்யும்
  வெவ்வேறு ஆகிவிரிவதும் செய்யும்
  அவ் வகை அறிவது உயிர் எனப்படுமே"
  (மணிமேகலை சமயக் கணக்கர் தந்திரங் கேட்ட காதை 110 - 119)

ஆசிகவாதிகள் அணுக்கள்தான் இப்பிரபஞ்ச உற்பத்திக்கு காரண காரிய பொருள் என்று பகர்ந்தார்கள். ஆனால் அவர்கள் நால்வகை அணுக்களை மட்டுமே கூறி சென்றனர். அவ்வணுக்கள் தங்களுக்குள் கூடிப்பிரிவதும், திரள்வதும் செய்யும். வெவ்வேறு ஆகிவிரிவதும் செய்யும். அணுக்களின் இச்செய்கையைத்தான் திருக்கூத்து என்றும் தாண்டவ கூத்து என்றும் சித்தர்கள் ஞானத்தால் கண்டு களித்தார்கள்.

ஆகவே சாதாரணமாக அணுக்களின் உயிர் உயிர்ப்படக்கம், பேருறக்கம், உறக்கம் என்ற அவத்தை அல்லது நிலைகளில் உள்ளது. அதாவது சலனமற்ற நிலையில் உள்ளது. சலனமற்ற நிலையிலிருந்து,

- கரி என்னும் மாயேயம் 'அருவமண் பூதமாகவும்
- மாயை அருவ நீர் பூதமாகவும்
- கன்மம் அருவதீப் பூதமாகவும்
- ஆணவம் அருவவளி பூதமாகவும்
- திரோதானம் அருவவெளி பூதமாகவும் உள்ளன.

மாயேயம், மாயை, கன்மம் ஆணவம், திரோதானம் ஆகிய அருவ பூதங்கள் ஊற்றும், கண்டும், உணர்ந்திடபெய் வகை கூட்டுறவால் திரண்டு ஐவகை அவத்தையோடு கூடிய உயிர் அகத்தே உண்டாகிறது என்று சித்தர்கள் உறுதியிட்டு கூறுகிறார்கள்.

ஆகவே அணுவின் உள்ள அகத்தே உள்ள உயிரும், அதே அணுவின் புறமாக உள்ள மாயையும் உருவ பொருளாகும் போது உயிர் உருவ பொருளின் அகத்தே அடங்கிச் சடம் புறத்தே தோன்றுகிறது. இக்கொள்கையை கொண்டே உயிருக்கு ஐந்து நிலைகள் உண்டு என வகுக்கப்பட்டது. முக்கியமாக உருவ பொருள்களில் எல்லாம் உயிர், உயிர்ப்படக்கம், பேருறக்கம், உறக்கம் என்ற நிலைகளில் இருக்கின்றன. அதனால்தான் அவைகளுக்கு சலனம் இல்லை; உணர்ச்சி இல்லை. அவை முழுமையும் உறக்க நிலையை மட்டும் அடைந்து, அருவபூதங்கள் சலனமுற்றால், செடி, கொடி, மரம் வகைகளாகத் தோன்றுகின்றன. மேலும் கனவு நிலையை மட்டும் அடைந்தால் மிருகங்களாகத் தோன்றுகின்றன. விழிப்பு நிலையை அடைந்தால் மனிதத் தோற்றம் எடுக்கின்றன. கனவிற்கும் விழிப்பு நிலைக்கும் இடையே ஓரறிவு முதல் ஆறறிவு வரை உள்ள சலனமுள்ள ஜீவன்கள் தோன்றுகின்றன. உறக்க நிலையிலும் சிறிது கனவு நிலையிலும் சலனம் இருந்தால் அழுகண்ணி, தொழுகண்ணி, தொட்டால் சிணுங்கி போன்ற செடிகள் தோன்றுகின்றன. உறக்கமும் கனவும் மாறிமாறி உள்ள உயிர் மிருகங்களாக உள்ளன. அதனால் அவைகளுக்கும் ஓரறிவு முதல் ஆறறிவு வரையிலுள்ள பேதங்களால் எறும்பு முதல் மனித உடல் வரையிலுள்ள பேதங்களால் ஜீவன்கள் காணப்படுகின்றன.

ஆகவே உயிர் முக்கியமாக எல்லாவற்றிலும் ஊடுருவி நிறைந்திருந்த, தன்னுடைய சலனபேதங்களுக்கு ஏற்ற உருவம் எடுக்கிறது எனப்படுகிறது. ஆகவே உயிர், எல்லா அணுக்களிலும் அகத்தே உள்ளது புறத்தேயுள்ளதல்ல.

Facts of the soul:

The knowledge gained with ***mayakaariya karuvigal*** called as "***suttarivu***", defining the known. The known is also means "***sittrarivu***". These two are called as "***pularivu***". The state of not knowing anything or nothing is called as **"pethamai"**. The stage of standing beyond these is called as "***mutrarivu***"

Bhramam like pasu are many, they are surrounded by pasam. (Greed, karma, maaya.)

Thirumoolar defines soul as an atom

The pasu has to be free or get rid of the paasam, so that, it could attain or reach *pathi.*

An atom has 4,0048,500 truth or facts. All these comes under the 96 facts.

When all Powers are combined together, the one is called as "*uyir*" and the other is called as "*Kundalini* power" by the scholars. there is a neutral point between that power and other powers. that neutral point is called as *param.* in that *param,* prime power stays and it guides and rule other powers.

Aasikavatha people shared that atoms are the prime source material for the formation of universe. But they have told only about four types of atoms. Those atoms will split & join within themselves .This action is enjoyed as atomic dance or *thirukoothu* or *thaandava koothu* by Siddhars with their wisdom.

So normally, 'uyir 'exist in '*uyirpadakkam*', *perurakkam*', *urakkam* so called stages of '*avathai*', that is, they are in the state of rest. From the state of rest,

'*kari*' the so called as '*mayaiyam* as invisible soil bootham

Maayai as invisible water bootham

Karma as invisible fire bootham

Aanavam as invisible air bootham

Thirodhaanam as invisible sky bootham

The Siddhars assert that the soul is created internally with five type of stages by the kind of co-operation that invisible giants feel, see and experience. So when the soul inside the atom and the mayai on the outside of the same atom are figurative, the soul is contained within the material and body appears outside. By this idealogy, they consider "*Uyir*" has stages. Importantly in the figurative things uyir' is in the stages of "*Uyir padakam*", *Perurakam, Urakam.* So they don't have motion, and sense. All these attain only the stage of Sleepness' and if "Invisible boothams" get tempted, they form as Plant, Climbers and Trees. And if they attain only the stage of 'Dream' they form as animals. If they attain the stage of "Awakeness" they form as humans. In between the stage of Dream and

Awakeness, single sense to six sense creatures with motion are formed. In the stages of "Awakeness" and little "Dream' if motion takes place Drosera burmani, Cardariocalyx motorius, Mimosa pudica plants are formed.

In where with either sleepness or dream, animals are formed. So, for this also the difference in single sense to six sense of the body and to human is differentiated in creatures.

So importantly uyir is spread and filled in its structure and take its required shape, so soul is present inside all atoms and not outside.

உயிர் பற்றி நவீன அறிவியலின் கருத்து:

உயிர் தோன்ற கூடிய சூழ்நிலை ஏற்பட்டது ஐம்பது கோடி வருடங்களுக்கு முன் என்பது அறிவியல் அறிஞர்களின் துணிபு. அணுக்களின் ஒழுங்கற்ற சலனமே மாறுதல் என்று கூறுகின்றனர். இரசாயன மாறுதலே சலனத்திற்கு காரணம் என்று சிலர் கூறுகின்றனர். இவ்வித ரசாயன நிகழ்ச்சி சதா மாறுதல் அடைந்து கொண்டே இருக்கிறது. ஒரு குறிப்பிட்ட வழியில் பொருள்கள் ஒன்றோடொன்று சேர்ந்து புது பொருளாக உருவெடுப்பதுதான் உயிர்களின் அறிகுறி என்கிறார்கள். உயிர் என்பது முக்கியமான ஒரு வகைப்பட்ட இரசாயன மாறுதல் நிகழ்வதுடன் எல்லாம் உயிர் பொருள்களிலும் ஒரு குறிப்பிட்ட உணர்வும், நோக்கமும் ஏற்படுகின்றன.

ஒரு சீவ மூலஅணுவும் மற்றொரு சீவ மூலஅணுவும் சேர்ந்து ஒரு கரு அணுவாக தோன்றுகின்றது. தோன்றிய கருஅணு ஒரு இமைப்பொழுது காலம்தான் தோன்றியபடி இருக்கும். மறுகணம் அதுபிளவுற்று பிரிந்து இரண்டு உடல் அணுவாகமாறுகின்றது. இவ்வாறான நிகழ்ச்சி அண்டத்திலும் பிண்டத்திலும், பிராணி இனங்களிலும் தாவரஇனங்களிலும் நிகழ்ந்துகொண்டே இருக்கிறது. பிறப்பணுவினின்று பிரிந்த இரண்டு உடல் அணுக்கள் மீண்டும் இரண்டாகப் பிரிக்கின்றன. தொடர் நிகழ்ச்சியாக பிளந்து பிரிந்துகொண்டே சென்று அனேக உடல் அணுக்களால் ஆன ''சீவகரு'' ஏற்படுகிறது. இச்சீவகரு அடிப்படையில் இருந்துதான் கோடானுகோடி பிராணிகளும் தாவரங்களும் தோன்றுகின்றன. எனவே பல கோடி உடல் அணுக்களால் தொகுத்தது மனித உடல்.

பதியும் பசுவும் சேர்ந்த சேர்க்கையை அணுக்கரு என்றும் கூறுவர் அண்டக்கரு என்றும் சொல்லுவர். அண்டக்கரு அணுவின் நடுவானமாகிய பரத்தில் கிடக்கிறது. அறிவற்ற அணுக்களில் இந்திரிங்கள் உறக்க அவத்தைக்கு உட்பட்டிருக்கின்றமையால் சலனம் இல்லை. பரத்தில்

பதியோடு இணைந்திருக்கும் பராசக்தி தனது கிரியா சக்தியினால் பசுவை அறிவுறுத்த, பசு உறக்க அவத்தையில் இருந்து விடுபட்டு கனவு விழிப்பு நிலை அவத்தைகளுக்கு உந்துகிறது. அவத்தையோடு முக்குண தத்துவமும் மாறுபாடாகின்றன. சலனம் உண்டாகிறது. பஞ்சேந்திரியங்கள் இயங்க ஆயத்தம் ஆகின்றன. பஞ்சேந்திரியங்கள் இயங்க உடல் தேவை. உடனே மாயை என்னும் பாசம் பசுவின் இயக்கத்தை தாங்க உடல் எடுக்கிறது. இந்திரிய இயக்கத்தோடு மாயை உடல் எடுத்த அணுவை சதாசிவம் என்கிறார் திருமூலர். திருமூலர் கூறிய சதாசிவத்தை இன்றைய நாளில் அறிவியலறிஞர்கள் விலம் என்றும் செல் என்றும் பற்பல பெயர்களால் அழைக்கின்றனர். சீவஅணு எப்போது தோன்றிற்று என்பதற்கு திருமூலர் கூறுவதாவது, எவ்வாறு பதி பசு பாசம் அனாதியோ அவ்வாறே சதாசிவமும் அனாதி என்கிறார். ஆகவே சதாசிவம் அனாதி. அதனுள் பதி என்ற விலசமும், பசு என்ற விலசகமும், பாசம் என்ற விலசப்பையும் அனாதி காலமாகவே மருவி இருக்கின்றன.

மண் என்றால் பூமி. பூமியில் கிடைப்பது கரி. அப்பு என்றால் நீர். நீரை உண்டாக்குவது வாயு. தேயு என்றால் தீ, ஒளி. ஒளியையும் தீயையும் தருவதற்கு மூலாதாரம் பிராணவாயு. வாயு என்றால் காற்று. காற்றிலே பெரும்பகுதி வாயு. ஆகாயம் என்பது வெளி. ஆக கரி, நீர், வாயு, பிராணவாய, உப்புவாயு, ஆகாயம் என்ற பஞ்ச பூதசேர்க்கையினால் உயிர் உண்டாயிற்று என்ற கூற்று நிலவுகின்றது. இப்பஞ்சபூத சேர்க்கையினால் அமிலம் என்ற நீர்மையும், நிகழ்மையும், சலனமும் கொண்டதொரு உயிர்ப்பொருள் தோன்றுகிறது என்று நவீன அறிவியல் அறிஞர்கள் கூறுகிறார்கள். உயிர் தோன்றுவதற்கு மேற்கூறிய அடிப்படை பொருள் மாத்திரம் இருந்தால் போதாது. அதற்கேற்ற சூழ்நிலை வேண்டும். ஒரு குறிப்பிட்ட வெப்பம் வேண்டும் .உயிர் தோன்றினால் அதற்கு வளர்ச்சி உண்டு. வளர்ச்சிக்கு உணவு தேவை. தண்ணீர் தேவை. இந்த சூழ்நிலை பூமியிலே எப்பொழுது ஏற்பட்டதோ அப்போது உயிர் தோன்றிற்று என்று அறிவியல் அறிஞர்கள் கூறுகிறார்கள்.

Modern science fact about uyir / soul:

Scientist believes that the situation to form Uyir took place before 50 crore years. Some says that, chemical changes are reason for the movement or motion. These types of reaction occurs daily. They say that in certain way things join together and form new object this is the sign for formation of soul. Soul is not only an important chemical reaction it also make specific sense and goals in all living objects.

One prime jeeva atom combines with another Prime Jeeva atom, the endoplast is formed. The formed endoplast remains as formed only for few seconds. Within few seconds it divided into two atoms. These type of actions takes place both in universe and in human body, plants and animals. These atoms continuously split and form "*Jeeva Karu*" From this crores and crores of animals and plants are formed. So human body is made of many crores of cells/atom.

The combination pathi and pasu is called as "*Anda karu*". and "*Anu karu*". *Andakaru* is present in centre of an atom known as "*Param*". Since Atoms without knowledge is 'Sleep' Avathai there is no motion. In *Param*, "*Para sakthi*" along with "*Pathi*" because of its "*kiriya*" Power it instructs *Pasu* and *Pasu* goes from "Sleep" to awake avathai. And motion occurs. So "*Maya*" the so called Paasam to tolerate Pasu's action, it takes a body. With the action of sense, body took by the Atom is called "*Sadasivam*" says Thirmoolar. That sadasivam said by the thirumoolar is nowadays called as "cell' or '*vilam*". About the formation of "*Jeeva Atom*" thirumoolar says that since how *Pathi, Pasu, Paasam* is eternal, *Sadasivam* is also eternal. And it consist of *pathi, pasu* and *paasam*.

Soil means earth, earth contains coal, '*Appu*' means "Water'. "Water' is formed by 'Air'. '*Theyu*' means 'Fire'. The soure for fire and light is oxygen. '*Vaayu*' means air. Air is most of '*Vaayu*'. '*Aagayam*' is sky. Because of this five elements combination, "Soul' is formed. But this alone don't form Uyir. Modern scientists claim that this enzymatic compound gives rise to an acidic, watery and movable organism. It is not enough to have only the basic substance mentioned above for the soul to appear. It needs the appropriate context, that is appropriate heat, food and water.

உயிர் பற்றிய வைணவ பரிணாம கருத்துக்கள் ஒப்பீடு:

உயிர்	பரிணாமம்	வைணவம்
1	முதல் உயிர் கடலில் தான் தோன்றியிருக்க முடியும்	மச்சாவதாரம்
2.	நீரிலும் நிலத்திலும் வாழக்கூடிய உயிர்கள்	கூர்மாவதாரம்
3.	நிலத்தில் மட்டும் வாழக்கூடியவை	வராக அவதாரம்
4.	மிருகம் பாதி மனிதன் பாதி	நரசிம்ம அவதாரம்
5.	குள்ள மனிதன்	வாமன அவதாரம்
6.	வேட்டையாடும் திறன் பெற்ற மனிதன்	பரசுராம அவதாரம்
7.	எல்லா நற்குணங்களையும் பெற்ற ஆற்றல் உடைய மனிதன்	இராமாவதாரம்
8.	கலப்பை பிடித்து நிலத்தைப் பண்படுத்தி உழவுத்தொழில் செய்யக்கற்ற மனிதன்	பலராம அவதாரம்
9.	உடல் உள்ளம் அறிவு மூன்றும் பக்குவமடைந்த மனித தோற்றம்	கிருஷ்ணாவதாரம்

சைவ கருத்து:

- "புல்லாகிப் பூடாய்ப் புழுவாய் மரமாகிப்
  பல்விரு கமாகிப் பறவையாய்ப் பாம்பாகிக்
  கல்லாய் மனிதராய்ப் பேயாய்க் கணங்களாய்
  வல்லசுரராகி முனிவராய்த் தேவராய்ச்
  செல்லா நின்ற இத்தாவரசங்கமத்துள்
  எல்லாப் பிறப்பும் பிறந்திளைத்தேன்"– (திருவாசகம் சிவபுராணம் 26–31)

4.2.1. உயிரின் வகைப்பாடு

உயிர் வர்க்கமானது தம் ஆணவ மலமறைப்பின் வன்மை. மென்மைகளுக்கு ஏற்ப பாகுபடுத்தப்பட்டுள்ளன. அவர்கள் மூவகைப்படுவர். ஆணவம் என்ற ஒரு மலத்தை மட்டும் உடையவர்கள் விஞ்ஞான கலர், இவர்கள்

பக்குவர், அபக்குவர், என இரண்டு வகைப்படுவர், பக்குவர்கள், அப்போதே சிவசாயுச்சிவம் பெறுவர் ஆவர். அபக்குவர், உத்தமர், மத்திமர், அதமர், என மூவகைப்படுவர். இவர்களுக்கு எல்லாம், எடுத்துள்ள ஒரே பிறவியோடு முக்தி வாய்க்கும். எனவே விஞ்ஞான கலர், நால்வர் எனலாம்.

இதில்

- உத்தமர்: - சதாசிவ தத்துவத்திலும் lives in satha Siva thathuvam (Suddha Mayai)
- மத்திமர்: - ஈசுர தத்துவத்திலும் ; lives in Eshwara thathuvam (Suddha vidhai- final stage of sivathathuvam)
- அதமர்: - சுத்த வித்யா தத்துவத்திலும் lives in Suddha vidhya thathuvam. (Asuddha mayai) வசிப்பவர்கள்.

பிரளயாகலர், என்பவர், இருமலம் (ஆணவம், கன்மம்) உடையவர்கள், இவர்கள் அசுத்த மாயை தத்துவங்களால் ஆக்கப்பட்ட சூக்குமமான உடல், கரணங்களை உடையவர்கள், இவர்களிலும் உத்தமர், மத்திமர், அதமர், என்ற மூவகையினர், உள்ளனர்.

சகலர், எனப்படுவோர் மூன்று மலங்களை (ஆணவம், கன்மம், மாயை) உடையவராவார். இவர்களின் ஆணவ மலம் மற்ற இரண்டு மலங்களையும் பெருக்கும் இயல்புடையதாகும். இவர்கள் பிரகிருத மாயையினால் ஆக்கப்பட்ட தூல(பரு) உடலை கொண்டவர்கள். தேவர், முதல் எறும்பு கடைசியாக (ஈறாக) உள்ள உயிர்கள் அனைத்தும் சகலர், எனப்படும். இவர்களிலும் உத்தமர், முதலிய 3 வகையினர் உண்டு.

Classification of living beings.

The living beings is classified depending on the severity of its ***Anava malam.*** They are classified into three types. Those who have ***Anava malam*** only called ***Vignanakalar***. They are of two types – Matured and immatured. In this types matured are attained salvation on that time. Immature are three in types. They are ***uthamar, mathimar, athamar***. So ***vignanakalar*** are four in types. They are all attains salavation with one birth.

pralayakalar who have ***Aanavam and Karma***. They have subtle body and intellectual faculties which are made by ***Asutha maya thathuvam***, there are also three types of them, ***Uthamar mathimar, athamar.***

Sagalar has three types of malam *(Aanavam, Karma, Maayai) Aanava malam* has the ability to amplify the other two malam. They have gross body which is made of pragiruthi *maayai.* From Dhevar to ant, all living beings are called sagalar. In this, there are three types which even consists of uthamar.

சீவன் (சகலர்,)

உணர்ச்சி வசப்பட்டு உலகில் வாழ்க்கை என்ற கால சக்கரத்தில் சுழன்று வாழ்வனவைகளையும், 5 வித அவத்ததைகளில் குறைந்தது விழிப்பு, கனவு, உறக்கம் என்பவைகளை கொண்டுள்ளதும், பத்து பிராணன்களில் குறைந்தது நான்கு பிராணங்களைக் கொண்டுள்ளதுமாகிய உடலுடன் சேர்ந்த உயிரை சீவன், சீவாத்மா, ஆன்மா, அறிவு என்று அறியப்படுகிறது.

பிராணன் இரண்டு வகைப்படும் . அவை

1. பொருளுரு பிராணன்
2. அருவுவுரு பிராணன்

    1. பொருளுரு பிராணன் பத்து வகைப்படும்.

        1. மெய் 2. வாய் 3. கண் 4. மூக்கு 5. செவி 6. சுவாசம் 7. வாக்கு 8. மனம் 9. காலம் 10. ஆயுள்

    2. அருவுரு பிராணன் 4 வகைப்படும் அவை

        1. அநந்த ஞானம்
        2. அநந்த காட்சி
        3. அநந்த ஒழுக்கம் (அ) குணம்
        4. அநந்த வீரியம்-இந்நான்கையும் பாவ பிராணன்கள் என்பர்.

உலகத்திலுள்ள பொருள்கள் தத்தம் தகுதிக்குகேற்ப மேலே சொன்ன பொருளுரு பிராணன்களைக் கொண்டவைகளாக இருக்கும். பொருளுரு பிராணன்களைக் கடந்து பாவ பிராணன்களை அடைபவர்கள் சித்தர்கள் என்பர். ஆகையினால் பிராணன்களையும் அவத்தைகளையும் கொண்டுள்ளவைதான் சீவன். உயிர், ஆன்மா என்று பெறப்படுகின்றன. எல்லா சீவன்களையும் உலக வழக்கத்தில் மூன்று பெரும் பிரிவாகப் பிரித்துள்ளனர்.

1. அருவ சீவன் 2. அருவுருவ சீவன் 3. உருவ சீவன்

1. அருவ சிவன்

இது சிவமெனப்படும். இதை பேரறிவு என்றும் முற்றறிவு என்றும் கொண்டோம். அருவ சிவன்கள் அருவுருவப் பொருளிடமிருந்தும், அவத்தை பேதங்களால் வீடு பெற்று அவைகளை கடந்து நிற்பன. இதுவே கேவலஞானம் எனப்பட்டது. கேவல ஞானம் பெற்று எண்குணத்தோடு விளங்கிய அருவப் பொருளை சித்தர்கள் எனக் கூறுவர். சிவன் என்பாரும் உண்டு.

2. அருவுரு சீவன்

சிற்றறிவாகிய ஆன்மா, உயிர், சீவன் என்னும் பெயர்களை உடையது. சிற்றறிவாகிய ஆன்மாவின் உடலில் பேரறிவாகிய சிவம் மறைபொருளாகக் காரண காரியங்களைப் புரிந்து இயக்குகிறது. இதனைச் சம்சாரி என்பர்.

3. உருவ சீவன்

மாயை என்ற உருவப் பொருளில் அருவுரு சீவன் தங்கி சத்தகாரியம் புரிகிறது. ஆனால் ஆணவம் எனும் அபாரசக்தி அதைத் தடுத்து துர்காரியத்தைச் செய்விக்கிறது.

சிலர் எல்லாச் சீவன்களையும் 1. முக்தாத்மா 2. சம்சாரி ஆத்மா என்றும் பிரித்துள்ளனர். முக்தாத்மாவை அருவ சீவன் என்றும் சித்தர் ஆத்மா என்றும் ஆகமம் அறுதியிட்டுக் கூறுகிறது. சித்தர்களை எண் குணத்தான் என்றும் கூறுவர்.

சகலர் நால்வகைப்படுவர் அவர்களாவன

1. நரகர்
2. விலங்கு
3. மனிதர்
4. தேவர்

1. நரகர்

சூளாமணி என்ற நூல் நரகலோகங்களை ஏழாக விரித்து 49 உட்பிரிவுகளை கொண்டு 84,0000 முடிவுகளை கொண்டது என்று கூறுகிறார். பேரிருள், இருள், புகை, சேறு, மணல், பரல்கற்கள், மணி என ஏழு நரகங்கள் உள்ளன. நரகலோகத்தின் நாற்றத்தை ஒரு யோசனைத் தொலைவிருந்து நின்று நுகர்ந்தாலும் மற்ற உயிர்கள் இறந்து விடும் என்று இந்த நூல் குறிப்பிடுகிறது.

2. விலங்கு

5 அறிவையுடையவர் மனிதர்களிலும் உள்ளனர். அவர்களை விலங்கென்றே கொள்ளவேண்டும். புல்லும் அவற்றின் கிளைப் பிறப்பையும் தவிர்த்த மற்றைய இயங்கு பிறப்புகள் அனைத்தும் விலங்குகளாகும்.

3. மனித வகுப்பு

மனிதருள் 5 வகை உள்ளனர் நீலகேசியில் 1. சேகர் 2. மிலைச்சர் 3. மனிதர் 4. திப்பியர் 5. போகமனிதர் என 5 வகை கூறப்படுகிறது.

1. சேகர் என்பவர் சித்தம் தெளிவிலாதவர் குணமில்லாதவர் அறிவிலாதவர், ஒழுக்கமிலாதவர். இவர் பரத கண்டத்துள் வாழும் ஒரு வகை மனிதராவர் என்று சூளாமணி கூறுகிறது.
2. மிலைச்சர் இவர் உருவில் மானுடராக இருந்தாலும் அறிவில் விலங்கென்றே கொள்ளப்படுவர். தேசத்தில் வாழ்பவர்; மிலைச்சர் என்கிறது சூளாமணி
3. மனிதர் சம்புத்தீவிலும், திப்பியர் தாதுகீடண்டத் தீவிலும், போகர் புட்கரத் தீவிலும் வாழ்வர் என்கிறது சூளாமணி.

Sagalar

Seevan those who live within the life cycle with emotional bondings: having atleast four of the ten pranas and which have the soul with the body is called *Seevan. Pranas* classified into two. They are, *Poruluru pranan, Aruvuruva pranan.*

- *Poruluru pranas* are of 10 types, They are, 1. body 2. mouth 3. eyes 4. nose 5. ears 6. breath 7. speech 8. .heart 9. time 10. life span.
- *Aruvuruva pranas* are of 4 types. They are, Infinite wisdom, Infinite observation, Infinite character and Infinite efficacy. They are called as *Pava pranas.*

According to their qualification the living beings in the world gets the above said *poruluru piranan.* Who will reach the *pava piranan* by crossing the *poruluru piranan* are said to be Siddharal. Therefore jeevan is called who has *pranas and avathas.* All Jeevan are divided into three major divisions,

1. Aruva Seevan:

It is considered as Sivam. It is also known as Knowledge of entireness. Aruva seevan obtains mukthi by passing *Aruvuruva porutkal* by means of a *avathai bedham*. It is known as *Kevala gnanam*. *Aruva seevan* who have *Kevala gnanam* with eight qualities are said to Siddhars. Some say them as Sivam.

2. Aruvuruva Seevan:

Soul with imperfect knowledge is called as *Seevan*. *Sivam* which is hidden in the body of the soul and directs it by cause and effect act. It is called as *Samsaari seevan*.

3. Uruva Seevan:

Aruvuruva seevan stays in *uruva seevan*, and performs *Satkariyam* (true work). But a super power, arrogance *(aanavam)*, stops it and does mischief.

Some people divides all seevan into *Mukthathma* and *samsari athma*. *Agamam* certified that *Mukthathma* is *Aruva seevan*. Siddhars called as *Engunathan*. *Sagalar* are *Naragar*, Animal, Human beings and *Devar*.

1. Naragar: The book *Soolamani* divides hell into 7 and further sub-divided it into 49 and leads to 840000 endings. Super dark, Dark, Smoke, Mud, Sand, Gemstone and Bead. Even by experiencing the smell of the hell other organisms would die
2. Animal: Among humans also there are 5 sense people. They are to be called as animals. Except grass and its branches all other organisms are animals,
3. Humans: There are 5 types of human beings. In Nelakesi explains they are
    - *Sekar* dont have enough clearance in sitham, character less, knowledge less, Disobedience. He is a type of human living in *Bharatha Gandam* - said by Soolamani
    - *Milaichar* is having human structure but having knowledge as an animal. He is living in a *Dhesam* said by *Soolamani*.
    - *Manithar* lives in sambu theevu,

- *Thipiyar* lives in *thathukeedanda theevu*,
- Bogar lives in *putkara theevu* - said by *Soolamani*

4.2.2 தொல்காப்பியரின் தோற்றக்கிரம ஆராய்ச்சி

"ஒன்றறிவதுவே உற்றறிதுவே
இரண்டறிவதுவே அதனோடு நாவே
மூன்றறிவதுவே அவற்றோடு மூக்கே
நான்கறிவதுவே அவற்றோடு கண்ணே
ஐந்தறிவதுவே அவற்றோடு செவியே
ஆறறிவதுவே அவற்றோடு மனனே
நேரின் உயர்ந்தோர் நெறிப்படுத்தினரே" - 571 சூத் தொ.பொரு

1. ஓரறிவது எனப்படுவது பரிச உணர்வு - வாயு -
2. இரண்டறிவு எனப்படுவது நாவினால் சுவைத்து அறியும் அறிவு - வாயு, நீர்.
3. மூவறிவு எனப்படுவது மணத்தை முகரும் அறிவு-வாயு, நீர், மண் -
4. நான்கறிவு எனப்படுவது ஒளியைக் காணும் காட்சி அறிவு - வாயு, நீர், மண், தீ
5. ஐந்தறிவு எனப்படுவது ஓசையை கேட்கும் கேள்வி அறிவு - வாயு, நீர், மண், தீ, ஆகாயம்
6. ஆறறிவு எனப்படுவது முன் கூறிய புலன் அறிவுகளை ஆராயும் பகுத்தறிவு

'புல்லும் மரனும் ஒன்றறி வினவே
பிறவும் உளவே அக்கிளைப் பிறப்பே
நந்தும் முரளும் ஈரறிவினவே
பிறவும் உளவே அக்கிளைப் பிறப்பே
நண்டும் தும்பியும் நான்கறிவினவே
மாவும் பள்ளும் ஐயறிவினவே
பிறவும் உளவே அக்கிளைப் பிறப்பே
மக்கள் தாமே ஆறறிவுயிரே
பிறவும் உளவே அக்கிளைப் பிறப்பே'

ஓரறிவு உயிர் - புல், மரம் பிற செடி, கொடி பிரிவுகள்

ஈரறிவு - நத்தை. சிப்பி. கிளிஞ்சல், சங்கு முதலியன

மூவறிவு - கரையான், எறும்பு

நான்கறிவு - வண்டு, ஈ முதலியன

ஐந்தறிவு - பறவைகள், மாக்கள்

ஆறறிவு - மக்கள் தேவர்

சம்சாரி ஆத்மாக்களை இனப்பெருக்கம் உடையது, இனப்பெருக்கம் இல்லாதது என்றும்

இந்திரியாத்மா, அனிந்திரியாத்மா என்றும் பிரிக்கின்றனர்.

இனப்பெருக்க அடிப்படையில் சம்சாரி ஆத்மா 14 வகைப்படும்.

1. ஓரறிவு அருவுருவ ஆத்மா
2. ஓரறிவு உருவ ஆத்மா
3. இரண்டறிவு ஆத்மா
4. மூன்றறிவு ஆத்மா
5. நான்கறிவு ஆத்மா
6. ஐந்தறிவு ஆத்மா
7. ஆறறிவு ஆத்மா - ஒவ்வொன்றிலும் இனப்பெருக்கம் உடையது இல்லாதது என கொண்டால் மொத்தம் இது 14 வகைப்படும்.

   அடுத்த பிரிவில் இந்திரியாத்மா இயங்கும் சக்தி உடையது அனிந்திரிய ஆத்மா இயாங்கா சக்தியுடையது இதில்

1. அனிந்திரிய ஆத்மா

அனிந்திரிய ஆத்மாவை தாவரச் சீவன்களென்றும் கூறுவர். இது இடம் விட்டு இடம் பெயராது. மெய் உணர்வும், ஓரறிவும் உடையது உறக்க அவத்தையை கொண்டுள்ளன. சில உறக்கம், கனவு அவத்தைகளுக்கு இடையில் உள்ளது. **அனிந்திரிய** ஆத்மா 5 வகைப்படும்.

1. மண் காய சீவன் - கற்கள், பொன், வெள்ளி, ரசம், உப்பு, பாடாணம் முதலியவை
2. நீர் காய சீவன் - கடல், நதி, ஆறு, ஏரி, கிணறு, ஊற்று, மழை, பனி முதலியன
3. தீகாய சீவன் - நெருப்பு, வளி, மின்னல், விளக்கின் ஒளி முதலியன
4. வளிகாய சீவன் - புயல், காற்று, முதலியன

5. தாவர காய சீவன்

தாவர காய சீவனை பிரத்யேக தாவர காய சீவன் சாதாரண தாவரகாய சீவன் என மேலும் இரண்டாக பிரிக்கலாம்..

- பிரத்யேக தாவர காய சீவன் - ஒரே உடலில் ஒரு சீவன்.

இது பருவுடல், புரியட்ட உடல் என இரண்டாக காணப்படும். ஒரு செடியின் பிரத்யேகமாக உள்ள வேர், பட்டை, இலை, பூ, பழம், வித்து அமைந்துள்ளன.

- சாதாரண தாவர காய சீவன் - பல சீவன்கள் ஒரே உடலில் இயங்குகின்றன. உதாரணமாக உருளைக்கிழங்கு, வெள்ளைபூண்டு, மஞ்சள், இஞ்சி, நாகதாளி, கற்றாழை, மாங்காய், வெங்காயம். இவைகளில் சிறு பாகத்தை வெட்டிப் பிரித்தாலும் தன் இனமாக வளரும். இவைகளில் பருவுடல் புரியட்ட உடல் என இரண்டுண்டு பருவுடல் அழியும்; புரியட்ட உடல் அழியாது.

இந்திரியாத்மா (சங்கமப் பொருட்கள்).

இது நிகோத இந்திரியாத்மா திரிச இந்திரியாத்மா என இரு வகைப்படும்.

- நிகோத இந்திரியாத்மா; இவைகள் உலகெங்கும் பரவி வாழ்கின்றன. உலகின் மண்தடத்திலிருந்து ஆகாயம் வரை எங்கும் உள்ளன. அவைகள் ஓரறிவுடையன. சில இனப்பெருக்கம் உள்ளன. சில இனப்பெருக்கம் இல்லாதன. இவைகளில் வாழ்வு ஒரு நாடித் துடிப்பு நேர காலமேயாகும். மெய்யுணர்வு மட்டும் உடையன. இவைகள் தாவரகாய அறிந்திரியாத்மாவில் சேர்ந்த போதிலும் இடம் விட்டு இடம் பெயர்வதால் இங்கு சேர்க்கப்பட்டன.
- திரிச இந்திரியாத்மா; திரிச இந்திரிய சீவன் இடம் விட்டு இடம் பெயரும் இன்பம் துன்பம் உணரும். ஆபத்து கண்டு ஓடி ஒளியும். ஞானேந்திரி யங்களையுடையது. ஆகையினாலே அவைகளை 5 வகைகளாக பிரித்துள்ளனர். அவை

1. ஏக இந்திரிய சீவன் (ஓரறிவு) மெய்யுணர்வு மட்டும் உடையது. இடம் விட்டு இடம் பெயரும் (உம்) வந்தைகள், ஒட்டுண்ணிகள்
2. துவிந்திரிய சீவன்(ஈரறிவு) மெய் சுவை உணர்வுடையது. இரண்டு இந்திரியம் உடையது. (உம்) அட்டை, குடற் புழுக்கள், பூநாகம், கிளிஞ்சல்

3. திரிவிந்திரிய சீவன் (மூவறிவு) சுவை, மணம், மெய், உணர்வும், இந்திரியமும் உடையது. (உம்) எறும்பு, பேன் மலத்தில் வாழும் பூச்சிகள் இவைகளுக்கு 4(அ) 6 கால்கள் அல்லது மேற்கொண்டு கால்கள் உடையனவாக விளங்கும்.

4. சதுர்விந்திய சீவன் (நான்கறிவு) மெய், சுவை, மணம், ஒளி எனும் 4 இந்திரியங்களை உடையது. தேன், தேனீ, ஈ, நண்டு, கொசு 6 (அ) 8 கால்களையுடையது.

5. பஞ்சேந்திரிய சீவன் மெய், வாய், கண் மூக்கு, செவி எனும் 5 இந்திரியங்களை உடையது. இவை 4 வகைப்படும். அவை நரகர், மனிதர், விலங்கு, தேவர்.

   அ) நரகர், - நரக சீவன்களுக்கு உருவமில்லை, இடமில்லை, காலமில்லை, பொறுப்புமில்லை, தனக்கு தானே விரும்புவதுமில்லை. ஓன்றோடொன்று சேர்வதுமில்லை.

   ஆ) மிருகம் (திரியாஞ்ச சீவன்) இது 3 பிரிவில் அடங்கும்.

   - ஜலயரா - நீரில் வாழும் மீன், திமிங்கலம், ஆமை முதலியன
   - தலயரா - நான்கு கால்களையுடைய பசு, எருமை, குதிரை. யானை, ஒட்டகம், ஆடு முதலியனவும் உரப ரிசர்ப (மார்பினால் தவழும்) - பாம்பு, மலைப்பாம்பு, முதலியனவும் புயபசரிப (கைளினால் நடப்பன) - எலி, அணில், குரங்கு, முதலியனவும்
   - கயராசீவன் - இதில் பறவைகள் அடங்கும். இவை உரோமகய பறவை, சம்மாயகப் பறவை என இரு வகைப்படும்.

Creation theory of Thollkaapiyar

1. First sense is-touch feel –Air - One sense organisms: grass, tree and other plants climbers
2. Second sense is-taste feel by tongue-Air, water, land - Two sense organisms: snail, conch, shellfish, oyster
3. Third sense is-smell-air, water, land - Three sense organisms: ant,ter-mites
4. Fourth sense is-vision by eye-air,water,land fire - Four sense organisms: beetle,house fly

5. Fifth sense is-hearing by ear-air,water,land,fire sky- Five sense organisms: birds,mankind
6. Sixth sense is -to have the knowledge to search further regarding the above said things. Six sense organisms: people, God

   Samsaari divides the soul into two.one is fertile and the other is infertile. A total of 14 types can be obtained if each of it is divided based on its fertility. In the upcoming division, organisms with sense organs are functional and organisms without sense organs are non functional.

Aninthriya athma is also called as *Thavara Seevan.* It cannot move from place to place. It has single sense i.e., touching sense. They are in sleep state. Some of it lies between sleep and dream state. when classified based on five *Avasthais.* Based on the above point, ie. Between sleep and dream, it is classified into five types.

1. Stone, gold, silver, mercury, salts, poison, etc
2. Ocean, river, sea, pond, well, rain, snow etc.
3. Flames, lightning, lamp's light etc.
4. Storm, wind etc.
5. *Thaavara kaaya seevan* (plant): This can be divided into two types as special and ordinary.

- *Prathyega thaavara kaaya seevan* - A body has one seevan (soul). It is seemed to be gross body and subtle body. A plant exclusively have root, bark, leaf, flower, fruit and seed.
- *Saatharana thaavara kaaya seevan* - A body has more seevan (souls). For example, potato, garlic, turmeric, ginger, cobra, cactus, mango, onion, even if cut into small pieces will grow as its own species. Of these, two are known as the seasonal body and the second is the perishable body.

Indriyatma (Sangam items)

It is divided into two types, Nikotha Indriyatma and Trisha Indriyatma.

- **Nikotha Indriyatma:**

  These are spread all over the world. They are everywhere from the earth's crust to the sky. They are some breeds that are monogamous. Some are non-reproductive. Of these, life is a pulsating period of time. These, which belong only to the senses, are included here because they belong to the plant-consciousness but move from place to place.

- **Trisha Indriyatma:**

  Trisha Indriya Seevan moves from place to place and feels pleasure and suffering. In danger it runs away from it. And have 5 senses. Therefore they separated into 5 types

  1. *Eka Indriya Seevan* (one sense organisms) – It has touch sense only. It is movable.
     (Eg) Bacterias, parasites
  2. *Duvindriya Seevan* (Two sense organisms) – It has touch and taste sense. Leech, Intestinal worms, Earth worm, Oysters
  3. *Thirivinthriya Seevan* (Three sense organisms)- It has touch, taste and smell sense. (Eg) ant. Insects that live in lice stools have 4 or 6 legs or more legs.
  4. *Sathurvintriya seevan* (Four sense organisms)- It has touch, taste, smell and vision sense. Organisms like housefly, Crab, Mosquito, bees are either 6 or 8 legged.
  5. Panchentriya Seevan (5 sense organisms) – It has have sense of touch, smell, taste, vision and hear. These are of 4 types such as Naragar, Animal, Human, Devar.
     Naragar: Inhabitants of Naragar shapeless, placeless, timeless, dislikes the self, irresponsible, doesn't get mingled with others

Animal:

Comes under 3 divisions

1. Aquatic Animal - tortoise, fish, dolphin
2. Terrestrial Animal - 4 legged animals like Elephant, Horse, Goat, Cow, Buffalo, Camel.

- Reptiles - Organisms moving with the help of its body(breast)- Snake.
- Organisms moving with the help of their hands- squirrel, monkey.

3. Flying organisms-birds. It is of 2 types (*sammayaka and uromagaya*)

4.3. பாசம்

வேறு பெயர்: தளை, கட்டு

விளக்கம்: பாசம் என்பது அறிவில்லாத (அசித்து) பொருள். அறிவித்தாலும் அறியாத பொருள். பொதுவாக உலகு எனப்படும்.

"விளம்பிய உள்ளத்து மெய்வாய் கண்மூக்கு
அளந்தறிந்து அறியா ஆங்கவை போலத்
தாம்தாம் உணர்வின் தமியருள்
காந்தம் கண்ட பாசத்தவையே" -சிவஞானபோதம் ஐந்தாம் சூத்திரம்.

உடலின் உள்ளே இருக்கும் ஆன்மாவினால் மெய், வாய், கண், மூக்கு, செவி ஆகிய, ஐம்பொறிகளும் தத்தமக்கு உரிய ஊறு சுவை முதலிய புலன்களை அறிகின்றன. அவ்வாறு புலன்களை அறிந்தாலும் அவை தம்மை அறியாது, அதாவது கண் நான் உருவத்தை அறிகிறேன் என அறியாது. அதைப் போல மற்ற பொறிகளும். பொறிகள் தம்மை அறியாததோடு தம்மை செலுத்தி நிற்கும் உயிரையும் அறியாது அவ்வாறே உயிர்களும் தம்மையும் தம்மை செலுத்தி வரும் இறைவனையும் அறியாது. கடவுளின் திருவருளினால் காந்தத்தால் இழுக்கப்பட்ட இரும்பினை ஒத்து ஆன்மாக்கள் செயல்படுகின்றன. இரும்பிற்கு தானே இங்கும் இயக்கம் இல்லாதது போல ஆன்மாக்களுக்கும் தாமே தம்மை உணரும் ஆற்றல் இல்லை. காந்தம் இழுக்க இரும்பு அதனோடு இணைவதைப் போல கடவுள் உணர்த்த உணரும் ஆற்றலை உடையது ஆன்மா.

"அவையே தானேயாய் இருவினையின்
போக்கு வரவு புரியஆணையின்
நீக்கம் இன்றி நிற்கும் அன்றே" - சிவஞானபோதம் இரண்டாம் சூத்திரம்.

ஆண், பெண், உலகம் ஆகியவற்றை படைத்ததும், அவற்றை தன் ஆணையால் மறைத்துத் தானே ஆக நின்றும், படைத்தல், மறைத்தல் ஆகிய இரு செயல்களால் தம்மை விட்டு போதலாகிய பிறப்பித்தல், தம்மிடத்துச் சேர்தல் ஆகிய மறைத்தல் ஆகியவற்றைச் செய்யும். கடவுளது ஆணையிலிருந்து

எதுவும் நீங்காமல் நிலைத்து நிற்கும்.

இதனையே திருமூலரும்

பாசம் பயிலுயிர்தானே பரமுதல்

பாசம் பயிலுயிர்தானே பசுவென்ப

பாசம் பயிலப்பதி பரமாதலால்

பாசம் பயிலப்பதி பசுவாகுமே" - திருமந்திரம் 2423

பதியின் மீது பாசம் கொண்ட ஆன்மா பரம் என்ற நிலையை அடைகிறது. பசுவின் மீது பாசம் கொண்ட ஆன்மா உலக இயலில் ஆழ்கிறது. பதி பாசத்தில், நிலையாக நின்று பரமாகும் பசு, இறுதியில் பசுபதியாகவே ஆகிவிடுகின்றது.

பாசம் மூன்று வகை என்றும் ஐந்து வகை என்றும் பிரிபடும். ஆணவம், மாயை, கன்மம் என மூன்றும், ஆணவம் மாயை, கன்மம், மாயேயாம், திரோதானம் என ஐந்தென்றும்சொல்லுவர். இதில் ஆணவம் அனாதி என்றும், மற்ற நான்கும் இடையில் வந்து செயற்கையாய்ச் சேர்வதனலால் ஆகந்துகம் எனவும் கூறினர்.

Pasam

Definition: *pasam* is defined as ignorant one. Even knowledge cannot acquired when taught. *Pasam* is commonly known as *ulagu.*

The five sense organs with the help of soul present in body, knows the characteristics of corresponding senses, but does not know who they are and its soul. As, magnet attracts iron, with the blessings of almighty the soul functions. Iron cannot function by its own likewise, soul do not have the capability of knowing/understanding their potential. As magnet pulls the iron, gets attached to it same way by almighty's potential soul can know its own.

As God Almighty creates male, female and world it does two functions namely creation and latency. Everything will stay permanently under almighty's command.

The soul which has affection with almighty attains *param.* The soul which has affection with pasu gets connected to world's function. Pasu that stand in attraction of *pathi* becomes *param*, whereas it attain *pasupathi.*

Pasam is divided into three, even five types. They are

- Anavam
- Karma
- Mayai
- Mayeyam
- Thirothanam

Anavam is only which has no beginning and immemorial *(anathi)*, other four are intermediate, artificially joined, hence termed as *aganthugam*.

1. ஆணவம்:

வேறுபெயர்: மூலமலம், சகசமலம்

"ஒன்றதாய் அநேகசக்தியுடையதாய் உடனாய்ஆதி
அன்றதாய் ஆன்மாவின் தன்னறிவோடு தொழிலையார்த்து
நின்று போத்திருத்து வத்தைநிகழ்த்திச் செம்பினிற் களிம்பேய்ந்
தென்று மஞ்ஞானம் காட்டும்ஆணவம் இயைந்துநின்றே"–

அருணந்திசிவனார்.

தான் ஒன்றேயாய் எண்ணிறந்த சக்திகளைக் கொண்டு எண்ணில்லாத பசுக்களோடு கலந்து நிற்கும். உயிர்கள் கருவிகரணங்களோடு கூடாது கிடந்தநிலையிலும் அவற்றின் அறிவு செயல் விழைவுகளைச் சிறிதும் விளங்கவொட்டாது மறைப்பதாய் உயிரது சகலநிலையிலும் அவற்றின் அறிவு முதலிய செயல்களை மேலோங்கா வண்ணம் கீழ்ப்படுத்துவதாய் எக்காலத்தும் உயிர்கட்கு அறியாமையைச் செய்து கொண்டிருப்பதாய் உள்ள பொருளே ஆணவம் எனப்படும்.

பதி, பசு, பாசம் ஆகியவைப் போல ஆணவமும் அனாதி. பதியாகிய அறிவை விளங்கவொட்டாமல் பசுவுக்கு தடைசெய்யும் இயல்பை உடையது. ஆணவம் ஒன்றாக இருந்தாலும் அதில் எண்வகையான இயக்கச்செயல்களால் கோடானுகோடி பசுக்களை பரிபாலிக்கிறது.

பசுவின் தன்மையையும் தன்னையும் மறைத்துக் கொள்ளும் அபாரசக்தியுண்டு. பசுக்கள் தோறும் ஒன்றறக்கலந்து நின்று பசுவின் சுயசெய்கைகளை செய்யவிடாமல் தடுத்துக் கொண்டிருக்கும். ஆணவம் மாயையோடு கலந்தபோது பசுவோடு தோய்ந்திருக்கும். பதியின் உதவியால் தன்னை அறிந்தபோது பசுவை விட்டு நழுவிவிடும். ஆணவமலம் நீங்கியகாலம் பசுபதியோடு சேர்ந்து நிற்கும்.

With the help of its own countless power, it is mixed infinite humans *(pasu)*. Soul (humans) knowledge is always suppressed by anavam. Anavam always provide ignorance to pasu.

As, *pathi, pasu, pasam* even *anavam* is Eternal. The main function of anavam is that it does not provide knowledge to pasu with the help of eight types of actions.

As it doesn't show him and other things it is blended with millions of pasu. It has a huge ability to hide qualities of him and the pasu. As it merges with pasu it doesn't allow them to do their own work and duties.

When it is known with the help of *Pathi, then anavam* goes out from *pasu.* In the absence of *anavam pathi and pasu* are united with each other

2. கன்மம்:

ஆணவத்தொடர்பால் உயிர்கள்செய்யும் வினைகளின் தொகுதியே கன்மம் அல்லது கர்மம் எனப்படும். கன்மங்கள் பிறவிகள் தோறும் பசுவோடு சேர்ந்தே செல்கிறது. பசு மாயையின் காரியத்தால் பருஉடலில் வந்து நின்றபோது கன்மம் வாயாலும், உடலாலும், செய்கையாலும் இருவினைகளை உண்டாக்கிக் கொள்கிறது. பாசத்தை விட்டுப்பசு விலகியபோது, பசுவோடு செயலற்றுக் கிடக்கிறது.. பசு மறுபடியும் பாசத்தோடு செயலாற்றும் போது கன்மமும் தொடர்ந்து வந்து செயல்புரிகிறது.

சிருட்டியில் வந்து சேரும் சீவன்கள் மனிதன், மிருகம், பறவை, ஊர்வன, நீர்வாழ்வன என்ற பல்வேறு உடலமைப்பைப் பெறவும், மனிதனாய் பிறந்திடினும் கூன், குருடு, செவிடு போன்ற குறைகளையும், அறிவின் பெருக்கு, அறிவின்மை, விருப்பு, வெறுப்பு என்ற பாகுபாடுகளை பெறுவதற்கும் கன்மமே காரணமாக சொல்லப்படுகிறது. இக்கன்மம் மூன்று வகைப்படும்.

1. பூர்வகன்மம் (முன்செய்த வினை) - (*vinai* in before birth)
2. சஞ்சிதகன்மம் (துய்த்தது போக எஞ்சிய வினை) – (part of *vinai* present after elimination)
3. பிராரப்த கன்மம் (குறிப்பிட்ட பிறவிக்குக் காரணமாய் நின்ற வினை). - (*vinai* reason for their birth)

இவை தவிர்த்து ஆகாமிய கன்மம் (இனிவரப்போகும்கன்மம்) - *Vinai* that is yet to come) என்ற ஒன்றும் கூறப்படுகிறது. அதாவது பிராரப்த கன்மத்தை அனுபவிக்கும்; போது உண்டாகும் கன்மம்.

நல்ல வினையோ, தீய வினையோ அதற்கான விளைவு உண்டு என்று சொல்லப்படுகிறது.

- **பூர்வ கன்மம்:** உயிரானது அதற்கென்று வரையறுக்கப்பெற்ற உடலின் ஆக்கத்துக்குக் காரணமாய் நின்ற பழையமலத்துக்கு பூர்வகன்மம் என்று பெயர். ஊழிக்காலத்துக்கு முன்இருந்த பிறப்பிற் செய்த வினை, ஊழிக்காலத்திற்கு பின் ஆக்கக்காலத்தில் ஆன்மாவானது உடலைப்பெறப் பூர்வ கன்மமே காரணமாகும்.
- **சஞ்சித கன்மம்:** குறிப்பிட்ட ஒருபிறப்பில் ஒருவன் துய்த்த இன்பதுன்பங்களால் கழிவுபெற்றது போக எஞ்சி நின்றதும், மற்றும் பிறப்பு, இறப்புகளின் தொடர்ச்சிக்குக் காரணமாவதும் சஞ்சித கன்மமெனப்படும். அதாவது சென்றபல பிறவிகளில் செய்யப்பட்ட கன்மங்களின் பலனைத்துய்க்கத் தொடங்காமல் சேமித்து வைத்துகொண்டுள்ள கன்மம்ஆகும்.
- **பிராரப்த கன்மம்:** குறிப்பிட்ட சிற்சில வினைகளின் பயனாகச் சிற்சில இன்ப துன்பங்களை மட்டும் துய்ப்பதற்கு, பிறப்பைத் தரக் காரணமான கன்மத்திற்கு பிராரப்த கன்மம் என்று பெயர். அதாவது எந்தவொரு குறிப்பிட்ட சிலகன்மங்களின் பலனை அனுபவிப்பதற்காக ஒருகுறிப்பிட்ட பிறவி ஏற்கப்படுகிறதோ அக்கன்மத்திற்கு பிராரப்த கன்மம் என்று பெயர்.

அதாவது முற்பிறப்புகளில் செய்யப்பட்டுக் கிடக்கும் பழவினைகளின் தொகுதி சஞ்சிதம் எனப்படும் அத்தொகுப்பிலருந்து இப்பிறப்பிற்கென்று எடுத்துக் கொள்ளப்பட்டு வந்து பயன்கொடுக்கின்ற வினைகள் பிராரப்தம் எனப்படும் . இப்பிறப்பில் அவ்வினைப் பயன்களை நுகரும்போதே, மனம் மொழி மெய்களால் செய்யும் புதுவினைகள் ஆகாமியம் எனப்படும். இம்மூவகை வினைகளுள் இருவினை எனக் குறிப்பிடப்படுவது சஞ்சிதமாகும்.

கன்மங்களை போக்கும் வழி:

குருவின் உபதேசத்தால் கிடைக்கப்பெற்ற ஞானமாகிய தீ இக்கன்மங்களை அறவே சுட்டெரிக்க வல்லதாகும். ஆயினும், அந்த ஞானத்தீயை ஓர் ஆன்மா தனது தனி முயற்சியால் வளர்த்துப் பெருக்கிக் கொள்ளவேண்டும்.

- **சஞ்சித கன்மம்:**

பற்பல பிறவிகளுக்கு காரணமான சஞ்சித கன்மாவை (ஊழித்தீயானது, பஞ்சுப்பொதியை முழுமையாக எரித்திடுவது போல) ஞானத்தீ வெண்ணிறச் சாம்பலாக்கிவிடும்.

"பஞ்சினை யூழித்தீப்போல பலசன்மவிவித வித்தாம்
சஞ்சிதமெல்லாம் ஞானத்தீ தழல்சுட்டு வெண்ணீறாக்கும்
கிஞ்சித ஆகாமியந்தான் கிட்டாமல் விட்டுப்போகும்
விஞ்சின பிராரத்தத்தின் வினைஅனுபவித்துத் தீரும்"(கை.ந.103)

- **ஆகாமியம்:**

ஞானிக்கு நான், எனது என்ற அகங்காரம் இல்லையாதலால் அவனுக்கு கன்மம் சிறிதும் நெருங்காது விட்டுப் போய்விடும். ஆகாமிய கன்மம் இல்லை.

- **பிராரப்த கன்மம்:**

அனுபவித்துதான் தீர்க்க இயலும்.

Karma: Action can be good or bad, there are consequences for the every action as result of *anavam*, the reaction of soul's action is termed as *karma*. *Karma* always merge with *pasu* in every birth *(piravi)*. When *pasu* detaches from *pasam*, *karma* does not work with *pasu*, when *pasu* unites with *pasam karma* moves with them.

In this world, humans, animals, birds, reptiles, amphibians are born based only on their *karma*. Even humans with disability like blind, dumb, deaf, anomalies, lack of intelligence and other qualities are determined by karmam. It is classified into three types. They are,

1. Vinai in before birth - Soul which is present in a particular body is due to *poorva karma*. After destruction *(oozhi kalam)*, this type is reason for getting body based on vinai.
2. Part of *vinai* present after elimination - in particular birth, some vinai are eliminated due to their action in that birth, and it is reason birth and death cycle. Accumulation of various *vinai* in every birth which are not eliminated travels along every birth.
3. *Vinai* reason for their birth - reason for the experiencing and eliminating reaction of action is known as *praraptha*

karma. As the result of various birth sanjitha karma occurs and from that reason for birth in particular is known as *praraptha karma*.

4. And also Vinai that is no longer to come. That is occurs while consuming the *praraptha karma*. *Vinai* after elimination in particular birth and due to soul, speech, senses is known as *aagamiyam*.

Way to remove Karma:

From the knowledge learned through guru one can destroy/ burn their karma, but every individual should develop this quality by their own.

Sanjitha karma – it is cause for so many birth. It will destroyed by the fire of wisdom.

The saint have no arrogance like "mine and I", hence there is no relation with karma, so there is no *agamiyam*

Praraptha Karma - there is no way to escape. Only it will destroy after consuming.

3. மாயை:

உலகத்தோற்றத்திற்கும் ஒடுக்கத்திற்கும் காரணமாய் நின்று உயிரின் (பசுவின்) இயக்கமற்ற தன்மையையும் செயலற்ற தன்மையையும் நீக்கி, அதை உயர்த்தவல்லது. மாயை

- சுத்தமாயை (தூய்மை மாயை - நுண்பொருளாக உள்ளபோது)
- அசுத்தமாயை (தூய்மையற்ற மாயை - பருப்பொருளாக உள்ளபோது)
- பிரகிருதமாயை (உண்டைப் பிறக்க மாயை)

என மூவகைப்படும். இம்மூவகை மாயைகள் உடல்தத்துவங்களின் தோற்ற ஒடுக்கத்திற்குக் காரணமாய் நிற்கின்றன. ஆணவ மலத்தால் அழுந்தி அறிவழிந்து கிடக்கும் உயிர்கட்கு உடலும், கருவிகளும் பிறவுமாய் அமைப்பது இம்மாயையே.

- சுத்தமாயை (5): இவை ஐந்தும் இறைவனுடைய தொழில்கள் செய்வதற்குரிய அதாவது தோற்ற இயக்கத்திற்கு தேவையான விடயங்கள் உள்ள இடங்களாகும். அதனால் இவை சிவதத்துவம் எனப்படுகின்றன.

- நாதம் - தூய அறிவாலான பரம்பொருளின் முழுமையான நனவிலி நிலை. இதுவே பரசிவ வடிவம் ஆகும்
- விந்து-சக்தி. இயங்கிக் கொண்டிருக்கும் கிரியாசக்தி. அந்த இயக்கத்தாலேயே, சிவத்துடன் இணைந்து ஏனைய தத்துவங்களை உருவாக்க ஆரம்பிக்கும். இறைவனின் திருவருட்சக்தியின் நிலை ஆகும்.
- சாதாக்கியம்-சதாசிவன். சிவசக்தி இணைவால் செயலும், அறிவும் சமநிலையில் காணப்படும். ஏனையத் தத்துவங்களின் தோற்றம் தூண்டப்படும்.
- ஈசுரம்-மறைத்தல் சக்தியான மகேசுரன். செயலற்ற நிலையில் ஆன்மாக்களை மறைத்தலுக்குள்ளாக்கும் செயல்பாடு ஆரம்பமாக, அதனூடே மறைவாக இறையறிவும் இயங்கிக்கொண்டிருக்கும்.
- சுத்தவித்தை-படைத்தல், காத்தல், அழித்தல் எனும் முத்தொழிலுக்கும் அடிப்படையான இறைத்தத்துவம். இப்போது, இறையறிவு முழுமையாக செயல்பட, செயல்(கிரியாசக்தி) பின்னணியில் இயங்கிக் கொண்டிருக்கும்.

உயிர்கள் மீது கருணைகொண்டு, செயலற்று இருக்கும் 'இறை' எனும் கருத்து, மெல்ல மெல்ல கீழிறங்கி வருவதை இது காட்டுகிறது. ஈசுரத்தத்துவமானது, ஈடேறாத ஆன்மாக்களை சுத்தவித்தையில் மீண்டும் மீண்டும் பிறந்து இறந்து உழன்று கொண்டிருக்கச் செய்யும். பக்குவப்பட்ட ஆன்மாக்கள், மேலே சாதாக்கிய தத்துவத்தை அடைந்து மலங்களிலிருந்து விடுதலை பெறும். பின் விந்துதத்துவம் ஆன்மாவை திருவருட்சக்தியில் நனைத்து, முக்திக்கு அழைத்துச் செல்லும். இறுதிப் பரிபூரணநிலையான சிவத்ததுவமாம் நாதத்தில், ஆன்மா மோட்சம் பெறும்.

அசுத்தமாயை: ஏழு உணர்வு நிகழ்ச்சிப் பொருட்கள் (சுத்த வித்யாதத்துவம்) அசுத்தமாயையில் இருந்து தோன்றும். செயலற்று உறங்கும் ஆன்மாக்களின் செயற்பாட்டுக்கான கருவிகளாக வித்தியா தத்துவங்கள் விளங்குகின்றன. இந்த வித்தியா தத்துவங்கள் தொழிற்படுவதற்கு, சிவதத்துவங்கள் அவசியமாகும். அவை

- காலம் – உயிர்கள் வினைகளை ஈட்டுவதற்கும், வினைப் பயனை அனுபவித்துக் கழிப்பதற்கும் கருவியாய் இருப்பது காலம். இதிலிருந்து பிரகிருதி (பிரகிருதமாயை) என்னும் தத்துவம் தோன்றும். இது சத்துவம், இராசதம், தாமசம் என்னும் முக்குணமயமாய் நிற்கும்.

- நியதி–அவரவர் வினைப்பயன் அவரவரைச் சென்று சேரும்படி செய்விப்பது நியதி.
- கலை– உயிரை மறைத்துள்ள ஆணவமல மறைப்பைச் சிறிது நீக்கி அதன் கிரியாசக்தியை (செயலாற்றலை) விளக்குவது கலை.

இவை மூன்றும் விந்தினால் இயக்கப்படும்.

- வித்தை – உயிரின் ஞானசக்தியை (அறிவாற்றலை) விளக்கும்.
- இராகம் – உயிரின் இச்சாசக்தியை (விழைவாற்றலை) விளக்கும். ஈசுரனால் இயக்கப்படும்.

காலம் முதலாக சொல்லப்பட்ட இவ்வைந்து தத்துவங்களும் உயிரின் செயற்பாட்டிற்கு இன்றியமையாதவைகளாகும். இவை பஞ்சகஞ்சுகம் (ஐந்துசட்டைகள்) என்பர்.

- மாயம் (மாயை) – மூலப்பகுதி - நாதத்தினால் இயக்கப்படும்.
- புருடன் (ஆன்மா) – ஐந்து சட்டைகளோடு கூடிய உயிர். உலகத்தை நுகர்தற்குரிய தகுதி பெற்று நிற்கும். அந்நிலையில் அவ்வுயிர் புருடன் எனப்படுகிறது.

இவை சதாசிவத்தினால் இயக்கப்படும்..

அசுத்தமாயையின் காரியமாகிய வித்தியாதத்துவம் ஏழும் உயிரை உலக போகத்தை நுகர்தற்குத் தகுதியுடையதாகச் செய்யும்.

பிரகிருத மாயை (24):

- ஐம்பூதங்கள், ஐம்பொறிகள், ஐம்புலன்கள், கர்மேந்திரியங்கள், அந்தகரணங்கள்

பிரகிருதியின் காரியமாகிய ஆன்ம தத்துவம் இருபத்துநான்கும் உயிருக்கு நுகர்ச்சியைத் தரும்.

4. மாயேயம்:

மாயையின் காரியங்களான உடல், கருவி, உலகுகளை குறிப்பது.

5. திரோதானம்:

தான் நிமித்தகாரணமாய் இருந்து மலசக்திகளை தொழிற்படுத்தும் சிவசக்தியாம்.

இந்த ஐவகை மலங்களும் உயிர்களாகிய நேர்மின்னோட்டத்திற்கு, எதிர்மின்னோட்டங்களாக நித்தியமாய் நிலவுகின்றன. தோற்ற ஒடுக்கங்களை

அடைந்து ஆக்கல், காத்தல், அழித்தல் இவற்றில் சுழன்று கொண்டே இருக்கின்றன.

Mayai:

Mayai is reason for creation and destruction of world; it abolishes the ignorance, productivity of soul and makes it to reach heights. Ignorance faced due to anavam by soul and bodies are nourished by mayai. Three *mayai* are responsible for body function and its physiology. They are,

1. *Sudha Mayai* – 5 - These five are places for almighty's function/ role, hence called as *shiva thathuvam*.
    - *Natham* - . almighty's pure knowledge completely present here. Stage – parama shivam.
    - *Vindhu - sakthi*, termed as functioning *kiriya sakthi*. With help of *shivan* it starts the formation of all other principles.
    - *Sathakiyam - sathashivan*, increases the intensity of formation of principles. Balance of knowledge and function maintains here due to *shivasakthi*.
    - *Easuram* - hidden power is known as *mageshwaran*.
    - *Suddha vidhai* - production, prevention, destruction known as three vital principles base is irai *thathuvam*. Here irai arivu completely works and *kiriya sakthi* works behind.

    This establishes that the concept of 'God', who is merciful to living beings, *Easuvarathathuvam* functionating the souls which is not attain salavation, through birth and death again and again in *Suddha vidhai*. The matured souls attain the above attained philosophy and become freed from the impurities. Then *Vindhu thathuvam* immerses the soul in *Thiruvarutshakti* and leads to *Mukti*. In the final state of perfection, *Natham* (called as *Siva thathuvam*), the soul attains salvation.
2. *Asudha Mayai* - 7 functional and sensational materials originate from *asutha mayai*.

Nonfunctional souls instruments are vidhya thathuvam. From the normal function of *vidhya thathuvam* there is a need of *siva thathuvam*. They are,

- o Time - Tool which makes soul to experience and eliminates their *vinai payan*. From this pragrithi will arise. *Kalam* has *Sathuvagunam*, *Thamogunam* and *Rachasa gunam*.
- o *Niyathi* – it transfer indiviuals *vinai payan* to respective ones.
- o *Kalai* - as souls are hidden by *anavam*, *kalai* removes and explains its *kiriya sakthi*.

These three are made up of vinthu

- o *Vidhai* - explains soul's *gnana sakthi*, functions by *Sutha vithai*.
- o *Ragam* - explains soul's *itcha sakthi*, functions by *Eash-waran*.

As these five principles are fundamentals of soul's function, hence named as *pancha kanchukam* (Five shirts). The soul with five shirts have the capacity is ready to consume the things of the world is called as soul. It is activated by *sathasivam*

- o *Mayai* – *Moolapaguthi* - it is activated by *natham*.
- o *Purudan* – A being with five shirts is qualified to consume the world. In that case, the organism is called *Purudan*.

Reason for asuthamayai is seven vidhya thathuvam are makes the soul have the capacity to consuming the world.

3. *Pirakirutha Mayai* - *Panchaboothangal, porigal, pulangal, kanmaenthiriyangal, anthakaranangal* reason for *prikuruthi* is *anma thathuvam* gives consumption to soul.
4. *Mayeyam* - Denoting the body, organs world which are matters of mayai.
5. *Thirodhanam* - Functions as reason for maintaining powers of *malam* known as *siva sakthi*.

These five *malam* positive functions for soul and negative functions too. Formation, destruction, prevention revolves in cycle.

4.4. பதி பசு பாச விளக்கம்

பதி, பசு, பாசம் என்னும் இலக்கணத்தை விளக்க வல்லது சைவ சித்தாந்தமாகும். அத்தகைய சைவசித்தாந்த சாத்திரங்கள் 14-ல் முதன்மையானது சிவஞானபோதம். சைவசித்தாந்தத்திற்கு ஆணிவேர் போன்ற இந்நூலில் 12 சூத்திரங்கள் உள்ளன . இவற்றை. பொது அதிகாரம் 2. உண்மை அதிகாரம் என்றும் இருவகையாகப் பிரிக்கலாம். பொது அதிகாரத்தில் ஆறு சூத்திரங்களும் உண்மை அதிகாரத்தில் ஆறு சூத்திரங்களும் கூறப்பட்டிருக்கின்றன. இவற்றில் பொது அதிகாரம் இரண்டு இயல்களாகவும், உண்மை அதிகாரம் இரண்டு இயல்களாகவும் ஆக்கப்பட்டுள்ளன.

அவற்றில் பதி பசு பாசம் என்னும் மூன்று தத்துவங்களுக்கு பிரமாணம் கூறும் முதல் மூன்று சூத்திரங்களுக்கு பிரமாணவியல் என்றும், அத்தத்துவங்களின் இலக்கணத்தை விவரிக்கும் அடுத்த மூன்று சூத்திரங்களுக்கு இலக்கணவியல் என்றும் பெயர்.

உண்மை அதிகாரத்தில் முதல் மூன்று சூத்திரங்களுக்கு (இதில் துன்பம் நீங்குவதற்கும் இன்பம் பெறுவதற்கும் நாம் ஏற்கத் தகுந்த சாதனங்களை வகுக்கும்) சாதனவியல் என்று பெயர். சாதனத்தால் பெரும் பயனை(பாசம் அறவே ஒழித்து சிவபேறுபெறல் என்னும் இருவகைபயனை) பெறும் பேற்றின் இலக்கணங்களை அடுத்த மூன்று சூத்திரங்கள் விளக்கும் காரணத்தால் இதற்கு பயனியல் என்று பெயர்.

Saiva Siddhantam is able to explain the grammar of *Pathi, Pasu* and *Pasam*. The first of the 14 such *Saivasiddhantha sastram* is Shivagnanabotham. There are 12 sutras in this book which are the source of *saivism*. This can divided into *pothu* and *unmai* unit. They are six *sutras* in pothu unit and six *sutras* in *unmai* unit. Of these two types of *unimai* unit and two types of *pothu* unit are made. Among them, the first three sutras, which refer to the three philosophies of *Pathi, Pasu, Pasam* are called *pramanaviyal*, the next three *sutras*. Which describe the grammer of the phylosophies, are also called *elakkanaviyal*.

The first three sutras (Which enumerate the means we should adopt for the removal of suffering and the attainment of pleasure) are called *Sathanaviyal*. It is called *Paniyal* because the next three *sutras* explain the great benefit (the dual benefit of attaining salvation by eliminating bonding) of the *sathanam*.

4.4.1 பதி இலக்கணம் அல்லது விளக்கம் Explanation of Pathi.

பேதாபேதத்தை சைவசித்தாந்தம் ஏற்கிறது. சகுண பிரம்மத்தையும் நிர்க்குண பிரம்மத்தையும் சமமாக ஏற்கிறது. பரப்பிரமத்தை இச்சமயத்தினர் பதி என்றும் சிவன் என்றும் பெயரிட்டு அழைக்கின்றனர். ஆன்மாக்கள் உண்டு: அவை பலகோடி: பிறப்பு-இறப்பு; சுகம் - துக்கம் எல்லாம் கன்மத்தின் பயனாய் விளைகின்றன என்று சொல்லுகிறது. சிவன் குறிப்பிட்ட ஆன்மாவின் கன்மத்தையொட்டி அதற்கு பிறப்பை அளிப்பது அல்லாது(பேதம்), அதனுடன் தனது 'சித்' சக்தியையும் நிலைக்கச் செய்கிறது(அபேதம்).

Saivism accepts unity in diversity. It accepts *saguna bhramam* and nirguna bhramam equally. *Parabhramam* is called *Pathi* and *Shivam* by the followers of this religion. There are souls: they are billions. It says that all birth-death, happiness-sorrow, are the result of *karma. Shivam* not only gives birth to a particular soul on the basis of *karma* but also perpetuates his '*Sith*' power with it.

Shivam express itself in the form of enlightenment without any change it only acquires the nature of expressing itself; on the other hand it sheds its light on the world and attains the state of knowledge of things in this world. A single moment of this light permeated all living and inanimate objects in this world so that they could acquire the known nature.

சிவம் என்னும் பதி ஒருவகையில் ஞானப்பிழம்பாய் மாற்றம் ஒன்றும் இன்றி தன்னை தெரிவிக்கும் இயல்பை மட்டும் பெற்று நிற்கும். மற்றொருவகையில் தன் ஒளியை உலகத்தின் மேல் வீசி இவ்வுலகத்தில் உள்ள பொருட்கள் அறியப்படும் நிலையை அடைவிக்கும். இவ்வொளியின் ஒரு கணமே இவ்வுலகிலுள்ள சட, அசடப்பொருட்கள் யாவற்றிலும் உட்புகுந்திருத்தலால் அவை அறியப்படும் இயலை பெறலாயின.

பதியின் ஞானமாகிய அம்சத்திற்கு சிவன் என்ற பெயரும் மற்றொரு பாகமாகிய ஒளிக்குச் சக்தி என்ற பெயரும் சைவசித்தாந்தம் கூறும். ஆகவே சிவமும் சக்தியும் சேர்ந்த தனிப்பெரும் ஜோதி சொருபத்திற்கு பதி என்னும் பெயர் வழங்கலாயிற்று. சக்திக்கு தனிப்பெரும்ஜோதி, அருட்பெரும் ஜோதி, அருட் சக்தி, சிவசக்திஎன்றும் பெயர் உண்டு. இங்கு ஒவ்வொரு சட, அசடபொருள்களிலும் புகுந்து என்று அப்பொருட்களுக்கு மூன்றுவித அவத்தைகளையும், தோன்றல், நிற்றல், மறைதல் அளித்ததற்கு காரணமாய்

இருப்பது இப்பதியின் அருள் என்னும் பகுதியே ஆகும். இதனால் அவன் அருள் சொரியும் பொழுது விரிவைப் பெறும் இவ்வுலகில் போக்கை சிருட்டி (தோற்றுவித்தல்) என்றும், அவ்வருளினால் உண்டான சட, அசட பொருள்கள் எங்கும் இருக்கும் காலத்தை ஸ்திதி (இருக்கை அல்லது நிலைத்திருத்தல் Existence) என்றும், அவ்வருள் அவன் இச்சையால் அவனுட் சென்று அடங்கும் நேரத்து, அருளின் இன்மையால் இருப்பதற்கு இயலாததாய் இவ்வுலகமும் அவனுட் சென்றடைந்து மறையும் அல்லது அழியும். இதனையே பிரளயம் என்பர். சிவனை பிரளயகர்த்தா என்று சகல வேதங்களும் கூறுகின்றன.

பிரளயத்துக்கு பின் சிருட்டியைத் தொடங்கும் போது உண்டாக்குவதற்கு இன்றியமையாத துணைப் பொருள்கள் யாவும் பிரளய காலத்தில் எச்சிவத்தினுள் ஒடுங்கி நின்றனவோ அச்சிவனை அல்லாமல் மற்றவருக்கும் உபகரண பொருட்கள் பெற கிடைக்காது. ஆக சிவனே முதல் பொருளாம்.

இவ்வண்ணம் பிறப்பும் இறப்பும் மாறி மாறி பெற்றுள்ள உலகிலுள்ள எல்லா பொருட்களுமே தோன்றல், மறைதல், அழிதல் என்னும் இயல்புடையதாய் இருத்தலால் இவ்வுலகத்தை தருபவன் ஒருவன் இருக்க வேண்டும் என்று உணரக்கிடக்கிறது. அவனே கர்த்தா: அவனே முதல்வன்: அவனே தலைவன்: அவனே ஈறுமாக நிற்பவன். அவன் ஆணையால் உலகம் தோன்றலும், நிற்றலும், அழிதலும் ஆதலால் அவன் அருள் வெளிக்குளே அகிலாண்டகோடியெல்லாம் அடங்கவும் அவனே இவ்வண்டங்கள் பதினான்கிற்கப்பாலும், இப்பாலும் நிற்பவன் ஆவான்'.

Saiva Siddhantham gives the names *Shiva* to the wisdom aspect of *Pathi and Shakthi* to the other aspect of light. Hence the name *Pathi* was given to the great light containing *Shiva and Sakthi.* Here it is the grace of *shivam* which penetrates into every living and nonliving things and gives them the three kinds of *avathai*, appearance, persistence and disappearance. Hence, when he gives his grace is called 'creation' of the world, and the sustaining of the living and non living things are called persistence. When that grace reaches him because of his will, the world is unable to exist because of the lack of grace and it reaches him and disappears. It is called the Deluge. All the Vedas say that *Shiva* is *Pralayakartha.*

After the deluge, all the necessary accessories for making the Shirushti were including the Shivam, and none other than *Shivam* was available to obtain the necessary materials.

During the deluge, all the necessary accessories for making the Shirushti which be possesed in the shivam. Other than Shivam no one cannot to obtain the necessary materials for making *shirushti.* So *Shivam* is the first thing.

Since all things in the world, which have alternate birth and death, are of the nature of appearing, persisting and perishing, it is felt that there must be one person who gives this world. He is the Lord. He is the chief; he is the leader; he is the last; by his decree the world comes to appears, persists and perishes, therefore his grace encompasses all the universe and he is the one who stands even after these fourteen universe.

"தன்னருள்வெளிக்குள்ளே
அகிலாண்டகோடி எல்லாம்
தங்கும்படி இச்சை வைத்து உயிருக்குயிராய்த்
தழைத்தது எது? மனவாக்கினில்
தட்டாமல் நின்றது எது? "–என்று அணுவினுள் அணுவாகி நிற்கும் ஈசனின் இரண்டற்ற நிலை விளக்கப்பட்டுள்ளது.

சீவான்மா என்பது ஒவ்வொரு சரீரத்திலும் தனித்து நிற்கும் உயிர் பேறாகும். இவ்வான்மாவும் பதியின் இடமாய் உண்டானதாயினும் மறைந்து கிடக்கும் (அந்தர்யாமி என்ற) நிலையில் தன்னுள் கிடக்கும் பதியின் ஒரு சிறு அணுவுக்கு தான் சரீரமாய் நின்று அப்பதியினால் இயக்கப்படுவதாயும் அப்பதியின் ஆணையை தவிர்க்க மாட்டாததாகவும் நிற்கும்.

இப்படி உயிர் பொருள் (ஆன்மா), சடப்பொருள் இரண்டினாலும் ஆகிய இவ்வுலகத்தையே தனக்கு சரீரம் என பதி என்னும் சிவன் ஏற்று அணுவுக்கு அணுவாகவும், உயிருக்கும் உயிராகவும் நின்று இவ்வுலகையே நிலை நிறுத்தியும், தன் இச்சைப்படி ஆட்டுவித்தும், தன்னிச்சையாலே அழித்தலையும் செய்யும்.

தன்னுள் மறைந்து கிடக்கும் பரம்பொருளை இவ்வான்மா உணர மாட்டாமைக்கு காரணம் என்னவெனில் அது தன்னை சார்ந்த மலங்களே ஆகும்.

Soul is the individual life force in every body. This soul is created from *Pathi.* The hidden state of *pathi* which is called *Antharyami.* The soul accept the tiny atom of the *Pathi* as its body, and it is directed by *Pathi* and doesnot avoid the Decree of the *Pathi.*

In this way *Shiva*, who is called *Pathi*, standing as an atom and soul, and take this world as his body, sustains the world, activates it according to his will and destroy it.

The reason why this soul does not realize the *Paramporul* hidden within itself is because of its own impurities.

"உருவோடு கருவி எல்லாம் உயிர்கொடு நின்று வேறாய்
வருவதுபோல வீசன் உயிர்களின் மருவிவாழ்வன்
றருமுயிர் அவனைஆகா உயிரவைதானும் ஆகான்
வரும் அவன் இவைதானாயும் வேறு மாய் மன்னிநின்றே".-
சிவஞான சித்தியார் 2-ம் சூத்திரம் பாடல் 3.

ஆன்மா பரு உடலோடு சூக்குமமும் மற்ற தேகங்களிலும், பொருந்தியும் வேறாகவும் இருப்பது போல சிவனும் ஆன்மாக்களை பொருந்தி இருப்பான். இருந்தாலும் அவ்வான்மாசிவன் ஆக மாட்டாது. அச்சிவனும் ஆன்மாக்கள் ஆகமாட்டான். சிவன் இப்படி வேற்றுமை உள்ளவனாகவும் வேற்றுமை அற்றவனாகவும் நிலைபெற்று நிற்பான்.

The soul is along with gross body and subtle body and also separately. Likewise *Shiva* also united with souls. Even though *Shivam* will not become soul. Thus *Shivam* stands as distinct and indistinct.

4.4.2. பசு இலக்கணம்

நைரான்ம வாதம்: நைரான்மவாதிகள் - ஆன்மா இல்லை என்ற கோட்பாட்டை சொல்லுவது நைரான்ம வாதம். அதைப் பின்பற்றுபவர்கள் நைரான்மவாதிகள்.

தர்மிகிரகமானம் என்னும் அளவையின் வாயிலாக ஆன்மா உண்டு என்பதை சைவசித்தாந்தம் வலியுறுத்துகிறது. தர்மிகிரகமானம் என்றால் (தர்மம் என்பது ஒரு பொருளின் இயல்பு தர்மி என்பது ஒரு குறிப்பிட்ட இயல்பை உடைய பொருள் கிராகம் என்பது ஏற்றல் என்னும் பொருள் தருவது. மானம் என்பது அளவை என்னும் பொருளுடையது) ஒரு இயல்பைக் கண்டு அதன் வாயிலாக அவ்வியல்பை உடைய ஒரு பொருள் இருத்தல் வேண்டும் என்று அறியும் முறை ஆகும். இந்த அளவையால் ஆன்மா உண்டு என சாதிக்கப்படுகிறது.

"உயிர் எனப்படுவது இந்த உடலின் வேறுளதாயிற்றுச்
செயிருறும் இச்சாஞானச் செய்திகள் உடையதாகி

பயிலுறும் இன்பதுன்பபலன்களும் நுகரும்பார்க்கில்
துயிலொடும் ஐந்து அவத்தைப்படும் உண்மை துரியாதீதம்'' –
சிவஞான சித்தியார் சுபக்கம் 3-ம் சூத்திரம் பாடல் 1.

உயிரென்று சொல்லப்படுவது இச்சரீரத்துக்கு அந்நியமாய்ப் பொருந்தி நின்று மலத்தால் குற்றம் பொருந்திய இச்சா, ஞான, கிரியைகளை உடையதாய்ப் பழக்கமாக வரும் இன்ப துன்பங்களை கர்மானு குணமாக புசிக்கும். பார்க்குமிடத்து நித்திரையுடன் ஐந்து அவத்தைகளையும் அடையும். ஆயினும் துரியாதீதத்தில் பொருந்தி இருப்பதுவே உண்மையாகும்.

The theory that there is no soul in *Niranmism*. Its followers are *Niranmists*. *Saivism* asserts that the soul exists through a dimension called *dharmigrahamanam*. *Dharma* means nature of a thing. *Dharmi* is an object of a the certain nature. *Graham* means accepts. *Manam* means logic. It is a method of knowing that there must be an object of that nature by seeing a nature. By this measure it is achieved that the soul exists. The so-called soul is foreign to this body, it has the *itcha and gnana* actions, and it consume up the pleasure and pains that come as *karma*.

நைரான்ம வாதங்கள்:

1. சூனியவாதம்:

இது புத்தசமயத்தின் கொள்கையாகும். சர்வம் சூனியம் என்பது இவர்களின் வாதம். அதாவது யாவும் இன்மையே என பொருள்படும்.

- இங்கு சர்வம் (யாவும்) என்பது எதைக்குறிக்கும்?
- இன்மை என்பது உண்மையாயின் யாவும் என்ற சொல்லால் குறிப்பிடப்படுவது எது?
- இல்லாத பொருளுக்கு வழக்கு உண்டாவது எங்கனம்?
- சூனியமாயின் அறிவும் இல்லை என்றே கொள்ள வேண்டும். அறிவும் இல்லையேல் சூனியம் என்ற தத்துவத்தை உணர்வது எவ்வாறு?

இவற்றை ஒரு கால் ஏற்றால் அறிவு மட்டும் உள்ளது மற்ற எதுவும் இல்லை என்பது ஆகும். அறிவினால் அறியப்படுபவை ஒன்றுமே இல்லை என்றால் அறிவு மாத்திரம் உண்டு என்பதை அறிதல் எங்கனம் சாத்தியம் ஆகும்? எனவே ஆன்மா எனும் சொல் வழக்கில் இருப்பதாலும், அச்சொல்லை கேட்கும்போது ஏதோ ஒரு பொருளைப் பற்றிய அறிவு உண்டாவதால்,

இல்லாததற்கு ஒரு பெயரும் பொருளும் உண்டாகாது, ஆதலால் ஆன்மா உண்டு என்று சாதிக்கப்படுகிறது.

This is the principle of *Buddhism. Sarvam Soonyam* is their argument. It means nothingness.

- What does sarvam(everything) refer to here?
- If nothingness is true, what is referred to by the word everything?
- How is the experience for non-existence?
- It should be assumed that there is no knowledge .
- How can we understand the philosophy of sunyam if there is no knowledge?

If suppose the above things accepts, there is only knowledge: it is the will of *Buddhists* that there is no other. If there is nothing that can be known by knowledge. Then how is it possible to know that there is only knowledge? So because the word soul is in the daily practice, because when we hear that word we get knowledge about something, that which is non-existent cannot have a name and substance, therefore it is concluded that the soul exists.

2. தேகான்ம வாதம்:

இவ்வுடலே ஆன்மா எனப்படுவது என்று ஒரு சிலர் கூறுவர். தேகம் ஆன்மாவாயின் யான் எனது போன்ற பொருள் தரும் சொற்களால் என்ன பயன்? என் கால் என்ற தொடரில் என் என்ற சொல்லுக்கு என்ன பொருள்? அது உடலுக்கு புறம்பானது என்னும் ஒரு பொருளை குறிப்பதை மறுக்க முடியாது அல்லவா? ஆன்மா என்பது இதுவே. இது சரீரம் அன்று. சரீரத்துக்கு புறம்பானது ஆயினும் தேகத்தோடு ஒத்து இயங்குவதும் ஆன ஒரு தனிப்பொருள் என்பது உண்மை.

Somebody tell that the body is the soul. What is the use of meaningful words such as 'mine' and myself, if the body as soul. What is the meaning of my in the sentence of 'my leg'? it cannot be denied that it refers to something other than body. That is what the soul is. It is not the body. But it is true incorporate one with body.

3. இந்திரியான்மவாதம்:

சிலர் ஞானேந்திரியங்கள் ஆகிய மெய், வாய், கண், மூக்கு, செவி ஆகியவற்றின் கூட்டத்திற்கு ஆன்மா என்று பெயர் என்று கூறுவர்.

இதுவும் சரியன்று. இவ்விடயங்களில் ஒவ்வொன்றும் தத்தமது விஷயத்தை மட்டுமே ஏற்க உதவியாகும் கருவியாகும். சுவை, ஒளி, ஊறு, ஓசை, நாற்றம் என்பவையே இவ்வைந்து இந்திரியங்களின் விடயமாகும். இவ்விடயங்களால் உணர்வு தோன்றுவது உண்மை. ஆனால் இச்சை, கிரியை போன்ற வேறு சில விஷயங்களும் உண்டு என்பதை மறுக்க முடியாது .ஆதலால் இந்திரியான்மவாதம் மறுக்கப்படுகிறது.

Somebody tell that the group of sense organs is the soul. This is also incorrect. They are also responsible for their own sense. The taste, vision, feel, sound and smell are that sense. It is true that the feeling is created from these. But it cannot be denied that there are some other things like itchai and gnanam. Thus *Indriyanma vatham* is denied.

4. **இலிங்கசரீர ஆன்மவாதம்:**

இறந்த பின்பிறப்பதற்கு ஆன்மாவுக்கு கதிசாதனமாய் உள்ள லிங்கசரீரமே ஆன்மாவாகும் என்பது வேறுசிலர் கொள்கை. (இந்த லிங்க சரீரத்திற்கு சூக்கும சரீரம் என்ற பெயராம்). தூலஉடம்பின் இந்திரியங்களால் அறியப்படும் விடயங்கள் சூக்குமசரீரத்திற்கு புலப்படாது. அப்படி இருக்கும் பொழுது உறங்கிய, நபர் தான் கண்ட கனவு பொருளை உணர்ந்த பிறகு சொல்லும்பொழுது, உணர்ந்த நேரத்தில் அனுபவங்கள் கனவிலும் பின்னிக்கிடப்பதால் நுண்ணுடலுக்கும் பருஉடலுக்கும் உள்ள பிணைப்பு புலனாகிறது. ஆன்மாவானது பருவுடலை விழிப்பு நிலையில் பயன்படுத்திக்கொள்வது போல, நுண்ணுடலை கனவு நிலையில் பயன்படுத்திக் கொள்கிறது. ஆகவே ஆன்மா எனும் தனி தத்துவப் பொருள் இவ்விருவுடல்களையும் உள் சட்டை புறச் சட்டைகளை நாம் அணிந்து கொள்வது போல அணிந்து உள்ளது. ஆக ஆன்மா என்பது பருவுடலில் இருந்து வேறுபட்டது போல நுண்ணுடலிருந்தும் வேறுபட்டது.

Somebody tell that the subtle body is the soul. Things kinown by the senses of the physical body are not visible to the subtle body. In such a case, when the sleeping person realizes the object of the dream and says it, the experiences at the time of realization are intertwined with the dream, so the connection between the subtle body and the gross-body becomes apparent. As the soul uses the gross body in the waking state, the subtle body uses it in the dream state. Therefore, the soul is wearing these two bodies as we wear inner shirt and outer shirt. So the soul is different from the subtle body just as it is different from the gross body. Thus linga *sareera Anma vatham* is denied.

5. பிராணான்மா வாதம்:

நாம் சுவாசிக்கும் வாயுவிற்கு பிராணன் என்று பெயர். ஆன்மாவுக்கும் பிராணன் என்று ஒரு பெயர் உண்டு. எனவே இவ்வாயுவே சிலர் பிராணன் என்பர். ஆனால் இதுவும் சரியன்று. பிராணன் என்பது ஆன்மா உடலில் உள்ளது என்பதைக் குறிக்கும் சான்றாகும். ஆன்மாவுக்கு பிரிவுகள் இல்லை. ஆன்மாவானது ஞானா, இச்சா, கிரியா என்னும் சக்திகளுடன் கூடியது. ஆகையால் பிராணவாயுவை ஆன்மா என்று ஏற்க முடியாது.

The gas we breathe is called *prana*, soul also has a name *Prana*. So this what some people call Prana. But this is also incorrect, *Prana* is the proof that the soul is in the body. Soul has no divisions. The soul is endowed with the powers of *gnana, itcha and kriya*. Therefore *pranavayu* cannot be accepted as soul.

6. பிரமாத்துவாதம்:

சிலர் பிரம்மமே ஆன்மா என்பர். இந்திரியங்களின் உதவி இன்றியே எல்லாவற்றையும் அறியும் ஆற்றலுள்ளது பிரம்மம். ஆன்மா இந்திரியங்கள் அன்றி தன் இச்சா, ஞான, கிரியா சக்திகளை உபயோகிக்காது. ஆன்மா அரசன் போல நின்று புலன்கள் முதலியவற்றோடு பொருந்தி தன்னுடைய உடல், கரணங்களை அமைச்சர்களை போல நிற்கும். மாயையின் விளைவான இத்தகைய உடல், கரணங்களை பிரம்மம் ஏற்க வேண்டியது இல்லை என வகுத்து ஆன்மா பிரம்மத்தின் இன்று வேறுபட்டது என நிலை நிறுத்தப்படுகிறது.

Some say that *Bhrama* is the soul. *Bhramam* has the power to know everthing without the help of the senses. The soul does not use its itcha, *gnana, kriya* powers other than the senses. The soul stands like a king in harmony with the senses etc, and its bodies and organs stand like ministers. Such physical elements, which are the result of *Mayai*, are not accepted by *Bhrama* and the soul is held to be different from *Bhrama*.

7. சமுச்சயான்மாவாதம்:

சுக்கிலசுரோணிதங்கள், பஞ்ச பூதங்கள், பஞ்ச கோசங்கள் மற்றும் இந்திரியங்கள், பஞ்ச வாயுக்கள் இவற்றின் கூட்டமே (சமுச்சயம்) ஆன்மா

என்பர் சிலர். இதுவும் சரியன்று. யோக சாதனத்தினால் துரியம் துரியாதீதம் என்னும் நிலைகளை அடைந்த யோகிக்கு அங்கு ஏற்படும் தனிச்சிறப்பான அனுபவங்களை அந்தயோகியின் ஆன்மா அன்றி வேறு ஒன்றினாலும் அறியவோ அதனை துய்க்கவோ இயலாது.

Some people say that the soul is the aggregate of *sukkilasronitham, panchabootham, pancha kosam, pancha vayus* and sense organs. This is also incorrect, A yogi who has reached the states of *Duriyam, Duri-yatheetham* through yogic sadhana cannot be known or consumed by anything other than the yogi's soul.

பசுவின் தத்துவம்

ஆக ஆன்மா அல்லது பசு அல்லது சேதனன் எனப்படும் உயிர்ப்பொருள் ஞானசக்தி இச்சா சக்தி கிரியா சக்திகளைப் பெற்றதாய், இன்பம் துன்பம் விருப்பு-வெறுப்பு முயற்சி அறம் ஆகிய இவைகளுக்கு உறைவிடமாய், தன் கன்மத்தின் மலத்தால் பூசப்பட்ட மாசுடன் கூடியதாய், தன்னைத்தான் அறிய முடியாததாய், கன்மத்தின் விளைவாய் பிறப்பு இறப்பு என்பதை பெற உடையதாய், கன்மத்திற்கு ஏற்றதான உடலைப் பெற்று அந்த உடலிலிருந்து, தான் ஓர் அரசன் என தனது தனுகரணாதிகளை தனது உரிமை சுமையென பெற்றதாய் வழங்கும் தனி பொருளாம். மலங்களை போக்கிக்கொண்டால் தன் சொரூபத்தை தான் அறிய வல்லதாகும் . சரியை, கிரியை, உபதேசம் முதலிய உபாயங்களால் மாயை நீங்கி இறைவனுடன் கலக்கும் இயல்பையும் பெற்றது.

சொரூபநிரூபகம்:

ஒரு பொருளின் சொரூபதன்மையை (சுயரூபம்) எப்படிப்பட்டது என்பதை ஐயம் திரிபு இல்லாமல் வரையறுத்த, சில இலக்கணங்களை எடுத்துக்காட்டி நிலைநாட்டுவது ஆகும். எடுத்துக்காட்டாக ஆன்மா என்பது உயிர் பொருள். அதை நிரூபிக்க வல்ல சுகதுக்கங்களை நுகர்தல் என்னும் குணம் ஆன்மாவின் சொரூபத்தை நிரூபிப்பது ஆகும்.

நிரூபித சொரூபம்:

பொது குணங்களால் நிலைபெற்ற ஒரு பொருளின் தனிச் சிறப்பான குணங்கள், அப்பொருளை ஏனைய பொருள்களிலிருந்து பாகுபாட்டால் வலியுறுத்தி காண்பிக்கும். எடுத்துக்காட்டாக ஆன்மாவிடம் உள்ள ஞான இச்சா கிரியா

சக்திகள் முதலியனவும், யோக சாதனையால் கிடைக்கப்பெற்ற அணிமாதி எண்வகை சித்திகள் முதலியவும் ஆன்மாவின் தனிச்சிறப்பை நிரூபித்துக் காட்டும்.

The soul have the *itcha, kirya and gnana sakthi.* It is the place for sorrow, pleasure, like-aversion, effort and morality. It possess with *malam.* It cannot realize itself. It have the birth-death cycle due to karma. It receives the body according its karma. It have the body with organs. It is a unique. If it eliminates it's *malam,* knows about its original. It will merge with Lord by eliminating malam with the help of *sariyai, Kiriyai and ubathesam.*

Sorooba nirubagam:

It is to define without ambiguity the nature of an object *(Suyaroobam)* and establish some definition like grammar. For example the Soul is the live material. It is proved by consuming the joy and sorrows. This character prove the self form of the soul.

Nirubitha soroobagam:

Special qualities of an object established by general qualities, distinguishing that object from other objects. For example gnana, itcha, kiriya sakthis etc. in the souls and the eight Siddhis obtained by yogic attainments etc, prove the uniqueness of the soul.

அலகு 5

அருவருவப்பொருள்

அருவுருப்பொருளை 1. சித்துப்பொருள் 2. அசித்துப்பொருள் என இருபிரிவாக பிரிப்பர். இதனை சேதன (உயிருணர்வு உள்ளவை), அசேதனப் பொருள் (உயிருணர்வு அற்றவை) எனவும் கூறுவர்.

சித்துப் பொருள் (அறிவுள்ளபொருள்) எல்லாவகையிலும் மிகத் தூய்மையானது. சர்வ வல்லமை பெற்ற சித்துப்பொருளில் உள்ள உயிருக்கு ஐந்து வேறுபாடுகள் உண்டு. முக்கியமாக விழிப்பு, கனவு, உறக்கம் என்ற மூன்று அவத்தைகளைக் கொண்டுள்ளது. இயக்கம் உண்டு. இந்திரியம் உண்டு: அறிவும் உண்டு.

அசித்துப்பொருள் (அறிவற்றபொருளுக்கு) உள்ளே இருக்கும் உயிர் ஐந்துவித அவத்தைகளுள் உறக்க அவத்தையை மட்டுமே கொண்டுள்ளது. அசித்துப் பொருள் மாயா காரியத்தால் தோற்றுவிக்கப்பட்டது: வல்லமையற்றது: இயக்கமற்றமற்றது. ஆகவே அருவுருப் பொருள்களின் மூல அலகுகளாகிய

1. **உயிர் 2. அணு**

ஆகியவைகளின் பாகுபாட்டை நன்றாக அறிந்துகொள்ள வேண்டும். உயிர் அருவுருப்பொருளாக எல்லா அணுக்களிலும் முக்காலமும் உள்ளது. உயிர் எல்லா அணுக்கள்தோறும் அகத்தே உள்ளது.

- உயிர் அறிவுற்றிருந்தால் அதனை அறிவுற்றஅணு என்றும்
- உயிர் அறிவற்றிருந்தால் அறிவற்ற அணு என்றும் வகைப்படுத்தப் பட்டடுள்ளது. இவ்விரண்டு அணுக்களும் உயிரைக் கொண்டுள்ளன.

அணுவில் உள்ள பதி, பசு, பாசம் என்ற மூன்று முக்கிய நித்திய துணுக்குகளைப் பற்றி அறிந்தோம். மேலும் திருமூலர் அணுவினுள் உள்ளகாரணகாரிய கருவிகளைக் (தத்துவங்கள், மெய்) கணக்கிட்டு கூறுகிறார்.

- "நாலொரு கோடியேநாற் பத்தெண்ணாயிரம்
  மேலும் ஓரைந்நூறு வேறாயடங்கிடும்
  பாலவை தொண்ணூறோ டாறுட்படுமவை
  கோலிய ஐயைந்துளா குங்குறிக்கிலே"– திருமந்திரம் 2178

அணுவில் நான்கு கோடியே நாற்பத்தெண்ணாயிரத்து ஐநூறு மெய்கள் சிறப்பாகக் காணப்படும். அவை அனைத்தும் தொண்ணூற்றாறு என்று கூறப்படும் மெய்களில் அடங்கும். அவற்றையும் அடக்கிக் கூறினால் இருபத்தைந்து என்கிறார்.

5.1. தத்துவங்கள் தொண்ணூற்றாறு.

திருமூலர்கூறிய 40048500 மெய்களையும் அறிய சித்தர்களை அன்றி வேறொருவராலும் கணக்கிட்டு கற்றுணர இயலாது. இங்கு கூறும் தொண்ணூற்றாறு தத்துவங்கள் அருவுருப்பொருளாகிய அணுவினுள் கிடப்பதைக் கண்ணால் காண இயலாது. எனினும் தொண்ணூற்றாறு தத்துவங்களைக் கொண்டு அணு பல அணுக்களால் ஆகிய உடலில் அமையும் போது உருவத்திற்கேற்ப பெரியதாகி ஒன்றோடொன்று பின்னி இணைந்து செயல்புரிகின்றன.

இத்தொண்ணூற்றாறு தத்துவச்சேர்க்கையால் உயிர்கள் உண்டாகி, உயிர், உருப்பெற்று பெருகி பெரியதாகி உடல் பெற்று வாழ்ந்து, தன் இயற்கைக் கடனை ஆற்றி தன்இனத்தைப் பெருக்கி, முதுமை அடைந்து, பழையபடி தொண்ணூற்றாறு தத்துவங்களாக மாறிப்போவதும், காலச்சக்கரத்தின் வியப்பான நியதியாகும்.

தத்துவம் என்பது கருவி என்ற பொருளில் வருகிறது. உயிர் இன்பதுன்பங்களை அனுபவிக்கிறது. அவ்வாறு அனுபவிக்கும் அனுபவங்களுக்குத் துணைசெய்யும் கருவிகளே தத்துவங்களாகும். அணுவில் உள்ள தொண்ணூற்றாறு தத்துவங்கள்

- உறுதியாம் பூதாதி ஓரைந்தாம்
  உயர்கின்ற பொறியைந்து புலன் ஐந்தாம்
  கருதியா கன்ம விந்திரியம்ஐந்தும்
  கடிதான ஞானேவிந்திரியம் ஐந்தும்
  திருதியாந் தீதாயகரண நான்கும்
  திரமான அறிவொன்றும் நாடிப்பத்தும்
  மறுதியாம் வாயுவது பத்துமாகும்
  மகத்தான ஆசயமஞ்சு கோசமஞ்சே

அஞ்சவே ஆதார மாறுமாகும்
அரியமண்டல மூன்றுமலமு மூன்றாம்
தொஞ்சவே தோடமூன்றீ டணைதான்மூன்
றோதகமாய் குணமூன்று வினைஇரண்டாம்
தஞ்சவேராக மெட்டுஅவத்தை ஐந்து
தயங்கியதோர் கருவிகள்தாம் தொண்ணூற்றாறு
ஒஞ்சவே ஒவ்வொன்றாய் விரித்துச்சொல்வேன்
உறுதியாம் பூதாதி உரைக்கக்கேளு"-

யூகி வைத்திய சிந்தாமணி, வேதாந்ததத்துவ
கட்டளை சதக நாடி

முதல் தத்துவம் 30

1. பூதம் (பருப்பொருட்கள்) - 5
2. பொறி (ஞானேந்திரியம்- அறிவுக்ருவிகள்) - 5
3. புலன் (ஞானேந்திரியவிடயங்கள் - அறிவியக்கங்கள்) - 5
4. கர்மேந்திரியம்(தொழிற்கருவிகள்) - 5
5. கன்மேந்திரியவிடயங்கள்(தொழிற் இயக்கங்கள்) - 5
6. அந்தகரணங்கள் (உள்ளறிவுக் கருவிகள்)- 4
7. அறிவு - 1

இதில் கன்மேந்திரியம்விடயம், அறிவு நீங்க மீதமுள்ள 24 தத்துவங்களுக்கு ஆன்ம தத்துவம் அல்லது அசுத்த தத்துவம் என்று பெயர்.

இரண்டாம் தத்துவம் 30

8. நாடி 10
9. வாயு 10
10. ஆசயம் 5
11. கோசம் 5

மூன்றாம் தத்துவம் 36

12. ஆதாரம் 6
13. மண்டலம் 3
14. மலம் 3
15. தோடம் 3

16. ஈடணை 3
17. குணம் 3
18. வினை 2
19. இராகம் 8
20. அவத்தை 5

5.1.1. 96 தத்துவம் சிவப்பிரகாச கட்டளை

1. பூதம் - 5
2. பொறி (ஞானேந்திரியம்) - 5
3. புலன் (ஞானேந்திரியவிடயங்கள்) - 5
4. கர்மேந்திரியம் - 5
5. அந்தகரணங்கள் - 4
6. சுத்த வித்தியா தத்துவம் (7 உணர்வு நிகழ்ச்சி பொருட்கள்)
   காலம், கலை, நியதி, நினைப்பு, விருப்பு, மகன், மாயை
7. பஞ்ச சிவதத்துவங்கள்(5 சிவநிலை பொருட்கள்)
   சுத்தவித்தை (தூயநினைவு) தலைமை, அருள்நிலை, அன்னை, அத்தன்.

இது அகக்கரணம் – (உட்கருவிகள்) 36 எனப்படும்.

8. புறக்கருவிகள் 25 (பஞ்சபூதங்களின்கூறுகள்)
9. வாயில் 10
10. நாடி 10
11. கன்மேந்திரியவிடயங்கள் - 5
12. வாக்கு 4. (நுண்ணோசை, நினைவோசை, மிடற்றோசை, செவியோசை)
13. குணம் 3
14. அகங்காரம் 3 (தைச்சாகங்காரம், வைகாரிகாஅகங்காரம், பூதாதி அகங்காரம்)

புறக் கரணம் (புறக்கருவிகள்) 60. மொத்தம் 96.

5.1.2. 96 தத்துவம் - திருவாலவாய் கட்டளை : சித்தாந்த கட்டளை:

மேற்கூறியதில் அகங்காரம் 3 நீக்கி, ஈடணை 3 சேர்க்கவும்.

5.1.3. 96 தத்துவம் - தத்துவதீபிகை

(வினை, அறிவு, ஈடணை, ஆசயம் - தவிர)

1. பொறி –10
2. புலன்- 10
3. நாடி - 10
4. வாயு - 10
5. கோசம் - 5
6. (உடல்) தாது - 7
7. ஆதாரம் - 6
8. மலம் - 3
9. தோடம் - 3
10. வாசல் - 9
11. குணம் - 3
12. கரணம் - 4
13. இராகம் - 8
14. அவத்தை - 5
15. மண்டலம் - 3 மொத்தம் 96.

விளக்கம். – A set of structural, functional and psychological components ninety six in number which are the constituent principles of nature human body

5.1.4 முதல் தத்துவம் - 30.

1. **ஐம்பூதம் – Five elements – Earth, water, fire, wind and Space**

ஐம்பூதங்கள்	இயற்கைசெயல்	வடிவம்	நிறம்	பண்பு	சுபாவம்	தொழில்
மண்	உரத்துத்தரிக்கும் bearing strength	நாற் கோணம் Square	பொன் golden colour	கடினம் firm	கிடத்தல் lying down	பொறுத்தல் Tolerance
நீர்	குளிர்ந்துபதம் செய்யும் processing with cold	இரு கோணம் two angle	படிகம் crystal colour	நெகிழ்ச்சி flexibility	பரத்தல் spreading	கட்டுண்டல் Binding
தீ	சுட்டொன்று விக்கும் producing heat and merging	முக் கோணம் triangle	செம்மை red colour	சுட்டொன்றுவித்தல் producing heat and merging	வனவுதல் waving	உலர்த்தல் Drying
கால்	சலித்துளவையும்திரட்டும் aggregate by filter	அறுகோணம் hexagon	கருப்பு black colour	சலித்துத் திரட்டல் aggregate by filter	நிறைத்தல் Filling	விம்முதல் Sounding
விண்	நிரந்தரமாய் இடம்கொடுக்கும் giving space permanently	வட்டம் giving circle	புகை smoke colour	இடம்கொடுத்தல் giving space	நிற்றல் stand by	இடம் கொடுத்தல் giving space

2. ஐம்பொறிகள் (ஞானேந்திரியம்) – 5

1. செவி – ஆகாயத்தினிடமாய் நின்று செவியைப் பொருந்தி ஒலியை அறியும். Exists in the space and listening to the sound
2. மெய் – வளியினிடமாய் நின்று உடலில் பொருந்தி ஊற்றை அறியும். – Exists in the air and feeling the peception that fits into the body.
3. கண் – தீயினிடமாய் நின்று கண்களில் பொருந்தி உருவத்தை அறியும். – Exists in the fire and look into the eyes and know the image.
4. நாக்கு – நீரினிடமாய் நின்று நாவில் பொருந்தி ருசியை அறியும். Exists in the water and tasting on the tongue.
5. மூக்கு – மண்ணிடமாய் நின்று மூக்கில் பொருந்தி வாசனையை அறியும். Exists in the soil and smell the fragrance by nose.

3. ஐம்புலன்கள் (ஞானேந்திரியவிடயங்கள்) – 5

1. கேட்டல் – ஒலி – sound
2. ஊறுதல் – ஊறு - perception
3. பார்த்தல் – ஒளி - vision
4. சுவைத்தல் – சுவை - taste
5. நுகர்தல் – நாற்றம். - smell

4. கன்மேந்நிரியங்கள் – 5

வாய் – ஆகாயத்தினிடமாய் நின்று பேசும். – Exists in the space and speak.

கால் – காற்றினிடமாய் நின்று நடக்கும். - Exists in the air and walking

கை – தீயினிடமாய் நின்று கொடுக்கும். - Exists in the fire and giving

எருவாய் – நீரினிடமாய் நின்று மலத்தைக் கழிக்கும். Exists in the anus and defecating

கருவாய் – மண்ணிடமாய் நின்று சுக்கிலத்தைக் கழித்து ஆனந்திக்கும் Exists in the genital region and enjoy.

5. கன்மேந்திரிய விடயங்கள் – 5

பேசுதல் - speaking

நடத்தல் - walking

கொடுத்தல் - giving

விடுத்தல் - defecate

ஆனந்தித்தல் - enjoy

6. **அந்தக்கரணங்கள் – 4**

மனம் - ஒன்றை நினைக்கும்(பற்றும்) - mind think one

புத்தி - அதனை விசாரிக்கும் (நிச்சயிக்கும்) - intellect will enquire

சித்தம் - சிந்திக்கும் - will will thinking

அகங்காரம் - அதனை மென்மேலும் எழுப்பும் - ego will develop the thinking

7. **அறிவு – 1**

தன்னைக் கண்டு மகிழ்ந்திருக்கும். knowledge that will happy by knowing itself

5.1.5 இரண்டாம் தத்துவம் - 30

1. **வாயுக்கள் – 10 – 10 Vital vayus.**

    1. பிராணன்
    2. அபானன்
    3. வியானன்
    4. உதானன்
    5. சமானன்
    6. நாகன்
    7. கூர்மன்
    8. கிருகரன்
    9. தேவதத்தன்
    10. தனஞ்செயன்

வ.எண்	வாயு	இருப்பிடம்	தொழில்	நிறம்	கடவுள்
01	பிராணன் - வளிக்கூறு உயிர்க்கால் Piranan – Life force/Air.	மூலாதாரத்திலிருந்து வெளிப்பட்டு தலையை இடமாகக் கொண்டு மார்பு, கழுத்து இவ்விடங்களில் வாழும். It Exists from Moolatharam, resides in the place of head, chest and neck.	மூச்சுவிடலாற் 12 அங்குலம் சென்று மீண்டும் 8 அங்குலம் உள்ளுக்கு பாய்ந்து 4 அங்குலம் வீணாய்ப் போகும். உணவுகளை செரித்தல், மூச்சு விடல், வாங்கல் செய்யும். மனம், புத்தி, உள்ளம் இவற்றைத் தன்வயப்படுத்தி காரி உமிழ்தல், இருமல்,தும்மல், ஏப்பம் விடல் செய்யும். It expel 12 inches, re-enter 8 inches and waste of 4 inches. It is responsible for respiration and digestion. It control the mind, intellect, soul and functionate the cough, sneeze and belching.	நீலம் Blue	சந்திரன் Moon
02	அபானன் - தீக்கூறு கீழ்நோக்குக்கால் Downward Air.	சுவாதிட்டானம் - குதம், குய்யம், தொடை, நீர்ப்பை இடுப்பு பூட்டில் வாழும். It exists in anus, genital organ, thighs, bladder and hip joint.	கீழ்நோக்கி கரு, மலசலத்தைத் தள்ளும். ஆசனவாயைச் சுருக்கும். அன்னசாரத்தை சேரவேண்டிய இடங்களில் சேர்க்கும். Responsible for absorption and assimilation of essence, excretion of urine and faeces, ejection of semen and expulsion of contents of the uterus, contracts and relaxes the sphincters.	பச்சை Green	வரதராசன் Varatharajan

வ.எண்	வாயு	இருப்பிடம்	தொழில்	நிறம்	கடவுள்
03	வியானன் - வாயுக் கூறு - பரவுகால் Centrifugal Air.	தோலிலிருந்து உடல் முற்றும் பரவி இருதயத்தில் வாழும். exists from the skin it spreads all over the body and resides in the heart.	எழுபத்தீராயிரம் நரம்பிலும் சென்று, உடலிலுள்ள அசையும் பொருள், அசையாப்பொருள் என்று இரண்டிலிருந்து உறுப்புகளை நீட்டவும், மடக்கவும் செய்யும், பாசங்களை அறியும்.உண்ணும் உணவின் சாரத்தை அவ்வவ்விடங்களில் நிறைப்பித்து உடலைக் காக்கும்.It disseminates all over the body through 72,000 vessels and nerves causing voluntary and involuntary functions. Takes the essence of food to all parts of the body. Responsible for touch sensation.	பால் Milky white	எமன் Eman

வ.எண்	வாயு	இருப்பிடம்	தொழில்	நிறம்	கடவுள்
04	உதானன் - மண்கூறு - மேல்நோக்குக் கால் Upward Air	அடிவயற்றிலிருந்து தோன்றி மார்பை இடமாகக் கொண்டு நாபி, கழுத்து, மூக்கில் வாழும். exists from the lower abdomen, resides in the chest, lives in the place of umbilicus, neck and nose.	உணவின் சாரத்தில் கூடியிருந்து அதை அங்கங்கே நிறுத்தும், வெளிப்படுத்தும், கலக்கும்.பேச்சுக்கு முதற்காரணமாய் இருப்பதோடு அல்லாமல், முயற்சி, மனோதிடம், உடல்வன்மை, உடல் நிறம், உடல்ஒளி, நினைப்பு ஆகியவற்றை உண்டாக்கும். Responsible fo all upward or cephalic movements viz., vomiting, hiccup, belching and cough. It is responsible for speech, stations the essence of food at appropriate place(nutrition). Thus helps in the digestion and assimilation of food. It creates body color, shine, stength, effort, will power, and thoughts.	மின்னல் Minnal colour	அக்கினி தேவன் Agni devan;

வ.எண்	வாயு	இருப்பிடம்	தொழில்	நிறம்	கடவுள்
05	சமானன் - நீர்க் கூறு - Digestive/Homeostatic Air.	நாபியிலிருந்து வயிறு முழுவதும் வாழும் lives from umbilicus to entire abdomen.	கால்வரைக்கும் சமமாய்ப் பரவிப் பாய்ந்து மற்ற வாயுக்களை மிஞ்சவொட்டாமற் மடக்கிச் சரிப்படுத்திச் சேரப்பண்ணும். அறுசுவைகளையும், தண்ணீர், அன்னம் ஆகியவற்றையும் சமப்படுத்தி உடலிலெல்லாம் சேரும்படிச் செய்யும். It balances other components, responsible for assimilation. Equalizes six tastes, water food etc.	புட்பராகம் Colour of Topaz	சூரியன். Sun
06	நாகன் அறிவுக்கால் Intellectual Air.		எல்லாக் கலைகளையும் கற்கும்படி அறிவை எழுப்பும். நல்ல பண்புகளை கொடுக்கும். கண்களைத் திறக்கும்படியும் இமைக்கும்படியும் செய்யும். மயிர்களைச் சிலிர்க்கச் செய்யும். Responsible for higher intellectual funcions, hearing, thinking, singing etc. it causes opening of eyelids, blinking of the eyes and goosebumps.	பொன் Golden	அனந்தன் Anandhan

வ.எண்	வாயு	இருப்பிடம்	தொழில்	நிறம்	கடவுள்
07	கூர்மன் விழிக்ககால் Visual Air	மனம் Mind	கண்ணிலிருந்து இமையைக் கொட்டுவிக்கும். கொட்டாவி விடப்பண்ணும்.வாயை மூடப் பண்ணும். பலத்தை உண்டு பண்ணும். கண்களைத் திறக்கவும், மூடவும் செய்யும். உலகப் பொருட்களை எல்லாம் கண்களுக்கு காண்பிக்கும். கண்களினின்று நீரை விழச் செய்யும். Which causes yawning, strengthens body, opening and closure of eyelids, visual interpretation and lacrimation.	வெள்ளை White	திருமால் Thirumal
08	கிருகரன் தும்மல்கால் Secretory Air	நாக்கு Tongue.	நாவில் கசிவையும், நாசியில் கசிவையும் உண்டாக்கும். ஒன்றை நினைத்திருக்கச் செய்யும். தும்மல், இருமலை உண்டாக்கும். which is responsible for oral and nasal secretions, Therefore causes cough, hunger, sneezing etc.	கருப்பு Black	சிவன் Sivan

வ.எண்	வாயு	இருப்பிடம்	தொழில்	நிறம்	கடவுள்
09	தேவதத்தன Tiresome Air;	குதம், குய்யம் Anus and external genital organs.	வளைவு வடிவமாய் கிளம்பி சோம்பலையும், உடல் முறித்தலையும் உண்டாக்கும். தூங்கி எழும்போது அயர்ச்சியை உண்டாக்கும். கண்களை பல இடங்களில் ஓட்டும். தாங்குல், சண்டைகொள்ளல், தர்க்கம் பேசல், மிக்க கோபத்தை உண்டாக்கல் ஆகியவற்றைச் செய்யும். which is responsible for lassitude, anger, laziness, lethargy, irritability, argumentative character and resentment. Responsible for oculomotor activity.	புகை Smoke	தேவேந்திரன் Devendhiran
10	தனஞ்செயன் Intracranial Air	மூக்கு	உடம்பு முழுமையும் வீங்கப்பண்ணும். காதில் கடல் போன்ற இரைச்சலிட்டு இறந்த பிறகு காற்றெல்லாம் வெளிப்பட்ட பின்னர் மூன்றாவது நாளில் தலை வெடித்த பின்தான் போகும். Which is responsible for swelling of the body and leaves the body through the head on the third day of death.	நீலம் Blue	தன்வந்திரி Dhanvanthiri

10. தச நாடிகள்:

1. **இடகலை - Lunar Phase** - வலதுகால் பெருவிரலிலிருந்து கத்தரிக்கோல் மாறாலாக இடது மூக்கை பற்றி நிற்பது. உடம்பின் இடப்புற உறுப்புகளை இயங்கச் செய்யும் நரம்பு. - The nerve currents of pranan in the human body originating from the right toe, and passing through the left of the spinal column, finally enters the left nostril. The vital air passing through the left nostril. The nerve that activates the left side of the body.
2. பிங்கலை - Solar Phase - இடது கால் பெருவிரலிலிருந்து கத்தரிக்கோல் மாறாலாக வலது மூக்கை பற்றி நிற்பது. உடம்பின் வலப்புறமுள்ள உறுப்புகளை இயங்கச் செய்யும் நரம்புகள் இடப்புற நரம்பின் பின்புறம் சென்று, சுழன்று மாறி வருவதால் இது பின்கலை - பிங்கலை எனப்பட்டது. The nerve currents of pranan in the human body originating from the left toe, and passing through the right of the spinal column, finally enters the right nostril. The vital air passing through the right nostril. The nerve that activates the right side of the body.
3. **சுழுமுனை - Median Channel** - மூலாதாரத்தை தொடர்ந்து எல்லா நாடிகளுக்கும் ஆதாரமாய் நடு நாடியாய் சிரசளவு முட்டி நிற்பது. இடகலையும் பிங்கலையும் கத்தரிக்கோல் மாறுவதுபோல் சுழன்று வருவதால் சுழுமுனை எனப்பட்டது. The nerve currents of pranan in the human body originating from the nerve centre at the sacral region up to that at the cerebral region. The suzhumunai is called because Lunar phase and solar phase are rotate like scissors.

   இம்மூன்றும் வாதத்தில் அடங்கும். இவைகளின் குணம் - மந்தம், மலக்கட்டு, குளிர்ச்சி. Above three are including in Vatham. Characters of these are sluggishness, constipation and cold.
4. **சிங்குவை - Tongue energy Channel -** உண்ணாக்கில் நின்று சோறு, தண்ணீர் இவற்றை விழுங்கச் செய்யும். Located at the root of the tongue, helps in swallowing the food and water.
5. **புருடன் - Right eye energy Channel -** வலக்கண்ணின் அளவாய் நிற்கும். Located in the right eye.

6. **காந்தாரி - Left eye energy Channel** - இடக்கண்ணின் அளவாய் நிற்கும். Located in the left eye..

7. அத்தி - Right ear energy Channel - வலக்காதின் அளவாய் நிற்கும். Located in the right ear.

   இவை நான்கும் பித்தத்தில் அடங்கும். இவைகளின் குணம் - உட்டிணம், தாகம், உழலை, மோகம், பயம், கோபம், நாடி படபடத்தல், வாயு மேனோக்கல். Above the four are including in pitham. Characters of these are heat, thirst, wandering, lust, fear, anger, palpitation, gas expulsion.

8. அலம்புடை - Left ear energy Channel - இடக்காதின் அளவாய் நிற்கும். Located in the left ear.

9. சங்கினி - Urogenital energy Channel - குறியின் அளவாய் நிற்கும். Located in the genital organ.

10 **குகு - Rectal energy Channel** - அபானத்தின் அளவாய் நிற்கும். Locted in the anorectal region.

   இவை மூன்றும் கபத்தில் அடங்கும். இவைகளின் குணம் வாயழற்றல், விழி குழிதல், முகம்வேர்த்தல், நெஞ்சடைத்தல், திசை கலங்கல், தாகம். Above the three are including in kabam. The characters are inflammation, concave of eye, sweating in face, heart block, confused mind, thirst.

11. கோசம் - 5 - Five types of body systems.

    1. அன்னமயகோசம் - உணவுடம்பு - 7 உடற்கட்டுகளால் ஆக்கப்பட்ட உடல். தமோகுணம் மீசுரமுற்ற அகங்காரத்தின் வாயிலாகத் தோன்றிய மகா பூதங்களின் சேர்க்கையால் உண்டான இவ்வுடலுக்கு அன்னமயகோசம் (தூல தனு) என்று பெயர். Physical system - The gross material body constituted by seven physical consitituents.

    2. பிராணமயகோசம் - வளியுடம்பு - பிராணனும் கன்மேந்திரியமும் கூடியது. இராசச குணத்தின் மாற்றமாய் வந்து தோன்றிய பஞ்ச வாயுக்களும் அவற்றின் செயல்களும் பிராணமய கோசம் எனப்படும். Respiratory and Motor system. - It is the combination of pranan and external motor organs like upper and lower limbs, mouth, and rectogenitals.

3. மனோமயகோசம் - மனவுடம்பு - மனமும் ஞானேந்திரி மும் கூடியது. சத்துவ குணம் மீசுரமுற்ற அகங்காரத்தின் வாயிலாகத் தோன்றிய ஞானேந்திரியங்கள், புத்தி, மனம் ஆகியவற்றின் செயல்களுக்கும் அவற்றுக்கு ஆதாரமான தத்துவங்களுக்கும் மனோமய கோசம் என்று பெயர். Mental system/Psychic system - Constituted by the mind and the five organs of perception.
4. விஞ்ஞானமயகோசம் - அறிவுடம்பு - புத்தியும் ஞானேந்திரியமும் கூடியது. இராசச குணம் மீசுரமுற்ற அகங்காரத்தின் வழியாக தோன்றிய இந்திரியங்கள், அந்தக்கரணங்களுடன் அந்தர்யாமியும் சேர்ந்து விஞ்ஞானமய கோசம் உண்டாகும். Intellectual system - Constituted by the intellect and the five organs of perception.
5. ஆனந்தமயகோசம் - இன்பவுடம்பு - பிராணவாயும் சுழுத்தியும் கூடியது. சத்துவகுணம் மிக்குள்ள இடத்தில் ஈசனின் தோற்றம் அந்தர்யாமி என்ற பெயரால் அறியப்படும். இவ்வகையான சத்துவத்தின் மீசுரநிலை, அதில் தோன்றும் பிரம்மம், அங்குக் கிடக்கும் ஆன்மா ஆகியவற்றின் ஒன்றிப்புக்கு ஆனந்தமயகோசம் என்று பெயர். Blissful state - Constituted by the pranan and deep sleep of perception. Where there is an abundance of Sathuva gunam, emergence of Esan is known by the name of Andharyami. This type of abundance of sathuva gunam, emergence of esan, presence of soul are collectively known as Ananthamaykosam.

12. ஆசயம் – 5 – Functional Repositories – Internal viscera such as the stomach, the intestines, the bladder, the kidney etc

1. இரைகுடல் - அமர்வாசயம் - உண்ட அன்னசாரம் அமரும் இடம். A place where food and water stay – Stomach/Digestive system.
2. செரிகுடல் - பகிர்வாசயம் - அன்னம் சீரணித்த பின் சாரம் வேறு திப்பி வேறாக பிரியுமிடம். – A place where ingested food and water gets digested – Small intestines/Absorbing site
3. நீர்க்குடல் - சலவாசயம் - நீர்க்குழியும் நீரிரங்குமிடமும் - A place where unwanted water contents(urine) of the body get processed

to be eliminated. – Repository(Kidney and Bladder) for waste fluids.

4. மலக்குடல் - மலவவாசயம் - மலக்குழியும் மலம் இறங்குமிடமும். A place where unwanted soild contents (faeces) of the body get processed to be eliminated – Repository (Rectum) for solid waste.
5. வெண்ணீர்க்குடல் - சுக்கிலவாசயம் - வெண்ணீர் பிரியுமிடம். A place where reproductive tissues are produced and stored – Repository (Testes & Ovaries) for the reproductive tissues.

5.1.6 மூன்றாம் தத்துவம்

13. ஆதாரம்: Psycho-physical centers namely *Mooladaram, Swathitanam, Manipooragam Anakatham, Visuthi and Aakkinai* are governed by the five elements. It can be correlated to neuro-endocrinal centres – Psycho-Physical centers/Plexuses.

ஆதாரம்	இருப்பிடம்	வடிவம்	இதழ்கள	நிறம்	கடவுள்	அட்சரம்
மூலாதாரம்	குதத்திற்கும், குய்யத்திற்கும் நடுவே குண்டலினி வட்டமாய், வட்டத்தற்கு நடுவே திரி கோணமாய், அதற்கு நடுவே 4 இதழுடைய புட்ப வட்டமாய் கடப்பம்பூ போல இருக்கும். The sacral plexus is located between the rectal and external genitalia (inside the perineum) at the base of spinal column. - Resting place of Serpent power/Rectal plexus.	முக்கோணம் 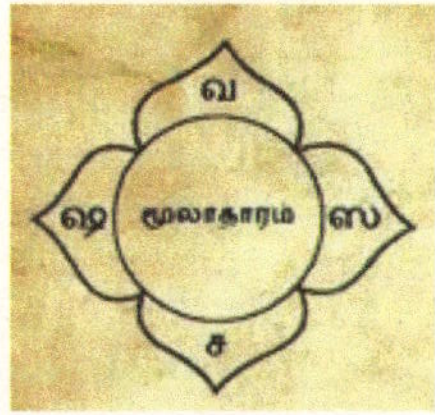	4	மாணிக்கம் Ruby	கணபதி – வல்லபை	ஓம்

ஆதாரம்	இருப்பிடம்	வடிவம்	இதழ்கள	நிறம்	கடவுள்	அட்சரம்
சுவாதிட்டானம்	மூலாதாரத்திற்கு 2 விரற்கடை மேலே: இது நாற்சதுரமும், நடுவே 6 இதழுடைய புட்வ வட்டமும், மத்தியில் லிங்க பீடமும் வீணாத் தண்டினடியாய் இலங்கி நிற்கும். It is situated two finger breadths above the Moolatharam, it is a constituent of earth element.	நாற்சதுரம் 	6	செம்பொன் Gold	பிரம்மா-சரஸ்வதி	ந

ஆதாரம்	இருப்பிடம்	வடிவம்	இதழ்கள	நிறம்	கடவுள்	அட்சரம்
மணிப்பூரகம்	சுவாதிட்டானத்திற்கு 8 விரல் மேலே. இது கோழி முட்டையைப் போல 1008 நாடிநரம்புகள் சூழ நாடிகளுக்கு எல்லாம் வேர் போல உள்ளது. இதை உந்திக் கமலம் என்பர். It is situated eight finger breadths above the Swathitanam, egg shaped, where from 1008 vital channels emerge. It is a constituents of water element.	மூன்றாம் பிறை 	10	மரகதம Emerald	மகாவிஷ்ணு- மகாலஷ்மி -	ம
அனாதகம்	மணிபூரகத்திற்கு 10 விரல் மேலே It is located ten finger breadths above Manipoorakam, it is a constiuent of fire element.	முக்கோணம் 	12	அக்னி நிறம் Fire	சிவன் - பார்வதி	சி

ஆதாரம்	இருப்பிடம்	வடிவம்	இதழ்கள	நிறம்	கடவுள்	அட்சரம்
விசுத்தி	அனாகதத்திற்கு 10 விரல் மேலே - It is located in ten finger breadths above Anakatham, It is a constituent of air element.	அறுகோணம் 	16	கருமை dark	மகேசுவரன் - மகேசுவரி	வ
ஆக்கினை	விசுத்திக்கு 12 விரல் மேலே வீணாத்தண்டின் முடியாய் ஊடுருவி நெற்றிப் புருவத்திடையே உள்ளது. It is located twelve finger breadths above Visuthi in between the two eye brows; it is a constitutent of space element.	வட்டம் 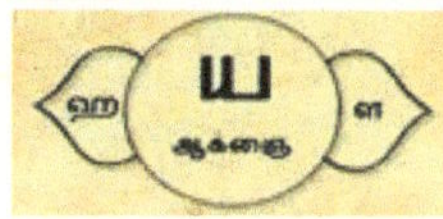	3	படிகம் crystal	சதாசிவம் - மனோன்மணி	ய

14. மண்டிலம் –3 – Region/Zone

1. தீ (அக்னி) மண்டிலம் - இது மண்ணும் நீரும் கூடிய இடத்தல் நாற்சதுரமாய், நடுவே முக்கோணமாய் உள்ளது. மூலாதாரத்திற்கு இரண்டு விரல் மேலே உள்ளது. மூலாதாரம் முதல் நாபி வரை உள்ள இடம். This is located at the place where the earth and the water element meet in a square, a triangle in the centre, the lotus with four petals formed within. This is found two finger breadths above the *Moolatharam*. Place between *Moolatharam* to umbilicus – Fire Zone/Region
2. ஞாயிறு (ஆதித்த) மண்டிலம் - இது இருதய கமலத்தில் அறுகோணமாய் வாழைப்பூ போல கீழ் நோக்கி இருக்கும். உந்திக்கு நான்கு விரல் மேலே உள்ளது. This is found in the heart centre of six pointed hexagon with lotus with eight petals. This is just like banana flower facing downward located four finger breadth above the umbilicus. – Solar zone/Region,
3. திங்கள் (சந்திர) மண்டிலம் - இது கோடி சந்திரசூரியர் உதயமானது போலத் தலை நடுவே நிலையாய் நிற்கும். இதை அமுத கலை என்பர். அமுதம் மேல்நோக்கியும் அக்னி கீழ்நோக்கியும் சரியாய் நிற்கும். This lies in the centre of the eyebrows from where emerges brightness like that of millions of moons and stars. The Ambrosia stands facing upwards; the agni stands facing downward – Lunar Zone/Region,

15. மலம் – 3 – Three spiritual impurities

1. ஆணவம் - இது ஆன்மாவின் அறிவை மறைத்து நான், எனது என்பனவற்றையும், அறியாமையையும் பிறப்பித்து ஒருவனுக்குத் தன் பெண்டு, பிள்ளை, நண்பர் என்பவர்களிடம் ஆசையை உருவாக்கி எதுவும் தனதென்று இருக்குமாறு செய்வது. (உடலை நான் என்று இருத்தல் எனலாம்) One It obscure knowledge about soul yielding to egocentric consciousness like "I" and "Mine" considering everything to be his/her own - Ego
2. கன்மம் - இது ஆணவம், மாயை என்ற இரண்டு விதத்திற்கும் ஒத்திருப்பதோடு இதாகிதத்தினால் புண்ணிய பாவங்களை உண்டாக்குவது.(கண்டவற்றிற்கெல்லாம் ஆசைப்படுதல்) It actions ei-

ther good or bad performed while in the mortal body. – Ethical causation/Deeds/Attachment.

3. மாயை - இது வேறொருவர் பொருளை தனதென்று நினைக்கும் இடையூற்றை விளைவிக்கும். மேலும் துன்பத்தை வருவிக்க முயலுவதும் ஆகும். This can lead to the distress that someone else thinks the object is his own. It will be produce suffering also.

16. தோடம் – 3 – Three humors.

1. வளி (வாதம்)- வாயுவின் கோபம் - Derangement of Vayu
2. அழல் (பித்தம்)- தேயுவின் கோபம் - Derangement of Fire
3. ஐயம் (கபம்) - அப்புவின் கோபம் - Derangement of water.

17. பற்று – ஏடணை – Affinity

1. பொருட்பற்று (அர்த்த வேடணை) - பொருள்(திரவியம்)முதலியவற்றைத் தேடி ஆசைப்படுதல்: அதனால் வரும் பிணக்கு. Affinity towards materials things.
2. புதல்வர் பற்று (புத்திர வேடணை) - பிள்ளைகள் முதலிய சுற்றத்தாரால் வரும் பிணக்கு. புத்திரனைத் தேடி ஆசைப்படுதல். Affinity towards one's own children.
3. உலகப் பற்று (உலக வேடணை) - உலகம் முதலிய விடயங்களைத் தேடி ஆசைப்படுவதால் வரும் துன்பம். Affinity towards world and worldly things.

18. குணம்– 3: Cosmic/Primordial qualities

1. சத்துவம் - அருள், ஐம்பொறி அடக்கல், ஞானம், தவம், பொறை, மேன்மை, மௌனம், வாய்மை, அடக்கம், அன்பு, விவேகம். Chacteristics like Grace,control of the five senses, wisdom, penance, generosity, excellence, silence and truthfulness – Noble/Saintly Qualities.
2. இராசதம் - ஊக்கம், ஞானம், வீரம், அறம், தவம், ஈகை, கல்வி, கேள்வி. Characteristics like wisdom, valour, virtue, penance, offering/alms gifts, Art of learning and listening – princely qualities
3. தாமசம் - ஒழுக்கமின்மை, காமம், சினம், கொலை, சோம்பல், நீதிவழுவல், நெடுந்துயில், பேருண்டி, பொய், மறதி, வஞ்சகம். - Characterisitics like immorality/indiscipline, lust, anger, murderous

attitude, laziness, injustice excessive sleep, gluttony, lie, forgetfulness and revenge – Carnal quality.

19. வினை – 2. Act/Deed

1. நல்வினை - புண்ணியஞ்செய்தல் - Good actions
2. தீவினை - பாவம் செய்தல் - Bad actions

   Two classes of moral actions, good and evil. *Karmam* as the result of deeds done in previous birth

20. இராகம் –8 – Passions.

1. காமம் - ஆசை - Desire/Lust - It renders and individual gets desirous of worldly pleasure
2. குரோதம் - பிணக்கு (சண்டை) - Hatred/Grudge - It produce a feeling of anger or dislike towards somebody
3. உலோபம் - பற்று (பிடிபாடு) - Stinginess/Avarice – It produce extreme desire for wealth rendering one unwilling to spend money.
4. மோகம் - பிரியம் - Infatuation – It produce a strong feeling love or attraction for somebody or something which do not last long.
5. மதம் - கர்வம் - Arrogance – It renders an individual feeling that he is more important than other people and being rude to others.
6. மாச்சர்யம் (உட்பகை) - உள்ளொன்று வைத்து புறமொன்று பேசுதல் - Internal conflict/Envy – It produces a feeling of grudge aroused by the possessions, achievements of others. Putting one in mind and talking the other.
7. இடும்பை - தானே எல்லாவற்றிலும் தலைவன் என நினைத்து யாரையும் இகழ்தல் Superiority – It makes oneself feel high handily and insult somebody.
8. அகங்காரம் - தன் குற்றங்களை அறியாது பிறர் சொல்லைக் கேட்டு கோபித்தல். Egotism – An inflated sense of self-importance or superiority. It never knows own's fault but will get anger from others words.

21. அவத்தை – 5.

அநாதியாகவே ஆணவ மலத்துடன் கூடியிருத்தலால் தானே சுயமாக அறிய முடியாத ஆன்மா நமது உடலில் மற்றைய கருவிகளுடன் கூடி ஐந்து நிலைகளில் நின்று உணர்வுகளை அறிகின்றது.

Avathai is the state of consciousness. The soul, which is incapable of self-realization by being assembled with orphaned arrogant feces, perceives itself in our body in five conscious states along with other instruments: Acting. These states of consciousness are also called action states. These are the five, viz.

1. நனவு - (சாக்கிரம்- விழிப்பு நிலை) - புருடன் என்னும் ஆன்மாவானது அன்னமயகோசத்தில் முப்பத்தைந்து தத்துவங்களுடன் கூடி புருவ மத்தியில் நின்று தொழிற்படும் நிலை. இதில் கருவி (ஞானேந்திரியம், கன்மேந்திரியம் -10), கரணம் (4), ஆகிய 14கும் இன்பதுன்பங்களை; அறிந்து நிற்பதாகும்.

   Consciousness or Awakening – The state in which the soul is stands in the middle of the eyebrows and works with the thirty five principles in the *Annamayakosam.* In this sense organ (*Gnanenthiriyam* 5), structural organs of the body (*Kanmenthiriyam* 5) and 4 Intellectual faculties are feel about the happy and distress.

2. கனவு - இதில் ஆன்மாவானது பிராணமயகோசத்தில் 25 தத்துவங்களுடன் கூடி கண்டத்தில் நின்று செயலாற்றும். இங்கு முன்னர் விழிப்பு அவத்தையில் செயற்பட்ட ஞானேந்திரி யங்கள் ஐந்தும், கன்மேந்திரியங்கள் ஐந்தும் செயற்படாது புருவ மத்தியிலேயே ஒடுங்கி நிற்கும்.

   Dream: This is the state in which the soul stands on the throat and works with the twenty-five philosophies in the prana mayakosam. Here *Gnanenthiriyam* 5 and *kanmenthiriyam* 5 are not working, which are working in conscious state and also include in the middle of eyebrows.

3. உறக்கம் - சுழுத்தி (ஆழ்ந்த உறக்க நிலை). புருடன் என்னும் ஆன்மாவானது மனோமய கோசத்தில் சித்தம், புருடன், பிராணன் என்ற மூன்று தத்துவங்களுடன் கூடி இருதயத்தில் நின்று செயற்படும். கனவு அவத்தையில் செயற்பட்ட கன்மேந்திரியங்கள், ஞானேந்திரியங்கள் ஆகிய கருவிகள் பத்தும் செயற்படாது ஒடுங்கி கண்டத்தில் நிற்கும்.

இப்போது சித்தம் என்னும் தலைமை மந்திரியும், பிராணன் என்னும் உறுதிச் சுற்றமும், புருடன் என்னும் பஞ்சகஞ்சுகத்துடன் (காலம், கலை, நியதி, வித்தை, அராகம்) கூடிய ஆன்மாவுடன் சேர்ந்து இருதயத்தானத்தில் இயங்கும்.

Sleep (deep sleep state): The soul called *Purudan* is in the with the three philosophies of *Siddham, Purudan and Prana* standing in the heart, Here (*Gnanenthiriyam* 5 and *kanmenthiriyam* 5) are not working in dream state in the middle of eyebrows are included in throat. Now siddham called as prime minister, Piranan called as relations, Purudan called as sole which have the 5 shirts are named as *kalam, kalai, niyathi, vidhthai* and ragam are along with soul in Irudayam.

4. துரியம்: இங்கு முன்னர் சுழுத்தி என்னும் ஆழ்ந்த உறக்க அவத்தையில் செயற்பட்ட சித்தமும் தொழிற்படாது ஒடுங்கி இருதயத்தானத்தில் நிற்க, ஆன்மாவானது விஞ்ஞானமயகோசத்தில் புருடன், பிராணன் ஆகிய இரண்டு தத்துவங்களுடன் கூடி உந்தித்தானத்தில் நின்று தொழிற்படும் நிலை. உந்தித்தானம் என்பது நாபிக்கு மேல் நாலு அங்குலம், நாபிக்கு கீழ் நாலு அங்குலம் என்கிற எட்டு அங்குலப்பகுதியாகும். இங்கு சித்தம் செயற்படாது இருதயத்தானத்திலேயே நிற்க, பிராணன் மட்டும் புருடனுடன் சேர்ந்து உந்தித்தானத்தில் இயங்கும். இங்கு உயர்ச்சி, தாழ்ச்சி, சீற்றம், பொறுமை, வைதல், வாழ்த்தல், இன்பம், துன்பம் ஆகியவை இல்லை.

Duriam: Here the will, which had previously been active in the deep sleep state of *Suzhutti,* does not work and condenses to stand in the heart, and the soul is in the state of working together with the two philosophies of Purudan and *Prana* in the scientific enlightenment. The implant is four inches above the navel and four inches below the navel. The will does not work here to stand in the heart, only the determination of the prana to run in the impulse along with Purudan. It is as if the king were sleeping and his government was acting. There is no exaltation, no humiliation, no anger, no patience, no restraint, no greeting, no pleasure and no misery.

5. துரியாதீதம்: இங்கு பிராணனும் உந்தித்தானத்திலே நிற்க ஆன்மா புருடன் என்ற பெயரில் பஞ்சகஞ்சுகச் சட்டையுடன் மூலாதாரத்தில்

நின்று செயற்படும். அதாவது ஆன்மாவானது ஆனந்தமய கோசத்தில் தனியே மூலாதாரத்தில் புருடன் என்ற தத்துவத்துடன் ஆணவ மறைப்பில் தொழிற்படும் நிலை. மலம், மத்தம், மாய்கை, பரிசம் இவற்றை அறியாமல் நிற்கும் நிலை.

Infinity: The state in which the soul stand alone in the blissful cosmos and operates in arrogant disguise with the philosophy of purudan. Here *prana* also stand at the navel place, soul is working named as *Purudan* with 5 shirts stand in *moolatharam.*

அலகு 6

சித்தர்களின் மற்றொரு கோட்பாடு

6.1. பாச இலக்கணம்

பாசம் என்பது மலம். மகாப்பிரளயக் காலத்தில் ஈசனிடம் சகல சட, அசட பொருட்களும் சென்றடங்கும். அவ்வீசனுள் அடங்கும் ஆன்மாக்கள் தத்தம் வினைப் பயனால் பெற்ற மலங்களைக் களிம்பைப் போல மேற்பூச்சாகத் தத்தம்மிடத்துப் பெற்றே இருக்கும். ஆதாரம் ஒன்றுமில்லாமல் ஆன்மா நிலையுறாது ஆகையால், இதற்கு கதி சாதனம் எனப்படும் நுண்ணுடலும் இவ்வவைத்தையில் உண்டு.

உள்ளதே தோற்ற உயிரணையும் அவ்வுடலின்
உள்ளதா முற்செய் வினையும் உள்ளடைவே - வள்ளலவன்
செய்பவர் செய்திப்பயன் விளைக்குஞ் செய்யேபோற்
செய்வன் செயலணையா சென்று. - சிவஞானபோதம் 2 ம்சூத்திரம்.

முன்பிறவிகளில் ஈட்டப்பட்டு உள்ளதாகிய சஞ்சிதவினையே உயிர் நுகர்தற்குரிய இன்பமும் துன்பமும் ஆகிய பலன்களையும், அவற்றை நுகர்தற்குரிய இடமாகிய உடம்பையும் தோற்றுவிக்க, உயிர் அவ்வுடம்பை பொருத்தி அப்பயனை நுகரும். வினைப் பயன்களை நுகரும் முறையிலேயே புதியவினைகள் தோன்றி அடுத்த பிறவிக்கு வித்தாய் அமையும். உழவர் செய்யும் உழவுத் தொழில் தானே அவர்க்குப் பயன் கொடுப்பதில்லை. நிலந்தான் அத்தொழிலை ஏற்று நின்று அதற்கு ஏற்ற பயனை உழவர்க்கு கொடுக்கும். அதுபோல, உயிர்கள் செய்யும் நல்லவையும், தீயவையும் ஆகிய வினைகளை இறைவனே ஏற்று நின்று அச்செயல்களின் பயன்களை அவற்றைச் செய்த உயிர்களுக்குச் சேர்ப்பிப்பான்.

வினைகள் அறிவற்றவை ஆகையால் அவை தாமே தம்மைச் செய்தவரை அறிந்து சென்று அடையமாட்டா. எவ்வுயிர்க்கு எப்பயனை எவ்விடத்தில்

எப்பொழுது சேர்ப்பிப்பது என்பதையறிந்து அவ்வுயிர்க்கு அப்பயனை அவ்விடத்தில் அப்பொழுதில் தப்பாமல் இறைவன் சேர்ப்பிக்கின்றான்.

பாசம் என்பது உலகு ஆகையால் ஈசனே கர்த்தனாய் நின்று மாயையை துணைக் காரணமாய் ஏற்று உலகை படைத்துப் போக்கியங்களைத் (நுகர்பொருட்களை) தோற்றுவித்து உயிர்களுக்கு உடலையும் அளித்து பிறப்பில் புகுத்தித் தமது இதகன்மங்களால் சிவப்பேற்றைப் பெறமுயலுமாறு ஒரு வாய்ப்பை அளிக்கிறான்.

ஆக உலகும் உடலும் (பாசம்) தோன்றுவதற்கு ஈசனே உபாதான (துணைக்) காரணம் ஆவான். யாதொரு காரணத்தின் கூட்டின்றி காரியம் நிலையுறாதோ அக்காரணத்திற்கு துணைக் காரணம் என்றும், அக்காரணத்திற்கும் காரியத்திற்கும் இருக்கும் சம்பந்தத்தை சமவாயம் (நீக்கமின்றி நிற்றல்) என்றும் கூறுவர்.

சமவாயம் – இது இருவகையாகும்.

1. குணத்திற்கும் குணிக்கும் உண்டாகும் ஒற்றுமைத் தொடர்பு. இது தாதான்மியம் எனப்படும். அதாவது ஒருமையுள் இருமை. (இறைவனுக்கும், சக்திக்கும் உள்ள தொடர்பு)
2. இருமையுள் ஒருமைத்தொடர்பு. இது அத்துவிதம் எனப்படும். அதாவது இறைவனுக்கும் உலகத்துக்கும் உள்ள தொடர்பு.

தாதான்மியம்: பொருள் ஒன்றாயினும் ஒரு வகையில் இரண்டு போலக் காணப்படும் தன்மை தாதான்மிய சம்பந்தம் எனப்படும். குணத்திற்கும் அதனையுடைய குணிக்கும் இடையேயுள்ள இயைபு தாதான்மியமேயாகும். தமிழில் இது தற்கிழமை எனப்படும். உ. ம். சூரியன் தகிக்கிறான். வெயில் தகிக்கிறது. இரண்டு வாக்கியத்திற்கும் கருத்து ஒன்றுதான். இதனால் சூரியனும் அதன் ஒளியும் வேறல்ல என்பது விளங்கும். அதே போல் சிவம் என்றும் சக்தி என்றும் இருபொருள் போல வழங்கப்படினும் அவை இருபொருள் எனப்படாது. ஆற்றலாகிய சத்தி குணமும், அதனுடைய சிவம் குணியும் ஆகும். பிறபொருளை நோக்காது தானாய் நிற்கும் நிலையில் சிவம் என்றும், பிறபொருட்களை நோக்கி அவற்றைச் செயற்படுத்துபவனாய் நிற்கும் நிலையில் சத்தி என்றும் இருவகையாய் நிற்பான். எனவே சிவம், சக்தி என்ற இவ்விரண்டும் நிலை வேறுபாடேயன்றிப் பொருள் வேறுபாடு அன்று.

உடலினை பெற்ற உயிர் உடலையும், இந்திரியங்களையும், இந்திரியார்த்தங்களையும் அறிய வல்லது. ஆயினும் இவ்வுடலோ இந்திரியங்களையும், இந்திரியார்த்தங்களையும் அறியாது. பஞ்சேந்திரியங்கள், அறிவு, அந்தக் கரணங்கள் இவையெல்லாம் புருடனாகிய ஆன்மாவினால் அறியப்பட்டும் அந்த ஆன்மாவை அறிய மாட்டாதன ஆகும். அதைப்போல

ஆன்மாக்கள் எல்லாம் எங்கும் நிறைந்தவராகிய ஈசனாலேயே அறியப்படும். ஆனால் அவ்வான்மாக்கள் சிவனை அறியாது. அறியத்தக்க சிவனே எல்லாவற்றையும் அறிந்த ஆன்மாக்களையும் அறிவித்து நிற்பான்.

உயிர்கள் உடலை பெறுவதற்கும் அதற்கும் துணையாய் உலகமே தோன்றுவதற்கும் காரணமாய் நிற்பது கன்மம் என்ற மலமே. இக்கன்மம் இதம், அகிதம் (நல்லது - கெட்டது: பாவம் - புண்ணியம்) என இருவகைப்படும். இவை மனம், வாக்கு, காயங்களால் உண்டாவது. இவ்வித பாவபுண்ணியச் செயல்களுக்கு தக்கபலனாக பிறப்பெடுத்த ஆன்மா, முறையே வாழ்க்கையில் இன்பமும், துன்பமும் பெறுகின்றது. இந்த இதாகிதங்களை இறைவனே ஏற்றுக்கொண்டு ஆன்மாக்களுக்கு சுக, துக்கங்களை கொடுக்கிறான் என சைவசித்தாந்தம் கூறுகிறது. சிவன், உயிர்களுக்கு அருள் செய்வதன்றித் துன்பம் செய்தலும் காருண்யமே. அது எவ்வாறெனில், அவரவர் வினையின் காரணமாக அவர்களைத் தண்டித்து, குற்றங்களைப் போக்கி அச்சமுண்டாக்கி நெறிகளை போதித்து இம்முறைமையாக இப்போது புண்ணியங்களைச் செய்க என்று அறிவுறுத்தல்;. ஆதலால் சிவன் செயல் எந்த வழியில் இருந்தாலும் அச்செயலலுக்கு எப்போதும் அருளே காரணமாகும்.

Pasam is impurity. During the deluge, all living and non living things are compressed in Easan. The souls which are compressed in *Easan* have their own impurities due to their actions. The impurities are like as a guilt. The soul does not stand without any source. Hence in the deluge state there is the subtle body.

Sanjitha karma is the accumulation of past births, which gives the pain and pleasure for the soul, that are consumed by the soul along with gross body. It consumes the benefit along with the body. By consuming the effects the new action will come. It will cause for the next birth. The farmer doing the plowing does not gain the benefit from this plowing alone. The land will takeup the action and give the farmer the benefit. Similarly, the Lord accepts the good and bad actions done by living beings and adds the benefits of those actions to the living beings who have done them.

Effects are unintelligible, so they cannot be reach who have done it. God knows in which soul, which place, which purpose and when to add the particular effects. *Pasam* is the world. Therefore, *Easan* himself stands as the Lord and accepts *Mayai* as a sub-cause, creates the world, creates the

Bhokyams (consumables), gives body to the living beings and instills them in the birth and gives them an opportunity to try to attain *Sivabatham* with his petals. Thus Isan is the *Upadana* (subsidiary) cause of the world and the body *(Pasam)*. If a thing does not exist without any cause, it is said to be a sub-cause of the cause, and the relation between the cause and the thing is called *samavayam* (impermanence). This is in two types.

1. *Guna and Guni* have a solidarity communication. This is called *Dhadanmiyam*. It means duality within unity. (like relationship between the God and Sakthi)
2. Singularity within duality. This is called *Athuvitham*. That is the relationship between the World and the God.

Dhadanmiyam:

The nature of the object being one and yet seen as two is called *Dhadanmiya Sambantham*. The relationship between a thing and its character is the same. It is called as 'tharkizhamai' in Tamizh. Eg. The Sun is shining. The hot sun is burning. Both sentences have the same meaning. Thus it is clear that the sun and its light are not different. Similarly, even if *Siva* and *Sakthi* are presented as two objects, they are not two objects. So *Sakthi* is the *Gunam* and its *Shivam* is the Guni. He stands in two forms: when standing by itself without looking at other objects it is called as sivam and when standing towards other objects and activate that, is called as *Sakthi*. So *Sivam, Sakthi* is difference in terms but not difference in meaning.

The body which have the soul which knows the body, sense organs and its senses. But this body does not know the sense organs and the senses. Sense organs, knowledge and intellectual faculties are known by the soul, but the soul do not known by the sense organs. Similarly, all souls are known by the omnipresent *Easan*. But such souls do not know Shivam. Knowable Lord *Shivam* knows and declares the souls. Karma is the reason for the creation of living beings and the creation of the world. This karma is divided into good ; sinful. These are caused by Mind, Word and action. As a result of good and sinful acts, the soul gets pleasure and pain in life respectively. *Saiva siddhantham* says that the Lord himself accepts these actions and bestows happiness and sorrow upon the souls. Grace of the *Sivam* is consider as mercy. similary the suffering also. that is, punish them for their actions, remove the crimes and teach the morals and instructs them in this way now perform virtues. Therefore, in whatever way he acts, grace is always the cause of that action.

இதம்: புண்ணியங்களைச் செய்தல்.

அறஞ்செயவிரும்பு, ஐயமிட்டு உண், 'ங'ப் போல வளை, சக்கர நெறி நில், தந்தைதாய்ப் பேண், என்பது போன்ற செய்யக்கூடியவை என வகுக்கப்பட்டதை வழுவாது செய்தலும், ஈவது விலக்கேல், கண்டொன்று சொல்லேல், உடையது விளம்பேல், ஔவியம் பேசேல் என்பது போன்ற செய்யத்தகாத செயல்களை தவிர்த்தலும் ஆகும்.

நல்லநடத்தை, சிவபக்தி, சீவகாருண்யம், மறைகளில் கூறிய வினைகளையாற்றுதல், பெரியோரை உபசரித்தல், வணங்கல், சத்தியம், களங்கமற்ற துறவு, செருக்கில்லாமை, ஆகம அறிவுடன் அர்ச்சித்தல், அக்னி காரியம், கபிலபூசை, சிவாலயதரிசனம் முதலான தவறில்லாத நல்வினைகளைச் செய்யின், சிவன் அத்தரும செயல்களுக்கு அருள் செய்வான்.

மனமானது தியானிக்கவும், வாக்குதுதிக்கவும், மந்திரங்களை உச்சரிக்கவும், காயமானது பல மலர்களைத் தூவி வழிபடு தெய்வத்தை அர்ச்சித்துக் கோபம் முதலிய குற்றங்கடிந்து வாழ்தலுக்குமே ஆகும். நன்மை தீமைகளையும், இதாகிதங்களையும் அறியக்கூடிய புத்தியைக் கொடுத்து, இருள் நிறைந்த வாழ்க்கையில் வழிகாண விளக்கென சாத்திரங்களையும் இறைவன் ஈந்துள்ளான். இனி இவற்றைப் பயன்படுத்திக் கொள்ளலே ஓரான்மா செய்ய வேண்டியதேயன்றி ஈசனைப் பழிப்பதல்ல.

இக்கன்மங்கள் ஈசனின் நல்லருளை பெற உதவும். மற்ற மலங்களை நெருங்கவிடாது. மாயைத் தவிர்க்க உதவும். பிறவியைப் போக்கி சிவப்பேற்றை பெற துணையாகும்.

அகிதம்: புண்ணியங்களை செய்யாதிருத்தல்.

பிறருக்குத் தீங்கிழைத்தல், மற்றும் செய்யக் கூடியவை என வகுக்கப்பட்டவற்றை செய்யாதிருத்தல், செய்யக்கூடாதவை எனத் தவிர்க்கப்பட்டவற்றை தவிர்க்காமல் ஏற்றலும், இயற்றலும் அகிதங்களாகும்.

ஆணவம், கன்மம், மாயை, மாயேயாம், திரோதானம் என்ற ஐந்துமே பாசமானாலும், கன்மமும், மாயையும் திரோதான சக்தியில் அடங்கியவையாகும்.

இத்திரோதானசக்திக்கே சிவசக்தி என்றும், அருளென்றும் பெயர். மற்றுள்ள இம்மலங்கள் இச்சிவசக்திக்கு அடங்கியும் அதன் பலத்தாலேயே செயலாற்றவும் வல்லவையாகின்றன. ஆகவே, இச்சிவசக்தியென்பது யாதென்றறிய வேண்டும்.

திரோதானம் என்பது மறைவு, மறைத்தல், மூடல் எனப்படும். மறைக்கும் சீலை, மூடுந்திரைந் எனச் சொன்னால் விளங்கும். திரோதாயி என்பது, தான் வேறொன்றை மறைப்பதல்லாது தானேயும் மறைந்து கிடக்கும் தத்துவமாம். திரோதயியின் செயலால் மறைக்குந்திரை காணமுடியாமல் உள்ளது. மறைக்குந் தத்துவமும் புலனாகாது.

ஆன்மாவில் புகுந்து மறைந்துள்ள இத்திரோதாயிதான் ஆன்மாவுக்கு அறிவுப்பெருக்கைச் சுரக்கும் ஊற்றாகும். அவ்வான்மாவின் கன்மத்தை அனுசரித்து தான் திரோதாயியின் வாயிலாய்ச் சுரக்கும் அறிவின் தூய்மையும் வாய்க்கும். கண்டதையும் கேட்டதையும் சிந்தித்துச் சீர் தூக்கிப்பார்த்து உண்மையைப் பிரித்து எடுத்து ஏற்பதற்கும், தீமையைத் தவிர்ப்பதற்கும் இவ்வறிவுப் பெருக்கின் தூய்மையே காரணமாகும். இவ்வறிவின் பெருக்கோ திரோதாயியின் வாயிலாய்ச் சுரப்பதாகும். திரோதாயியோ சிவசத்தியாகும். அவனே அருள் எனப்படுவன். அவ்வருளோ சிவனின்றித் தனித்திருக்காது. சிவனோ அருளின்றி நிற்பவனல்லன். கண்களுக்கு புலனாகும் இருளைச் சூரியன் தன் ஒளியால் போக்குவது போல ஆணவத்தை தனதருளால் வாடவைத்து நிலைபெற்ற ஆன்மாக்களுக்கு சிவன் அருளுவான்.

ஆகவே ஈசனது அருளைப் பெறுதற்கு உற்றவையென வகுக்கப்பட்ட ஒழுக்கச் செய்கைகளால, ஈசன் ஆன்மாவின்பால் இரங்க, அதனால் அவனருளென்னும் திரோதாயியின் வாயிலாய் நல்லறிவு சுரக்க ஆன்மாவானது அழியும் பொருட்களின் உண்மை நிலையை அறிந்து அவற்றைத் தன்இலட்சியமாக மாற்றுவித்து, உண்மைப் பொருளாம் ஈசனின் உண்மைத் தத்துவத்தை நன்றாய் அறிந்து ஏனைய மலங்களால் தீண்டப்படாதவனாய் அமலனாய் பிறவிக்கடலைத் தாண்டியவனாய் தில்லைவெளியில் கலந்து நிற்பான்.

அவ்வாறன்றி அகித கன்மங்களின் ஆக்கம் மிகைப்பட்டு இருந்தால் அவ்வருளே ஏனைய மலங்களைக் கிளறி அறிவைச் சேறாக்கிச் சேற்றில் புரளும் பன்றியைப் போல, ஆன்மாவை பிறப்புடன் பிணைத்துக் கட்டும் கயிறுபோல செயல்புரியும். ஆதலால், இதனை பாசம் என அழைத்தல் பொருந்தும்.

பஞ்சேந்திரிய வழியால் அறியும் அறிவோடு போகத்தையும் கொடுத்து யோனிகள் தோறும் உழலும் பிறப்புத் தொழிலையும் செய்வித்து, ஆன்மாக்களுக்கு பரந்த அறிவையும் கொடுத்து வீட்டையும் கொடுப்பவன் மேலான சிவன்.

இவ்விதம் வீட்டைப்பெற உதவுங்கால் இத்திரோதாயிக்கு 'அருள்' என்றும், 'திரோதாயி' என்றும் பெயர்.

Itham: Doing good deeds

Doing what is classified as doable such as wish to do virtue, share your food, adjust with others and prove yourself, obey the rule, protect your parents. And also the avoidance of inappropriate activities such as prevent the donate, observing a thing and converting its properties, proclaim/boast about what you have(your accomplishments), speak with jealousy and envy.

Good conduct, *Siva bhakthi,* graceful to living beings, performing deeds enunciated in mysteries, treating elders, worshiping, truth, immaculate austerity, non-attachment, worship with Aagama knowledge, Agni kariyam, cow worship, shivalaya darshan etc, if one performs unfilling good deeds Sivam will grace the deeds.

life is live with the mind meditates , words praise the God and chants the mantras, the body sprinkles many flowers and worships the deity and remove the anger. Lord has given wisdom to know the good and bad, the scriptures, and the satras as a light to guide in the dark life. The soul should not to blame the God has to be done these. These actions help to gain the grace of *Easan* and keep other impurities away. It helps to get rid of birth and gives salvation.

Akitham: Non-performance of virtues

Doing harm to others, and not doing what is prescribed as doable, accepting and enacting without exception what is forbidden as doable are *Akithams.*

Anavam, Karma, Mayai, Mayeyam, Tirodanam All the five *pasam.* But *Karma* and *Mayai* are included in *Tirodhanashakti.* This *Thirothana Shakti* is called *Shiva Shakti* and grace. The rest of these pasams contain the energy of *Shiva Shakti* and become functional due to its strength. So, we need to know what is *Shivashakti.*

Tirodhanam means concealment, closure. The concealing seal is explained by the word *'Moodunthirai'. Thirodayi* is a philosophy that not only hides something else but itself is hidden. The action of the Thirodayi is hidden and unwatchable and the hidden matter is also not visible.

Thirothayi is the secret hidden in the soul that is the source of knowledge for the soul. The purity of the knowledge is obtained from the *Thirodhayi* depending on the *Karma* of the soul. The purity of this intelligence is the reason for thinking about what has been seen and heard, discerning the truth and accepting it, avoiding evil. Much of this knowledge is secreted through the *Thirothayi. Thirothayi* is *Sivasakthi.* He is called *Arul.* It is not alone without *Shiva. Shiva* does not stand without grace. As the sun dispels the darkness visible to the eyes with its light, Lord *Shiva* will remove the *Anavam* and blesses the souls.

Therefore, by the moral actions prescribed to obtain the grace of *Easan,* he shows his concern to the soul. Hence the good knowledge is secretes from the soul. it is realize to know the true status of perishables, convert that into it's aim. To know about *Easan,* stay away from other impurities and stay with purity . That soul crossing the birth cycle and finally merge with the *Thillai veli.*

Otherwise, if the creation of *Akitha kanmas* is excessive, then it will act like a pig wallowing in the mud with other excrements and tying the soul to birth. Hence, it is apt to call it *Pasam.*

Lord Shiva who gives knowledge to know, and knowledge through five sense organs and performs the birth cycle through all the yonis, gives wide knowledge to souls and gives salvation. If it help the soul to get salvation in this way, it is called *'Arul'* and *'Thirothayi'.*

6.2. பாச (பந்த) நிவர்த்தி-மோட்சபிராப்தி.

பாசம் என்பது கயிறு என்றும், பந்தம் என்பது தளை அல்லது கட்டு என்றும், நிவர்த்தி என்பது நீக்கம் என்றும் பொருள்படும். ஆகவே கயிறு நீங்குதல் அல்லது கட்டு நீங்குதல் என்பது மோட்சம். (மோட்சம்-வீடு. பிராப்தி–அடைதல் – வீடடைதல்.) அதாவது மூவகை துக்கங்களில் இருந்து

1. ஆதி ஆத்மீகம்-தன்னால் வரும் துயரம் அதாவது தத்தம் சரீரத்தில் உண்டான வியாதிகளாலும், மிருகம், அரசு, பிசாசு, கள்வர்,

மனிதர்களால் உண்டாகும் துக்கம், பிறருடைய கல்வியும், அழகும், செல்வமும் கண்டு பொறாமை கொள்ளல், அபிமானங் கெடுதல், கோபித்தல் முதலியனவற்றால் வரும் துக்கம்.

2. ஆதி பவுதிகம்-குளிர், வெப்பம், மழை, காற்று, மின்னல், இடி, சுவர் விழுதல், கல் விழுதல், இவற்றால் வரும் துயரம்

3. ஆதி தெய்வீகம்- (மாதாவின் கருவில் இருக்கும்போது உண்டான கவலை, ஜனனம், நரை, திரை, யமதண்டம், நரகவேதனை முதலியவற்றால் வரும் துயரம்)

விடுபடுவதற்கு முயல்வதே மனிதனின் முக்கியமான நோக்கமாகும்.

Salvation.

Pasam means rope, *Bandam* means shackle or tie, Nivarthi means removal. So getting rid of rope or fetters is moksha. (moksam-home. prabti-attainment). salvation means getting rid from the three types of sorrows.

1. (Athi Athmeegam – self induced suffering. That is suffereings from animal, government, the devil, Theif, suffering caused by other human beings, jealousy of other people's education, beauty and wealth, loss of goodwill, anger and suffering caused by the diseases caused in the respective body
2. Athi Bowtheegam – That is sufferings from cold, heat, rain, wind, lightening, thunder, wall falling and stone falling.
3. Athi Theivegam - That is sufferings from congenital sorrow, birth, ageing, impaired vision fear about death and hell's torment.)

வீடு குறித்து வேதாந்த கருத்து: Vedhantam Commentary on salvation. Vedhantham fixes the gnana margam to attain the salvation,

வேதாந்த பகுதி ஞானமார்க்கத்தை (அறிவுப்பாதையை) வீட்டையும் வழியாக வகுத்துள்ளது.

- பிரக்ஞான பிரம்மம் (முற்றறிவாகிய பிரம்மமே நான் என உணர்தல்)– ரிக்வேதமும், Realizing that I am Bhramam
- அகம்பிரம்மாஸ்மி (நானே பிரம்மம்- I am Bhramam) –யசூர்வேதமும்,
- தத்துவமசி (அதுவே நீயாக அகியிருக்கிறது – That has become you) - சாமவேதமும்,

- அயனாம்சபிரம்மம் (அயம் ஆத்மா பிரம்மம் –பிரபஞ்சத்தில் விளையும் அனைத்து, ஆன்மாவும் பிரம்மமே - All the soul that results in the universe is Bhramam)- அதர்வணவேதமும்

உணர்த்தும் கருத்துக்கள் ஆகும். அஞ்ஞானமே, உலகம் பொய் என்றுணராமைக்கு காரணம் ஆகும். ஞானமுண்டானால் அதனால் அஞ்ஞானம் நீங்கும். அப்போது உண்மை விளங்கும். இதுவே முக்தி, மோட்சம், ஆன்மைக்கியநிலை, அத்துவிதநிலை, வீடு என்று கூறப்படும்.

Ignorance is the reason for not realizing that the world is false. If there is knowledge then ignorance will disappear. Then the truth will be revealed. This is said to be *Mukti, Moksha, Spirituality,* unity and home.

வீடு குறித்து சித்தாந்தகருத்து:

இது கன்மமார்க்கத்தையே வலியுறுத்துகிறது. ஆயினும் ஞானத்தை அறவே மறுப்பதில்லை. சித்தர்கள் வீடடைய கண்டறிந்த வழிகள் சித்தமார்க்கங்கள் எனப்படும்.

Ideology about salvation:

It emphasizes *Karmamargam* itself. However, wisdom is not denied. The paths found by Siddhars to reach home are called Siddha *margams.*

6.3. சித்தமார்க்கங்கள்

1. **சரியை. (பக்திமார்க்கம் – தாச மார்க்கம் – அடிமைநெறி)**

   அதாவது சிவபெருமானின் உருவத் திருமேனியை நோக்கி புறத் தொழில் அளவில் செய்யும் வழிபாடாகும். சிவோகம் (தானேசிவம்) பெற

   - சபம் (மந்திரத்தைமுறைப்படிஓதுதல்),
   - தியானம் (அருவனுக்கு ஓர் உருவை மனத்தால் அமைத்து அகக்கண்ணால் காண்டல்),
   - சரியை (உடலால் நிகழ்த்தக்கூடிய உபசரிப்புகள்) ஆகிய முறைகளால் முயன்றிட வேண்டும். சிவதீட்சைப் பெற்று சித்தாந்தத்தில் விதிக்கப் பெற்ற முறைகளைக் கைக்கொண்டு வீடுபேறு பெற வேண்டும்.

2. கிரியை. (கன்மமார்க்கம் – சற்புத்திர மார்க்கம் – மகன்மைநெறி)

கிரியை என்பது சிவபெருமானின் அருவுருவத் திருமேனியாகிய சிவலிங்கத்தை நோக்கி அக, புறத்தொழில் இரண்டினாலும் செய்யும் வழிபாடு ஆகும். அதாவது மலர்கள், தீபதூபங்கள், நீராட்டும் பொருட்கள், திருவமுது முதலியவற்றை சேகரித்து, பஞ்ச சுத்திகளை செய்துகொண்டு ஆசனத்தில் சிவமூர்த்தியை அமைத்து, சுத்தசிவத்தை மனத்தால் தியானித்து, மந்திரங்கள் செபித்து அக்னி காரியம் இயற்றுதல் முதலியனவாகும்.

தனக்கு எல்லா வசதிகளையும் அளித்துக்காக்கும் சமுதாயத்திற்கு தனது கடனையாற்ற அறிவாலோ, உடலில் உழைப்பதும், அதன் மூலம் வினைக்கேற்ற விளைவுண்டு என்பதை உணர்ந்து செயலாற்றி வீடுபெறுதல் கன்மமார்க்கம் எனப்படும்.

3. யோகமார்க்கம். (அகத்தவம் – சகமார்க்கம்; – தோழமைநெறி)

எண்ணம், எண்ணப்படும் பொருள், எண்ணுபவன் இம்மூன்றும் ஒன்றுவதே யோகம் (அகத்தவம்) எனப்படும்.. இது எட்டு அங்கங்களை (அட்டாங்கயோகம்) கொண்டது. தவத்தின் மூலம் ஞானத்தை பெறல் வேண்டும். அட்டாங்க யோகத்தின் மூலம் குண்டலினியை எழுப்பி மதியமுது உண்டு சிவத்தியானத்திலிருப்பது ஆகும். யோகசித்தி பெற்றவருக்கே ஞானம் வந்தடைகிறது.

4. ஞானமார்க்கம். (முழுமைப்பேறு – சன்மார்க்கம்: மெய்யுணர்வு: அறிவும். செறிவும்)

அறிவின் மூலமான மெய்ப்பொருளை உணர்ந்து, அதுவே தானாக, உயிர்கள் அனைத்துமாக விளங்கும் உண்மையை கண்டபின், அறிவின் தெளிவுடன் வாழும் வாழ்க்கை நெறி ஞானமார்க்கம் எனப்படும். உயிர்கட்கு அறிவாலும் செயலாலும் தொண்டாற்றி துன்பம் துடைக்கும் ஈகையும், எவ்வுயிருக்கும் துன்பம் விளைவிக்காதவாறு செயலாற்றி வாழும் ஒழுக்கமும் கொண்டு தன்னை உலகமக்களின் நலனுக்காகவே அர்ப்பணித்து வாழும் வாழ்க்கை ஞான யோகமாகும். இதனால் பதியோடு இரண்டறக் கலக்கத்தக்க ஞானத்தை பெறலாம்.

Sariyai – *Bakthi Markam* - Charity

That is, the worship of Lord . To obtain *Shivogam*

- *Jaba* (*Mantra* recitation),

- *Dhyana* (Constitute an image for *Aruvan* with the mind and see it with the inner eye),
- Try the methods of *sariyai*. One should get Shivdeeks and follow the methods prescribed in the *Siddhanta* will get salvation.

Kriyai – Kanma Markam – domesticity:

Kriyai is the worship of Lord Shiva. it accompained with internal and external worship of *Shivalinga*. They are worship of the lord with flowers, chanting *mantras*, place the *shiva* sculpture, meditation and *yagam*. To pay one's debt to the society that provides all the facilities to one's self through the knowledge of working on the body and realizing that there is a reaction to it is called *Karmamarkam.*

Yogamarkam. (Meditation – Energy, Beauty)

Yoga is the union of the mind, the thinker, and the object of thought. It consists of eight parts. Enlightenment is to be attained through penance. Awakening the *Kundalini* through Atanga Yoga and eating *Madhiyamudu* in meditation about *Shiva* is called Yoga. Enlightenment comes only to those who have attained yogam.

Gnana Markam – Wisdom path - knowledge with potential

Realizing the truth which is the source of knowledge, after seeing the truth that is self-explanatory for all living beings, the way of living with the clarity of knowledge is called *Gnanamarkam*. A life that dedicates itself to the welfare of the people of the world with the spirit that wipes away suffering through knowledge and action, and the morals of working and living so as not to cause any suffering is *Gnana Yoga*. In this way one can get the wisdom how will unite with Pathi.

கன்மமார்க்கத்திற்கு ஒரு உதவி நிலை பக்திமார்க்கம், ஞானமார்க்கத்திற்கு தயாரிப்பு நிலை யோகமார்க்கம். வாழ்வுக்கு பொருள்வளம், அறிவுநலம் ஆகிய இரண்டும் வேண்டும். கன்மமார்க்கத்தால் பொருள்வளம் காக்கமுடியும். யோகமார்க்கத்தால்தான் மெய்யறிவு பெறமுடியும். எனவே மனிதவாழ்வுக்கு கன்மமார்க்கம். ஞானமார்க்கம் இரண்டும் தேவை. ஒன்றைத் தவிர்த்தால்

மற்றொன்று பயனற்றதாகி விடும். எனவே சித்தாந்திகள் வீடுபேறு பெற ஞானகன்ம சமுச்சயம் எனும் வழியை வகுத்துள்ளனர்.

இம்மார்க்கங்களால் ஈசனின் நல்லருள் கிடைக்கும். அவ்வருளால் மலங்கள் நீக்கம்பெறும். வேதாந்தம், சித்தாந்தம் இரண்டுமே வீடடைய குருவின் துணையை இணையற்ற சாதனமாக ஏற்றுப் போற்றுகின்றனர். குருவருளால் தீட்சைபெற்று மலங்களை களையலாம்.

குருவின் அருளைப்பெற ஒருவனுக்கு தகுதிகள் சொல்லப்பட்டிருக்கின்றன. அவை மாணவனுக்குரிய குணங்களாக உரைக்கப்படுகிறது. அவையாவன,

1. சமம் - அகக்கரணங்களை அடக்குதல்
2. தமம் - புறக்கரணங்களை அடக்குதல்
3. விடல் - உலகப் பொருட்களில் பற்று விடல்
4. சகித்தல் - அந்தகரணங்களினால் எழும் காமம் முதலியவற்றை அடக்குதல்
5. சமாதானம் - குருவின் உபதேசப் பொருளையே மெய்யென்று கொண்டிருத்தல்
6. சிரத்தை - குருவின் உபதேச வாக்கியத்தில் பற்றுக் கொள்ளல்.

அதுபோலவே நல்ல குருவுக்கும் தகுதிகள் சொல்லப்பட்டிருக்கின்றன. குரு என்ற சொல் தொல்காப்பியர் காலந்தொட்டு வழக்கில் இருந்துவரும் நற்றமிழ்ச் சொல். குரு என்றால் ஒளி: செம்மை: முளை. குரு என்னும் சொல் மேன்மை, ஒளி, சிறப்பு, தலைமை என்னும் பல பொருட்களைத் தரும் வேரிலிருந்து தோன்றியது.

இலக்கணத்தில் குரு:

"குருவும் கெழுவும் நிறன் ஆரும்மே" - தொல்காப்பியம் 2-8-5

இலக்கியத்தில் குரு:

"குருமயிர்ப் புருவை" - ஐங்குருநூறு 238 (செம்மறியாடு)

"மேற்பாட்டு உலண்டின் நிறன் ஒக்கும் னுன் குருக்கண் (கலித்தொகை 101 –15) குருதி உடலுக்குள் ஓடும் செம்புனல்

ஆக ஒளியுடையதும், செம்மையுடையதும், முளைத்து பெருகக்கூடியதுமாக உள்ளது குரு. ஆசு என்றால் குற்றம்: இரியன் என்றால் நீக்குபவன்.

ஆசு+இரியன் - ஆசிரியன். குற்றங்களைக் களைந்து குணங்களை கொணர்ந்து மாணவர்களை மிளிரச் செய்பவன் ஆசிரியன். ஆக எந்த எதிர்பார்ப்பும் இல்லாமல் ஒளியையும், செம்மையையும், முளைப்பையும் தன்னிலிருந்து சீடனுக்குக் கடத்துகின்ற நல்லாசிரியர் குரு ஆகிறார்.

இந்து சமய மரபுகளில் குருவானவர் வேதங்கள், வேத மந்திரங்கள், பிரம்ம சூத்திரங்கள், யோகம், சமயச்சடங்குள், கர்ம, பக்தி, ஞான யோகம், இலக்கணம், மீமாம்சம், நியாயம் மற்றும் புராணங்கள் போன்ற ஆன்மீகக் கல்வியுடன் அரசியல் நுட்பம், இராச தந்திரம், அரச தர்மம், சோதிடம், வானவியல், இன்னும் வாழ்க்கைக்கு தேவையான விடயங்ளை சீடர்களுக்கு வாய்மொழியாக போதிப்பார். சீடர்களின் மனதில் உள்ள அறியாமை எனும் இருளை அகற்றி ஞானம் எனும் ஒளியை ஏற்றுபவரே குரு ஆவார். சீடனுக்கு அறிவை மட்டுமல்லாது தீட்சையும் வழங்குபவர் ஆவார். மேலும் சீடனுக்கு ஆத்ம ஞானத்தை ஊட்டி வித்தேக முக்தி அடைய வழிகாட்டுபவர் குருவே ஆவார்.

A subsidiary stage to *Karmamargam* is *Bhaktimargam*, Preparatory stage to *Gnanamargam* is *Yogamargam*. Life requires both material wealth, intellectual welfare. *Karmamargam* can save material wealth. Realization can only be attained through *Yogamargam*. So human existence requires both *Kanmamarkam, Gnanamarkam*. Omitting one renders the other useless. So the Siddhantis have devised a method called *Gnanakanma Samuchayam* to get salvation. By these paths one gets the goodness of Easan. By this the malam will be removed. Both Vedanta and *Siddhanta* extol the companionship of the guru as an unparalleled instrument for attain salvation. Get initiated by the guru and will remove the *malam*.

There should be the qualification for get grace from Guru. it is called as quality of students. Those are,

1. *Samam* – should control the intellectual faculties
2. *Thamam* – should control the bodily movement.
3. *Vidal* - should avoid the affinity to worldly goods.
4. *Sagithal* - should suppressed of lust etc. arising from those intellectual faculties.
5. *Samathanam* - should believe the things is true which teaches by Guru.
6. *Sirathai* - should affinity to the words which teaches by Guru.

Similarly some qualities are also mentioned for a good *Guru. Guru* means, light, perfection, growning, special, chief etc., Guru not only give knowledge but also the Wisdom to the students. He also provide *Dheetchai.* And he gives the way to attain the salvation.

6.4 தீட்சை (தீக்கை)

தீ என்றால் அளித்தல் அல்லது கொடுத்தல் எனப்படும். "சை" என்றால் அழித்தல் என்று பொருள். அதாவது ஞானத்தை அளித்து, அஞ்ஞானத்தை அழித்தல் தீட்சையாகும். தம் சீடனுடைய ஆன்மாவைச் சார்ந்த அழுக்குகளை நீக்கி, தூய்மைப்படுத்தவும், ஞானம் ஊட்டவும் வேண்டிக் குருவானவர் செய்யும் கிரியை தீட்சை எனப்படும்.

தீட்சை என்றால் கொடுத்துக் கெடுத்தல். . ஞானத்தைக் கொடுத்து மலத்தைக் கெடுத்தல் எனவும் பொருள் கொள்ளலாம்.

தீ என்றால் நெருப்பு. சிவத்தில் உள்ள 'சி'யும் சத்தியில் உள்ள 'தி'யும் நெருப்பைக் குறிக்கும். தீட்சை என்பதற்கு நெருப்பால் செய்யப்படும் செய்முறை என்றுபொருள். தசதீட்சை, முப்புதீட்சை, சிவதீட்சை இவை அனைத்தும் தீயைப் பயன்படுத்தி செய்யப்படும் செய்முறைகள் என அகத்தியர் கூறுகிறார்.

1. சமயதீக்கை: இது கொடுக்கப்படும் இடம் தீக்கைமண்டபம் எனப்படும் அவ்விடத்தில் சிவவழிபாடுகளைச் செய்வித்து, சம்பாத ஓமம் என்னும் ஓமத்தைச் செய்வித்து, அதன் பயனாக மாணவனின் ஆன்மாவை தூய்மைப்படுத்தி, சிவமூலமந்திரத்தை (திருவைந்தெழுத்தை) உரிய முறையில் உபதேசித்து, நாள்தோறும் செய்தற்குரிய அனுட்டானங்களைச் செய்யும்படி பணித்து, சைவசமய ஒழுக்கத்தை மேற்கொள்ளும்படி செய்வது சமயதீக்கையாகும். சமயதீக்கை பெற்றவன் சமயி எனப்படுவான். சிவாகமங்களை கேட்டல், தோத்திர சாத்திர பாராயணம், சிவாலயதரிசனம், சிவாலயப் பணிசரியைத் தொண்டுகளைச் செய்ய அவன் உரியவனாவன்.
2. விசேடதீக்கை: சமய தீக்கைக்குப் பின்பு மாணவனைச் சிவபுத்திரனாகச் செய்யும் கிரியையே விசேட தீக்கையாகும். இவ்விசேட தீக்கையில் ஆன்மார்த்த சிவபூசை நியமம் ஆக்கப்படும். ஆன்மார்த்த பூசையே கிரியை எனும் தொண்டாகும். கிரியையில் நின்ற மாணவன் பின்னர் யோகத்தில் விருப்பம் உடையனாயின், அதனைச் செய்யும் முறையும் ஆசிரியரால் உணர்த்தப்படும்.

3. நிருவாணதீக்கை: சமயம், விசேடம் என்னும் தீக்கைகளைப் பெற்றுச் சரியை, கிரியை, யோகங்களில் நின்று, பக்குவ முதிர்ச்சி பெற்று, உலகப் பொருட்களில் வெறுப்பும், வீடுபேற்றில் விருப்பும் நிகழப்பெற்றோர்க்கு வீடுபேற்றிற்கு வழியாகிய ஞானத்தைத்தரும் முறையே நிருவாண தீக்கையாகும். இதனை ஞானதீக்கை எனவும் வழங்குவர். இது சத்தியோ நிருவாண தீக்கை, அசத்தியோ நிருவாண தீக்கை என இரண்டு வகைப்படும்.

ஞானத்திற்குத் தடையாகிய சஞ்சிதவினைகள் ஆறு அத்துவாக்களை இடமாகக் கொண்டிருக்கும். வீடுபேற்றை விரும்பும் மாணக்கனுக்கு ஆசிரியர் அக்கினிகாரியத்தால் அந்த ஆறுஅத்துவாக்களிலும் (புருடன் முதல் காலம் வரை உள்ள தத்துவம்) உள்ள சஞ்சித கன்மத்தைப் போக்குவார். இவ்வாறு வினை மாசு நீங்கித் தூய்மை பெற்ற நிலையில் ஆசிரியர் ஞானத்தை உணர்த்துவார். அம்மாணக்கன் அவர் உணர்த்திய ஞனத்தை உணர்த்தியவாறே கொண்டு வீடுபேற்றினை அடைவான்.

தீட்சையின் வகைகள். ஆதாரதீட்சை, நிராதார தீட்சை என இருவகைப்படும். குரு மூலம் மலங்களை களைய அளிக்கப்படும் தீட்சை ஆதாரதீட்சை எனப்படும். இறைவன் வேறோர் ஆதாரத்தையும் வேண்டாது, தானே குருவாய் நின்று ஆணவம், கன்மம் ஆகிய இருமலங்கள் மட்டுமே உடைய பிரளயாகலருக்கு முத்தியளிக்கும் தீட்சை நிரதார தீட்சை எனப்படும். ஆதாரதீட்சை, தீட்சை அளிக்கப்டும் முறைக்கேற்ப நயனம், பரிசம், வாசகம், மானசம், சாத்திரம், யோகம், ஔத்திரி என ஏழு வகைப்படும்.

1. நயனதீட்சை (காணும் தீட்சை): ஞான குரு தமது திருக்கண்ணால் சீடரின் கண்களைப் பார்த்து புறத்தில் செல்லக்கூடிய சீடனின் மனத்தை அகத்தில்பார்த்து அருளுவதே நயனதீட்சையாகும். உ. ம். மீன் தனது பார்வையாலேயே குஞ்சுகளைப் பொரிப்பதுபோல.
2. பரிசதீட்சை (தீண்டும்தீட்சை): ஞானகுரு தனது திருக்கரத்தினால் சீடருடைய நெற்றியில் தொட்டு, மூலாதாரத்தில் சுருண்டு உறங்கிக் கொண்டிருக்கும் குண்டலினி ஆற்றலை புருவமத்தியிலும், தலைஉச்சியிலும் நிலைநிறுத்துவதே பரிசதீட்சையாகும். உ.ம். கோழி அடைகாத்து தன்குஞ்சுகளைப் பொரித்தல்போல.
3. மானசதீட்சை (நினையும்தீட்சை): சீடன் ஒருவன் எங்கேயோ இருந்து கொண்டு குருவைத் தியானம் செய்யும் போது, அத்தியான சக்தியானது குருவை ஈர்க்கச் செய்யும். அத்தகைய காலங்களில் குருதான் இருந்த இடத்திலிருந்து அவனுக்கு மனத்தால (நினைவால்) அருள்

பாலிப்பதுமான தீட்சையாகும். உ.ம். ஆமை தன் முட்டைகளை நினைவாலே பொரிப்பது போல.

4. வாசக தீட்சை: மந்திரங்களை மாணவனுக்கு உபதேசிப்பது.
5. சாத்திர தீட்சை: சீடனுடைய ஐயங்களை நீக்கும் பொருட்டு சாத்திரங்களை அருளுதல்.
6. யோக தீட்சை: குரு தனதருளால் அகார, உகார, மகார, சிகார, வகார நிலைகளை உணர்த்துவது. சீடனுக்கு யோகப் பயிற்சிகளை அளித்து பிராணாயாம நுணுக்கங்களை கற்பித்து குண்டலினி சக்தியை எழுப்ப வேண்டித் தீட்சை அளித்து, சமாதி நிலைக்கு அவன் முன்னேறிவர உதவுதல்.
7. ஔத்திரி தீட்சை: சீடனை ஒரு வேள்விக்குண்டத்தின் முன் அமரவைத்து சக்கரம் வரைந்து, அக்னி வளர்த்து, ஞானம் ஊட்டுவது.

பயன்: ஆன்மாவின் அழுக்குகளை அழிப்பதும், இறைமைத் தன்மையைக் கொடுத்தலும் தீட்சையின் பயன்களாகும்.

இதன் மூலம் நல்ல சீடன் யோகத்தின் உயர்ந்த நிலை ஆகிய சமாதி என்ற நிலையை பெறுவான் .இந்நிலையை பெறுதற்கு ஒருவனுடைய தன்முயற்சியே உதவியாகும். அம்முயற்சி மூவகைப்படும். அவற்றாலேயே குருவின் உபதேசத்தால் கிடைத்த ஞானத்தை தீயை வளர்த்து பெருக்கிக் கொள்ள முடியும். அம்முயற்சிகளாவன 1. கேட்டல் 2. சிந்தித்தல் 3. தெளிதல் என்பனவாம். இம்மூன்றும் முறையே 1. அஞ்ஞானம் 2. சந்தேகம் 3. விபரீதம் (அறிவீனம், ஐயம், திரிபு என்பன) என்னும் மூவிதத் தடைகளைப் போக்கி குருவின் உபதேசத்தால் கிடைத்த தத்துவ ஞானத்தை வேரூன்றச் செய்யும்.

1. அஞ்ஞானம் -அறிவீனம்: அகம்பிரம்மாஸ்மி அல்லது சிவோகம் என்னும் பாவனையை மறைத்து தான் பிரம்மம் அல்லன் எனும் உணர்வைத் தருவது அஞ்ஞானமாம்.

   பிரம்ம தத்துவத்தின் செயல்களை, வேதாந்தத்தின் பொருள் விளக்கங்களை கருவியாகக் கொண்டு சிந்தனைகளுக்கு விளக்கம் தந்து அடிக்கடி விவரிப்பதை கேட்டல் - சிரவணம் என்பர் பெரியோர் . அவ்வாறு கேட்பதனால் அஞ்ஞானம் விலகும்

2. சந்தேகம் - ஐயம்: ஆசானின் உபதேச வாக்கியத்தை நம்பாமல் கலங்குவது ஆகும் .

   கேட்ட விளக்கங்களை ஒத்துள்ள பொருட்களுடன் ஒப்பிட்டு உத்தியால் ஆய்தல் சிந்தித்தல் என்பர்.

3. விபரீதம்- திரிபு: நிலை இல்லாத உலகை உண்மை பொருள் என்றும், ஆன்ம தத்துவம் இல்லாத சடப்பொருளான இந்த மெய்யை 'நான்' என்று வழங்கப்படும் ஆன்மாவாக கருதுவதறகும் உள்ளத்திலே பரவிக்கிடக்கும் மோகமே காரணம். இதை விபரீதம் என்று பெரியோர் கூறுவர்.

சித்தம் என்னும் அந்தகரணத்தில் பிரம்மமே குடிகொண்ட நிலையை பெற்று ஆனந்தித்த நிலையை தெளிதல் என்பர். இவ்வாறு நாள்தோறும் செய்து வந்தால் இம்மையின் அறியாமை, தளை முதலியன நீங்கி வீடு அடைய முடியும்.

6.4.1. முத்தி நிலைகள்:

சீவன் முக்தி, பதமுக்தி, பரமுக்தி என மூவகைப்படும்.

பரமுக்தியாகிய பேரின்ப நிலையை இவ்வுலகில் உடம்போடு கூடியுள்ளபோதே பெறுதல் சீவன் முக்தி எனப்படும். இவ்வாறு முக்தி பெற்ற பின்னரும் பிராரத்தின் தொடர்பினால் சில நாட்கள் வாழ்ந்திருக்க நேரிடும். அவ்வண்ணம் இப்பிறப்பிலேயே தத்துவத்தின் உண்மை பொருளை உணர்ந்து சாதனையின் பயனாய் பேரின்பத்தைத் துய்க்கும் நிலை பெற்றவருக்கு சீவன் முத்தர் (அணைந்தோர்) என்று பெயர்.

சித்தர் வழி வந்த மருத்துவ முறைக்கு முதல் புருடராய் நின்ற பதினண்மரும் இத்தகைய சீவன் முத்தர்களே ஆவர். இவர்கள் சத்திய நிருவாண தீக்கை பெற்றவர்கள் ஆவர். உலகுக்குத் தாம் வழிகாட்டியாயும் லட்சிய புருடராயும் இருக்கும் வண்ணம் சித்தராம் சீவன் முத்தர் தமது எஞ்சிய நாட்களை தன்னலமற்ற வழியில் பயன்படுத்தி கழித்தனர்.

சமய தீக்கை பெற்றவர்கள் உருத்திர பதமும், விசேஷ தீக்கை பெற்றவர்கள் மகேசுர பதமும் அடைவர் என சித்தாந்தப் பிரகாசிகை நூல் கூறுகிறது. பதம் என்ற சொல் பதவியைக் குறிக்கும். சரியை, கிரியை மற்றும் யோக மார்க்கங்களைப் பின்பற்றுவதால் இடைநிலைப்பயனாகக் கிடைப்பது பதமுக்தி ஆகும். இதன் வழியாக முறையே சிவசாலோகம்(பதி இருக்கும் உலகில் இருப்பது), சிவசாமீபம்(பதிக்கு அருகில் இருத்தல்), சிவசாரூபம் (பதியோடு ஒத்த உருவம், பெயர் பெற்று அளவளாவி இருப்பது), என்ற முக்திகளை பெற முடியும் என கட்டளைத்திரட்டு கூறுகிறது.

பிராரப்த கன்மம் தீருங்கால் இவ்வுடலை நீக்கும் நேரத்தில் தாம் அதற்கு முன்பே சாதித்த யோக சாதனையின் வழியால் பிரம்மத்தினோடு இரண்டற்ற

நிலை ஆன்மா பெறுமாறு செய்து உடலைத் தவிர்ப்பவர்கள் வித்தேகமுத்தர் எனப்படுவர். அதாவது தேகம் நீங்கிய பின் பெறும் முக்தி. இவர்கள் அசத்தியோ நிருவாண தீக்கை பெற்றவர்கள் ஆவர். பதமுக்தி அடைந்தோர் மீண்டும் இவ்வுலகிற் பிறந்து ஞானம் பெறுவதற்கு வாய்ப்பான நல்ல சூழ்நிலையைப் பெற்று தவத்தை முற்றச் செய்து, குருமூர்த்தியின் அருளால் ஞானத்தை அடைந்து பின் முடிவான பரமுக்தியினை எய்துவர். இதனால் சிவசாயுச்சியம் கிட்டும். அதாவது பரமுக்தி (சச்சிதானந்தப்பேறு) கிட்டும்.

சித்தி என்றால் அடைதல் என்பது பொருள்: ஞானிகள் இதனை அடையத்தக்க பேறு அல்லது பெறத்தக்க பேறு என்ற பொருளிலே 'சாயுச்சிய முத்தி' என்று குறிப்பிட்டனர். இறைவனை அடையும் இப்பேறு சச்சிதானந்தப்பேறு எனப்படும்.

Thee represents giving or imparting and ***chai*** represents destroying, which means giving enlightment thereby destroying the ignorance. In order to remove all dirts(guilt and worse thinkings)of the student's soul and thereby enlighten him, those needs are done by the *guru* and it is known as *Dheetchai.*

Dheetchai can also be understood as destroying by giving. Giving knowledge and thereby destroying the *Malas* (impurity).

Thee means fire. The *'si'* in *Siva and 'thi'* in sakthi represents fire. Dheetchai also means a practice done with fire. Agathiyar says that *Dasadheetchai, Muppudheetchai, Sivadheetchai* are all done using fire.

4. *Samayadheekhai:* The place where this is performed is called *dheekhaimandapam.* Here, worships for Lord *Shiva* is done and *sambatha omam* is performed and thus as a result the student's soul is enlightened(cleaned up) then the chant of *shiva (siva moola manthiram)* is preached in the right way and the student is ordered to do all the daily rituals and to live according to the saiva samayam. This kind of procedure is said to be *Samaya theekai.* The person who attained this samaya theekai is referred as *samayi.* He will be now able to hear *shiva's* praising *(siva aagamangal)* and do all the deity duties.
5. *Visedadheekai:* The process of converting the student as a devotee of *Siva* after the *samaya theekai* is known as *viseda dhheekai.* In this soulful *siva pooja* is performed as prominence, and this process

is known as kiriyai. If the student in this state wants to pursue in path of Yogam, then that also will be preached by his *guru.*

6. *Nirvana dheekai:* This is about giving enlightened knowledge for those who attains *Samaya, viseda Dheekais* and stands in *sariya, kiriya and yoga* states. They also should have ignorance towards this wordly life instead having eagerness towards the eternal state. This theekai is also presented as *Gnana dheekai.*This is divided into two as *Sathiyo nirvana theekai* and *asathiyo nirvana theekai.*

The *sanjitha kanmas* having its places on the six *athuvas* will be a blockage for attaining enlightment. For his student having desire in the eternal state the teacher will eliminate the *sanjitha kanma* present in the six athuvas(the *thathuvas following purudan till kaalam)* by performing Agni kariyas.Thereby, having removed all the inner dirt, Guru preaches the way for enlightment and then he stands the same way and attain enlightment.

Types of Dheekai.

It is divided into *Aadhaara Deekshai, Niradaara Dheekshai.* Theekai attained removing all inner dirts through *guru* is *Aathara theekai* and the Lord himself portray as a guru and provides dheetchai for those having only two malas. This process is known as Nirathara dheetchai. *Aathara Dheekai* is classified into 7 ways on the basis of the way it is given; those are; *Nayanam, Sparisa, Vasagam, Manasam, Chatiram, Yogam and Oudhri.*

1. *Nayana dheekai:* This is given by the guru by just seeing his student with his glorious eyes, by this the soul of the student will be focused. E.g. a fish hatches its young by its own sight.
2. *Parisha dheekai:* This is given by the Guru by blessing the student placing his hands on the student's forehead., thereby the internal power (kundalini)is awaken and reaches the eyebrow point and points on the peak of head. Eg., Alike hen hatching it's eggs.
3. *Manasa dheekai:* A student doing meditation in the thoughts of his guru, the force attracts his guru and he from his place gives enlightment just by thinking. Eg., A tortoise hatching it's eggs just by thought.

4. *Vasaka dheekai:* Preaching mantras to student.
5. *Sastra dheekai:* Preaching the historics and religious sayings in order to clear all the queries of his student.
6. *Yoga dheekai:* The guru with his glory conveys the *Akara, Ugara, Makara, Sikara, Vakara* states. He teaches all yoga and pranayama techniques and awaken the kundalini inside., he provides theekai thereby improvising him towards the eternal state *(samathi).*
7. *Outhri dheekai:* By making his student to sit inside an agni circle *(velvikundam)* and by drawing circles, and preaching values.

Benifits: Removing the dirt of soul and raising it to an eternal state are the benefits of *theekai.*

By this, a good student will attain the highest state of *yogam* and that is *Samathi.* For this one's self esteem will aid and this only will enhance the fire of enlightment. The efforts are of three types. Through them, the wisdom gained by the Guru's teachings can be nurtured and multiplied. These efforts are 1. Listening 2. Thinking 3. Clarifying. All three are respectively will overcome the obstacles (1. Ignorance 2. Doubts 3. Perversity (Ariveenam, Aiyam, Tribu)) and root the philosophy obtained by the Guru's teaching.

1. Ignorance: it gives the feeling of one not as *Bhramam* by concealing the use of Agambhramasmi or Shivogam. Elders said that, using the *Vedhanthic* material explanations as a tool - Listening the actions of *Bhrammathathuvam* and often hearing the explanation of the thoughts are called as Sravanam. Asking thus removes ignorance.
2. Doubts: It is caused because of not believing the preacher's words. Analyzing the explanations heard by comparing them with similar objects, is called Thinking.
3. *Perversion-Thirbu:* The reason for the pervading infatuation is to regard the stateless world as the real object and the reason for considering this soul as ``I'' is because of the pervading of the infatuation which is spread in the soul. Elders say this is perverse.

In the *Siddham* the state of realizing the eternity *(Bhramam)* and getting enlightened is called enlightenment, if this is practised regularly, ignorance and all other dirts will be removed and will be able to attain the eternal state.

Types of salvation:

Even after attaining eternity due to *karma (prarapdha karma)* there will be condition for living in this world for a few days. Alike this, during this lifetime itself there will be people who realizes the truth and enters into the state of permanent happiness (eternity) known as the *"Seevan Muthar"* ie., attaining eternity in the presence of this physical body itself. The 18 people who stood as the pioneers for the siddha system of medicine are all these *Seevan Muthar.* These people are those gained the asathiyo instead of sathiya, nirvana theekai. The siddhars acts as guides to this world and lead their rest of the life as a selfless one.

During the end state of pirarbthakanma the soul will leave the body , by means of attaining the salvation which is previously gained by yoga practice. Those who perform this act are known as Vithekamuthar, they are also the one who received the asathyo nirvana dheetchai.

The book *Siddhandha piragasikai* says those who gained *samaya theekai* attains the *Uruthira patham* and who gains viseda theekai attains *Maheswara patham.* In a book called *Kattalai thirattu,* it is said that who follows sariyai, kiriyai, yogam, gnanam will attain *Siva salogam, Siva sameebam, Siva saroobam, Sivasayuchiyam* respectively. And in these four, first three will give *Patha mukthi* and the last one will give the *paramukthi (Sachchidananda peru); "Siddhi'* means" to attain. *Gnanis'* address this as *"Sayuchiya mukthi"* in the basis of the meaning as things to be attained. The blessing of attaining the eternal state is said as *Sachchidananda paeru.*

சத்+சித்+ஆனந்தம்; (Reality+Intelligence+Bliss). = சச்சிதானந்தம்

அலகு 7

அட்டாங்க யோகம்

புற உலகில் பற்றுடன் அலையும் மனத்தைக் கட்டுப்படுத்தி ஆன்மாவோடு இணைப்பதே யோகம் ஆகும். அதாவது சிற்றறிவு (சீவாத்மா), பேரறிவுடன் (பரமாத்மா) இணைதல் யோகம் என்கிறது உபநிடதம். ஆனால் உண்மையில் யோகம் என்ற சொல்லுக்கு பிரிதல் என்று பொருள் பிரதிகிருதித் தொடர்பிலிருந்து புருஷன் பிரிதல்தான் யோகம். யோக மதக் கொள்கைகளில் மிகவும் முக்கியமானது எட்டு அங்கங்களாகும். இதனையே அட்டாங்க யோகம் என்று அழைப்பர்.

Yoga is to control the wandering mind, connect it with the soul. The unity of *Sitrarivu* with *Perarivu* is called *Yogam* But in reality the word yoga means separation. (Separation of *Purushan* from *Prakriti is Yogam)* The most important eight principles of *Yogam* are called as *Attanga Yoga.*

'இயமம் நியமமே எண்ணிலா ஆதனம்
நயமுறு பிராணாயா மம்பிரத்தி யாகாரம்
சயமிகு தாரணை தியானம் சமாதி
அயமுறும் அட்டாங்கம் ஆவது மாமே'

1.	இயமம;	- கடிவு	Abstinences
2.	நியமம்	- நோன்பு	Purity of Action
3.	ஆசனம்	- இருக்கை	Yoga postures
4.	பிராணாயாமம்	- வளி நிலை	Breath control
5.	பிரத்தியாகாரம	- ஒருக்கம் - புலனடக்கம்	Sense control
6.	தாரணை	- நிலை	Concentration
7.	தியானம்	- ஊழ்கம்	Meditation
8.	சமாதி	- ஒன்றுகை	spiritual Ecstasy

1. இமயம் (கடிவு - தீதகற்றல்இ தன்னைத்தானே கட்டுப்படுத்திக் கொள்ளல் - Abstinences - Self control)

   செய்யக் கூடாதவை இவை என கடிந்து சொல்லுவது. This is the one which insists what not to do.

   - கொல்லான் பொய்கூறான் களவிலான் எண்குணன்
     நல்லான் அடக்கமுடையான் - நடுச்செய்ய
     வல்லான் பகுத்துண்பான் மாசிலான் கட்காமம்
     இல்லான் இயமத் திடையில் நின்றானே'' - திருமந்திரம் - 554

   These are the qualities of Iyamam.

   1. பிற உயிரைக் கொல்லாதிருத்தல் - Non violence, not-harming other living beings
   2. பொய் கூறாமை - Non-falsehood
   3. திருடாமை - truthfulness, non Stealing
   4. சத்துவ குணமாகிய எட்டு குணங்களைக் கொண்டிருத்தல். Having the quality of sathuva character
   5. அடக்கமுடைமை Humility
   6. நடு நிலைமையோடு இருத்தல் Naduvu Nilamai - Neutral state
   7. உணவை பிறரோடு பகிர்ந்து உண்ணுதல் sharing of food with others
   8. களங்கம் இல்லாமை - Absence of stigma
   9. பிறன் மனையை விரும்பாமை Avoiding adultery

   முதலியவை இயமங்களாக சொல்லப்படுகின்றன.

2. நியமம் (நோன்பு - நன்னாற்றல், கிரியை,- நித்திய கடமை, நியதிகள் - - Purity of Action)

   செய்ய வேண்டியவை இவை என பரிந்துரைத்து கடைபிடிக்கச் சொல்வது. This is the one which insists what to do.

   - "தூய்மை அருளுன் சுருக்கம் பொறைசெவ்வை
     வாய்மை நிலைமை வளர்த்தலே மற்றியவை
     காமங் களவு கொலையெனக் காண்பவை
     நேமியீரைந்து நியமத் தனாமே'' - திருமந்திரம் - 556

   1. புறதூய்மை - Purity of Body
   2. அகத்தூய்மை - Purity of Soul
   3. அருள் - Grace

4. உணவு சுருக்கம் - Food control
5. போதுமென்ற மனம் - Mind satisfaction
6. தன்னறிவு (கல்வி) - Education
7. இறைபற்று – Trust in God
8. வாய்மையை வளர்த்தல் - Truthfulness
9. எளிமை - Simplicity
10. ஆசை, திருட்டு, கொலை இவைகளை விலக்குதல் - Removal of Desire, Theft and Murder

ஆகியன நியமங்களாக கூறப்படுகின்றன.

3 ஆசனம் (இருக்கை நிலை - Yoga postures)

உடல் நலத்தை பேணும் முறையாகும். யோகநெறியில் ஆசனங்களுக்கு சிறப்பிடம் உண்டு. உடலை அசையாமல் ஒரே நிலையில் வைத்திருத்தல் ஆசனம் ஆகும். The way to protect the body. Asanas has special place in yogam. Balancing the body without any movement is termed as asana.

"பத்திரங் கோமுகம் பங்கயங் கேசரி
சொத்திரம் வீரன் சுகாசனம் ஓரேழும்
உத்தமமாகுமது ஆசனம் எட்டெட்டும்
பத்தொடு நூறுபல ஆசனமே" - திருமந்திரம் - 563

4. பிராயாயாமம் (வளிநிலை, சரப் பயிற்சி - Breath control)

"ஏறுதல் பூரகம் ஈரெட்டு வாமத்தால்
ஆறுதல் கும்பகம் அறுபத்து நாலதில்
ஊறுதல் முப்புத் திரண்டதில் ரேசகம்
மாறுதல் ஒன்றின் கண் வஞ்சகம் ஆமே" - திருமந்திரம் - 568

பிராணாயாமம் மனத்தை அமைதி நிலைக்கு கொண்டு வர உதவும் மூச்சு பயிற்சியாகும்.

இதில் மூச்சை உள்வாங்கி நிறைத்தல் (பூரகம் - 16 மாத்தியளவு) மூச்சை வெளிவிடுதல் (கும்பகம்-64 மாத்திரையளவு), மூச்சை வெளிவிடுதல் (இரேசகம் - 32 மாத்திரையளவு) ஆகியவை அடங்கும்.

Pranayama is the breathing exercise that helps to bring the mind to a state of peace. This includes inhalation, Retention of inspired air and exhalation. Inhalation phase – 16 *mathirai:* Retentive phase of breathing – 64 *mathirai*: Exhalation phase – 32 *mathirai.*

இவை நான்கும் வெளிப்பற யோகம் என்று சொல்லப்படும்.

5. பிரத்தியாகாரம் (புலனடக்கம் - பற்றற்ற மனநிலை- Sense control))

புலன்களை உள்ளிழுத்தல் Prathiyakaram is nothing but controlling the mind which gets entertained through the 5 sense organs.

"மூலத்துவாரத்தை முக்காரம் விட்டிரு
மேலைத் துவாரத்தின் மேல்மனம் வைத்திரு
வேலொத்த கண்ணை வெளியில் விழித்திரு
காலத்தை வெல்லும் கருத்திது தானே" - திருமந்திரம் - 583

பிரத்தியாகாரம் என்பது புறத்தே படர்ந்து நிற்கும் மனத்தை அகம் நோக்கித் திருப்பும் முறையாகும். அதாவது மனத்தை புலன் வழியே செல்லவிடாது கட்டுப்படுத்துதல் ஆகும்.

மூல (ஆசனவாய்)த்தை அடைத்து. துரியத்தின் மீது மனம் ஒன்றிப் பழக வேண்டும். கண்களிரண்டும் துவாதசாங்கத்தில் வைத்துப் பழக புலன்கள் தானே அடங்கிப் போகும். *pirathiyakaram* is a process that the mind which is spread with outer things will change into inward. So the mind does not goes with senses. close the anus, concentrate the *Dhuriyam*, both eyes are focus the *Dhuvathasangam*, then the senses are controlled.

6. தாரணை (மனமடக்கம் - மனதை ஒரு நிலைப்படுத்தல் - Concentration) Stablilizing the mind.

மனத்தை உயிரில் ஒருங்கிணையச் செய்வதாகும். அலைபாயும் மனத்தை ஒருமுகப்படுத்தி ஒரே குறிக்கோளில் நிலை நிறுத்துவதாகும்.

"கோணா மனத்தைக் குறிக்கொண்டு கீழ்காட்டினை
வீணாத் தணடுடே வெளியுறத் தானோக்கி
காணாக் கண்கேளாச் செவியென் றிருப்பார்க்கு
வாணாள் அடைக்கும் வழியது வாமே"

மனத்தை மூலாதாரத்திலிருந்து ஆக்கினைக்குக் கொண்டு வந்தபின் துரியாதீதத்தில் நிலைத்திருக்க மனம் அடங்கிப்போகும். அந்த நிலையில் கண்ணால் பார்ப்பவையோ, காதால் கேட்பவையோ ஒன்றும் மனதில் பதியாமல் போகும். இந்நிலையே வாழ்நாளை நீட்டிக்கும் வழியாகும்.

Stabilize the mind and making it to concentrate on the single thing. Bringing the mind from moolatharam to aakinai. after that the things we see from our eyes and hear from the ear will not be registered in the mind. This is the way to increase the lifespan,

7. தியானம் (நலம் - மன ஓர்மை - தன்னையறிதல் - Meditation) It helps to elevate the level of knowledge.

இதன் மூலம் மனத்தை உயிரில் செலுத்தி அறிவின் நிலைக்கு உயர்ந்த உதவுவதாகும்.

"உருமாறி ஈரெட்டுள் வந்த தியானம்

பொருவாத புந்தி புலன்போக மேவல்

உருவாய் சக்தி பரத்தியான முன்னுங்

குரவார் சிவத்தியானம் யோகத்தின் கூறே"

உள்ளத்தை ஒன்றின்மேல் நிலைகுத்தச் செல்தல். In this way the mind penetrated into the soul and helps to elevate soul at the level of wisdom,

8. சமாதி (பரம்பொருளுடன் இணைதல் - ஆதிக்கு சமமானநிலை - Spiritual Ecstasy)

சமாதி நிலையில் பல்வேறு நிலைகள் உண்டு. ஆன்மா துன்பம் நீக்கம் பெறுதலே மோட்சம் (வீடுபேறு) ஆகும். இறைநிலைக்கு சமமான நிலையில் அறிவு ஒன்றி நிற்பதாகும். இது கைவல்லியம் என்றும் கூறப்படுகிறது. இதுவே யோகநெறியின் இறுதிப்படியாகும். வீடுபேற்றை அடைய அந்தர்முகம் (உள்முகம்) என்று சொல்லக்கூடிய பிரத்தியாகாரம், தாரணம், தியானம், சமாதி ஆகியவையே மிகவும் சிறந்தது ஆகும்.

There are several states of samadhi. Elimination of sufferings from the soul is called as salvation. Being equal to the god is another type of samadhi and it is called as *kaivalyam.* And this is the last step of *samadhi.*

சித்த மருத்துவர்களுக்கு பயன்படும் அட்டாங்க யோகம்:

புலனடக்கத்தின் மூலம் மனத்தை ஒரு நிலைப்படுத்தி நோயாளியின் பிணியை இன்னதென்று அறியமுடியும்.

மனமடக்கத்தின் மூலம் தான் ஆராயும் நோயாளியின் நிலையைப் அறிய முடியும்.

மன அலைகள் ஐந்து நிலைகளில் செயல்படுகிறது. 1. அளவுடன் செயல்படுத்தும் அறிவு 2. ஒன்றையே மற்றொன்றாக திரிந்து உணர்தல் 3. அர்த்தமற்ற வார்த்தைகளில் மயங்குதல் 4. தூக்கம் 5. நினைப்பு - ஆகியவையே ஆகும். இந்த 5 வகையான மனத்தின் நிலைகளையும் யோகம் பயிற்சியின் மூலமாகத்தான் சரி செய்ய முடியும். மனத்தை அது விரும்புகிற பொருளில் ஈடுபடவிடாமல் மன உறுதியுடன் இருந்து பயிற்சி செய்வது. இதைதான் வைராக்கிய அட்டயோகம் (தொடர் பயிற்சி) என்கிறார் பதஞ்சலி முனிவர். வைராக்கியம் பயிற்சியில் வெற்றி பெற்றவர் எல்லாவற்றிலும் வெற்றி பெறுவர்.

1. Controlling the mind can help to diagnose the disease of the patient
2. Controlling the mind can help to analyse the status of the patient.

Mind waves are working in five stages 1. Implement the knowledge in a proper way. 2. Mistaking one for the other. 3. Mesmerise with meaningless words. 4. Sleep 5. Imagination. These are all stages will be corrected by the yoga practice. do not allow the mind to its desired way and stay with mind control and practice. This is called *Vairakiya Attanga yogam*(continual practice) said by Pathanjali Munivar. Those who win the *Vairakiya Attanga yogam* they will win all.

அலகு 8

எண்பெருஞ் சித்திகள்

அட்டமா சித்திகள் பற்றி பரஞ்சோதி முனிவர் திருவிளையாடற் புராணத்தில் கூறியுள்ளார்.

"அணிமா மகிமா இலகிமா அரியகரிமா பிராத்திமலப்
பிணிமா சடையோர்க் கடைவரிய பிராகாமியமீ சத்துவமெய்
துணிமா யோகர்க்கு எளிய வசித்துவமென் றெட்டாம் இவை உளக்கண்
முணிமா சறுத்தோன் விளையாட்டின் வகையாம் அவற்றின் மரபுரைப்பாம்"

1. அணிமா (அணுமா) - அணுவாகும் தன்மை தன்னை மிக நுணுகிய உருவாக்கி வேறொருவர் காணாமல் உலகத்து உலாவுவதற்கு உதவி செய்யும் சித்தி இதுவாகும். உயிரும் உடலும் அணுவை விட குறுகும்போது அணுக்கள் எல்லாம் பெரிய உருவோடு நன்கு புலனாகும். அணுவைக் காட்டிலும் மிக நுண்ணிய பொருட்களை ஆராய்வதற்கு இச்சித்தி உதவி செய்யும்.

2. மகிமா - மா என்றால் பெரிய அதாவது பெரிய உருவாகும் தன்மை மகிமா எனப்படும். அணுக்களெல்லாம் அண்டங்களாக விரியுமாறு காட்டுவது மகிமாவாம். அதாவது தன்னுருவை மிகப் பெரியதாக விரித்து ஏனைய உருவங்கள் தன்னை விட சிறியதாக தோன்றுமாறு நிற்றல் இதனால் உலகடங்குதலும் தன் உடலை பிரித்து அதனைத் தன்வழி நடத்துதலும் இயலும்.(உ.ம்) சூரன் தம்பி சிங்கமுகன் முருகனை எதிர்த்து ஆயிரம் தலைகளோடு நின்றது. ஒவ்வொரு உயிரும் கருவிலிருந்து மனித உருவாக வளர்தல்

3. இலகிமா - கனம் இன்மை இலகுவாகும் தன்மை இலகிமாவாகும் தன் உடலிலும் பிற பொருட்களிலும் உள்ள கீழழுத்தும் வலியை அவ்வாறு செய்யாதபடி கெடுப்பதே இலகிமாவாகும். அதாவது மேல்நோக்கு காலை(உதானனை) மிகுவிப்பது இச்சக்தியே ஆகும்.

(உ.ம்) திருநாவுக்கரசரை கடலில் கல்லை கட்டி போட்டபோது அவர் கடலில் முழுகாமல் மிதந்தது இச்சக்தியால் தான். நீர் மேல் நடப்பதற்கும், விண்ணில் உலாவுதற்கும் இச்சித்தி கைவரப் பெறவேண்டும்.

4. கரிமா - கரிமா என்பது கனம் உடையது. அதுவே கரிமா எனத் திரிந்தது. கடுகை கூட மலையளவு கனமுடையதாக காட்டும் சக்தியாகும். அதாவது இது கீழ் அழுத்தும் காற்றை (அபானனை) மிகுவிக்கும்.

(உ.ம்) திருநல்லூர் என்ற ஊரில் வாழ்ந்த அமர்நீதி நாயனார் என்ற அடியவரின் அன்பினை உலகுக்கு காட்ட சிவன் நடத்திய விளையாட்டு சிவனடியாரின் கோவணத்திற்கு இணையாக அமர்நீதி நாயனார் தராசிலிட்ட பட்டு, மணி, பொன், எதுவும் சிறிய துணிக்கு ஈடாகாமல் போக, சிறிய கோவணத்தின் எடைக்கு நிகராக நாயனாரும் தன் பெண்டு பிள்ளையோடு ஏறி நிற்க தராசு சமநிலைக்கு வந்ததை கரிமாவுக்கு உதாரணமாக கூறலாம்.

5. பிராப்தி - பெறுதி என்பதே பெறுத்தி, பிராப்தி என மருவி நின்றது. காரைக்கால் அம்மையார் தம் கணவருக்காக இறைவனிடம் மாம்பழத்தை பெற்றதும் மதுரையில் சோமசுந்தர பாண்டியன் தன் மாமியாருக்காக ஏழு கடலை அழைத்ததும் கைலை மலையைக் காணச் சென்ற திருநாவுக்கரசர் இறைவன் திருவருளால் அக்காட்சியை திருவையாற்றில் கண்டது பிராப்தியின் பலனே.

6. பிரகாமியம் - பிற காய பிரவேசம் பிரகாமியம் என்று மருவிற்று அதாவது கூடுவிட்டு கூடு பாய்தல். பிறர் உடலில் தன் உயிரை புகுத்தி கொள்ளுதலே பிரகாமியம் எனப்படும். காரைக்கால் அம்மையார் கயிலாய மலையை அடைய தன் உடலில் தசையை உருவி எலும்புரு பெற்றது இச்சித்தியாலேதான். திருமூலர் என்ற சித்தர் உருவானதும் இடையனின் உடலில் உயிரை புகுத்தியதால்தான்

7. வசித்துவம் - வசம் வசியப்படுத்துதல் அதாவது எவரையும் தன் வசப்படுத்துதல் வசித்துவம் எனப்படும். சுந்தரனார் திருமணத்தை தடுக்க சிவன் பித்தனார் வடிவெடுத்து இச்சித்தியைப் பயன்படுத்த எல்லோரையும் தன் வயப்படுத்தினர் மாணிக்கவாசகர் சிதம்பரத்தில் தன்னுடன் வாதாடிய புத்தரை வென்றது இச்சித்தியால்தான்

8. ஈசத்துவம்-ஈசன் கடவுள் கடவுள் தன்மையை அடைதல் ஈசத்துவம் ஆகும். அதாவது படைத்தல், காத்தல், மறைத்தல், அழித்தல் அருளல் என்ற ஐந்தொழிலையும் ஆற்றியருளுதல் ஈசத்துவமாகும்.

    1. படைத்தல் - திருஞானசம்பந்தர் பூம்பாவைக்கு உயிர் கொடுத்தல்
    2. காத்தல் - சிலநாள் அப்பெண்ணை அந்த உடலோடு வாழச்செய்தல்

3. மறைத்தல் - மணிமொழித்தேவரை சிவன் குருந்த மரத்தடியில் ஆட்கொண்டு மாணிக்கவாசகர் என பெயரிட்டது. இல்லற வாழ்க்கையில் அவரை ஈடுபடுத்தியதும் ஆகும்.

4. அருளல் - திருஞானசம்பந்தர் தமது திருமணத்தை காண வந்த அனைவருக்கும் வீடு பேற்றை கொடுத்து அருளலாகும்.

5. அழித்தல் - திருஞானசம்பந்தரின் விருதுகளை தடுத்த புத்தன் தலையில் இடியை ஏற்றிக் கொடுத்தது அழித்தலாகும்.

1. ***Anima:*** This is the *siddhi* which helps one to create the subtle self and roam the world unseen by others. When life and body are narrower than atoms, all atoms are seen in a larger form. It will help to probe objects much finer than atoms.

2. ***Maghima: Maa*** means greatness, which means greatness is called maghima. It is glorious to show all atoms unfolding into universes. That is to say, he spread himself so large that other figures appeared smaller than him, thereby conquering the world and dividing his body and leading it in his own way.

   Eg: Suran's brother Singamukan stood against Murugan with a thousand heads. Every living being develops from embryo to human being.

3. ***lakhima:*** Is the absence of heaviness and leads to lightness. *lakhima,* in the body decreases the downward pressure and so as to increase the udhana vaayu upwards.

   Eg: Thirunavukkarasar was tied with stone and thrown into the sea, he floated completely in the sea because of this power.

4. ***Karima:*** Karima is heavy. Even mustard can be as heavy as a mountain. That is, it increases the downward pressure (abanan).

   Eg: A game performed by Lord Shiva to show the world the love of a servant named Amarneethi Nayanar who lived in a town called Tirunallur.

   Nayanar and his family came to stand on the balance of the scale, equal to the weight of the small cloth, when gold and nothing could be compared to a small piece of cloth.

5. ***Prapti:*** peruthi means prabti. Karaikal Ammaiyar received a mango from the Lord for her husband and Somasundara Pandyan in Madurai called seven seas for his mother-in-law. Thirunavukkarasar saw the scene in Thiruvaiyaru when he went to see *Kailai* Hill by god's grace.

6. ***Pragamiyam:*** Injecting one's life into another's body is called *Praghamiyam.* It is because of this that Karaikal Ammaiyar removed muscles from her body ,shaped as bones and reached the Kailaya mountain. When the Siddhar called Tirumoolar came into being, it was because he breathed life into the body of Idayan

7. ***Vasithuvam:*** *Vasithuvam* i.e. mesmerize someone. To prevent Sundaranar's marriage - Shiva turned as Pithanar and made everyone mesmerize due to this *Siddhi.* It was because of this *Siddhi* that Manikavasaka defeated the Buddha who argued with him at Chidambaram.

8. ***Esathuvam:*** *Esathuvam* is the attainment of godliness. That is, performing all the five functions of creating, protecting, concealing, and destroying, grace is *Esathuvam.*

    1. Creation*(Padaithal)*- Tirugnanasambandar, bringing Poompavai to life
    2. Protecting*(Kathal)* - Making the woman live with that body for some days
    3. Concealment*(Maraithal)* - Shiva made Manimozhithevar hang under the *Kurunda* tree and named him Manikavasaka. It is also involving him in unchastity *(illara vaalkai).*
    4. *Arulal*- Tirugnanasambandar blessed everyone who came to witness their marriage by blessing with salvation *(veetu peru).*
    5. Destruction *(Alithal)*: The thunderbolt on the Buddha's head that blocked ThirugnanaSambandar's awards was destruction.

அலகு 9

அண்டத்தில் உள்ளதே பிண்டம்

- "அண்டத்தில் உள்ளதே பிண்டம்"

  பிண்டத்தி லுள்ளதே அண்டம்

  அண்டமும் பிண்டமு மொன்றே

  அறிந்துதான் பார்க்கும் போதே" - சட்டமுனி ஞானம்

  அண்டம் - பிரபஞ்சம் - Universe - Macrocosm

  பிண்டம் - மனித உடல் - Human Body - Microcosm

  அண்டம், பிண்டம் இரண்டும் பஞ்சபூதங்களாலானவை அண்டத்தில் மாறுதல்கள் உண்டாகும் போது அது பிண்டத்திலும் எதிரொலிக்கும். அண்ட, பிண்ட வேறுபாடு இயற்கை நியதியில் இல்லை.

  Both micro and macro cosm are made up of five elements. Changes in macrocosm reflects in the microcosm. There are no particular difference between micro and macro cosm according to nature's rule

- **உடல் பஞ்சபூதமயமானது – Human Body and Five Elements:**

  'பாரப்பா பூதமைந்து மண் நீர்தேயு
  பரிவான வாகாய மைந்தினாலே
  சேரப்பா சடமாச்சு மண்ணின் கூறு
  செறிமயிர்தோல் என்பிறைச்சி நரம்பைந்தாகும்

  நேரப்பா அப்புவின்கூறு உதிர மச்சை
  நீர் மூளை சுக்கில மோ டைந்தாகும்
  காரப்பா தேயுக்கூறு பயமாங்காரம்
  கடுஞ் சோம்பல் நித்திரைமை துனங்களஞ்சே

  அஞ்சான வாயுவின் கூறியிருந்த லோடல்
  அவை நடத்தல் கிடத்தலுடன் நிற்ற லஞ்சாம்.

அஞ்சாகு மாகாயக் கூறு காமம்

அதிகுரோத லோபமத மோக மஞ்சாம்' - சதக நாடி

மண் - எலும்பு, தசை, தோல், நரம்பு, மயிர் (bones, muscle, skin, nerves, hair).

நீர் - மூளை, சிறுநீர், கொழுப்பு, வெண்ணீர், குருதி (brain, urine, fat, genital fluid, blood).

தீ - புணர்ச்சி, சோம்பல், தூக்கம், அகங்காரம், பயம் (coitus, laziness, sleep, arrogance, fear).

வளி - கிடத்தல், இருத்தல், நடத்தல், ஓடல், தாண்டல். (lying down, sitting, walking, running, jumping).

வெளி - மாச்சாயம், மதம், மோகம், உலோபம், காமம், உட்பகை. (jealous, haughty, infatuate, miserliness, lust, enmity).

என பஞ்ச பூதங்கள் உடல் உறுப்புகளில் ஆட்சி செய்கின்றன. (In these ways five elements are ruling human body).

- **உடலை வளர்க்கும் உணவுப்பொருட்களின் சுவையும் பஞ்சபூத மயமானது Foods which made human body are also made up of five elements:**

Sweet = Soil + Water

Sour = Soil + Fire

Salt = Water + Fire

Bitter = Air + Sky

Astringent = Soil + Air

Pungent = Air + Fire

- **உடலை நன்னிலையில் வைத்திருப்பதும் நோயை உண்டாக்குவதுமான உயிர்த்தாதுக்கள் எனும் முத்தோடங்கள் பஞ்சபூத மயமானது. Keeping the body healthy and causing diseases both are done by Three humours (uyir thathu) which also made up of the five elements :**

வளி - விண் + வளி - sky + air

அழல் - தீ + தீ - fire + fire

ஐயம் - மண் + நீர் - Soil + Water

- **உடலில் உண்டாகும் நோயைப் போக்கும் மருந்தும் பஞ்சபூத மயமானது Medicines that can cure the diseases are also made up of five elements:**

உடலும், நோயும் பஞ்சபூதங்களால் அமையும் போது அவற்றை நீக்கும் மருந்தும் பஞ்சபூதங்களாலேயே அமைய வேண்டும் என்பதில் சித்தர்கள் தெளிவாக இருந்திருந்தினர் ஆகவே பஞ்சபூதம் கலந்த மருந்துகளைப் பிணிகளை நீக்க வழங்கியுள்ளனர். Siddhars are very much clear in the concept that when the body and diseases of our body are composed of five elements then the medicines for these diseases also should be composed of five elements. So they prefer the medicines made up of mixture of five elements to treat the human body.

(உ.ம்) பஞ்சலோக செந்தூரம் வாதம் - 84

பித்தம் - 48

ஐயம் - 96 ஆக 228

நோய்களை போக்கக் கூடியதாக இருக்கிறது.

- **பஞ்ச பூதங்களால் பிறப்பு Birth due to five elements :**

பஞ்ச பூதங்கள் எல்லா இடங்களிலும் எல்லா நிலைகளிலும் நிறைந்திருக்கின்றன. எந்த இடத்தில் பூதங்கள் அனைத்தும் இல்லையோ அந்த இடத்தில் உயிரினங்களும் அவற்றின் பிறப்பும் இல்லை. பூதங்கள் எல்லாம் ஒரே அளவில் இருந்தால் அங்கும் பிறப்பில்லை. அவை பங்குபெறும் அளவு மாறினால் உயிர் உண்டாகும் என்பர்.

Our surroundings are made up of five elements. When there is no five elements there will be no birth. Where there the five elements are in equal ratio there will be no birth. Hence there should be some changes in the composition of the elements for the birth of a soul. This shows the basis of the birth.

- "பரமாய பஞ்சாமா பூதத்துள்

  தரம்மாறித் தோன்றும் பிறப்பு: - ஔவைக்குறள்

இது உயிரினங்கள் தோன்றியதற்கான அடிப்படையை விளக்குகிறது அண்டத்திலுள்ள கோள்கள், விண்மீன்கள் அசைவிற்கும் ஆற்றலுக்கும் மனித உடலிலுள்ள உறுப்புகளின் ஆற்றலுக்கும் தொடர்பு இருக்கின்றது. The relation between the changes in the planets and stars of universe and in the organs of the human body.

- **கோள்களுக்கும் உடல் உறுப்புகளுக்கும் உள்ள தொடர்பு Relation between organs and stars :**

ஞாயிறு - இதயம், வலக்கண், நெற்றி (heart, right eye, forehead).

திங்கள் - மூளை, மார்பு, தோள், மூக்கு, இடக்கண் (brain, chest, shoulder, nose, left eye).

செவ்வாய் - இரத்தம், பித்தம், தலை, கை, தொடை, எலும்பு (blood, bile, head, hand, thigh, bone).

புதன் - நுரையீரல், நுண்ணிய நரம்புகள், விரல்கள், கழுத்து, காது, உதடு (lungs, neurons, fingers, neck, ear, lip).

வியாழன் - கல்லீரல், வயிறு, சிறுகுடல், பெருங்குடல், சுவாச குழாய்கள், எலும்பு மஜ்ஜை- (liver, stomach, small intestine, Large intestine, trachea, bone marrow).

வெள்ளி (சுக்கிரன்) - நீர்க்குண்டிக்காய், இனப்பெருக்க உறுப்புகள், உயிர்; அணுக்கள், முகம் (kidney, reproductive organs, sperms, face).

சனி (காரி) முடவன் - மண்ணீரல், பல், நகம், மூட்டு, நரம்பு, தோல் (spleen, teeth, nails, elbow, nerves, skin).

இராகு - உணவுக்குழல், முழங்கால், நீர்ப்பை (Oesophagus, crus (lower leg), urinary bladder).

கேது - இரத்த சிவப்பணுக்கள், பிடரி, நெற்றிப்பொட்டு (red blood cells, occipital, mid of eyebrow.)

- **உடல் உறுப்புகளுக்கும் விண்மீன்களுக்கும் உள்ள தொடர்பு**

அசுவினி	-	புறங்கால் - Upper part of the heel
பரணி	-	உள்ளங்கால் -Sole
கிருத்திகை	-	தலை - Head
உரோகிணி	-	நெற்றி - Forehead
மிருகசிரிடம்	-	புருவம் - Eyebrow
திருவாதிரை	-	கண் - Eye
புனர்பூசம்	-	மூக்கு - Nose
பூசம்	-	முகம் - Face
ஆயில்யம்	-	காது - Ear
மகம்	-	உதடு, மேவாய் -lip, Upper lip
பூரம்	-	வலது கை - Right hand

உத்திரம்	-	இடது கை - Left hand
அஸ்தம்	-	கைவிரல் - Fingers
சித்திரை	-	கழுத்து - Neck
சுவாதி	-	மார்பு - Chest
விசாகம்	-	மூளை - Brain
அனுசம்	-	வயிறு - Stomach
கேட்டை	-	வலப்பக்கம் -Right side
மூலம்	-	இடப்பக்கம் - Leftside
பூராடம்	-	முதுகு - Back
உத்திராடம்	-	இடை - Hip
திருவோணம்	-	குய்யம் - Genital organ
அவிட்டம்	-	குதம் - Anus
சதயம்	-	வலதுதொடை - Right thigh
பூராட்டாதி	-	இடது தொடை -Left thigh
உத்திரட்டாதி	-	முழங்கால் -Crus
ரேவதி	-	கணைக்கால் -Calf region

- **அறுவை சிகிச்சை செய்யக்கூடாத திதிகளும் அமுதநிலை வாழும் இடங்களும் – Days and location in our body in which we should not carry any surgeries are**

நிறைமதி தொடங்கி மறைமதி வரையிலும், மறைமதி தொடங்கி நிறைமதி வரையிலும் உள்ள பதினைந்து நாட்களிலும் உடலில் ஒவ்வொரு நாட்களிலும், ஒவ்வொரு இடங்களில் அமுத நிலை (உயிர் ஆற்றல் நிலை கொண்டுள்ள இடம்) உள்ளதாக மருத்துவ நூல்கள் குறிப்பிடுகின்றன. அந்த நாட்களில் உடலில் அவ்விடங்களில் அடி, காயம், வெட்டு, விஷக்கடி ஏற்பட்டால் மரணம் நேரும் கூறப்படுகிறது.

Medical books says that, starting from full moon day to no moon day/from no moon day to full moon day. On those 15 days there will be a superior power in a particular part of our body.

In these days if the particular area of the human body gets hurt or wound or venom bite it causes death of the person.

பிரதமை	-	பெருவிரல் - 1st day - Big toe
துதியை	-	உள்ளங்கால் - 2nd day - Sole
திரிதியை	-	முழங்கால் - 3rd day -Crus

சதுர்த்தி	-	தொடை - 4th day - Thigh
பஞ்சமி	-	குய்யம் - 5th day Genital organ
சஷ்டி	-	நாபி -6th day Umbilicus
சப்தமி	-	மார்பு - 7th day Chest
அட்டமி	-	கை - 8th day Hand
நவமி	-	கழுத்து - 9th day Neck
தசமி	-	கீழுதடு - 10th day Lowerlip
ஏகாதசி	-	நாக்கு - 11th day Tongue
துவாதசி	-	நெற்றி - 12th day Forehead
திரியோதிசி	-	புருவம் - 13th day - Eyebrow
சதுர்த்தசி	-	பிடாரி - 14th day Occipital
நிறைமதி/மறைமதி	-	உச்சி -No Moon day or Full moon day - Anterior fontanale

- **இயற்கையும் மனித சக்தியும்: Nature and Manpower :**

மனித உடலில் அநேக நரம்புகளில் மர்மங்கள் அல்லது ஆதாரங்கள் இருக்கின்றன. இவ்வாதாரங்கள் பிராண சக்திக்கு நிலைக்களமாய் நிற்பதால் இவற்றைத் தட்டி எழுப்பி, அதனால் வெளிப்படும் சக்தியைக் கொண்டு ஆன்ம சக்தியை மேன்மேலும் வளர்க்க முடியும். யோகப் பயிற்சியால் மூலாதாரம், சுவாதிட்டானம் முதலான சக்கரங்களைத் திறந்து எழுப்பி 'துரியாதீதம்' என்ற பரவெளியைச் சேரும் வகையிலும் பயிலுப்பெறும் அப்பியாசம் யோகம் எனப்படுகிறது. பிராணாயாமத்தால் உண்டாக்கப்பட்டு பெருக்கப்படும் ஒரு சக்தி இடகலை, பிங்கலை என்னும் இரண்டையும் நமது விருப்பம் போல் அடக்கி சுழுமுனையில் சுவாசத்தை சஞ்சரிக்க விட்டு பொறிபுலன்களை அடைத்து ஆன்ம சோதியை வளர்த்து அருட்பெரும் சோதியாய், அகண்ட பரிபூரணமாய நிற்கும்.

இவ்வித சக்தியினால் மனிதன் ஐம்பெரும் பூதங்களை அடக்கி ஆளும் சக்தியைப் பெற்று இயற்கையின் போக்கை இயக்கவும், மாற்றவும், வல்லவனாயும், உலகையே ஆக்கவும், மாற்றவும், அழிக்கவும் வல்லவனாயும், புதிய உடல்களைத் தோற்றுவிக்கவும் தானே பிரியமான வடிவத்தையும் அளவையும் பெறக் கூடியவனாயும் அசையும் பொருள், அசையாப் பொருள் இரண்டிற்குமே தலைவனாய் நிற்கும் நிலையையும் பெறமுடியும் என்பது சித்தர்களின் முடிவு. மனிதன் இவ்வித முற்போக்கை அடையாமல் இருப்பதற்கு ஏதுவான சில தடைகளுண்டு. அவற்றை

மனிதன் கடந்துவிட்டால் அவனே சிவன் ஆவான். உலகமாகிய அண்டம், உடலாகிய பிண்டம், பிண்டத்தில் வரும் நோய், நோய்க்குரிய மருந்து, மருந்து செய்வதற்குரிய வாத முறைகள் ஆகிய அனைத்தும் ஒத்த முறையில் இயங்குகின்றன என்றிந்தவர்கள் தமிழ் மருத்துவ முன்னோர்கள்.

Human body contain so many insidious part that is called chakaras. They are sources of vital power. If it was waken up the power that is released due to that will in turn grow the soul power. Due to yoga practice one will open the chakaras and attain the almighty which is called yogam. The power which we attain due to control of sense organs, increases the glowing of soul. Likewise the human gets the power to control the five basic fundamental particles (iymbootham). Hence one will attain the power of creating universe: this is the conclusion of siddhars thought. There is lot of prohibition to attain such things. The one who eliminates it will attain the almighty.Siddhars realize the truth that is the universe, human body, diseases, medicines, processing methodology all are activate in same path.

- **மூன்றே பொருளால் ஆனத**

மூன்றே பொருளால் ஆனது அண்டம்

மூன்றே பொருளால் ஆனது பிண்டம்

மூன்றே பொருளால் ஆனது மருந்து

மூன்றே பொருளால் ஆனது வாதமே - என்பதால்

ஞாயிறு, திங்கள், மழை - என்பனவற்றால் ஆனது அண்டம்

வளி, அழல், ஐயம் - இதனால் ஆனது பிண்டம்

இரசம், கந்தகம், உப்பு - என்பதால் ஆனது மருந்து, வாதம்

Sun, moon, rain – make the universe.

Vali, azhal, aiyam – make the human body.

Rasam, kanthagam, uppu – make the medicine and vatham.

அலகு 10

சுவைகளின் ஐம்பூத பகுப்புத்தன்மை

10.1. சுவை

முதற்சுவை -நாவின் உணர்ச்சிக்கு முதலில் தெரியும் சுவை.

துணைச்சுவை - எச்சுவை மறைபட்டு கடைசியில் சிறிது உணரப்படுகிறதோ அது துணைச்சுவை.

First taste - It is the taste first sensed in the tongue

Accesory taste – It is the hidden taste and felt finally

வகைகள்: ஆறுவகைப்படும்.

இனிப்பு, புளிப்பு, உப்பு, கைப்பு, காரப்பு, துவர்ப்பு Sweet, Sour, Salt, Bitter, Pungent, Astringent

சுவைகளின் தோற்றம்:

- "மண்ணுடனே புனல்தீக்கால் முறையாக சேர்ந்திட்டால் வருமே இனிப்பு
  திண்ணமிலம் துவர்ப்பிரசம் சதாகதியோடார் தீயின்திடமா முறைப்பும்
  எண்ணரிய கசப்புபுண்டாந் தண்ணீரில்கன லிணைப்பாலெழு மாமுவர்ப்பு
  உண்ணரிய அறுசுவையின் பிறப்பிதெனும் குருசித்தருரைத்த மறையே."
  இரண்டிரண்டு பூதங்களின் கூட்டுறவால் சுவை பிறக்கிறது. Taste is born out of the collaboration of Two Boothams
  இனிப்பு–மண் + நீர் - Sweet - soil + water
  புளிப்பு–மண் + தீ - Sour - soil + fire
  துவர்ப்பு – மண் + காற்று - Astringent soil+air

கார்ப்பு–காற்று + தீ - Pungent - air + fire

கசப்பு–காற்று + விண் – Bitter - air + sky

உவர்ப்பு – நீர் + தீ - salt - water + fire

10.2. குணம்

ஐம்பூதச் சேர்க்கையால் உண்டான பொருட்களில் அறுசுவைகள் அடங்கியிருப்பது போல இருபது குணங்களும் அடங்கியிருக்கின்றன.அவை

திண்மை.தண்மை.நுண்மை.நொய்மை.கொழுமை.கூர்மை, வன்மை.மென்மை பருமை தூய்மை. மந்தம்.நெய்ப்பு, வறட்சி கரகரப்பு. இறுகல் வெம்மை. நிலைத்தல் நெகிழ்ச்சி இயக்கம் பிசுபிசுப்பு-Hardness, cold, Finess, Minuteness, Fluffiness, Sharpness, Strength. Tenderness, Plump, cleanliness, sluggishness, Moisturizing. Drought, Roughness, Tightness, Warmth, Steadiness, Slimy, Movement, Greasy nature.

இருபதில் சிறப்பான எட்டு குணங்கள்

திண்மை. Hardness: தண்மை. Cold: மென்மை. Tenderness: கூர்மை Sharpness: வெம்மை. Warmth: வறட்சி. Drought: நொய்மை. Minuteness: நெய்ப்பு Moisturizing

சுவைகளின் தன்மைகள்; QUALITIES OF THE SIX TASTES:

- இனிப்பு: மனத்திற்கு இன்பத்தையும் புலன்களுக்குத் தெளிவையும் உடலுக்குச் சுகத்தையும், சுவைத்தப்பின் வாயில் ஒருவித இன்பப் பசையையும் உண்டாக்கும். ஈ, எறும்புகளுக் பிடித்த சுவை.

  It Gives Happiness To mind. Clarity to sensory Organs . Pleasure to body. Gives A sweet feeling in the mouth after tasting it. Ant and other Insects are drawn towards this taste.

- புளிப்பு: உமிழ்நீரைச் சுரப்பிக்கும்: மயிர்ச்சிலிர்ப்பை உண்டாக்கும், பல் கூசும்: கண்களையும் புருவங்களையும் நெரிக்கச்செய்யும்: வாயிலுள்ள மலினங்களைப் போக்கும்.

  It secretes saliva, Causes sensitivity in tooth. Constricts the Eyes and eyebrows. Clears the debris in mouth

- உப்பு: வாயில் நீரொழுகச் செய்யும்: தொண்டையிலும் தாடைகளிலுமம ஒருவித அழற்சியை உண்டாக்கும்.

  Secrets saliva from mouth. Produces an inflammatory response in throat and jaw.

- கைப்பு: வாயிலுள்ள மலினத்தை நீக்கும் நாவின் ருசியை அறியும் சக்தியைக் குன்றச் செய்யும்: சுவைப்பதற்கு அருவருப்பைத் தரும்: முகத்தைக் கடுக்கச்செய்யும்.

  Clears the debris from mouth. Decreases the sense of taste. Nauseating for taste. It stimulates rage reaction in face.

- கார்ப்பு: நாக்கின் நுனியையும் தாடைகளையும் எரிக்கும்: கண், மூக்கு, நா ஆகிய இடங்களில் நீரைப் பெருக்கும்.: வாயிலும் முகத்திலும் ஒருவித அனலை உண்டாக்கும்.

  It gives a burning sensation in the tip of the tongue and jaw. It leads to watery eyes, nose & tongue. It produces heat In the region of face & mouth.

- துவர்ப்பு: நாவைத் தடிப்பிக்கும். தொண்டை, பல், நா ஆகியவைகளில் உள்ள நுண்ணிய துவாரங்களை அடைப்பதுடன் நாவில் ஒருவித பிசுபிசுப்பைப் பற்றும்படிச் செய்து சுவையை உடனே அறியமுடியாமல் செய்யும். Thickening of tongue. Wrinkle of small Wholes present in the tongue and tooth. It produces a kind of viscous fluid in tongue and blocks the sensation of taste.

சுவைகளின் தொழில்கள்: Action of taste.

சுவை	நற்குணத் தொழில் - Good Action	தீக்குணத் தொழில் Bad Action
இனிப்பு SWEET	பிறப்பு முதல் இறப்பு வரை விருப்பத்தைத் தரும். இதை தக்க அளவில் உட்கொண்டால் உடற்கட்டுளுக்கு வன்மையும்., உடலுக்கு ஊட்டமும், ஒளியும், இந்திரிய பலமும், வாழ்நாள் பெருக்கமும், தலைமுடி வளர்ச்சியும், பாலர் முதல் விருத்தர் வரை காசநோயால் வருந்துபவர்களுக்கு சுகத்தையும் தரும். தொண்டையிலுள்ள தோடங்களைப் போக்கவும், வாத, பித்த தோடங்கள் தன்னிலை வளர்ச்சியடையின் அவற்றை தன்னிலைப்படுத்தவும், பித்தம், வாயு, நஞ்சு ஆகியவற்றை நீக்கவும் இதனை பயன்படுத்தலாம். இது முலைப்பாலை பெருக்கும். It gives the desire from birth till death. If one takes in correct proportion of sweet it gives strength to the physical constituents, nourishment and glowing of body, increases the quality of sperm and lifespan, promotes hair growth, gives comfort to TB patients, eliminates the impurities of throat, stabilizes the Three vital humors, removes the Pitham,Vayu and Toxins. It is increases the secretion of mother milk.	இனிப்பை அளவு கடந்து உண்டால் கொழுப்பும், கோழையும், ஐய தோடமும் மிகுவதால் அவற்றின் பெருக்கத்தால் உண்டாகும் சில நோய்களையும், உடற்பெருக்கத்தையும், பசி, மந்தம், பிரமேகம், புரைக்குழல், கண்டமாலை, முதலிய நோய்களையும் உண்டாக்கும். Excessive intake of sweet increases fat deposition, cold and production of sputum which causes disease like obesity, decreased appetite, *piramegam*, fistula and goiter.
புளிப்பு SOUR	செரிக்கும் தன்மை, நெய்ப்புத் தன்மை, கண்களுக்கு சுகம், இரத்த ஆசயத்திற்கு பலம் ஆகியவைகளைத் தந்து சுவை வெறுப்பைப் போக்கும் மலத்தைப் பேதிக்கச் செய்யும். கபம், இரத்தம், பித்தம் ஆகியவற்றை வேற்றுநிலை வளர்ச்சியயைச் செய்யும். உள்ளடங்கிய வாயுவை முறைப்படி வெளிப்படுத்தும். It aids in digestion, Moisturizing, better vision, strength to blood constituents and removes the feeling of tasteless sensation. It gives a sensation to defecate and is required for appropriate development of kapam, pitham and blood. It Expels the incorporated gas.	உடல் தளர்ச்சி, மங்கிய பார்வை, தலைசுற்றல், பாண்டு, சோகை, வெப்பு, நாவறட்சி, அக்கி, சொறி, கொப்புளம் ஆகியவற்றை விளைவிக்கும். It gives misery, diminished vision, giddiness, anaemia, anasarca, fever, dryness of mouth, herpes, rashes and blisters.

உப்பு SALT	வறட்சி, மலச்சிக்கல், ஐயம், அவயச்சுருக்கம், ஆகியவற்றைப் போக்கும், நெய்ப்பு, வியர்வை, கூர்மை, சுவை, பேதி ஆகியவற்றை உண்டாக்கும். It removes drought, constipation, coldness and wrinkles in body organs. It produces viscosity, sweat, sharpness, taste and purgation	நரை, திரை, தலைமயிர் உதிர்தல், நாவறட்சி, அக்கி, குட்டம், ஆகியவற்றைத் தோற்றுவிக்கும். உடல் வன்மையைக் கெடுக்கும். It accelerates graying of hair, diminishes vision, hair loss, dryness of mouth, herpes and leprosy. It degrades the strength of the body
கைப்பு BITTER	இயற்கையாக அரோசகத்தைத் தரும். இருந்தாலும் மற்ற காரணங்களால் அரோசகத்தை நீக்கும் குணமுடையது. புழுக்களைக் கொல்லும். நஞ்சுகளை நீக்குவதில் சிறப்புடையது. வெப்பு, மூர்ச்சை, அழற்சி, பித்தம், கபம் ஆகியவற்றின் விகற்பம், வாய் நீரூறல், குட்டம் ஆகியவற்றைச் சாந்திசெய்யும். புத்தி கூர்மை, உடல் இலேசத்துவம், உடல் சுகம் ஆகியவற்றைத் தரும். தொண்டையையும் முலைப்பாலையும் சுத்தி செய்யும். By nature it gives tasteless sensation but for so many reasons it removes the feeling of tastelessness. It helps in deworming. Expert on eliminating poison. It equalizes the derangement of Inflammation, Pitham Kabam and fainting due to fever	மிக்க நாவறட்சி, சுக்கிலக்கேடு. வன்மைக் குறைவு, மூர்ச்சை, உறுப்புகளுக்குச் சோர்வு, நடுக்கம், இடுப்பு, முதுகு முதலான இடங்களில் வலியை உண்டாக்கும். It produces excessive dryness of mouth, Impairment of spermatogenesis, loss of strength in body, Fainting, misery and tremor, pain in hip and back

கார்ப்பு PUNGENT	தொண்டையிலுண்டாம் பிணிகள், வீக்கத்தோடு கூடிய நமைப்படை, குட்டம், அசீரணம், வயிற்றுப் பொருமல், சோகை ஆகியவற்றைப் போக்கும். புண்களை ஆற்றும். உடற் பசையையும், கொழுப்பையும் வயிற்றில் கபத்தினால் உண்டாகும் துர்நீரையும் வறட்டும். தீபனத்தையும், செரிப்பையும், நற்சுவையையும் உண்டாக்கும். கெட்ட மலத்தைக் கழிப்பிக்கும். கபத்தால் உண்டான கெடுதல்களை நீக்கும். It cures disease of Throat, Skin disease accompanied by itching, Leprosy, Indigestion, and anasarca. It aids in wound healing. It droughts the fat, unwanted fluid accumulation in the abdomen due to kabam and moisture of the body. It promotes digestion, Hunger and taste. It helps in defecation and remove the ill effects of kabam	மிக்க நாவறட்சி, சுக்கிலக்கேடு. வன்மைக் குறைவு, மூர்ச்சை, உறுப்புகளுக்குச் சோர்வு, நடுக்கம், இடுப்பு, முதுகு முதலான இடங்களில் வலியை உண்டாக்கும். It produces excessive dryness of mouth, impairment of spermatogenesis, loss of body strength, fainting, misery and tremor, pain on hip and back.
துவர்ப்பு ASTRINGENT	பித்த கப தோடங்களை போக்கும்: உடலுக்கு வெப்பத்தைத் தரும்: குருதியைத் தூய்மை செய்யும்: புண்களை ஆற்றும்: கொழுப்பைக் குறைக்கும்: உறுப்புகளைச் சுருங்கச் செய்யும்: மலத்தை இறுக்கி வறட்டும்: தோலைப் பதமாக்கும். It stabilizes Pitham and Kabam. It produces warmthness in body and purifies the blood. Heals the wound, reduces the fat and wrinkles on the organs, drought the feces. Helps in conservation of skin	வயிற்றுப் பொருமல், மார்பு நோய், நாவறட்சி, சோர்வு, ஆண்மைக் குறைவு, இரத்தநாளச் சுருக்கம், மலச்சிக்கல் ஆகியவற்றை உண்டாக்கும். It produces Indigestion, cardiac disease, dryness of mouth, tiredness, infertility, constriction of blood vessels and constipation

10.3. வீரியம்: POTENCY

எக்குணத்தால் எக்காரியம் நடைபெறுமோ அதுவே வீரியம்.சுவை, குணம் இரண்டிலும் மேம்பட்டது வீரியம்.

Actions occuring as a result of certain characteristics is called Potency. It is superior to taste and character.

வகை:

1. வெம்மை வீரியம் – Heat potency
2. தண்மை வீரியம் – Cold potency

வெம்மை வீரியத்தின் தொழில் :

- வாதத்தை சமப்படுத்தும். Maintains the equilibrium of vatham
- கபத்தை நீக்கும். Eliminates kabam.
- தலைச்சுற்றல், நாவறட்சி, தேகவாட்டம், வியர்வை, அழற்சி, விரைவில் செரிப்பித்தல் ஆகியவற்றை செய்யும். Causes dizziness, dryness or mouth, sweating, inflammation, and rapid digestion

தண்மை வீரீயத்தின் தொழில்:

- மனக்களிப்பு, தம்பனம், ஆயுள்விருத்தி செய்யும். Happiness, holding and increased life span etc.,
- இரத்தம், பித்தம் ஆகியவற்றை போக்கும். Eliminates Pitham and blood

10.4 விபாகம் (பிரிவு) - Separation

The separation of the food after ingestion due to the action of digestive enzymes is called separation. They are as follows

உண்ணும் உணவு உட்சென்ற பிறகு உடற்தீயால் அடையும் வேறுபாடே பிரிவு என அழைக்கப்படும்.

- இனிப்பு, உப்பு – இனிப்பாகவும்
- புளிப்பு. - புளிப்பாகவும்
- கைப்பு, கார்ப்பு, துவர்ப்பு – கார்ப்பாகவும் பிரிவுபடும்.
- Sweet, Salt → SweetNess
- Sour → Sourness
- Bitter, Pungent, Astringent → Pungentness

10.5 பிரபாவம் (மகிமை) - Eliteness

உட்கொண்டபொருட்களில், சில அவற்றிற்குள்ள சுவை, குணம், வீரியம், பிரிவு என்ற நான்கு வித தன்மைகளுக்கு மாறுபட்ட செயலை உண்டாக்குவதற்கும், வேறுசில பொருட்கள் வெளிப்பிரயோகத்திலேயே சிறந்த பயனை அளிக்கும் செயலுக்கும் மகிமை என்று பெயர்.

The food components that are ingested differs in Taste, Character, Potency, and Separation from one another. This is termed as *Eliteness* and also some components work splendid on only external application.

- கைப்பு, கார்ப்பு, துவர்ப்பு. Bitter, Astringent, Pungent - வளியை மிகுவிக்கும், கபத்தை சமப்படுத்தும். Increases Vatham and maintains the Equlibrium of kabam
- இனிப்பு, புளிப்பு, உப்பு Sweet, salt, sour - வளியை சமப்படுத்தும், கபத்தை மிகுவிக்கும். Increases Kabam and maintains the Vatham.
- துவர்ப்பு, கைப்பு, இனிப்பு - பித்தத்தைச் சமன்படுத்தும். Equalize Pitham.
- கார்ப்பு, உப்பு, புளிப்பு - பித்தத்தை விருத்திச் செய்யும். Increase the Pitham.
- இனிப்பு கபத்தை விருத்தி செய்யும்: வாத பித்தத்தைச் சமப்படுத்தும். Increase the Kabam Equalize Pitham and Vatham.
- கார்ப்பு - கபத்தை சமப்படுத்தும்: வாதபித்தங்களை உண்டாக்கும். EqualizeKabam. Produce Pitham and Vatham.
- புளிப்பு, உப்பு - கப பித்தத்தை விருத்தி செய்யும்: வாதத்தை சமன் செய்யும். Increase Kabam and the Pitham. Equalize Vatham
- கைப்பு - வாதத்தை விருத்தி செய்யும் கப பித்தங்களைச் சமப்படுத்தும். Increase the Vatham. Equalize Kabam and the Pitham.
- துவர்ப்பு - வாதத்தை உண்டாக்கும்: கப பித்தங்களைப் போக்கும். Produce Vatham. Eliminate Kabam and the Pitham.

அதாவது நீர் பூதாம்சம் உடைய பொருட்கள் கபத்தை மிகுவிக்கும். தீ பூதாம்சம் உள்ள பொருட்கள் பித்தத்தை மிகுவிக்கும்.

That is, products containing water increase kabam. Products containing fire increase pitham.

அலகு 11

ஐம்பூதக் கொள்கை
FIVE ELEMENTS THEORY

சித்த மருத்துவம் உலகம், அதிலுள்ள பொருட்கள் மற்றும் உயிரினங்கள் ஆகிய அனைத்தும் ஐம்பூதங்களால் ஆனது என்கிறது. ஐம்பூதங்களின் கூறுகள் அனைத்து பொருட்களிலும் உள்ளன. உதாரணத்திற்கு சிலவற்றை கூறி அவை எவ்வாறு சித்தமருத்துவத்தல் பொருந்துகிறது என்பதை பார்க்கலாம்.

ஐம்பூதத்திற்கும் உலகத்திற்கும் உள்ள தொடர்பு:

பஞ்சபூத பஞ்சீகரணத்தில் கண்டுகொள்க.

ஐம்பூதத்திற்கும் ஞானேந்திரியங்களுக்கும் உள்ள தொடர்பு:

- மெய் - வாயு - உணர்தல்
- வாய் - நீர் - சுவைத்தல்
- கண் - தீ - பார்த்தல்
- மூக்கு - மண் - நுகர்தல்
- செவி - ஆகாயம் - கேட்டல்

ஐம்பூதத்திற்கும் கன்மேந்திரியங்களுக்கும் உள்ள தொடர்பு:

- கை - தீ - இடுதலும் ஏற்றலும்
- கால் - வாயு - நடத்தல்
- வாய் - ஆகாயம் - பேசல்
- கருவாய் - மண் - ஆனந்தித்தல்
- எருவாய் - நீர் - மலம், நீர் கழித்தல்

ஐம்பூதத்திற்கும் பஞ்சபிராணாதி வாயுக்களுக்கும் உள்ள தொடர்பு:

- பிராணன் - வாயு - வாழ்தல்
- அபானன் - தீ - கீழ்நோக்கி வெளியாக்கல்
- உதானன் - மண் - மேல்நோக்கி வாந்தி செய்வித்தல்
- வியானன் - ஆகாயம் - உடல் உறுப்புகளை நீட்டலும் மடக்கலும்
- சமானன் - நீர் - சமப்படுத்தல்

ஐம்பூதத்திற்கும் ஆதாரங்களுக்கும் உள்ள தொடர்பு:

- சுவாதிட்டானம் - மண்
- மணிப்பூரகம் - நீர்
- அனாகதம் - தீ
- விசுத்தி - வாயு
- ஆக்கினை - ஆகாயம்

ஐம்பூதத்திற்கும் உடல் உறுப்புகளுக்கும் அதன் செயல்பாடுகளுக்கும் உள்ள தொடர்பு:

- மண் - எலும்பு, தசை, தோல், நரம்பு, மயிர்
- நீர்; - மூளை, சிறுநீர், கொழுப்பு, வெண்ணீர், குருதி
- தீ - புணர்ச்சி, சோம்பல், தூக்கம், அகங்காரம்,
- வளி - கிடத்தல், இருத்தல், நடத்தல், ஓடல், தாண்டல்.
- வெளி - மாச்சாயம், மதம், மோகம், உலோபம், காமம், உட்பகை.

ஐம்பூதத்திற்கும் உடற்கட்டுகளுக்கும் உள்ள தொடர்பு:

- சாரம் - நீர்
- செந்நீர் - நீர் + தீ
- ஊன் - நீர் + மண்
- கொழுப்பு- நீர் + மண்
- என்பு - வாயு + மண்
- மூளை - நீர் + வாயு
- சுக்கிலம் - வாயு + தீ

ஐம்பூதத்திற்கும் முக்குற்றத்திற்கும் உள்ள தொடர்பு

- வளி. = வளி (காற்று) + வெளி(ஆகாயம்)
- அழல் = தீ +தீ
- ஐயம் = மண்+. நீர்

ஐம்பூதக்கொள்கையும் சித்த மருத்துவத்தில் பொருந்தும் விதமும்.

உலகில் உள்ள

- இயங்கும் பொருள் (உயர்திணை- மக்கள், தேவர், விலங்கு: அஃறிணை – நகர்வன, ஊர்வன, பறப்பன, நீந்துவன, நடப்பன)
- இயங்காப் பொருள் (செடி, கொடி, மரம்,தாது பொருட்கள்)

  அனைத்தும் ஐம்பூதச்சேர்க்கையால் உண்டானவை. (ஐம்பூதங்களாவன மண். நீர், தீ, காற்று, விண்.- இவைகளின் தோற்றம் பஞ்சபூத பஞ்சீகரணத்தில் விளக்கப்பட்டுள்ளது.) இவை அனைத்திலும் ஐம்பூத பண்புகள் அடங்கியுள்ளன. அவை

  திண்மை, தண்மை, மந்தம், கூர்மை, நுண்மை, நொய்மை, தூய்மை, வன்மை, கொழுமை, பருமை, மென்மை, வெம்மை, நெய்ப்பு, வறட்சி, நிலைத்தல், நெகிழ்ச்சி, இறுகல், இயக்கம், கரகரப்பு, பிசுபிசுப்பு.

  அந்த பண்புகளையுடைய பொருட்கள் மனித உடலில் சேரும் போது தத்தமது பண்புகளை நிகழ்த்தும். அதாவது உடலை பாதுகாப்பது மட்டுமின்றி கெடுதலையும் விளைவிக்கும்.

  - கள்ளிப்பால், சிவதை, நேர்வாளம் - பேதி உண்டாக்கும்
  - துருசு, கடுகு,உப்பு - வாந்தி உண்டாக்கும்
  - மண்டூரம் - பாண்டு நோய் போக்கும்
  - செம்பு - குன்மத்தையும்
  - நாகம் - மூலத்தையும்
  - வங்கம் - மேகத்தையும் போக்கும்

ஐம்பூதத்திற்கும் ஆறுசுவைக்கும் உள்ளதொடர்பு

- இனிப்பு. = மண் + நீர்
- புளிப்பு. = மண் + தீ
- துவர்ப்பு = மண் + வளி
- கார்ப்பு. = தீ + வளி

- உப்பு. = தீ + நீர்
- கசப்பு. = வெளி + வளி

அறுசுவைக்கும் முக்குற்றத்திற்கும் உள்ள தொடர்பு:

வாதமே புளிப்புவேண்டும் –வன்பித்தம்
கசப்பு வேண்டும் தீதிலா- சிலேற்பன
தொந்தத்தோர்க்கு சேர்ந்திடும் இனிப்பு வேண்டும்
காதலாய் காரல் உவர்ப்போடு கருதுந்தானே!"

முக்குற்றத்தை மிகுதிப்படுத்தும் சுவைகள்

- புளிதுவர் விஞ்சுகறியால் பூரிக்கும் வாதம்
  ஒளிஉவர் கைப்பேறில் பித்து சீறும் – கிளிமொழியே
  கார்ப் பினிப்பு விஞ்சிற் கபம் விஞ்சும்
  சட்டிரதச் சேரப் புணர் நோயணுகாதே"

முக்குற்றத்தை சமனப்படுத்தும் சுவைகள்

- வாதம் மேலிட்டால் மதுரம் புளியுப்பு
  சேதமுறச் செய்யும் சிறையையம் – ஓதக்கேள்
  காரந்துவர் கசப்பு காட்டும் சுவையெல்லாம்
  சாரப் பரிகாரம் சாற்று"

FIVE ELEMENTS THEORY

According to Siddha science, the universe, things and living beings consists of five elements. For examples see some relations between them.

Relation between the sense organs and five elements:

- Nose - Earth – Smell
- Water – Tongue – Taste
- Fire – Eyes – Vision
- Air – Skin – Touch
- Space – Ear – Sound

Relation between the Motor organs and five elements:

- Earth – External genital organ – Expels semen, foetus, menses
- Water – Anus – Expels Fecal matter
- Fire – Hands - Gives and receives
- Air - Legs - Walking
- Space – Mouth – Speaking

Relation between the pancha piranathi vayukkal and five elements:

- Earth – Udhanan - Responsible for all upward movements
- Water – Smanan - Responsible for neutralizing the other vayus
- Fire – Abanan - Responsible for downward movements.
- Air – Piranan - Responsible for respiration
- Space – Viyanan - Responsible for all body movements

Relation between the Aatharams and five elements:

- Earth – Swathitanam
- Water – Manipooragam
- Fire – Anagatham
- Air – Visuthi
- Space – Aginai

Relation between the organs and action and five elements:

- Earth – bones, muscle, skin, nerves, hair.
- Water – brain, urine, fat, genital fluid, blood.
- Fire – coitus, laziness, sleep, arrogance, fear.
- Air – lying down, sitting, walking, running, jumping.
- Space – jealous, haughty, infatuate, miserliness, lust

Relation between the Physical constitutions of vayukkal and five elements:

- Saram - Water
- Seneer - Water and Fire
- Ooun – Earth and Water
- Kozhuppu – Earth and Water

- Enbu – Earth and Air
- Moolai - Air and Water
- Sukilam - Air and Fire

Relation between the three thosam and Aymbootham:

- Vali = Space + Air
- Azhal = Fire + Air
- Ayyam = Earth + water

APPLICATION OF FIVE ELEMENT THEORY IN SIDDHA SYSTEM OF MEDICINE:

Living and non living things all are made up of 5 boothams and also contain the qualities of 5 bootham. They are Solidity, coldness, dullness, sharpness, fineness , softness, purity, hardness, fatness, thickness, smoothness, warmth, viscosity, dryness, consistency, elasticity, stiffness, mobility, roughness, viscosity. When these characters are dissolved in our body, it will express their own characters. Whether it may be good or bad.

- kallipal, sivathai, nervalam – causes diarrhoea
- Coriander, mustard, salt – cause vomiting
- Manduram - cures Pandu
- Copper – cure ulcer in stomach
- Nagam – cures piles
- Vangam – cures venereal diseases

Relation between the Aymbootham and Six tastes:

- Sweet = Earth + water
- Sour = Earth + Fire
- Astringent = Earth + space
- Pungent = Fire + Air
- Salt = Fire + Water
- Bitter = Space + Air

Relation between the three thosam and Six tastes:

Sweet taste shows increased Ayyam: bitter shows increased Azhal: sour shows increased vali; in mixed of two thosam astringent, pungent and salty joined with vali, azhal and ayyam respectively. Vali denotes Air element characters, Azhal denotes Fire element characters and Ayyam denotes water elements characters. Body constituents which posses the Water, Fire and Air elements denotes the Ayya, Azhal and Vali.

Food have sour and astringents taste, increases the Vatha thosam: food have salty and bitter taste, increases the Pitha thosam: sweet content foods are increases the Ayya thosam.

Sweet, sour and salty foods equalize the vatha thodam. Pungent, astringent and bitter tasted foods equalize the Ayyam. Astringent, sweet and bitter equalize the Azhal.

Sweet taste is formed by the combination of earth and water. Ayyam is also composed of these two elements. So when one consume sweet taste in excessive amount the Ayya thodam will be increased. By equalizing this he will take the opposite taste(I;e. salt, pungent). Likewise in Pitha thodam sour taste will equalize it.

அலகு 12

உயிர்தாதுக்கள்

வாதம் முதலான முத்தாதுக்களும் உடல் முற்றும் பரவி வாழும். இவை தன்னளவில் மாறும் போது குற்றம் (தோடம்) எனப் பெறுகின்றன.

முத்தாதுக்களின் இருப்பிடம்:

வளி - கொப்புளுக்கு கீழ்

அழல் - நாபிக்கும். இருதயத்திற்கும் இடையில்

ஐயம் - இருதயத்திற்கு மேல் உள்ள பாகம்

முத்தாதுக்களின் பொதுக் குணம்:

வளி - நெகிழ்ச்சி, பரவுதல், வறட்சி, விரைவாக இடம் விட்டு இடம் போதல், தண்மை, நுண்மை

அழல் - வெதுப்பல், நுண்மை நீர்மை நொய்மை வெகுட்டல், சூட்டை தரல்,

ஐயம் - குளிர்ச்சி, திடத்தன்மை, அழுத்தம், குழகுழப்பு, நெய்ப்பு, மந்தம், மெத்தென்றிருத்தல், வழுவழுப்பு, இளகிய நிலை, விரைதலில்லாதத் தன்மை.

இக்குணங்களை உடலின் புறத்தே தொட்டும் தட்டியும் அழுத்தியும், தேய்த்தும் கண்டறியலாம். ஆகவே இவற்றின் இயல்பு, மிகுதி, குறைகளை அறிந்து கொள்ளுதல் நலம்.

அ) வளி

வடிவம் - நுண்மை, நொய்மை. இயக்கம், தண்மை, வெம்மை, ஒப்புரவின்மை

வாழுமிடம் - அபானம், மலம், இடகலை, உந்தியின் கீழ்மூலம், காமக்கொடி, இடுப்பு, எலும்பு, தோல், நரம்பு கூட்டம், கீல்கள், மயிர்க்கால், ஊன்.

'அறிந்திடும் வாத மடங்கு மலத்தினில்''- திருமூலர்

'நாமென்ற வாதத்துக் கிருப்பிடமே கேளாய்
நாபிக்குக் கீழென்று நவில்லாகும்''- யுகி முனிவர்

இயற்கைப்பண்பு

1. ஊக்கமுண்டாக்கல்
2. மூச்சுவிடல், வாங்கல்
3. மனம்மொழி மெய்களுக்குச் செயலைத்தரல்.
4. மலம் முதலிய பதினான்கு விரைவுகளை வெளிப்படுத்தல.;
5. சாரம் முதலிய ஏழு உடல்கட்டுக்களுக்கும் ஒத்த நிகழ்ச்சியை தரல்.
6. ஐம்பொறிகட்கும் வன்மையைக் கொடுத்தல்.

செய்தொழில்:

1. உடல் நோதல்
2. குத்தல்
3. பிளத்தல் போல காணல்
4. நடுக்கல்
5. நரம்பு முதலியன குன்றல்
6. இறுக்கமாதல்
7. வறட்சி
8. அசைத்தல்
9. இளைத்தல்
10. குடைச்சல்.
11. தடியால் அடிபட்டது போன்ற வலி
12. பூட்டு நழுவல்
13. உறுப்புத் தளர்ச்சி
14. உறுப்புகள் தொழில் புரியாமல் மரம் போல கிடத்தல்.
15. மலம், நீர்; தீய்தல், அடைபடல்
16. நீர்; வேட்கை
17. கெண்டைக்கால், தொடை முதலியன நொறுங்கிப் போவது போல தோன்றல்
18. எலும்புக்குள் துளைப்பது போல தோன்றல்
19. மயிர்க்கூச்செறிதல்.
20. கை, கால்களை நீட்ட மடக்க முடியாமை
21. எச்சுவையும் துவர்த்தல் (அ) துவர்ப்பாக வாய் நீர்; ஊறல்.
22. தோல், மலம், கண், நீர்; கறுத்துக்காணல்

வகை

	வாயுக்கள்	இருப்பிடம்	தொழில்	நிறம்	கடவுள்
1	பிராணன் (உயிர்க்கால்) (வளிக்கூறு)	மூலாதாரத்தில் இருந்து வெளிப்பட்டு மூக்கின் வழியால் மூச்சு விடலாற் 12 அங்குலம் வீணாய்ப் போகும். விடுதலும் வாங்குதலும்; செய்யும். புசிக்கும் பற்பல உணவுகளைச் செரிக்கச் செய்யும். நாழிகை ஒன்றுக்கு 360 சுவாசமாய்; நாளொன்றுக்கு 21.600 சுவாசம். இதில் 14,400 சுவாசம் உள்ளேயும் 7.200 சுவாசம் வெளியேயும் செல்லும்.	உயிருடன் கலந்து தலையை இடமாக பெற்று மார்பு, கழுத்து இவ்விடங்களில் வாழ்வது மட்டுமின்றி மனம், புத்தி, உள்ளம் ஐம்பொறி இவைகளை தன்வயப்படுத்தி காரியுமிழ்தல், இருமல், தும்மல், ஒப்பம்விடல், மூச்சு விடல். வாங்கல், உண்ணும் உணவை உட்செலுத்துதல் என்னும் தொழில்களைச் செய்யும்.	நீலம்	சந்திரன்
2	அபானன் (கீழ்நோக்குக் கால்) தேயு கூறு.	சுவாதிட்டானத்தில் இருந்து	வெளிப்பட்டு கீழ்நோக்கி மலசலத்தைத் தள்ளும், ஆசனவாயை சுருக்கும். அன்ன சாரத்தைச் சேர வேண்டிய இடங்களில் சேர்ப்பிக்கும்	பச்சை	வரதராஜன்
3	வியானன் (பரவுகால்) (வெளியின் கூறு)	தோளிலிருந்து 72,000 நாடி நரம்பிலும்	சென்று இவ்வுடலிலுள்ள அசையும் பொருள், அசையாப் பொருள் என்னும் இரண்டிலுமிருந்து உறுப்புகளை நீட்டவும் மடக்கவும் செய்து, பரிசங்களையறியும். உண்ணும் உணவின் சாரத்தை அவ்விடங்களில் நிறைப்பித்து உடலைக் காக்கும்	பால்	எமன்

	வாயுக்கள்	இருப்பிடம்	தொழில்	நிறம்	கடவுள்
4	உதானன் (மேல் நோக்குக் கால்) (மண்ணின் கூறு)	அடிவயிற்றில் உதராக்கினியில் தோன்றி உணவின் சாரத்தை கூடியிருந்து, அதை அங்கங்கே நிறுத்தும் வெளிப்படுத்தும், கலக்கும்.	மார்பை இடமாகக் கொண்டு கொப்பூழ் கழுத்து மூக்கு இவ்விடங்களில் வாழ்ந்து பேச்சுக்கு முதற்காரணமாக இருப்பதுமின்றி முயற்சி, மனதிடம், உடல்வன்மை, உடல் நிறம், உடல் ஒளி, நினைப்பு ஆகியவற்றை உண்டாக்கும்.	மின்னல்	அக்னிதேவன்
5	சமானன் (நடுக்கால்) (நீர்க்கூறு)	நாபியிலிருந்து கால் வரை	சமமாய் பரவிப் பாய்ந்து மற்ற வாயுக்களை மிஞ்சவொட்டாமல் மடக்கி சரிப்படுத்திச் சேரப் பண்ணும், அறுசுவைகளையும், அன்னம், தண்ணீர் ஆகியவற்றையும் சமப்படுத்தி உடலிலெல்லாம் சேரும்படி செய்யும்	புட்பராகம்	சூரியன்
6	நாகன் (அறிவுக்காற்று)		எல்லாக் கலைகளையும் கற்கும்படி அறிவையெழுப்பும் நல்ல பண்புகளைப் பாடுவிக்கும். கண்களைத் திறக்கும்படிச் செய்யும். கண்களை இமைக்கும் மயிர்களை சிலிர்க்கச் செய்யும்.	பொன்	அனந்தன்
7	கூர்மன் (விழிக்காற்று)	மனதிலிருந்து கிளம்பி கண்ணில் இருந்து	இமையைக் கொட்டுவிக்கும். கொட்டாவி விடப் பண்ணும். வாயை மூடப்பண்ணும் பலத்தை உண்டு பண்ணும். கண்களைத் திறக்கவும், மூடவும் பண்ணும். உலகத்திலுள்ள பொருட்களை எல்லாம் கண்களுக்குக் காண்பிக்கும். கண்களிலிருந்து நீரை விழப்பண்ணும்.	வெளுப்பு	திருமால்

	வாயுக்கள்	இருப்பிடம்	தொழில்	நிறம்	கடவுள்
8	கிருகரன் (தும்மல் காற்று)	நாவில் இருந்து	நாவிற் கசிவையும், நாசியிற் கசிவையும் உண்டாக்கும். மிக்க பசியை உண்டாக்கும். ஒன்றை நினைத்திருக்கச் செய்யும். போதற் தொழிலைச் செய்யும். தும்மலையும், இருமலையும் உண்டாக்கும்.	கருமை	சிவன்
9	தேவதத்தன் (கொட்டாவி காற்று)	குதம். குய்யம்	சோம்பலையும். உடல் முறித்தலையும் உண்டாக்கும். தூங்கி எழுந்திருக்கும் போது அயர்ச்சியை உண்டாக்கும். கண்ணைப் பல இடங்களில் உலாவுவிக்கும், தாங்குதல், சண்டை கொள்ளல் தாக்கம் பேசல், மிக்க கோபம் இவற்றை உண்டாக்கும்	படிகம்	தேவேந்திரன்
10	தனஞ்செயன் (வீங்கல் காற்று)	மூக்கில் இருந்து	தடித்து உடம்பு முழுமையும் வீங்கப் பண்ணும், காதில் கடல் போன்ற இரைச்சலிட்டு, இறந்து விடின் காற்றெல்லாம் வெளிப்பட்ட பின்னர் 3-வது நாளில் தலை வெடித்த பின்தான் போகும்.	நீலம்	தன்வந்திரி

ஆ) அழல்

வடிவம் - அணுத்துவம், வெப்பம், கூர்மை, இளகல், நீராகல், கட்டடல்.

வாழுமிடம் - பிங்கலை, பிராண வாயு, நீர்ப்பை, மூலாக்கினி, இருதயம், தலை, கொப்பூழ், உந்தி, இரைப்பை, வியர்வை, எச்சில், செந்நீர், சாரம், கண், தோல்.

- 'பிரிந்திடும் பித்தம் பேராம் சலத்தினில்' - திருமூலர்
  'போமென்ற பித்தத்துக் கிருப்பிடமே கேளாய்
  பேரான கண்டத்தின் கீழதாகும்'- யூகிமுனி.

இயற்கைப் பண்பு:

செரிப்பித்தல், வெம்மை, பார்வை, பசி, நீர் வேட்கை, சுவை, ஒளி, நினைப்பு, அறிவு, வன்மை, மென்மை.

தொழில்:

1. வெப்ப முண்டாக்கல்
2. செந்நிறம் (அ) மஞ்சள்நிறம் தோன்றல்.
3. உண்ட உணவுப் பொருள்கள் பக்குவமடையும் போதும், செரிக்கும் சமயத்திலும், வெப்பமுண்டாதல்.
4. வியர்த்தல்
5. மயக்கம் ஏற்படல்
6. செந்நீர் தன்னளவில் மிகுதல் அவ்வாறு மிகுந்த செந்நீர் வெளிப்படுதல்.
7. தோல், கண், மலம், சிறுநீர் முதலியன மஞ்சள் நிறமடைதல்.
8. சீற்றம், வணக்கமின்மை, அசைவின்மை, நினைவு, வெறி, மெலிவு, எரிவு உண்டாதல்
9. எச்சுவையும் கைப்பாகவேனும் புளிப்பாக வேணும் காணுதல்.

வகைகள்:

1. அனற்பித்தம் (ஆக்கனல்) - இது தீயின் பண்புடையது. இஃது இரைப்பைக்கும், பக்குவாசயத்திற்கும் இடையிலிருந்து தீயின் குணத்தை மிகுதியாகப் பெற்று, நீர் வடிவமுள்ள பொருள்களை வரளச் செய்து, உண்ட உணவுப் பொருள்களைச் செரிக்கும்படிச் செய்யும்.
2. இரஞ்சகப் பித்தம் (வண்ண எரி) - இது செந்நீரை மிகுதிப்படுத்தும் பண்புடையது, இரைக்குடலிலிருந்து கொண்டு, உணவிலிருந்து பிரிந்துண்டான சாற்றுக்குச் செந்நிறத்தைத் தருகிறது.

3. சாதகபித்தம் (ஆற்றலங்கி)

இது நிறைவேற்றும் பண்புடையது. இது தமரகத்திலிருந்து அறிவு, புத்தி, பற்று இவற்றைக் கொண்டு விருப்பமான தொழிலைச் செய்து முடிக்கும்.

4. பிராசகம் (உள்ளொளித் தீ) -

இது தோலுக்கு ஒளியைத் தரும் பண்புடையது. இது தோலில் வாழ்ந்து கொண்டு தோலுக்கு ஒளியைக் கொடுத்து அதை ஒளிரச் செய்யும்.

5. ஆலோசகம் (நோக்கழல்)

இது கண்களுக்குப் பொருள்களைத் தெரிவிக்கும் பண்புடையது. இது கண்களில் வாழ்ந்து கொண்டு, எல்லாப் பொருட்களின் வடிவத்தையும் அறிதலாகிய காரியத்தைச் செய்யும்.

இ) ஐயம்;

வடிவம்: தண்மை, நெய்ப்பு, மந்தம், வழுவழுப்பு, மென்மை, திண்மை

வாழுமிடம்: சமானவாயு, சுழுமுனை, வெண்ணீர் தலை, ஆக்கினை, நாக்கு, உண்ணாக்கு, கொழுப்பு, மச்சை, குருதி, மூக்கு, மார்பு, நரம்பு, எலும்பு, மூளை, பெருங்குடல், கண், கீல்கள்.

இயற்கைப் பண்பு:

1. நிலைத்தல்
2. நெய்ப்பு
3. கீல்களில் அமைப்பின் கட்டுகள்
4. பொறையுடைமை (பசி, நீர் வேட்கை, துயரம், கலக்கம், வெப்பம் - இவற்றைப் பொறுத்தல்

தொழில்:

1. நெய்ப்பு, வன்மை, செறிவு, தண்மை, பருத்தல்
2. என்பில் ஏதோ பூசப்பட்டது போன்ற உணர்ச்சி
3. கீல்கள் தொழில் புரியாதிருத்தல்
4. உடல் வெளுத்தல்
5. ஊன் விரைவில் செரியாமை
6. மிகுதூக்கம்
7. நாவில் இனிப்புச்சுவை தோன்றல்
8. தோல், கண், மலம், சிறுநீர் வெண்ணிறமடைதல்
9. தொழில் புரிவதில் கூர்மையின்மை

வகைகள்:

1. அவலம்பகம் - அளியையம்

   இது காற்றுப் பையாகிய நுரையீரலிலிருந்து கொண்டு, தன் இயற்கை வன்மையால், திரிகஸ்தானத்திற்கும், உணவின் சத்தால் தமரகத்திற்கும், அடிப்படையாயிருந்து தன் இயற்கை நெகிழ்ச்சித் தன்மையைக் கொண்டு மற்ற நான்கு வகை ஐயங்கட்கும் பற்றுக் கோடாயிருப்பதால் அவலம்பகம் எனப்படும்.

2. கிலேதம் - நீர்ப்பியையம்

   இஃது இரைப்பையிலிருந்து கொண்டு உண்ணப்பட்ட உணவுப் பொருள், நீர் முதலியவைகளை ஈரப்படுத்தி, மெத்தெனச் செய்யும் தொழிலைப் புரியும்.

3. போதகம் - சுவைகாணையம்

   இது சுவைப் பொறியாகிய நாவினின்று, உண்ணுகிற சுவைகளை அறிவிக்கும்.

4. தற்பகம் - நிறைவையம்

   தலையினின்று இரண்டு கண்களுக்கும் குளிர்ச்சியைத் தரும்.

6 சந்திகம் - ஒன்றியையம் இது பூட்டுகளில் நின்று இயற்கையாய் எல்லாக் கீல்களையும் ஒன்றோடொன்று பொருத்தித் தளரச் செய்து கொண்டிருக்கும்.

இம்மூன்று தாதுக்களும் தத்தமது நிலையிலிருந்து விலகும் போது நோய் தோன்றும். இவ்வாறு நிலை மாறுவது மூன்று நிலைகளில் நிகழ்கிறது. அவையாவன தன்னிலை வளர்ச்சி, வேற்றுநிலை வளர்ச்சி மற்றும் தன்னிலையடைதல்.

- தன்னிலை வளர்ச்சி: மூன்று தாதுக்களும் தன்னிலையில் வளர்தல், தன்னிலை வளர்ச்சி எனப்படும். இதில் தன்னிலை வளர்ச்சிக்கு காரணமான குணமுள்ள பொருள்களில் வெறுப்பும். எதிரிடைக் குணமுள்ள பொருட்களில் விருப்பும் உண்டாகும்.
- வேற்றுநிலை வளர்ச்சி: வளர்ச்சியடைந்த முக்குற்றங்கள் தத்தமது இடம்விட்டு மீறி வேற்றிடங்களில் பரவுமாயின் அது வேற்றுநிலை விருத்தி எனப்படும். இதில் கேடடைந்த குற்றங்களின் குறிகுணங்கள் யாவும் காணப்படுதலும், ஏழு உடற்கட்டுகளும் பிணிக்கபட்டிருத்தலும் காணப்படும்.
- தன்னிலை அடைதல்: முக்குற்றங்களும் தத்தமது இடங்களில் இயற்கையாக நிலைப்படுவதாகும்.

Trihumoral theory:

All three humors spread throughout the body completely.

Habitat of trihumors:

- *Vali* - below the navel
- *Azhal* - Between navel and heart
- *Iyam* - The parts above the heart.

The general nature of Three humors:

- Vali - Flexibility, spreading, drought, rapid displacement, coldness, fineness
- Azhal - minute heating, fineness, watery, minuteness to threaten, provide heat.
- Iyam - Cold, solid in nature, pressure, slimy, viscosity, sluggishness, softness, smooth, loosen.

These symptoms can be detected by touching outside of the body and pressing and rubbing. So it is good to know the nature, the push, the flaws of these trihumors.

Vali - Air + Space - Creative force.

shape - fineness, minuteness, mobility, cold, heat, incompatibility

Habitat - ***abanam***, faeces, ***idakalai***, Lower coccyx pelvic bone, nerve congestion, spines, hair follicles, Joints, tissues and muscles

Natural characteristics:

1. Motivate
2. Inhalation, exhalation
3. Gives action to body, mind and voice.
4. Expel faeces like 14 waste. . Revealing the Fourteen Quicks of Stool etc
5. Gives same action to 7 physical constitutents.
6. Gives strength to 5 sense organs.

Function:

Body pain, stabbing, splitting, tremor, Nerve weakness, stiffness, droughtness, loss of body weight /Weightloss, a continuous boring pain as in neuralgia, Pain like being hit by a whip, dislocation of joints, loss of erective power, malfunctioning of body parts like a tree, stool, urine excretion / block, Thirsty, Appearance of crumbling of thighs etc., Appearance as if pierced into bone, hair standing on hair follicles, Inability to stretch arms and legs, All taste appears to be astringent, urine, skin, eyes etc appears to be in black colour.

Azhal - Fire – Sustaining force

Shape - Atomization, heat, sharpness, loosen, liquified, tideup.

Habitat - ***Pingalai, Piranan***, bladder, heart, head, umblical area, stomach, sweat, saliva, blood, chyme, eye and skin.

Natural characteristics: Digestion, heat, sight, hunger, appetite, taste, light, thought, knowledge, purity, tenderness.

Functions:

production of heat, Red (or) Yellow color is the appearance of the coarse, Heat is produced while eating and the time of digestion. Sweating, Fainting, Yellowing of the skin, eyes, stool, urine, etc.

Excess of blood in itself is thus the expression of yellow colour in the blood or urine, Anger, apathy, immobility, memory, mania, emaciation, burning sensation. Feels all tastes to be bitter or sour.

Types:

- ***Anarpitham*** - Digestive fire – Exists in stomach and intestine. It possesses the quality of increased fire and dries up water contents of the food stuffs and digests all the ingested foods.
- ***Ranchaga pitham*** – Haematinic fire – Exists in the stomach and gives the red colour to the essence of the digested food.

- ***Saadhaga pitham*** – Accomplishment fire – Existing in the heart, with the help of knowledge, intellect, and affinity. It performs the desired act.
- ***Prasakam*** – Complexion fire – Existing in the skin and gives lustre to it.
- ***Alosakam*** – Visual fire – Existing in the eyes and it causes the faculty of seeing.

Iyam - Earth + Water - Destructive /Eliminating force

Shape - cold, moisturizing, flabby, soft, tenderness, rigidity.

Habitat: ***Samanavaayu,*** vertebrae, semen, head, between the eyebrows, tongue, palate, fat, bone marrow, blood, nose, chest, nerve, bone, brain, large intestine, eye, joints.

Natural characteristics: Stabilization, moisturizing, building the system in joints, endurance (hunger, dehydration, grief, turbulent heat - Tolerance)

Functions:

Moisturizing, strength, enrich, cold, fatty appearance, Feeling something applied on the bones, ; Lack of functioning of joints, Discolouration of body, indigestion, Excess sleep, Sweetness on the tongue, whitening of skin, mucus, feces, urine, Lack of functioning.

Types:

- ***Avalambagam*** – Nodal/pivotal Iyyam – Existing in the thoracic cavity including heart. Along with its innate potential and essence of food it strengthens the body. Basically, it is called ***Avalambakam*** on the basics of other four types of iyyam.
- ***Khiledhagam*** – Digestive/Aqueous ***Iyyam*** – Exists in the stomach and it breakdown the ingested hard food stuffs and liquefies them. Liquefies the food stuff ingested and homogenizes them.
- ***Pothagam*** – Taste/Gustatory ***Iyyam*** – Exists in the tongue and it intimates the tastes of the food.

- ***Tharpagam*** – Coolant ***Iyyam*** – Exists in the head and strengthens the sense organs and cools the eyes.
- ***Sandhigam*** – Articular ***Iyyam*** – Exists in the joints and lubricates them. Maintains the contiguity and integrity of the joints.

Mukkuttram **or** ***Muthodam*:**

A condition in which the three humors deviates from the natural state, provokes a disease is called ***Mukkuttram or muthodam***. The alteration and vitiation either in-situ or ectopic of the three humors, leading to diseases.

Thannilai valarchi – In-situ growth – Expansion of ***Vali, Azhal and Iyyam*** in its own place.

Vetrunilai viruthi - Ectopic growth - Expansion of ***Vali, Azhal and Iyyam*** at a different site.

Thannilai adaithal - Restoration – Restoration of three humors to normalcy after having expanded in growth.

12.1. யாக்கையின் இயற்கை இலக்கணம் -

உடலில் உணவு, செயல்களால் முக்குற்றங்களுள் எது மிகுதியாகி வெண்ணீர் (சுக்கில) சுரோணிதத்துடன் கலக்கின்றதோ அக்குற்றமே முதற்காரணமாயிருந்து அப்பெயரால் வழங்கப்படும். எவ்வாறெனில், வளிமிகுதியால் உண்டான உடலை வளிஉடல் என்றும், அழல் மிகுதியாலுண்டான உடலை அழல் உடலென்றும், ஐயமிகுதியால் உண்டான உடலை ஐய உடலென்றும் கூறுவர். இம்மூன்றும் உடலும், முறையே அதம. மத்திம, உத்தம உடல்களென்றும் வழங்கப்படும்.

வளி உடலினன் இயல்

- உடல் - மெலிந்து உயர்ந்த உடல், பருத்த அடித் தொடைகள்
- நடை - நடந்தால் கீல்கள் நெட்டையிடுதல்
- நிறம் - சிறிது வெண்மையும் கருமையும் கலந்து ஒளிரும்
- தலைமுடி - கருத்து முனை பிளந்த தலைமுடி.

- கண்கள் - தடித்த இமைகள், வட்டமாக விகாரித்துச் சாக்கண் போன்று சுரசுரப்பாயும், சிறிது வெண்மையும் கலந்த கண்கள், குளிர்ந்த பார்வை.
- வார்த்தை - தெளிவானது - சிலநேரம் தடுமாறும்
- சுவை - இனிப்பு, புளிப்பு, உப்பு, சூடு பொருட்களில் சிறிது விருப்பம், குளிர்ச்சி பொருந்திய பொருளில் வெறுப்பு
- உணவு - மிக்க உண்டி, அற்ப வன்மை
- விருப்பம் - விளையாட்டு, இசை, அவமதிப்பு, சிரிப்பு, தொக்கணம், வேட்டையாடல்
- சுக்கிலம் - பெண்களிடம் அற்ப விருப்பம், வீரிய வளர்ச்சி குறைவு, உணர்ச்சி அறிவு, இவை நிலையின்மை
- திறமை - புலமைத் திறமை, புகழின்மை
- பண்பு - தகுதியின்மை, ஈகையின்மை, பொன் முதலிய பொருட்களை கவர்தலில் நினைப்பு, பகைமை
- தூக்கம் - அரைக்கண் மூடிய தூக்கம், விண், மலை, காடுகளில் நடக்கும் கனவு.

  இப்பண்புகளை உடைய மிருகங்கள் - நாய், நரி, ஒட்டகம், எலி, பருந்து, காகம், கோட்டான்.

அழல் உடலினன் இயல்

- **உடல்** - எலும்பு, கீல்களில் ஊன் குறைந்து, எப்போதும் வெப்பம், வியர்வை, அற்ப துற்நாற்றம், தோல் சுருங்கிய மேனி, நிறம் மஞ்சளும் சிவப்பும் கலந்து ஒளிரும் நிறம்.
- தலைமுடி - மஞ்சள் நிற மயிர் உடலில் குறைந்த ரோமம், நரை
- முகம் - முகப்பருவுடன் கறுத்த மச்சம்
- கண்கள் - அதிக இயக்கத்தோடு கூடிய மெல்லிய இமைகள், வெயில், சீற்றம், பசி, கட்குடி இவைகளால் விரைவில் சிவக்கும் கண்கள்.
- வார்த்தை - மிக்க வார்த்தை
- சுவை - இனிப்பு, துவர்ப்பு, கைப்பு, குளிர்ச்சி பொருந்திய பொருளில் விருப்பம்.
- உணவு - அற்ப உண்டி, முக்கால் வன்மை.
- விருப்பம் - நறுமண மாலை, சந்தனப்பூச்சு, பனி இவற்றில் விருப்பம்.

- சுக்கிலம் - அற்பசுக்கிலம். அற்பகாமம், பெண்களிடம் அற்ப விருப்பம்.
- திறமை - கல்வி மேன்மை, வல்லமை, தெளிந்த அறிவு.
- பண்பு - வீரம், பகை, துணிவு, மரியாதை, ஒழுக்கம், நற்செய்கை, அடுத்தவரிடம் அன்பு, வெயில், சூடு, சீற்றம், பசி, நீர் வேட்கை, அச்சம் இவை பொறுக்காத தன்மை, நல்ல இன்பம்.
- ஆயள் - 65 வயது உடையவன்
- தூக்கம் - பூக்கள் நிறைந்த கொங்குமரம், சரக்கொன்றை மரம், முருக்க மரம், மின்னல், சூரியன், வாயு, கொள்ளி, நாற்ப்புறத்திலும் பற்றி எரிகின்ற வெளிச்சம், ஆகியவற்றைக் காண்கின்ற கனவு உண்டாகும்.

  இப்பண்புடைய பிற உயிர்கள் - புலி, கரடி, குரங்கு, பூனை, பாம்பு

ஐய உடலினன் இயல்

- உடல் - நரம்புகளையும், எலும்புகளையும், கீல்களையும் தசைகள் நிறைந்துமறைக்க, மேடு, பள்ளம் இல்லாத மென்மையுடன் கூடிய அழகிய மேனி
- நிறம் மஞ்சள் சோளம், அறுகுமுனை, பாணத்து ஒளி, கத்தி ஒளி, கோரோசனை, தாமரைப்பூ, பொன் முதலியவற்றை ஒத்த நிறம்
- கண்கள் அகன்று நீண்டு, கடை சிவந்து, கருவிழியும், வெள்விழியும் ஒளியுடையனவாய்த் தெளிவாய் தூரப்பார்வையை தோற்றுவிப்பனாய்ச் சுற்றிலும் கருத்து நெருங்கிய இமை மயிர், எண்ணெய் தடவியது போல மினுமினுக்கும்.
- நடை- கொழுத்த யானை நடை
- வார்த்தை - கடுஞ்சொல் இன்மை
- குரல் - முகில், கடல், அரிமா, முழவு முதலியவைகளின் ஒலி போன்ற குரல்
- சுவை - கைப்பு, துவர்ப்பு, கார்ப்புக் கூடியமிக்க வெப்பமான உண்டி
- உணவு - அற்ப உண்டி - மிக்க வன்மை
- விருப்பம் - சங்கீதம் கேட்டல்
- சுக்கிலம் - குறைவு, பிள்ளை பேற்றுக் குறைவு
- திறமை - புலமைத் திறமை, முன் ஆராய்ச்சி, அன்பு, வன்மை, பசி, தாகம், துயரம், அச்சம் - இவைகட்கு பின்வாங்காத தன்மை.
- பண்பு - மேலான அறிவு, பண்பு, வணக்கம், நம்பிக்கை, உண்மை, உறுதி, பொறுமை, நாணம், அற விருப்பம்.

இப்பண்புடைய பிறஉயிர்கள் - அயன், ருத்ரன், இந்திரன், வருணன், அரிமா, யானை, குதிரை, எருது, பசு, கருடன், அன்னம்.

Temperament of the body

When the humor and semen and egg yolk which is excessive in nature, caused by the food and action, is said to be the first reason to provide the name of the temperament of the body. The body formed by excess of air is called ***valiudal*** and the body made by excess of ***pitham*** is called as ***azhaludal*** and body made by excess ***kabam or iyyam*** is called ***iyya udal.*** These three kind of body is called as ***Adhama*** (bad), ***mathima*** (better), ***uthama*** (best) body.

Vatha Temperament

- Body - Thin slim and height body
- Walk - sound from joints while walking
- Colour - light white and dark mixed with glow
- Hair The tip of the concept is split hair
- Eyes swollen eyelids, round, disparate, dryness and slightly whitish eyes. Cool view.
- Speech - clear, Stumble sometimes.
- Taste - Slightly preferred over sweet, sour, salty, and hot and spicy. Hatred for cooling matched material.
- Food – pittance of strength and excessive diet.
- Preference game, music, insult, laughter, massage, Hunting
- Semen – pittance desire in women, oligospermia: instability of emotions and knowledge.
- Talent - poetry talent, non popularity
- Characteristics – disqualified or incompetence, non givingness, interest in theft of gold etc.
- Sleep - Half-closed sleep, occurs dream like walking in sky, mountain and jungle.

Animals with these characteristics - Dog, Fox, Camel, Hawk, Crow, Owl

Pitha temperament

- Body - Impairment of muscle in bone and joints, heat, sweat, pittance of bad smell, shrinkening of skin,
- Colour - glowing of body with yellowish red in colour.
- Hair - yellowish hair, scanty body hair, grey hair.
- Face - black mole with acne.
- Eyes - Thin eyelashes with much more movement, eyes reddening quickly due to sunlight, anger, hunger and alcohol.
- Speech - excess words
- Taste - Desire in sweet, astringent, bitter, cooling material.
- Food - pittance of food, three quarters of strength,
- Preference - interest in winter, aromatic garland sandal and snow
- Semen - oligospermia, scanty sexual desire,
- Talent - superiority of education, strength, clear knowledge
- Characteristics - valor, enmity, courage, respect, discipline, goodwill, love for others intolerance of sunlight, heat, and anger and hunger, thirst and fear.
- Sleep - Occurs dream like seeing flowers of bombax tree and golden shower tree: lightning, sun, gas, and light burning on all four sides.

  Other creatures with this trait - Tiger, Bear, Monkey, Cat, Snake

Iyya Temperament

- Body - Nerves, bones and joints are covered by muscles, beautiful body with smooth skin without roughness.
- Colour - skin colour like yellow corn, tip of the scotch grass, light of arrow and knife, bile of cow, lotus, gold, etc.,
- Eyes - Broad, sharp red eyes, iris, whitish and bright, far-sighted, with narrowed eyelids
- Walk - fat elephant walk
- Speech - absence of strict words.

- Voice - voice like cloud, sea, lion and musical instrument muzhvu.
- Taste - hot food with bitter, astringent and pungent in taste.
- Food - pittance of food intake but more strength.
- Preference - listening to music
- Semen - oligospermia, scanty delivery
- Talent - poetry talent, pre-research, love, strength: tolerance of hunger, thirst, grief and fear
- Characteristics - Higher Knowledge, attribute, humility, trust, Truth, confident, patience, shame and desire in charity.

  Other creatures with this trait - Ayan, Rudran, Indra, Varuna, Lion, Horse, Ox, Cow, Eagle and Swan.

12.2. முத்தோடங்களின் மிகுகுணம், குறைகுணம்: Increased and decreased characters of three humors.

தாது	மிகு குணம்	குறை குணம்
வளி	1. உடல் இளைத்துக் கறுத்தல் 2. சூட்டுப் பொருள்களில் விருப்பம் 3. உடல் நடுக்கல் 4. வயிறு உப்பல் 5. வன்மை குறைதல் 6. தூக்கம் கெடல் 7. ஐம்பொறிகளின் வன்மை கெடல் 8. வாய் பிதற்றல் 9. தலைச் சுழற்றல் 10. ஊக்கம் இன்மை Weightloss with darkness, interest on heat materials, shivering of body, Flatulence, decrease of strength, sleeplessness, decreased activity of sense organs, slipping of words, Faint, Inactive	1. உடல் நோதல் 2. தாழ்ந்த குரல் 3. தொழில் குன்றல 4. அறிவு மங்கல் 5. மூர்ச்சை உண்டாதல் 6. ஐய வளர்ச்சியில் காணும் பிணிகள் உண்டாதல் Tiredness of body, Low voice, Less active, Less activity of brain, Fainted condition and the diseases caused with increased in kabam.

தாது	மிகு குணம்	குறை குணம்
அழல்	1. கண், மலம், சிறுநீர் தோல் இவைகள் மஞ்சள் நிறம் அடைதல். 2. பசி, நீர் வேட்கை மிகுதிப்படல் 3. உடல் மற்றும் எரிச்சல் உண்டாதல் 4. குறைந்த தூக்கம் appearance of yellow colour in skin, eye, urine, Increased appetite and thirst, irritation of the body, less sleep	1. மந்தாக்கினி 2. குளிர்ச்சி 3. நிறக்குறைவு 4. இயற்கை ஐய வளர்ச்சிக்குக் கேடு உண்டாதல். Mandakini, coolness, Discolouration, Disturbance in the growth of kabam
ஐயம்	1. அக்கினி மந்தப்படல் 2. வாய் நீர் ஊறல் 3. ஊக்கம் குறைதல் 4. உடல் கனமாகத் தோன்றுவதுடன் வெண்ணிறத்தையும் குளிர்ச்சியையும் அடைதல். 5. உடல் முற்றும் உள்ள கட்டுகள் தளரல். 6. இரைப்பு, உப்பிசம், இருமல், மிக்க தூக்கம் உண்டாதல். Excess secretion of saliva in mouth, Less active, Feeling of more weight of body, discoloration and coolness in the body, Loosening of joints, cough, wheezing, Drowsiness are present.	1. தலைச்சுற்றல் 2. கீல்களில் பசை முற்றும் நீங்கி அவை தளர்ச்சி அடைதல், இதனால் கீல்கள் நன்றாக வெளியில் தோன்றுல் 3. ஐயம் வாழ் இடங்களில் ஐயம் குறைந்தும் நுரையீரல் இல்லாதது போலத் தோன்றியும், மயிர்க் கால்களினின்று வியர்வை பெருகியும் காட்டல் 4. தமரகத்தில் படபடத்த ஒலி Faint, Decrease in the amount of synovial fluid and causing loosening of the joints and due to this the joints are more prominent. Decreasing of iyyam in its own habitat. Feeling of the absence of lungs and more sweat in root of hair, Palpitation of heart.

அலகு 13

ஏழு உடற்கட்டுகள் (தாதுக்கள்)

7 உடல்; கட்டுகள்	இயற்கை பண்பு	மிகு குணம்	குறை குணம்
சாரம்- நீர்	உடலையும் மனத்தையும் ஊக்கமுறச் செய்யும்.	ஐய வளர்ச்சியால் உடலில் தோன்றும் கெட்ட பண்புகள் பசித்தீ குறைதல் முதலியன.	தோல் சுரசுரப்பு, மெய் வருத்தம், இளைப்பு, வாட்டம், பேரொலி கேட்க முடியாமை.
செந்நீர் - நீர் + நெருப்பு	அறிவு, வன்மை, ஒளி, ஒலி செருக்கு - இவற்றை நிலைக்கச் செய்யும்	புருவம், உச்சி, கழுத்து, மார் பு, கொப்பூழ், உதடு, அண்டம், முழங்கால், கணுக்கால், இடுப்பு, கால் பெருவிரல், சுட்டுவிரல், தோலின் உட்புறம், வெளிப்புறம் கொப்புளம் உண்டாதல் இடப்பாட்டு ஈரல் வீக்கம், கட்டிகள், சூலை, பசியின்மை, குருதி வளி குருதி தீ, குருதி சிறுநீர், மிகச் சிவந்த கண், சிவந்த செந்நிறத் தடிப்பு, சிவந்த நிறத்தோல், பெருநோய், காமாலை பயித்தியம் இவை உண்டாகும்.	புளிப்பும், குளிர்ச்சியும் உள்ள பொருட்களில் விருப்பம். நரம்பு தளர்ச்சி, வறட்சி, உடலின் நிறம் குறைதல் ஆகியவை தோன்றும்.

7 உடல்; கட்டுகள்	இயற்கை பண்பு	மிகு குணம்	குறை குணம்
ஊன் - மண் + நீர்	உடலின் உருவத்தை அதன் தொழிற்கிணங்க அமைத்தலும், என்பை வளர்த்தலும் ஆகும்.	கண்டமாலை, கிரந்தி தோன்றும் கன்னம், வயிறு, தொடை, ஆண் குறி இவ்விடங்களில் கண்டு கண்டாக கட்டிக் கொள்ளல். கழுத்து முதலிய இடங்களில் ஊன் அதிகரிக்கும்.	ஐம்பொறிகட்குச் சோர்வு, கீல்களில் நோய், தாடை, பிட்டம், ஆண்குறி, தொடை சுருங்கல்.
கொழுப்பு - மண் + நீர்	ஒவ்வொரு உறுப்பும் தத்தம் செயலை இயற்றும் போது கடினமின்றி இயங்க அவற்றிற்கு நெய்ப்புப் பசை ஊட்டி உதவிபுரிவது.	ஊன் மிகுதியால் நேரிடும் பிணிகளும், களைப்பும், அற்ப உழைப்பிலும் பெருமூச்சும், பிட்டம், குறி, மார்பு, வயிறு, தொடை இவ்விடங்களில் தொங்கும் ஊனும் பெருகும்.	இடுப்பில் வலி, இடப்பாட்டு ஈரல் வளர்ச்சி, உடல் இளைத்தல்.
என்பு - மண் + வாயு	உடலை ஒழுங்குபட நிறுத்தி வைத்தல், மென்மையான உறுப்புகளை பாதுகாத்தல், உடல் அசைவிற்கு அடிப்படையாய் இருத்தல்.	பற்களும், எலும்புகளும் மிகுதிப்படும்.	என்பு சந்துகளில் நோவும், பற்கள் கழலும், நகங்களும் மயிர்களும், வெடித்தலும் உதிர்தலும் பெறும்.
மூளை - நீர் + வாயு	என்புக்குள் நிறைந்து அவற்றிற்கு வன்மையும் மென்மையும் தரும்.	உடல் பாரித்தல், கண் கணத்தல், கைகால் விரல் கணுவின் அடி பருத்தல், சிறுநீர், குறைந்து போதல், அரிதில் தீரும் புண் உண்டாதல்.	கண் திகைத்தலும், எலும்பில் துளை விழுதலும்.

ஏழு உடற்கட்டுகள் (தாதுக்கள்)

7 உடல்; கட்டுகள்	இயற்கை பண்பு	மிகு குணம்	குறை குணம்
சுக்கிலம் – நீர்+ நெருப்பு (வெண்ணீர்)	தன்னையொத்த உருவப் பெருக்கத்திற்கு இடமாகும்.	பெண்களிடம் காதல் மிகுதலும், கல்லடைப்பு நோய் உண்டாதலும் ஆகும்..	புணர்ச்சியில் வெண்ணீரும், சுரோணிதமும் பொறுத்துப் பொறுத்துத் துளிதுளியாய் விழுதல் (அ) செந்நீர் வெளிப்படல், விதையில் குத்தலுடன் வலி, குறியில் அழற்சி மிகுதிப்பட்டு அது கறுத்தல்.

S.No	UDAL KATTUGAL	CHARACTERS	INCREASED CONDITION	DECREASED CONDITION
1.	Chyme *(saaram)*	Supports the body and mind. It is the first tissue created from food,	Express *kabam* condition such as loss of appetite.	Roughness of skin, body pain, loss of weight, tiredness, couldn't hear excessive sounds.
2.	Blood *(senneer)*	Stabilizes brain strength, vision, hear.	Lesions on internal and external regions of skin, eyebrows, vertex (uchi), neck, breast, umbilical, lips, knee, ankle, hip, toe. Loss of appetite, liver inflammation, Reddish eye, reddish patches on skin, jaundice, splenomegaly. Mental retardation	Desires for cool and sore taste, nervous disorder, dryness and pale skin.

S.No	UDAL KATTUGAL	CHARACTERS	INCREASED CONDITION	DECREASED CONDITION
3.	Muscle *(oon)*	Helps in bone development and maintains the shape and structure based on individual's activity.	Goiter, lumps*(katti)* in cheeks, stomach, thigh, male genital organ, increased volume of muscles seen in neck, *kiranthi*(skin diseases).	Weakening of five sense organs, joints diseases, shrunkening of jaws, male genital organ, thighs.
4.	Fat *(kolupu)*	Helps by providing lubrication to all organs during their movements.	Diseases caused by increase in lipid and that causes tiredness. Increased breathing even after small work, fat accumulation occurs in reproductive organ, breast, abdomen, thighs, pitham (skin diseaes).	Hip pain, splenomegaly, loss of weight.
5.	Bone *(Enbu)*	Protects the soft organs, basic for body movement, helps in the maintainance of body posture.	Teeth and bones may present in excess.	Loosening of teeth, nail cracks, hair fall, and weakness of joint.
6.	Bone marrow *(Majjai)*	Present inside the bony structure- skull and gives strength and softness.	Puffy eyes, swelling in fingers of hand and leg, low micturition, occurrence of wound which can be healed easily, anemia.	Low vision, presence of holes in bones.

S.No	UDAL KATTUGAL	CHARACTERS	INCREASED CONDITION	DECREASED CONDITION
7.	Semen *(sukilam)* *(venner)*	Helps in reproduction.	Renal stones and increased attraction towards opposite sex.	Pricking pain of scrotum, irritation and blackening of testes, dripping of sperms during sexual intercourse sometimes along with blood.

அலகு 14

நலவாழ்வு

14.1 முதற்பொருள்

நிலமும் காலமும்

"முதல் எனப்படுவது நிலம் பொழுதிரண்டின்
இயல்பெனமொழிப இயல்பு ணர்ந்தோரே" -(தொல்- அகத்திணை இயல்)

மக்களின் தன்மை, அவர்கள் வசிக்கும் நிலம், காலம் (பொழுது) இவைகளுக்கு ஏற்ப அமையும். எனவே நோயின்றி வாழ விரும்புவர்களும் அவற்றை மற்றவர்களுக்கு அறிவுறுத்த விரும்புவர்களும் (மருத்துவர்கள்) இவ்விரண்டு முதற்பொருளைப் பற்றி அறிய வேண்டும்.

1. நிலம்-எனவே நிலம், நிலத்திற்கு காரணமாகிய நீரும், நீருக்கு காரணமாகிய தீயும், தீக்கு காரணமாகிய காற்றும், காற்றுக்கு காரணமாகிய ஆகாயமும் ஆகும். ஆக பஞ்சபூதங்கள் தோன்றியது உலக தோற்றமாகும். இதை சித்தர்களின் முதல் கோட்பாடு என்ற பகுதியில் காணலாம். நிலமானது குறிஞ்சி, முல்லை, மருதம், நெய்தல், பாலை என ஐவகைப்படும். இதில்
   - குறிஞ்சி - கபத்திற்கு இடமாகும்: இவ்விடத்தில் விளைகின்ற மூலிகைகள் நோய்களைப் போக்கும் வன்மையுடையது. இங்கு வசிப்பவர்களுக்கு, இரத்தத்தை முறிக்கும் காய்ச்சலும், வயிற்றில் ஆமைக் கட்டி, வழலைக் கட்டி முதலியவையும் உண்டாகும்.
   - முல்லை - பித்தத்திற்கு இடமாகும்: மேலும் இதில் வாதமும் பொருந்துவதால் பல நோய்கள் உண்டாகும்.
   - மருதம் - வாத, பித்த, கபங்களால் உண்டாகும் நோய்களைப் போக்கும். அறுசுவை உண்பவர்களாகிய இவர்கள் பெயரைச் சொன்னாலே நோய்கள் ஒழியும்.

- நெய்தல் - பித்த வாயு தங்குவதற்கு இடமாகும். இங்கு வசிப்பவ வர்களின் உடலின் நுட்பமான இடங்களில் கபநீரானது தங்கி உடலை தடிப்பிக்கச் செய்யும். குடலண்ட நோயும், யானைக்கால் நோயும் உண்டாகும்.
- பாலை - இங்கு பாலை என்பது பாலைவனம் அல்ல. குறிஞ்சி முல்லை ஆகிய நிலத்திணைகளுக்கு இடையிலமைந்த பாழ்நிலப்பகுதி பாலை ஆகும். அதாவது காடாகவும் இல்லாமல், மலையாகவும் இல்லாமல் இரண்டும் கலந்து மயங்கி வெய்ய மிகுதியால் திரிந்த சுரமும் சுரம் சார்ந்த இடமும் பாலை நிலமாகும். ஆகவே அது வாத, பித்த, கபங்களுக்கும், அவைகளால் உண்டாகும் மற்ற நோய்களுக்கும் இடமாகும்.

இவற்றில் மனிதர்கள் வசிக்க உத்தமம் - மருதம்: தகாத நிலம் - பாலை.

ஒரு மருத்துவ மாணவன் ஏன் நிலத்தைப் பற்றி பயில வேண்டும்? ஏனெனில்

1. உணவிற்கும், மருந்துகள் செய்வதற்கும் கிடைக்கும் பொருள்களை தெரிந்துகொள்ளலாம்
2. இன்னின்ன நிலங்களில் வசிக்க இன்னின்ன நோய்கள் உண்டாகும் அல்லது நீங்கும் என்பவற்றை அறியலாம்.
3. மருந்துகளைச் சாப்பிடுவதற்கு இன்னின்ன நிலம் சிறப்புடையது என தேரையர் யமக வெண்பா விரிவாய் கூறினமையின் அதனையும் அறியலாம்.
4. இன்னின்ன நிலத்து நீர் உடலுக்கு நன்மை அல்லது தீமை பயக்கும் என்பதை தெரிந்து கொள்ளலாம்.

Mutharporul:

People's nature depends on land where they belong in due course of time. Hence those who want to live in complete health and those who advocates about health(physicians) must know about ***mutharporul***

Land

In course of evolution, water causes land; fire causes water; air causes fire and space causes air. Thus the appearance of the ***Panchaputhams*** was the origin of the world. This can be seen in the section on the first doctrine of the ***siddhargalinmutharkotpadu***. The land is classified as ***kurunji, mulai, marutham, neithal and palai.***

- ***Kurunji;*** here ***kapham*** is dominant. Medicinal plants from this place have the capability of disease curablity. People living in this place are more susceptible to hemolytic fever, ***stomach abcess, vazhalaikatti(a type of stomach abcess)***
- ***Mullai;*** here ***pitham*** is dominant. Due to addition of ***vadha*** many diseases are seen in this place
- ***Marutham***; cures diseases due to ***vadham, pitham and kabam***. As they consume food rich in six tastes, they are devoid of diseases.
- ***Neithal;*** here ***pithavayu*** accumulate. The people living here have ***kapha*** liquid accumulating in minute places causes inflammation and indurations. it also causes ***kudalandanoi and yanaikalnoi***
- ***Palai;*** diseases caused by ***vadha, pitha and kapha*** are prevalent here.

  Out of these five places the ideal places for people to live is ***marutham*** and the place which is not ideal for people to live is ***palai.***

Why should a medical student study about land? Because

1. To find out the ingredients available for food and medicine
2. To know whether the diseases can appear and /or cure by living in those particular lands .
3. ***TheraiyarYamakaVenpa*** have said in detail that, which type of land is best for consumption of medicine and hence we know about that.
4. we can be able to know whether which type of ground water is good or bad for our health.

2 காலம் (பொழுது) - எனப்படுவது மாத்திரை முதலாக நாழிகை (24நிமிடம்), யாமம் (3மணிநேரம்), பொழுது, நாள் (24 மணிநேரம்), பக்கம் (15நாட்கள்), திங்கள் (1 மாதம்), இருது (2 மாதம்), அயனம் (6 மாதம்), ஆண்டு (12மாதம்), யுகம் (பல ஆண்டுகள்) எனப் பலவகைப்படும்.

இதில் பொழுது சிறுபொழுது, பெரும்பொழுது என இரண்டு பகுதிகளை உடையது. பூமி தன்னைத்தானே சுற்றுவதால் சிறுபொழுதும், சூரியனைச்சுற்றுவதால் பெரும்பொழுதும் உண்டாகிறது. சிறுபொழுது சூரியன் மறையும் சமயம் தொடங்கி ஒவ்வொன்றும் பத்துப் பத்து நாழிகை (அறுபது நாழிகை) எனும் ஆறு பகுதிளைக் கொண்ட ஒரு நாளைக் குறிக்கிறது. அவை

- மாலை - 6 - 10 மணி
- நடு இரவு - 10 - 2 மணி
- வைகறை - 2 - 6 மணி
- நடுப்பகல் - 6 - 10 மணி
- ஏற்பாடு (பிற்பகல்) - 10 - 6 மணி

பெரும்பொழுது ஆறு பகுதிகளைக் கொண்ட ஓர் ஆண்டைக் குறிக்கிறது. அவை

- கார்காலம் - ஆவணி, புரட்டாசி
- கூதிர்காலம் - ஐப்பசி, கார்த்திகை
- முன்பனிக்காலம் - மார்கழி, தை
- பின்பனிக்காலம் - மாசி, பங்குனி
- இளவேனிற்காலம் - சித்திரை, வைகாசி

- **முதுவேனிற்காலம் – ஆனி, ஆடி**

இதில் தை முதல் ஆனி வரையுள்ள காலம் உத்திராயணம் (சூரியன் வடக்கு நோக்கி பயணித்தல்) எனவும், ஆடி முதல் மார்கழி வரையுள்ள காலம் தெட்சிணாயனம் (சூரியன் தெற்கு நோக்கி பயணித்தல்) எனவும் அழைக்கப்படும்.

கார்காலத்திற்கான உணவாதி செயல்கள்:

வட காற்றாகிய வாடைக்காற்று வீசும் மழைக்காலம். ஆகையால் வெந்நீரில் குளித்து, உலர்ந்த ஆடைகளை அணிய வேண்டும். நீர் மோர், பகல் நித்திரை, வருத்தமான வேலை, வெயில், ஆறிப்போன உணவுகள் ஆகியவற்றை நீக்க வேண்டும். மாமிசம், தேன், பழைய தானியம், புளிப்பு, உப்பு மிகுதியான இலகு குணமுள்ளதான உணவுகளை உண்ண வேண்டும்.

Here north wind blows. Hence people are advised to bath in hot water, wear dry clothes, avoid consuming butter milk, cold foods, day sleep, doing heavy work, sunlight. Meat, honey, stale cereals, food containing sour and salt tastes and softly cooked food are advised to consume during this period.

கூதிர் காலத்திற்கான உணவாதி செயல்கள்:

அகத்தியநட்சத்திரம் தோன்றும் குளிர்காற்று வீசக்கூடிய நீண்ட இரவு கொண்ட காலம், பனி, வெய்யில், காற்று, கள், தயிர், தைலம், கொழுப்பு இவைகளை நீக்க வேண்டும். சம்பா அரிசி, பயிறு, சர்க்கரை, நெல்லிக்கனி, தேன், இனிப்பு, துவர்ப்பு, கைப்புச் சுவையுள்ள உணவுகள் சேர்க்க வேண்டும்.

Canopus star will appear in the sky.This period contains long nights and too much blowing of cold wind. Snow, sunlight, wind, toddy, curd, oil and fat are to be avoided during this season. Samba rice, Lentils, honey, sweet, Amla, foods containing sweet, astringent and bitter taste are advised during this season.

முன்பனிக் காலத்திற்கான உணவாதி செயல்கள்:

கீழ்காற்றாகிய கொண்டல் காற்று வீசும் நீண்ட இரவு கொண்ட காலம்;. காலையில் எழுந்ததும் உடற்பயிற்சி மேற்கொண்டு பின் தைலமிட்டு குளிக்க வேண்டும். சிறிது வெய்யிலில் காயலாம். இனிப்பு, புளிப்பு, உப்பு அதிகம் கலந்த பண்டங்கள், உளுந்து, கோதுமை, கரும்பு, வெல்லம், அரிசி, திராட்சை இவைகளை உட்கொள்ளலாம்.

This period also have long nights along with blowing of wind from the east side. Physical exercises are practised after waking up. Bath after applying ***thailam***, food containg sweet, sour and salt taste, jaggery, wheat, sugarcane, rice, grapes are advised to consume during this season.

பின்பனிக் காலத்திற்கான உணவாதி செயல்கள்:

தென்கீழ் காற்றாகிய உலவைக் காற்று வீசும். முன்பனிக்காலத்திற்குரிய உணவாதி செயல்களையே இங்கும் பின்பற்ற வேண்டும்.

Blowing of Ulavai from south east direction is present. Food and activities are adviced same as in ***munpanikalam***

இளவேனிற் காலத்திற்கான உணவாதி செயல்கள்:

தென்றல் காற்று வீசும். உடற் பயிற்சி செய்ய வேண்டும். குருகுணம், சீதவீரியம், நெய்ப்பு, புளிப்பு, இனிப்பு கொண்ட பொருட்கள், பகல் நித்திரை இவற்றை நீக்க வேண்டும்.

Blowing of breeze from south direction. Avoid morning sleep, food containing induced of skin diseases and cold in character, viscosity, sweet and sour in tastes and day sleep, physical activities has to be practiced.

முதுவேனிற் காலத்திற்கான உணவாதி செயல்கள்:

மேல் காற்றாகிய கோடை வீசும். உடற்பயிற்சி, வெய்யிலில் திரிதல், மது, உப்பு, புளிப்பு, கார்ப்புச் சுவைகளோடு கூடிய உணவுகள் ஆகியவற்றை நீக்க வேண்டும். நெய்ப்பு, இனிப்பு கூடிய திரவ உணவுகள், சம்பா அரிசி, மாமிசம், வாழை, பலா இவைகளை உண்ணலாம்.

Blowing of summer wind. Avoid physical excercises, roaming in sun, alcohol, food containing sour, salt and pungent taste. Liquid contains viscosity and sweet taste. Meat, samba rice, banana, jackfruit, foods containing sweet tastes are advised to be consumed in this period

14.2 கருப்பொருள்

நிலத்திலும் காலத்திலும் தோன்றும் பொருள். அது தேவர், மக்கள், விலங்கு முதலியனவும், உணவு செயல் முதலியனவும், பறை, யாழ் முதலியனவும், இன்ன பிறவும் ஆக பலவகைப்படும்.

Meaning to appear on land and in time. It can be diversified into God, People, Animal, Food, ***Act, parai, yazh*** etc.

14.3. உரிப்பொருள் - மக்களுக்கு உரிய பொருள். இது அகம், புறம் என இரு வகைப்படும்.

ஆக மனிதர்களுக்கு நிலத்தாலும், காலத்தாலும், அதில்; தோன்றும் பொருட்களாலும், அக மற்றும் புறச் செயல்பாடுகளாலும் (பதினான்கு வேகங்களை அடக்குவதாலும்) நோய் ஏற்படும். அதை வராமல் தடுக்க அல்லது வந்த பின் சரிப்படுத்த முயன்று அதன்படி வாழ்தலே நலவாழ்வு எனப்படும். நோய் வராமல் தடுக்க திருவள்ளுவர் மருந்து என்னும் அதிகாரத்தையே வழங்கி இருக்கிறார்;. அதில் உணவைப் பற்றியும், நோய் வராமல் தடுப்பதைப் பற்றியும் ஆறு குறட்பாக்களில் கூறப்பட்டுள்ளன. மீதம் உள்ளவை நோய் கணிப்பு பற்றியும் மருந்துவத்தின் கூறுகள் பற்றியும் குறிப்பிடுகிறது. உணவு என்பது உடலை வளர்த்து காப்பது ஆகும். அதுவே முறை தவறின் நோயை வருவிக்கும். எனவே நோய் வராமல் காப்பது என்பது தடுப்பு எனவும், வந்த பின் போக்குவது என்பது மருந்து எனவும், அழைக்கப்படும். அதாவது உடலிலிருந்து பிரிந்த ஆற்றலை மறுபடியும் உந்திக் கொடுப்பது, மருந்து என அழைக்கப்படுகிறது. எனவே முறைப்படி உண்ணும் உணவே நோய் வராமல் தடுக்கும் காப்பாகவும் செயல்படுகிறது.

Subject relevant to the people. It can be classified as internal and external. Humans are suffered by land and time, the things appearing in them, and internal and external activities (suppression of the fourteen vegas). it creates disease. Trying to prevent it from coming or correcting after it comes and living accordingly is called healthy life. Thiruvalluvar had given the unit '***marunthu***' to prevent disease. Food is what nurtures and sustains the body. If that method escapes, it will bring disease. So preventing disease is called prevention and treatment after it occurs is called medicine. That is, re-gaining the energy separated from the body is called medicine. Therefore, the food eaten properly also acts as a protection to prevent disease.

14.4 திருக்குறள்

அதைப்பற்றி திருக்குறள் கீழ்வருமாறு குறிப்பிடுகிறது.

1. மிகினும் குறையினும் நோய்செய்யும்
   நூலோர் வளிமுதலா எண்ணிய மூன்று.

   வளி, அழல், ஐயம் என்ற முத்தாதுக்களில் ஏதேனும் ஒன்று குறைந்தாலோ மிகுந்தாலோ உடலில் நோய் தோன்றும் என்று மருத்துவர்கள் கூறுகின்றனர்.

   Meaning: Food and deed, both in excess and deficient, cause disease, induced by the three humors.

2. மருந்தென வேண்டாவாம் யாக்கைக்கு
   அருந்தியதற்றது போற்றி உணின்.

   முன் உண்ட உணவு செரித்ததை அறிந்து, உண்டால் இவ்வுடலுக்கு மருந்து என எதுவும் தேவைப்படாது.

   Meaning: The body needs no medicine, if one eats after ensuring the earlier intake is digested.

3. அற்றால் அளவறிந் துண்க அஃதுடம்பு
   பொற்றான் நெடிதுய்க்கும் ஆறு.

   உணவு செரிக்கும் அளவு அறிந்து உண்பதே இவ்வுடலை பெற்றவர் அதை நீண்ட நாள் வாழ செய்யும் வழியாகும்.

   Meaning: After realizing whether the food has been digested, after a good appetite, eat food that suits the body.

4. அற்ற தறிந்து கடைப்பிடித்து மாறல்ல
   துய்க்க துவரப் பசித்து.

   உண்ட உணவு செரித்ததை அறிந்து, இனி உண்ணப்போகும் உணவின் தன்மையையும் தன் செரிப்புத் தன்மையையும் அறிந்து நன்கு பசித்த பின் உணவு உட்கொள்ள வேண்டும்.

   Meaning: If one refuses to eat incompatible food, then no harm will be caused for their existence.

5. மாறுபாடு இல்லாத உண்டி மறுத்துண்ணின்
   ஊறுபாடு இல்லை உயிர்க்கு.

   உணவுப் பொருட்களின் பண்பு அறிந்து ஏற்கக்கூடாத உணவைத் தவிர்த்தும் மாறுபாடில்லாத உணவை உண்டால் உயிருக்குத் துன்பமில்லை.

Meaning: If one eats after refusing incompatible food there is no harm for their existence.

6. இழிவறிந்து உண்பான்கண்இன்பம்போல் நிற்கும்
கழிபேர் இரையான்கண்நோய்.

தன் உடல்நிலையை நன்கு அறிந்து அதற்கேற்றாற்போல் உணவை உண்டால் இன்பம் உண்டாகும். அவ்வாறு இல்லாமல் அளவின்றி அதிக உணவை உண்டால் நோய் உண்டாகி துன்பம் ஏற்படும்.

Meaning: Joy resides with one who knows what not and how much to eat. Likewise, disease rests with the glutton.

7. தீயள வன்றித் தெரியான் பெரிதுண்ணின்
நோயள வின்றிப் படும்.

பசித்தீயின் அளவு தெரியாமல் அளவில்லாமல் உண்டால் நோய் அளவில்லாமல் உண்டாகும்.

Meaning: One who cannot judge his extent of hunger and gobbles up greedily will be afflicted with boundless malady.

8. நோய்நாடி நோய்முதல் நாடி அதுதணிக்கும்
வாய்நாடி வாய்ப்பச் செயல்.

நோயை கணிக்க முதலில் நோய் உண்டான முதற்காரணத்தைக் கண்டறிந்து பின், அதை தணிக்கும் வகைக் கண்டறிந்து கொள்ளுதலே மருத்துவனின் நற்செயலாகும்.

Meaning: Diagnose the disease, detect its root cause, discern its cure and then act aptly.

9. உற்றான் அளவும் பிணியளவும் காலமும்
கற்றான் கருதிச் செயல்.

நோயுற்றவனின் தேகநிலை, பிணியின் வன்மை, அப்போதைய கால வன்மை ஆகியவற்றை அறிந்து மருத்துவம் செய்தலே நல்ல மருத்துனின் செயலாகும்.

Meaning: The learned medic should consider the state of ailing, the extent of ailment and the timing, and then treat.

10. உற்றவன் தீர்ப்பான் மருந்துழைச் செல்வானென்று
அப்பால் நாற்கூற்றே மருந்து.

நோயுற்றவன், மருத்துவன், மருந்து, நோயாளியை கவனித்து மருந்தூட்டுபவன் என்ற நான்கும் சேர்ந்ததே மருந்து ஆகும்.

Meaning: The ailing, the medic, the medicine and the caregiver - the treatment encompasses all these four.

14.5 பதினான்கு வேகங்கள் Fourteen Natural urges/Reflexes

அபானன், தும்மல், சிறுநீர், மலம், கொட்டாவி, பசி, நீர்வேட்கை, காசம், இளைப்பு, தூக்கம், வாந்தி, கண்ணீர், சுக்கிலம் மற்றும் சுவாசம் ஆகிய பதினான்கு வேகங்கள் ஆரோக்கியத்தைப் பேணுவதற்கு அவசியமானவை. இந்த இயற்கையான வேகங்களை கட்டுப்படுத்துவதன் விளைவாக நோய்கள் உண்டாகின்றன. 1. அபானன் - அபான வாயுவை தடை செய்தால் மார்பு நோய். குன்மம், உதர நோய்கள், உடம்பு முழுமையும் குத்தல், குடைச்சல், வல்லை, மலசலத்தடை, பசித்தீ மந்தம் ஆகியவை உண்டாகும். 2. தும்மல் - தும்மலை தடைதான் செய்தால் தலைவலி, பத்து இந்திரியங்களும் தெரித்து விடுவது போல் நோதல், முகம் வலித்தல் ஆகியவை உண்டாகும். 3. சிறுநீர் - சிறுநீரை தடை செய்தால் நீரடைப்பு, நீர்ப் புழை புண்ணாதல், கீல்கள் நோதல், ஆண்குறி சோர்வுடன் குத்தல், கீழ்வாய்வளி வயிற்றினில் சேர்தல் ஆகியன உண்டாகும். 4. மலம் - மலத்தை தடை செய்தால் அபானவாயு மிகுந்து மலத்தைத் தள்ளும், சலதோடம், முழங்காலின் கீழ் நோயுண்டாகும், தலை வலித்தல், ஒலியுடன் கீழ்நோக்குக் கால் பறிதல், உடல் வன்மைக் குறைவு முதலின தோன்றும். 5. கொட்டாவி - கொட்டாவியை அடக்கினால் முகம் வதங்கல், இளைப்புக் குறி காணப்படல், செரியாமை, வெள்ளை நோய், அறிவு மங்கல் முதலின உண்டாகும். 6. பசி 7. நீர்வேட்கை - இவை இரண்டையும் அடக்கினால் உடலும் உடலில் உள்ள உறுப்புகளும் சரி வர வேலை செய்யாது. ஆதனால் சூலை, பிரமை, உடல் இளைப்பு, முகவாட்டம், சந்துகள் நோதல் உண்டாகும். 8. காசம் 9. இளைப்பு - காசத்தை அடக்கினால் மிக்க இருமல் உண்டாகும். மூச்சில் கெட்ட நாற்றம் வீசும். இருதய நோய் உண்டாகும். இளைப்பை அடக்கினால் நீர்மேகம் பெருகும். குன்மம் உண்டாகும். குளிரும் மூர்ச்சையும் உண்டாகும். 10. நித்திரை - தூக்கத்தை அடக்கினால் தலைகனம், கண்கள் சிவத்தல், செவிடு, அரைப் பேச்சு உண்டாகும். 11. வாந்தி - வாந்தியை அடக்கினால் தடிப்பு, குட்டம், நமை, பாண்டு. கண்நோய்கள், பித்த விடபாகங்கள், இரைப்பு, காய்ச்சல், இருமல் உண்டாகும். 12. விழிநீர் - கண்ணீரை அடக்கினால் தமரகவாயு, பீனிசங்கள், கண்நோய், தலையில் புண், குன்மம் இவையுண்டாகும். 13. சுக்கிலம் - விந்துவை அடக்கினால் சுரம், நீர்க்கட்டு, கைகால்கள். கீல்கள் இவற்றில் நோயுண்டாதல், மார்படைப்பு, வெள்ளை இவையுண்டாகும்.

14. சுவாசம் - மூச்சை அடக்கினால் இருமல், வயிற்றுப்பொருமல், சுவை தெரியாமை, சூலை நோய், காய்ச்சல், வெட்டை இவையுண்டாகும்.

There are fourteen functional natural urges/reflexes namely ***flatulence, sneeze, urine, feces, yawn, appetite, thirst, cough, rest, sleep, vomiting, tears, semen and respiration,*** which are necessary for maintaining normal health. The result of restraining these natural urges/reflexes creates diseases. If Restraining the flatus air completely or partially results in chest diseases, acid peptic diseases, lower abdominal discomfort, hepatomegaly, loss of micturition and defecation reflex, generalized body pain and loss of appetite.

1. If Restraining the ***Abanan*** it results in cardiac disease, peptic ulcer, abdominal diseases, Pricking and stabing pain all over the body, ***vallai,*** bladder and bowel obstruction indigestion.
2. If Restraining the sneeze it results in headache, throbbing pain in the sense organs facial pain and facial paralysis.
3. If Restraining the micturition it results in retention of urine and ulceration in the urethral passage, pain in the joints and genitals.
4. If Restraining the defecation it results in expulsion of faeces by force of the gas, cold, severe head ache, pain in the legs, and weakening the function of ***abanan.***
5. If Restraining the yawning it results in tiredness and wilting of face, indigestion, leucorrhoea, signs and symptoms of restraining sneeze and mental disturbances.
6. & 7. If Restraining the hunger and thirst it results in sluggishness/ dullness of the body, stabbing pain, mental disturbances, emaciation, wilting of face and joint pain.
8. If Restraining the cough it results in violent cough, bad breath and heart disease.
9. If Restraining of panting it results in peptic ulcer, fainting, signs and symptoms of restraining sneeze.
10. If Restraining the sleep it results in heaviness of head, pain in the eyes, mental confusion with decreased concentration and speech.
11. If Restraining the vomit it results in wheals, itching, anemia, eye diseases, ***pitham*** diseases, dyspnoea, fever and cough.

12. If Restraining the tears it results in heart disease, sinusitis, eye diseases, headache and peptic ulcer.
13. If Restraining the ejaculation it results in fever, retention of urine, joint pain, heaviness of the body, heart diseases and white discharge.
14. If Restraining the breath it results in cough, borbogymus, loss of taste, upper adominal pain fever and paleness of the body.

ஒரு மனிதன் இதன்படி வாழ்வானேயானால் நோயின்றி வாழலாம். மேலும் நோய் வந்தபின் அதைத் தணிக்க பல்வேறு மருந்துகளை சொல்லிச்சென்ற சித்தர்கள் மருந்துண்ணும் காலத்தில் பின்பற்ற வேண்டிய விதிமுறைகளையும் கூறிச்சென்றிருக்கின்றனர். அவை பட்டினி, பத்தியம், வாந்தி, பேதி, நசியம், அஞ்சனம், ஒற்றடம், கலிக்கம், குருதிவாங்கல், தொக்கணம் என்று பல்வேறு மருத்துவ அங்கங்கள் கூறப்பட்டுள்ளன. அவற்றில் சில

14.6 பட்டினி:

உணவில்லாது இருத்தல் பட்டினி எனப்படும். "லங்கணம் பரம அவிழ்தம்", "பட்டினி பெருமருந்து" என்பவை பட்டினி இருத்தலின் அவசியத்தை எடுத்துக்காட்டுகின்றன. பல வகையான சுர நோய்களுக்கும், செரியாமைக்கும் பட்டினி பரிந்துரைக்கப்படுகிறது.

- வாத சுரம் - 7 நாள்
- பித்த சுரம் - 6 நாள்
- கபசுரம் - 9 நாள்
- முக்குற்ற சுரம் - 10 நாள்

இயல்பாகவே பட்டினி இருத்தல் நோன்பு என்ற பெயரில் தமிழர் வாழ்வியல் முறையாகவே உள்ளது. மாதம் ஒரு முறை பட்டினி இருத்தலும் பதினைந்து நாட்களுக்கு ஒருமுறை ஒருவேளை உணவருந்தலும் இங்கு நடைமுறையில் உள்ளது. அன்னமயகோசத்தில் சேரும் சீதமே நோய்களுக்கு காரணமாவதால் அதை அறிந்த தமிழர் தம் வயிற்றில் ஆமம் சேராவண்ணம் இந்த வழக்கத்தை கைகொண்டுள்ளதை அறியலாம். பட்டினி இருந்த மறுநாள் பித்தம் உடலில் சேரும் ஆதலால் அதை தணிக்கும் வண்ணம் பித்த சாந்தினி கொண்ட நெல்லி அகத்தி முதலியவற்றை மறுநாள் உணவாக உண்ணும் வழக்கமும் இங்குள்ளது நோக்கத்தக்கது.

Staying without food is called fasting *(pattini)*. Fasting is recommended for so many diseases like fever and indigestion. Naturally, Tamilians follows fasting as a lifestyle. Monthly once fasting or mid day meal only for every 15 days are following by the people. ***Tamilar*** knows that ***Amam*** which is accumulated in the stomach causes the diseases. So they avoid the accumulation of ***Amam*** in the stomach by following the above habits. After one day from fasting pitham will be increased in our body. So they eat ***pitha santhini amla, agathi*** in the next day for reducing the ***pitham.***

14.7 பத்தியம்:

நோய்க்கு ஆதரவாக இல்லாமல், நோயாளியின் உடல் நலத்திற்கு ஆதரவாக அமையும் பொருட்களைப் பத்தியப் பொருள் என்றும், அதனைக் கடைபிடித்து வருவதற்குப் பெயர் பத்தியம் என்றும் கூறுவர். பத்தியம் என்பதை ஒழுங்கு, ஒழுக்கம் என்னும் கருத்துடைய சொல்லாக கொள்ளலாம். மருந்தின் தன்மையை மாற்றக்கூடிய, நோயாளிக்கு எதிர்வினைகளை உண்டாக்கக்கூடிய உணவுகள் உண்ணப்படாமல் தடுக்கப்படுவதும். செயல் முறைகள் செய்யப்படாமல் தடுப்பதும் பத்தியமாம். பொதுவாக மருத்துவ நூல்களில் விலக்க வேண்டிய பொருட்களைக் குறிக்கவே பத்தியம் என்ற சொல் பயன்படுத்தப்படுகிறது.

பத்தியம் இச்சா பத்தியம், இலகு பத்தியம், கடும்பத்தியம், மிக கடும்பத்தியம் என வகைப்படுத்தப்படுகிறது. இதில் தேகபலம், மருந்து பலம், பிணியின் உண்மை, தேக இலக்கணம், கால பலம் இவை கணக்கில் கொள்ளப்படும்.

அபத்தியம் - பரிந்துரைக்கப்பட்ட உணவு மற்றும் செயல்களிலிருந்து மருந்துண்ணும் காலத்தில் விலகுதல் அல்லது தவிர்க்க வேண்டிய உணவாதி செயல்களை மேற்கொள்ளுதல் அபத்தியம் எனக் கருதப்படுகிறது.

இச்சா பத்தியம்:

முள்ளுள்ள பாகல், மா, கத்தரி, கொத்தவரை, வெள்ளைப் பூசணி, அகத்திக்கீரை, மந்த பதார்த்தங்கள், கடுகு, எள் மற்றும் போகம் நீக்குதலாகும்.

கடும் பத்தியம்:

கடும் பத்தியத்தில் வறுத்த உப்பைச் சேர்த்துக்கொள்ளலும், மறுபத்தியத்தில் வறுத்த உப்பு, சுட்ட புளி, கத்தரி, முருங்கைப் பிஞ்சுகளைச் சேர்த்துக் கொள்ளலுமாம்.

மிகு கடும் பத்தியம்:

மிகக் கடும்பத்தியத்தில் அரிசியைப் புதுமட்கலத்தில் உப்பின்றிச் சமைத்துண்ணல் வேண்டும். உப்பு, நீர், புளிமர நிழல், கடற்காற்று இவைகள் உடலில் படவுங் கூடாது. உவர்மண்ணைக் கையினாலும் தொடக்கூடாது என்பதாகும்.

உப்பில்லாத பத்திய விதி:

ரசம் சேர்ந்த தைலவகை, இன்னபிற மருந்துகளுக்கும் உப்பில்லாப் பத்தியம் வைத்த நாள் அளவு மறுபத்தியமிருந்து பின்னாளில் உப்பு வறுத்துக் கூட்டி அதற்குப் பின்னால் முறையே ஓமப்பாலிட்டு மூழ்கி. புளி சேர்த்து, பசுவின் நெய் தேய்த்து குளிக்க வேண்டும்.

பத்தியம் சொல்லாத நிலையில்:

மருந்துண்ணும் போது பத்தியம் கூறாவிட்டாலும் அருந்தக்கூடாத பொருள்களாகிய மா, பலா, வாழை, புகையிலை போன்றவைகளை நீக்க வேண்டும். பெண்போகம் கூடாது.

பொதுவான பத்தியம்:

மருந்துண்டு பத்தியமாய் இருப்பவர்கள் பகலில் தூங்கக் கூடாது. அப்படித் தூங்கின் அத்தூக்கத்தால் ஏற்படும் வெப்பம், சூரிய வெப்பம், மருந்தின் வெப்பம், பத்தியத்தின் வெப்பம் இவ்வளவும் உடலில் சேர்ந்து எண்ணற்ற நோய்கள் உடலை அணுகும். எனவே பத்தியம் கடைபிடித்தல் மிகவும் சிறப்பான இடத்தை வகிக்கிறது. பெரும்பாலும் வழக்கில் பத்திய நடைமுறை, பத்திய உணவுமுறை என்ற இருநிலைகள் கடைபிடிக்கப்பட்டு வருகிறது.

பத்திய நடைமுறை:

குளிர்ந்த காற்றிலீடுபடுதல், பெண்போகம் முதலியவற்றை நீக்குதலே பெரும்பாலான மருந்துகளுக்குச் சொல்லப்படுகிறது.

பத்திய உணவுமுறை:

இருநிலைகளில் கடைபிடிக்கப்படுகிறது,

1. சேர்த்துக் கொள்ள வேண்டிய உணவுப் பொருட்கள்
2. சேர்க்கக் கூடாத உணவுப் பொருட்கள்

இப்பத்திய முறை

1. உண்ணும் மருந்தின் குணத்தைக் குறைக்காத நிலையில் அமைகிறது,
2. மருந்தின் வீரியத்தை அதிகப்படுத்துகிறது.
3. மருந்தால் ஏற்படும் புதிய கோளாறுகளைத் தடுக்கிறது.
4. மருந்தோடு ஆகாத பொருட்கள் சேர்ந்து விட்டால் நோயாளிக்கு ஏற்படும் ஆபத்து நிகழாவண்ணம் தடுக்கிறது.

பெரும்பாலான மருத்துவச் சுவடிகளில் உப்பு நீக்கவும், புளிப்பு, கைப்பு, கவிச்சு நீக்கவும், பெரும்பூசணி, அகத்தி, புளி, புகை தள்ளவும், இச்சா பத்தியம், கடும்பத்தியம் காக்கவும் சொல்லப்பட்டுள்ளன. அவை சேர்க்கக் கூடாத உணவுப் பொருட்களுக்கு எடுத்துக்காட்டுகளாகும்.

சில இடங்களில் சேர்த்துக் கொள்ள வேண்டிய உணவுப் பொருட்கள் பற்றிய குறிப்பும் கிடைக்கிறது. உப்பு வறுத்து சேர்த்தல், சுரைபுளி சேர்த்தல், கோழி மிளகுநீர் சாதம், ஆவின் நெய், மோர், பால், இளநீர் சாதம், மோரும் பழஞ்சோறும், வெண்ணெய், தயிர் கதலி முதலியவற்றை உணவில் சேர்த்தலும் கூறப்படுகின்றன.

Pathiyam – Dietary regimen:

The diet that support the patient's health are called ***pathiya porul*** and following that diet is called as ***pathiyam***. It may said to be a discipline. The food and action alters the character of Medicine and avoids adverse reaction is called as ***pathiyam.*** Commomly this word denotes the need to avoid food and its actions. In Innate immunity, medicine strength, diagnosis of a disease, temperament of a body, seasonal immunity are considered.

Abathiyam* – Deviation from *pathiyam.

Partaking of food or drinks are considered to be unwholesome in particular complaints(also transgression of abstinence from sex) as a medical prescription.

Icha pathiyam;

Bitter guard, mango, brinjal, cluster beans, white pumpkin, ***Agathi keerai,*** mustard, sesamum and intercourse should be avoided.

Kadum pathiyam;

Fried salt and tamarind, young brinjal and drum stick has to be taken in food.

Migu kadum pathiyam.

Cook the rice without salt in a new pot. Salt, water, tamarind tree shadow, sea wind should not touch the body. Don't touch the salty soil with hand.

Rules for without salt *pathiyam.*

Oil preparation made by mercury, and for other medicine have the upilla ***pathiyam.*** Again keep the upilla ***pathiyam*** for equal days, after that the next day add fried salt, after that take head bath with ***oma pal.*** The very next day add tamarind and take bath with cow's ghee.

Unspoken condition of *pathiyam:*

If any medicine does not speakout the ***pathiyam,*** they should avoid mango, jack fruit, banana, tobacco and intercourse.

Common *pathiyam:*

Those who takes medicine they not sleep in the day time. If so, heat produced in the body as Sun heat, medicine heat and heat from pathiyam all are produces so many diseases. Hence, ***pathiyam*** is essential.

Usually there are two stages. They are ***pathiya nadaimurai*** and ***pathiya unavu murai*** (food and action). Avoidance of intercourse and staying in cool wind comes under pathya nadaimurai. Avoided food and added food comes under ***Pathiya unavu murai.***

These foods and actions enhance the potency of the medicine, but do not reduce the characters of the medicine. It prevents a new disease comes from the medicine. It prevents danger to the patient, even if they take unrecommended foods with medicine.

14.8 பேதி

இது மருத்துவ வழிமுறைகளில் ஒன்றாக பின்பற்றப்படுகிறது. நான்கு மாதங்களுக்கு ஒருமுறை பேதி கொடுத்தல் என்பது சாதாரணமக்களின் நலவாழ்வுக்காக பரிந்துரைக்கப்படுகிறது.

Purgative therapy – one of the line of treatment used to pacify the deranged ***Vali/Vatham***. Once in four months, it is used as a prophylactic treatment/prophylaxis for general well-being.

14.9 வாந்தி:

பித்தத்தின் கேடு காரணமாக வாந்தி ஏற்படும் என்கிறார் தேரையர். உணவாதி செயல்களால் பித்தம் கேடுற்று அதனால் வாந்தி வரும் போது தனக்கு துணையாக அது உதான வாயுவை சேர்த்துக் கொள்ளும். 'வாந்தியால் பித்தம் தாழும்'. ஆகவே கேடுற்ற பித்தம் வாந்தியாக வெளியாகி தன்னிலைப்படும். அல்லது பித்த அதிகரிப்புக்கு வாந்தி செய்வித்தல் மருத்துவ முறையாக கைக்கொள்ளப்படுகிறது. எனவே சித்த மருத்துவத்தில் நோய் அணுகாமல் இருக்க ஆறு மாதங்களுக்கு ஒரு முறை வாந்தி செய்வித்தல் ஒரு விதியாகவே பரிந்துரைக்கப்படுகிறது. எனினும் இதயநோய் உள்ளவர்கள், கர்ப்பிணிகள்,

குடலிறக்கம் உள்ளவர்கள், சிற்சில நஞ்சுகளை உட்கொண்டோர்கள், இரத்த வாந்தி நோயுள்ளவர்கள் முதலியோர்க்கு வாந்தி மருத்துவம் அளிக்கப்படுவதில்லை.

Theraiyar said that the vomiting occurs due to derangement of ***pitham***. If any alteration found in food and actions, the ***pitham*** undergoes a derangement accompained with ***Uthanavayu*** and induce vomiting. Therapeutic emesis normalizes ***Azhal***. Hence inducing vomiting is a medicinal process in Siddha System of Medicine. So to prevent the diseases, induce vomiting once in 6 months is recommended as a rule patients who is suffering from cardiac disease, hernia, poisoning, hematemesis and pregnancy are not recommened for vomiting process.

14.10 நசியம்

மூக்கின் வழியே செலுத்தப்படும் மருந்துவ முறைக்கு நசியம் என்று பெயர். நோயணுகாமல் இருப்பதற்கு நாற்பத்தைந்து நாட்களுக்கு ஒருமுறை நசியம் செய்தல் சித்த மருத்துவத்தில் நோய்தடுப்பு முறையாக பின்பற்றப்படுகிறது. இதனால் ஐயக்குற்றம் தன்னிலைப்படும்.

Nasiyam – Nasal instillation - Medicine that are injected through nasal is called as ***Nasiyam***. It is prescribed once in forty five days for prevention of diseases. It normalizes ***Iyyam***.

14.11 அஞ்சனம்

கண்களில் தீட்டப்படும் மருந்து அஞ்சனம் எனப்படும். கண்களுக்கு மூன்று நாட்களுக்கு ஒருமுறை மை தீட்டுதல் ஐயத்தை குறைக்கும் வழியாக கூறப்பட்டுள்ளது. கலிக்கம் என்பது நோய் வந்த பிறகு அந்த நோய் நீக்கத்திற்காக கொடுக்கப்பட்ட மருந்துவமாகும். இதுவும் கண்களில் இடும் மருந்தேயாகும்.

Anjanam – Medicine which is being applied in the eyelid is called as ***Anjanam***. It is prescribed once in three days. It normalize ***Iyyam. Kalikam*** (Eye salve) is also applied in the eyes. But it is prescribed in a diseased condition. Applying eye drops obtained by dissolving medicated pills in honey, breast milk, plant juice etc.

14.12 உறை - வாய் மூலமாக செலுத்தும் மருந்து

1. ஒப்புறை - நோய் எதனால் வந்ததோ அதையே மருந்தாக பயன்படுத்துதல். அதாவது தீக்குற்ற மிகுதியினால் உண்டாகும் நோய்க்கு தீ பூத சுவை கொண்ட (புளிப்பு, உப்பு, கார்ப்பு) மருந்து, உணவுகளைக் கொண்டு பரிகரித்தல். உ.ம். பித்த வாந்தி - புளிப்புச் சுவையினால் தீருதல்.

2 எதிருறை - எக்குற்ற மிகுதியினால் நோயுண்டானதோ, அதனைத் தணிக்கும் எதிர் குணமுள்ளதை மருந்தாகக் கொடுத்து அதனைப் போக்குதல். அதாவது கபக்குற்ற மிகுதியினால் உண்டாகும் நோயை எதிர் குணம் கொண்ட தீ பூதத்தாலான மருந்து, உணவு கொண்டு பரிகரித்தல். உ.ம். இருமல் என்ற கபக்குற்றம் மிகுதியால் வரும் நோயை குணமாக்க வெப்ப வீரியமுடைய (தீ பூதாம்சம் - கார்ப்புச் சுவை) மிளகினைப் பயன்படுத்துதல்.

கலப்புறை -இவ்விரு முறைகளும் கலந்த நிலையில் வழங்கப்படுவது. இதற்கு எடுத்துக்காட்டாகப் பல செய்முறைகளைக் கூறலாம். ஒரே நோய்க்குப் பலசுவையுள்ள மருந்துச் சரக்குகளும் கலந்து செய்யப்படுவது கலப்புறை என்ற நிலையிலேதான். உ.ம். கந்தக ரசாயனம்.

There are three types of treatment strategies. They are

1. Synergistic method – Likes cures like - A cure employed by the drugs which stimulate the symptoms similar to those of the disease, heat to heat, cold to cold.
2. Antagonist method – A cure by those drugs which acts against and suppress the symptoms of the disease.
3. Mixed method – A combined action of synergistic and antagonist method.

மேலும் பரிகாரமுறைகள் தேவருறை, மக்களுறை, சூருறை என்னும் மூன்று நிலைகளில் செய்யப்படுவது இதன் தனிப்பெரும் சிறப்பாகும். இதனை,

"சூதகந்தி தாதுபற்பஞ் சொன்னநாட் டார்சிகிச்சை
ஓதரிய மூலியிம்மண் ணோர்ச்சிகிச்சை - வேதடரும்
சத்திரசா ராக்கினிநி சாசரச்சி கிச்சையென்றே
முத்திரத்த தாகும் மொழி" - என்ற தேரையர் பதார்த்தகுண சிந்தாமணியால் அறியலாம்.

- தேவருறை: (தேவ மருத்துவம்) - உலோகப் பொருட்களால் செய்யப்படும் கட்டு, களங்கு, பற்ப, செந்தூரங்கள் போன்ற உயரிய மருந்துகளால் செய்யப்படுவதாகும்.
- மக்களுறை: (மனித மருத்துவம்) - மூலிகைகளின் சாறு, குடிநீர், சூரணம், மாத்திரை முதலியன கொண்டு செய்யப்படுவது.
- சூருறை (இராட்சத மருத்துவம் அல்லது அசுர மருத்துவம்) - அறுவை, கீறல், சுட்டிகை, சலாகை, கொம்புகட்டல் ஆகிய அறுவை மருத்துவக் கருவிகளால் செய்யப்படுவது.

  இவ்வித மூன்று மருத்துவ முறைகளிலும் முதலில் மக்களுறையைச் செய்து, அதில் பலனின்றிப் போனால் தேவருறையைச் செய்து பார்த்து, அதிலும் குணமாகாத நோய்களையே சூருறைக்கு உட்படுத்துதல் என்பதே சித்த மருத்துவத்தின் கொள்கையாகும்.

Classification of treatment – The treatment is aimed at keeping the three humours in equilibrium and maintenance of the seven physical constitutents which is classified into three types based on its nature(-virtue) of three types namely, ***Deva maruthuvam*** (Divine treatment), ***Manida Maruthuvam*** (Human treatment) and ***Asura Maruthuvam*** (Surgical treatment).

- Divine treatment – comprises of supreme medicines namely ***Mezhugu, Rasa Pathangam, Parpam, Saththu, Kalangu, Kattu, Urukku, Karpam, Thenner, Chendooram and Gurukuligai.***
- Human treatment – comprises of ***Surasam, Theneer, Saru, Kudineer, Karkam, Kulambu, Churanam, Adai, etc and peechu, podi thimirthal, nasiya, kalikkam etc.,***
- Surgical treatment – It has been named after its significant/malignant/demonic nature towards the disease which includes surgical procedures like incision, cautery, leech application, blood letting, probing and bone setting are used in the treatment.

அலகு 15

மருத்துவனும் மருந்தும்

மருத்துவன்

வேறுபெயர்:

- ''கட்டிதன் பரிகாரிநல் வைத்தியன னெப்பேர்
  கொண்டவன் பரனாம்.''

  மருத்துவன் – நோய்க்குத் தக்க மருந்துகளை செய்து தான் கையாண்ட வழக்கப்படி நோயாளிகளுக்கு தக்க துணை மருந்துடன் கொடுத்து, நோய்களை நீக்குதல் சிறப்புத் தன்மையாதலால் இப்பெயர்.

பரிகாரி–நோயின் தன்மைகளை எண்வகைத் தேர்வாலும், பத்துவகை குறிகளாலும், தன்மைகளாலும், தான் பல்லாண்டு பழகின பழக்கத்தாலும், தன் குரு கற்பித்த வழிகளாலும் நன்குணர்ந்து நோய்களை பரிகரித்தல் இன்றியமையாதலால் இப்பெயர்.

வைத்தியன் - தன் வித்தையின் இயல்பால் மருந்துகள் செய்து உயிரை இருத்தி வைத்திருப்பதால் இப்பெயர்.

அகதங்காரன்- குளிகை கட்டி, அதனால் மருத்துவம் செய்தல் சிறப்புத் தன்மையாதலால் இப்பெயர். உடலுக்கு நலத்தைச் செய்யும் காரியத்தைப் புரிபவன்

பரன் -மூன்று கண்ணுள்ளதால் இறைவனுக்கு ஒப்பானவன் என்பதால் இப்பெயர்.

(இறைவனுக்கு மூன்று கண்கள்- ஞாயிறு, திங்கள், தீ.

மருத்துவனுக்கு கண்கள் - 'மருந்து சுத்தி குணநிகண்டு' ஆகும்.

அதாவது,

1. மருந்துகளை தீர்மானிக்கும் தன்மை
2. மருந்து சரக்குகளை சுத்தம் செய்யும் முறைகள்
3. மருந்து சரக்குகளின் பல்வேறுபெயர்கள், இயல்புகள், இவற்றை பற்றி விவரிக்கும் நூல்களை அறிந்திருக்கும் புலமையுமாகும்.

மருத்துவன் இயல்பு

- தெய்வஉபாசனை பலநூல் எல்லை காண்டல்
  திரிகரண சுத்தி பன்னோய் தீர்த்தல் நாளும்
  நைவகன்ற தீரமதிநுட்பம் சான்றோர்
  நட்பொழுக்கம் மேன்மைகுண மன்புள்ளானாய்
  மெய்வதை விகலை யணங்குறை பதார்த்த
  விதியுடற் காதாரமடல ங்கிமாந்தல்
  கைவருமெண் பேதமெலாம் உணர்ந்துற்றானாய்க்
  காணிலிந்த மருத்துவன் கைக்கரணி யுண்ணே. (தே. தை. வ.சு)

- கடவுள் நம்பிக்கை
- பலநூல்ஆராய்ச்சி, திரிகரணசுத்தி
- பலநோய்களை தீர்க்கும் வன்மை நோய்களை கண்டு அஞ்சாத நெஞ்சுறுதி
- நுண்ணறிவு பெரியோர் நட்பு
- நித்திய நல்லொழுக்கம் மேன்மை குணம்
- சீவகாருண்யம்
- உடல், நாடு, காலம், நோய், மருந்து முதலியவற்றை அறிதல் நோயாளியின் உடல்வன்மை, பசித்தீஅளவு, உணவுவிதி அறிதல்
- நோய்க்கு தக்க உணவுகளின் விதி அறிதல் உடலுக்கு வன்மை தரும் பொருள்கள் இவையெனத் தெளிதல்

வைத்தியன் அறியவேண்டிய நூல்கள்

- சோதிடம் பஞ்சபட்சி துலங்கிய சரநூல் மார்க்கம்
  கோதறு வகாரவித்தை குருமுனி ஓதுபாடல்
  தீதிலாக் கக்கிஷங்கள் செப்பிய கன்மகாண்டம்
  ஈதெலாம் கற்றுணர்ந்தோர் இவர்களே வைத்தியராவார்.

கோள்நூல், எழுத்துப்பொருத்தம் அறியும் ஐந்து பட்சிகளைப் பற்றி கூறும் நூல், சரப்பயிற்சி வழிமுறைகள், குற்றமற்ற வேதைநூல், அகத்திய முனிவரால் கூறப்பட்ட நூல்கள், குற்றமற்ற மந்திரநூல்கள், அகத்தியர் கன்மகாண்டம் முதலிய நூல்களை முழுவதும் கற்றுணர்ந்தோரே உயர்ந்த வைத்தியர் ஆவார். இதுமட்டுமன்றி, மருத்துவன் மொழிநூலிலும், கணிதநூலிலும், அளவைநூலிலும், மருத்துவ நூலிலும் வல்லவனாய் இருத்தல் சிறப்புத் தன்மையாகும்.

மருத்துவன் ஔவைக்கு ஒப்பானவன்

- ஔவைக்கு நேராகி ஔவைக்கு நேராய்

  ஔவைப் பருவமெய்தி ஔவைப் பினாடி

  ஔவிய மோவுதல் ஆயுளர்க்கு இயல்பே– தேரையர் கரிசல்

(ஔவைக்கு நேராகி) - கடவுள் வழிபாட்டிலும், பல நூல்களை நன்றாய் ஆராய்ந்தறிவதிலும் ஔவைக்கு ஒப்பாகி, (ஔவைக்கு நேராய்) – தன்சொந்த பிள்ளைக்கு நோய் வந்துவிட்டால் தாயானவள் எவ்வளவு கவலை, எவ்வளவு அன்புடையவளாய் இருப்பாளோ, அவ்விதமே நோயாளியிடத்து அன்பு, கவலை உடையவராய் தாய்க்கு நிகராகி, (ஔவைப் பருவமெய்தி) – மிக்க மூப்பைப் பெற்ற கிழவன் இவ்வுலக வாழ்க்கையில் பழக்கம் பெற்றிருத்தல் போல நோயிலக்கணம், மருந்தளித்தல் முதலியவற்றில் முழு அனுபவ சித்தராய். (ஔவைப் பினாடி) – ஆழ்ந்த கருத்து, புத்திநுட்பம் முதலியவைகளை உடையவராய் இருத்தலில் ஔவையைப் பின்பற்றி, (ஔவியம் ஓவுதல்)–பிறர் ஆக்கம் கண்டு பொறாமை கொள்ளுதலைவிட்டிருத்தல் உத்தம மருத்துவர்களுக்கு உரிய இலக்கணமாகும்.

மருத்துவம் தொடங்கும் காலஅளவை

மருத்துவரின் ஆண்டு நூறாகக்கொண்டு, அதை ஐந்தாக பிரித்தால் அவற்றில்

- உத்தமம் – 50, 60வயது
- மத்திமம் – 70, 80 வயது
- அதமம் – 30, 40 வயது
- அதமாதம் - 90, 100 வயது
- கூடாதவயது – 10, 20 வயது

மருத்துவத் தொழிலுக்கு உரியவர்கள்

- கவலையற்றவர்கள்
- அங்காதிபாதமெனும் உடற்கூறு அறிந்தவர்கள்
- பொருட்பண்பு நூல் உணர்ந்தவர்கள்
- பொருளில் பேராசை இல்லாதவர்கள்
- உயிர்களிடத்து அன்புள்ளவர்கள்
- சூதாட்டம் முதலிய ஐம்பெரும்பாதகத் தொழிலை ஒழித்தவர்கள்
- யுக்திபுத்தி உள்ளவர்கள்
- தூக்கம், சோம்பல் ஒழித்து சுறுசுறுப்பு உள்ளவர்கள்
- அதிகாரச்செருக்கு, பொருட்செருக்கு இல்லாதவர்கள்
- இல்லறத்தில் வாழ்பவர்கள்

இவர்களே மருத்துவத் தொழிலுக்கு உரியவர்கள் ஆவார்.

தீயமருத்துவரியல்பு

- மருத்துவ நூல்களின் முறையை அறியாதவர்கள்
- மனம்போன போக்கில் போகக்கூடியவர்கள்
- சிறுநோய் உடையவரை கொடுநோய் உடையவர் எனக் கூறுபவர்கள்
- பிணியை மாற்றிக் கூறல்
- தம்மால் தீர்க்க முடியாத நோயை தீர்க்கமுடியும் என உறுதி கூறுபவர்
- தாமே சிறந்த மருத்துவர் என பெருமை பேசுபவர்.

மருத்துவன் ஒழுக்கம்

- மருத்துவன் தன்னை இரண்டுபேர் வந்தழைக்கின் நோயாளி வீட்டிற்கு செல்லாதிருத்தல்
- தான் எப்போதும் நன்மையென நினைத்திருக்கும் நல்ல சகுணத்தை பார்த்து போதல்;
- நோயாளியின் படுக்கை முதலானவற்றை தீண்டாதிருத்தல்
- பிணியாளனுக்கருகில் கீழ்திசை நோக்கி உட்காருதல்

ஆகிய இவை மருத்துவனுக்கு உரிய நல்லொழுக்கங்களாகும்.

மருத்துன் வயது முதிர்ந்தவனாயிருத்தல் வேண்டும்

- முதிர்ந்த பல்லாண்டுகளில் பெறும் அறிவின் வன்மையும்,

- நாடி நடைகளைக் பல்லாண்டுகளாக பல நோய்களில் பார்த்து அறிந்து பழக்கமும்,
- பல உடல்களின் வேற்றுமைகளைக் கண்டறியும் உணர்ச்சியும்,
- தீரும் குறி, தீராக்குறிகளை அறிவிக்கும் முக்குற்றங்களின் தன்மைகளை ஆராய்ந்தறியும் வல்லாண்மையும்,
- புது நோய்களைக் கண்டாலும் அவற்றைத் தீர்த்து விடலாம் என்ற மனத் துணிவும்,
- நோய்களைக் கண்டு அறிவு மயங்காமையும்,
- தலைவன் போல அவற்றிற்கு தக்க மருந்துகளைச் செய்யும் வன்மையும்,

  ஆகிய இவை மிக உயர்ந்த மருத்துவ முறைகளை நன்குணர்ந்த, வயதில் மூத்த மருத்துவர்களின் பண்புகளாம்.

மருத்துவன் உடை

- நீலம், சிவப்பு, பல புள்ளிகள் உள்ளது.
- பட்டு, விலங்கின் தோல்கள். - இவை உடுக்கத் தகாத உடைகளாம்
- வெள்ளை உடைகளே தகுந்த உடைகளாம்.

மருத்துவன் பூச்சு

- சந்தனம், புனுகு இவற்றை உடலில் பூசிக் கொள்வதாகும்

மருத்துவன் கை பார்த்தபின் ஒழுக்கம்

பிணியாளனுடைய நாடியை தொட்டறியும் மருத்துவன்

- நூற்றியெட்டு முறை நீராடல் அல்லது
- கைகால்களை சுத்தம் செய்தல் அல்லது
- அவ்விரல்களை பூமியில் தட்டுதல் ஆகும்.

Physician

- ***Maruthuvan*** - This name is due to the special property of removing diseases and giving appropriate medicines along with corresponding adjuvant to the patients.
- ***Parigari*** - The name comes from the need to understand the nature of the disease through the diagnosis by eight type of techniques, 10 types of signs, multi year experience in medical management and the way taught by one's guru to cure diseases.

- ***Vaithiyan*** - This is the name due to be sustaining the soul in the body, given to drugs, made by one's with his experience .
- ***Agathankaran*** - The name is due to the disease management made by preparation of ***kuligai,*** which is a special type of medicine in siddha system One who understands the things that does good to the body.
- ***Paran*** - It is so named because he has three eyes which is similar to the Lord. God has three eyes. They are sun, moon and fire. Similarly doctor has three eyes. They are prescribing the apt medicine cleaning of raw drug and knowing the knowledge about materia medica book.

Characters of Physician:

- Trust in God.
- Research in multiple books.
- Purification of body, mind and word, ability to cure so many diseases.
- Never giveup to face disease, Intelligence.
- Friendship with experienced person.
- Daily good habits, superior quality.
- Compassion with other living things.
- Knowing about body, World, time, and Medicine.
- Knowing the patient's physical strength, level of appetite and dietary rules.
- Knowing dietary rules corresponding to diseases.
- Clear about the things that gives strength to the body.

Books a Doctor should know:

The supreme physician is the one who has learned all the scriptures such as Astronomy, Book on the ***Pancha patchi, Piranayamam, Alchemy, Mantras*** texts, Books by Sage Agathiya, Agathiya Kanmakandam etc. Apart from this, it is a special characteristic that a doctor should be proficient in Language, Maths, Epistemology and Medicine book.

A Doctor similar to Auvai:

A doctor is same as God due to the worship of God and the careful study of many scriptures, When a child falls ill, a mother tries to cure the disease with immense love and worry, in the similar way, a doctor is same as a mother while treating the patients with a disease. A doctor is same as old aged person due to his full experience in pathology, pharmacology etc. A doctor is same as ***Auvai*** due to his deep thought and ingenuity and letting go of jealousy of other's development. These are the characters for Good doctors.

Duration of initiation of treatment

Doctor's year as one hundred, with dividing it into five.

- Good – 50 -60 years
- Better – 70-80 years
- Bad – 30-40 years
- Worst – 90-100 years
- Restricted – 10-20 years

People who are eligible for being a doctor:

- Stressless.
- The so called "***angaathibatham***" anatomy learned ones.
- One who is well-versed in"***porutpanbu***" books.
- Greed less people.
- One who loves all the creatures of the universe.
- One who is not practicing gambling and 5 such inappropriate habits.
- Should be tricky and wise.
- Should have given up sleep, laziness and must be active.
- People in no ruling power and without any attachment to materialistic things.
- One who lives with their family.

ill habits of a physician

- One who is not aware of the procedures of medicine book .
- One who goes behind all their wishes.
- One who considers a small disease as an untreatable severe disease.
- Wrong diagnosing.
- One who makes false promises like they can treat the disease though it can't be treated by them.
- One who considers themselves as the best physician and have the habit of self praising

Disciplines of a Physician:

- Shouldn't go forward to treat the patient if the physician is called out by two people.
- Treating the patients only during certain good omen which the practitioner follows.
- Shouldn't touch the diseased bed or bedspreads.
- Should be seated in the nearer lower direction towards the diseased.

Practitioner should be an aged person:

- The experience of highly aged person helps in treatment.
- The experience of diagnosing via feeling the ***naadi*** with many patients over many years
- Knowledge of diverse body types
- Knowledge of the symptoms of curable and non curable diseases.
- The confidence of curing the entirely new disease
- Ability to prepare appropriate medicines for the corresponding diseases
- Have a capacity to make medicine for corresponding diseases like a captain.

Costume of the physician:

- Blue and red color dresses with many designs and prints should be avoided
- Dresses made up of leather and silk should be avoided

- White clothes should be worn

Physician's scents

- Sandal
- *Punugu*

Disciplines of a practioner after absorbing *naadi:*

- Bathing 108 times
- Cleansing hands and legs
- Tapping his fingers on earth

MULTIPLE CHOICE QUESTIONS

1. அறிவின் வளர்ச்சிக்காகவும், அனுபவ சாதனத்துக்காவும் கூறப்படுவது

அ) தோற்றுகிரம ஆராய்ச்சி ஆ) தத்துவ ஆராய்ச்சி
இ) ஆன்மீக ஆராய்ச்சி ஈ) விஞ்ஞான ஆராய்ச்சி

விடை ஆ

2. ஒரே ஆன்மாவைப் பற்றிய கொள்கை

அ) சூனிய வாதம் ஆ) ஆரம்ப வாதம்
இ) ஏகான்மவாதம் ஈ) விஞ்ஞான ஆராய்ச்சி

விடை இ

3. ஆராய்ச்சியால் பிறப்பிறப்பான இன்னல்களை நீக்கி நிலையான இன்பத்தை அடைவது

அ) துறக்கம் ஆ) உறக்கம் இ) நியமம் ஈ) பிறப்பு

விடை அ

4. வீட்டை அடைய தடையாக இருப்பவை

அ) பொருள்கள் ஆ) இயமம் இ) கல்வி ஈ) பிணிகள்

விடை ஈ

5. சிவத்தின் அருளைப் பெற்றிட

அ) சபம் ஆ) தியாணம் இ) சரியை ஈ) அனைத்தும்

விடை ஈ

6. உடல் ஒரு காலமும் அழிவற்றதாயும் நிலையுற்றதாயும் நிற்பதற்குக் __________ முறை வகுத்தனர்

அ) இரசவாதம் ஆ) முப்பு இ) காயகற்பம் ஈ) யோகம்

விடை இ

7. __________ என்ற நூல் தாவரப் பொருள்களின் தோற்றத்தை கூறுகிறது

அ) தேரன் குணவாகடம் ஆ) யூகி சிந்தாமணி
இ) தேரையா காப்பியம் ஈ) தேரையர் கரிசல்

விடை அ

8. புற காரணங்களை அடக்குதல் ஆகும்

அ) சமம் ஆ) தமம் இ) விடல் ஈ) தியானம்

விடை ஆ

9. ஒரு சடங்கை தக்க முதியான் விதிப்படி எல்லா ஏற்பாடுகள் செய்து தொடங்கி வைப்பது

அ) இரசவாதம் ஆ) தீக்கை இ) உபதேசம் ஈ) அளவை

விடை ஆ

10. நயன தீக்கை என்பது

அ) நிர்வாண தீக்கை ஆ) நினைவு தீக்கை
இ) காணும் தீக்கை ஈ) சமய தீக்கை

விடை இ

11. வேதாந்த நூற்கள் நமக்கு உபதேசிக்கும் தத்துவங்கள்

அ) அத்தியாரோபம் ஆ) ஆன்ம தத்துவம்
இ) அபவாதம் ஈ) அ) இ) இரண்டும்

விடை ஈ

12. உலகம் தோன்ற மாயை

அ) செயல் காரணம் ஆ) துணை காரணம்
இ) முதற் காரணம் ஈ) நிமித்த காரணம்

விடை இ

13. ஆன்மாவிற்கு அறிவை அறிய உதவம் சத்துவத்தின் திரிபான கருவி

அ) ஆன்ம தத்துவம் ஆ) புத்தி தத்துவம்
இ) கால தத்துவ பேர் ஈ) தத்துவ ஆராய்ச்சி

விடை ஆ

14. முதல்வனின் சுழுத்தி நிலை

அ) ஆனந்தமய கோசம் ஆ) மனோமய கோசம
இ) அந்தர்யாமி ஈ) அத்தியாரோபம்

விடை அ

15. உடல் பெறும் அவத்தைகள்

அ) சூக்கும உடல் ஆ) காரண உடல்
இ) தூல உடல் ஈ) இவை அனைத்தும்

விடை ஈ

16. விஞ்ஞான மன கோசத்தில் நிலைபெற்ற சீவனுக்கு

அ) பிராணன் ஆ) ஆன்மா இ) பிராஞ்ஞான் ஈ) சகலர்

விடை இ

17. ஈசனின் அருள் வெள்ளத்தினால் தாமச அகங்காரம் இரு வல்லமைகளாக பிரிகிறது அவை,

அ) ஆதி சக்தி, ஆவரண சக்தி ஆ) கிரியா சக்தி, விட்சேப சக்தி
இ) ஆவரண சக்தி, விட்சேப சக்தி ஈ) பராசக்தி, ஞான சக்தி

விடை இ

18. ---------- திறத்தால் நொய்ய பூதங்கள் தோற்றம் கொண்டன

அ) ஈசன் ஆ) விட்சேப சக்தி ஆ) ஆவரண சக்தி ஈ) சக்தி

விடை ஆ

19. ஞானேந்திரியங்களும், மனம், புத்தி ஆகிய தத்துவங்கள்

அ) பரு உடல் ஆ) இலிங்கசரீரம் இ) ஞானசாதனம் ஈ) பஞ்சிகரணம்

விடை இ

20. பஞ்ச பூதங்களின் சமட்டியில் ----------- கூற்றால் பிராணன் தோன்றியது

அ) தமோ குணம் ஆ) சத்துவ குணம் இ) தத்துவ குணம் ஈ) இராசத குணம்

விடை ஈ

21. ------- சத்துவ குணக் கூற்றால் மணம் என்ற உணர்வு தோன்றியது

அ) மண் ஆ) நீர் இ) விண் ஈ) காற்று

விடை அ

22. மகாபூதங்களின் சேர்கையால் உண்டாவது

அ) பிராஞ்ஞன் ஆ) பிரபஞ்சம் இ) நொய்ய பூதம் ஈ) ஞான சாதனம்

விடை ஆ

23. ஒன்பது திருமேனிகளுள் நடுப்படியாக இருப்பது எது?

அ) அயன் ஆ) விந்து இ) சதாசிவம் ஈ) நாதம்

விடை இ

24. முதன் முதலில் ஒன்பது தந்திரங்களை தமிழில் கூறியவர் யார்?

அ) மெய்கண்ட தேவர் ஆ) திருமூலர்
இ) தேரர் ஈ) மணிவாசகர்

விடை ஆ

25. சிவன் உண்டு என்பதற்கு முக்கிய ஆதாரமாகச் சைவ சித்தாந்திகள் கைக்கொள்வது எது?

ஆ) காண்டல் ஆ) கருதல் இ) உரை ஈ) போலி

விடை இ

26. கீழ்கண்டவையில் எது சிவத்தின் பண்பு அல்ல?

அ) இயல்பாகவே பாசங்களினின்று ஒன்றாக இருத்தல்
ஆ) முற்றுமுணர்தல்
இ) முடிவிலா இன்பமுடைமை
ஈ) வரம்பில ஆற்றல் உடைமை

விடை அ

26. சிவத்தின் பேதங்களில் ஒன்று எது?

அ) விபக்கம் ஆ) சுருதி இ) இலயம் ஈ) அனுமானம்

விடை இ

27. சிவத்துக்கு நெஞ்சம் அறிவாற்றலாகும் - என்த சக்தி?

அ) பராசக்தி ஆ) ஆதிசக்தி இ) ஞானசக்தி ஈ) கிரியாசக்தி

விடை இ

28. சிவமே தண்சுடராகிய திருவருட் பேரொளியாய் நிற்கும். இது ________ எனப்படும்?

அ) பிண்ட ஆதித்தன் ஆ) சிவ ஆதித்தன்
இ) அண்டாதித்தன் ஈ) மனவாதித்தன்

விடை இ

29. இவற்றுள் எது ஐவகைக் கலையில் ஒன்று?

அ) இடகலை ஆ) நுகர்வி இ) பிங்கலை ஈ) சுழுத்தி

விடை ஆ

30. மாருதம் என்று ஐம்பூதங்களில் எதனை கூறுகின்றனர்?

அ) நீர் ஆ) காற்று இ) ஆகாயம் ஈ) துதி

விடை ஆ

31. காரண மாயை என்று எதனை குறிக்கின்றனர்?

அ) நாதம் ஆ) அரன் இ) அயன் ஈ) விந்து

விடை ஈ

32. விந்துவின் ஆற்றல் எது?

அ) தற்பரை அ) ஆலமர் இ) உற்றுழியுதவி ஈ) கங்கை தாங்கி

விடை அ

33. எல்லாவற்றிற்கும் காரணமாக இருக்கும் எழுத்துகளின் தெய்வங்கள் எத்தனை?

அ) 52 ஆ) 51 இ) 53 ஈ) 55

விடை அ

34. அகத்தவத்தால் எழும் ஓசைகள் எத்தனை?

அ) 9 ஆ) 10 இ) 11 ஈ) 12

விடை ஆ

35. சக்தியோடு கூடிய சிவனை _______ என்பர்?

அ) ஆண்டான் ஆ) அருளோன் இ) காப்போன் ஈ) அழிப்போன்

விடை ஆ

36. "குசவன் திரிகையில்..." என்ற பாடல் என்த நூலில் இடம் பெற்றுள்ளது?

அ) தேவாரம் ஆ) திருவாசகம் இ) திருமந்திரம் ஈ) மருத்துவ நூல்

விடை இ

37. சிவம் தன்னைக் காட்டாத நிலை _______எனப்பட்டது?

அ) ஈசுரன் ஆ) அருளோன் இ) சதாசிவம் ஈ) அழிப்போன்

விடை அ

38. பூதங்கள் அனைத்தும் புறத்துக் காணப்படுவது _______எனப்படுகிறது?

அ) பிண்டம் ஆ) அண்டம் இ) தத்துவம் ஈ) அறிவு

விடை ஆ

39. நாதம், விந்து இயல் வேறுபெயர்?

அ) ஒளி, ஒலி ஆ) ஒலி, ஒளி இ) காப்பு, அழிப்பு ஈ) அழிப்பு, காப்பு

விடை ஆ

40. அரன் _______என்றும் அழைக்கப்படுகிறது?

அ) காப்பு ஆ) அழிப்பு இ) படைப்பு ஈ) மறைப்பு

விடை ஆ

41. திருவருள் நோக்கத்து ஒடுங்கியிருக்கும் நிலையின் பெயர்?

அ) நித்தசங்காரம் ஆ) உய்த்தசங்காரம்

இ) சுத்தசங்காரம் ஈ) நித்த சங்காரம்

விடை ஆ

42. தத்துவம் என்ற சொல்லிற்கு _______என்பது பொருளாகும்?

அ) உண்மை ஆ) நுண்மை இ) தன்மை ஈ) பொருள்

விடை அ

43. சாதனங்கள் அறிவைப் பெறும் வழிகளைக் குறிப்பதற்கு _______ என்பர்?

அ) பிரமேயம் ஆ) பிரமாணம் இ) பிரகிருதி ஈ) மாயை

விடை ஆ

44. வேதத்தை ஒப்பு கொள்ளுவோரை ________என்றனர்

அ) உலகாயதர் ஆ) வைதிகர் இ) சமணர் ஈ) பௌதர்

விடை ஆ

45. பொருள் எத்தனை வகைப்படும்?

அ) 2 ஆ) 3 இ) 4 ஈ)5

விடை ஆ

46. முதற்பொருளின் வகைகள் யாவை?

அ) நிலம், காலம் ஆ) அகம், புறம்
இ) நன்மை, தீமை ஈ) இன்பம், துன்பம்

விடை அ

47. ________நான்கும் கீழ்ப்படி என்று கூறப்படுகிறது

அ) அருவம் ஆ) உருவம் இ) அருவுருவம் ஈ) உயில்

விடை ஆ

48. சக்தி தத்துவத்துக்கு மேல் விளக்கும் இயக்க நிலை அறிவு பேராற்றல் ________ எனப்படும்

அ) ஆதிசக்தி ஆ) ஞானசக்தி இ) பராசக்தி ஈ) இச்சாசக்தி

விடை இ

49. சிவ தத்துவமும் சக்தி தத்துவமும் மணியொளி பிரியாதது என்று கூறியவர் யார்?

அ) தேரர் ஆ) திருமூலர்
இ) மணிவாசகர் ஈ) மெய்கண்ட தேவர்

விடை ஆ

50. பூலோகம், புவலோகம், தபோலோகம், மகாலோகம் சத்தியலோகம், சுவலோகம், சனயோகம் ஆகியன ________எனப்படும்

அ) கீழேழு புவனங்கள் ஆ) மேலெழு புவனங்கள்
இ) மகா பூதங்கள் ஈ) நொய்ய பூதங்கள்

விடை ஆ

51. இராசச குணத்தின் மாற்றமாய் வந்து தோன்றிய பஞ்ச வாயுக்களும் அவற்றின் செயல்களும் ________எனப்படும்

அ) பிராணமய கோசம் ஆ) விஞ்ஞானமயகோசம்
இ) மனோமயகோசம் ஈ) அன்னமயகோசம்

விடை அ

52. 1) அன்னமய கோசம் - அ) சூக்கும சரீரம்

2) ஆனந்தமயகோசம் - ஆ) காthpய சரீரம்

3) மனோமயகோசம் - இ) காரண சரீரம்

அ) 1-அ 2-ஆ 3-இ
ஆ) 1-ஆ 2-இ 3-அ
இ) 1-இ 2-ஆ 3-அ
ஈ) 1-இ 2 -அ ந-ஆ

விடை ஆ

53. அன்னமய கோசத்தில் மருவி நிற்கும் சிவனுக்கு ________எனப் பெயர்

அ) கூடஸ்தன் ஆ) விசுவன் இ) ஈசன் ஈ) சிவன்

விடை ஆ

54. மருத்துவக் கலைக்கு அனுகூலமாய் நிற்கும் வாதம் ________

அ) சத்காரிய வாதம்
ஆ) விவர்த்த வாதம்
இ) ஆரம்பவாதம்
ஈ) எதுவும் இல்லை

55. மாயையினால் சிவர்களுக்கு உண்டாகும் அவத்தைகள்________

அ) 5 ஆ) 7 இ) 3 ஈ) 1

விடை ஆ

56. இன்மை என்பது ________

அ) பிரபாவம் ஆ) அபாவம் இ) விபாவம் ஈ) சம்பவம்

விடை ஆ

57. அபாவம், இயல்பு, உபமானம் ஆகியன ________அடங்கும்

அ) காண்டலில்
ஆ) கருதலில்
இ) உரையில்
ஈ) ஆ மற்றும் இ)

விடை அ

58. அருந்தப்பட்ட இன்பதுங்களை ஆன்மாவைவிட்டு நீங்காத சிற்சக்தியின்கண் ராகாதிகள் சேர்ப்பது ________

அ) தன்வேதனைக்காட்சி
ஆ) யோகக்காட்சி
இ) வாயிற் காட்சி
ஈ) மானதக் காட்சி

விடை அ

59. போலியில் பட்சாபாசம் ________

அ) 1 ஆ) 4 இ) 7 ஈ) 5

விடை ஆ

60. ஏதுவாபாசம் விரிவால் ________

அ) 3 ஆ) 7 இ) 21 ஈ) 12

விடை இ

61. நிக்ரகத்தானம் விரிவால் ________

அ) 22 ஆ) 12 இ) 31 ஈ) 11

விடை அ

62. ஆன்மா ஒரு விடயத்தை ________கருவிகளால் அறியும்

அ) 18 ஆ) 17 இ) 5 ஈ) 4

விடை அ

63. தந்திரக்கலை, மந்திரக்கலை, உபதேசக் கலை ஆகியன ________அடங்கும்

அ) பிரமேயத்தில் ஆ) ஆகமத்தில்
இ) அனுமானத்தில் ஈ) ஐயக்காட்சியில்

விடை ஆ

64. அருத்தாபத்தியும், உண்மையும், ஒழிபும் ________அடங்கும்

அ) அனுமானத்தில் ஆ) ஆகமத்தில்
இ) பிரமேயத்தில் ஈ) பிரத்தியட்சத்தில்

விடை அ

65. விண், காற்று, தீ, நீர் மண் ஆகியவற்றின் சேர்க்கையால் உண்டானதற்கு உலகத்தற்கு________என்ற பெயர்.

அ) சமட்டி ஆ) வியட்டி
இ) சமட்டி மற்றும் வியட்டி ஈ) சேர்க்கை

விடை அ

66. காரிய உபாதியை உடையவன் ________, காரண உபாதியை உடையவன் ________

அ) சீவன், சிவன் ஆ) சிவன், சிவன்
இ) சீவன், சீவன் ஈ) சிவன், சீவன்

விடை அ

67. காரணம் உளது, காரியம் இலது என்பது

அ) வேதாந்த கொள்கை ஆ) சித்தாந்த கொள்கை

விடை அ

68. அருவுருப் பொருள்களின் வகை ________

அ) சித்துப்பொருள், அசித்துபொருள் இ) ஆகாயம் மண்
ஆ) நீர், தீ ஈ) சிவம், சக்தி

விடை அ

69. சித்துப்பொருளிலுள்ள உயிருக்கு எத்தனை வேறுபாடு?

அ) 4 ஆ) 3 இ) 5 ஈ) 6

விடை இ

70. அசித்துப் பொருள் ________காரியத்தால் தோற்றுவிக்கப்பட்டது.

அ) மாயா ஆ) கன்ம இ) இந்திரிய ஈ) பதியின்

விடை அ

71. அசித்துப்பொருள்களுக்குள்ளெ இருக்கும் உயிர் அவத்தகளுள் ________ அவத்தையை மட்டுமெ கொண்டுள்ளது

அ) கனவு ஆ) விழிப்பு இ) பேருறக்கம் ஈ) உறக்கம்

விடை ஈ

72. தொடக்கத்தை அறியவேண்டுமெனில் ________ஆராய வேண்டும்

அ) படைப்பு ஆ) அழிவு இ) ஆக்கம் ஈ) ஆற்றல்

விடை ஆ

73. அணுவின் கொள்கையை மிகத் தெளிவாகவும் விரிவாயும் ஆராய்ந்தவர்கள் ________

அ) ஆரியர் ஆ) வேதாந்திகள்
இ) ஆகமவாதிகள் ஈ) மேலைநாட்டோர்

விடை இ

74. இரசாயன மாற்றம் நிகழ் எது தேவை?

அ) வெப்பம் ஆ) குளிர்ச்சி இ) நீர் ஈ) காற்று

விடை அ

75. விஞ்ஞான அறிவை தூண்டியவர் எவர்?

அ) ஆகமவாதிகள் ஆ) கிரேக்கர்கள்
இ) உரோமானியர்கள் ஈ) ஆரியர்கள்

விடை அ

76. சடப் பொருள் என்பது ________

அ) அருவப் பொருள் ஆ) உருவப் பொருள்
இ) நித்தியப் பொருள் ஈ) அருவுருவப் பொருள்

விடை ஆ

77. பதி, பசு, பாசம் என்பது ________

அ) உருவப்பொருள் ஆ) மூலப்பொருள்
இ) துணைப்பொருள் ஈ) நித்தியப்பொருள்

விடை ஈ

78. கடவுள் உண்டு என்று ஒப்புக்கொள்வோர் ________கொண்டு ஒப்புக்கொள்கின்றனர்

அ) ஆகமப்பிரமாணம் ஆ) அனுமானப்பிரமாணம்
இ) காண்டல் ஈ) எவையும் இல்லை

விடை அ

79. "________ இருந்துதான் உலகம் உற்பத்தியாகின்றது" எனச் சைவ சித்தாந்திகள் கொள்கின்றனர்

அ) இறைவன் ஆ) பதி இ) அணு ஈ) மாயை

விடை அ

80. பாசம் என்பது ________

அ) ஆன்மா, கடவுள் ஆ) தளை, கட்டு

இ) உயிர் சீவன் ஈ) ஞானம், பந்தம்

விடை ஆ

81. பதி பசுவின் அறிவில் கலந்து மறைந்து நின்று அவ்வறிவைத் தொழிற்படவைக்கும் கருவி பாசம் என கூறுவது எது?

அ) திருவாசகம் ஆ) சிவஞான போதம்

இ) திருமந்திரம் ஈ) சிவபுராணம்

விடை ஆ

82. ________ ஆணவத்தை வலியுறுத்திக் கூறுவது

அ) சித்தாந்தம் அ) வேதாந்தம் இ) இரண்டும் ஈ) எவையும் இல்லை

விடை அ

83. அறியாமையை ஊட்டுவது ________

அ) மாயை ஆ) ஆணவம் இ) கன்மம் ஈ) மாயேயம்

விடை ஆ

84. பசுவின் தன்மையை மறைப்பது ________

அ) பாசம் ஆ) ஆணவம் இ) கன்மம் ஈ) மாயை

விடை ஆ

85. ஆணவத்தொடர்பால் உயிர்கள் செய்யும் வினை ________

அ) மாயை ஆ) மாயேயம் இ) கன்மம் ஈ) திரோதானம்

விடை இ

86. உலகத்தோற்றத்திற்கும் ஒடுக்கத்திற்கும் காரணம் ________

அ) ஆணவம் ஆ) மாயேயம் இ) கன்மம் ஈ) மாயை

விடை ஈ

87. மாயையின் வகை ________

அ) 2 ஆ) 3 இ) 4 ஈ) 5

விடை ஆ

88. சாதாக்கியம் என்பது ________

அ) அசுத்த மாயை ஆ) சுத்த மாயை
இ) மாயேயம் ஈ) பிரகிருதி மாயை

விடை ஆ

89. அசுத்தமாயையின் வகை ________

அ) 6 ஆ) 7 இ) 5 ஈ) 3

விடை ஆ

90. பிரகிருதி மாயை ________வகைபடும்

அ) 26 ஆ) 30 இ) 24 ஈ) 40

விடை இ

91. பசுவின் வேறு பெயர் ________

அ) உயர் ஆ) பிரம்மம் இ) ஒளி ஈ) தளை

விடை அ

92. பசுவின் தன்மை

அ) தனித்து இருப்பது இல்லை ஆ) தனித்து இருப்பது
இ) இரண்டும் ஈ) எவையும் இல்லை

விடை அ

93. பசு எல்லாவற்றையும் எவ்வாறு அறியும்?

அ) பதியின் உதவியால் ஆ) தானாகவே
இ) பாசத்தின் உதவியால் ஈ) பதி, பாசத்தின் உதவியால்

விடை அ

94. சைவ சமய நூல்களின் எண்ணிக்கை

அ) 20 ஆ) 14 இ) 16 ஈ) 18

விடை ஆ

95. சூனிய வாதம் எச்சமயத்தின் கொள்ளை ________

அ) இந்து ஆ) புத்த இ) கிருஸ்துவ ஈ) சைவ

விடை ஆ

96. சுவை, ஒளி, ஓசை, நாற்றம், மணம், இவ்வைந்தும்?

அ) இந்திரியங்கள் ஆ) அந்தகரணம்
இ) அறிவு ஈ) பஞ்சதன் மாத்திரைகள்

விடை ஈ

97. பதி, பசு, பாசத்தை எவ்வாறு கூறுவர்

அ) மெய்ப்பொருள், பொய்ப்பொருள், அறிவுப் பொருள்

ஆ) அறிவுப் பொருள், பொய்ப்பொருள், மெய்ப்பொருள்

இ) பொய்ப்பொருள், மெய்ப்பொருள்,அறிவுப் பொருள்

ஈ) மெய்ப்பொருள், அறிவுப் பொருள், பொய்ப்பொருள்

விடை ஈ

98. கடவுள் உண்டென்பதை ஒப்புக் கொள்வோர் எல்லாரும் ________முதன்மை கொடுக்கின்றனர்

அ) ஆகமப் பிரமாணம் ஆ) அனுமானப் பிரமாணம்
இ) பிரமேயம் ஈ) நிருவிகற்பம்

விடை அ

99. வேதத்திலே கூறப்பட்டவற்றை மேலும் வலியுறுத்தவும், ஆகமத்தை ஒப்புக் கொள்ளாதவர்களுக்குக் கடவுளை நிருவிக்க பயன்படுவது?

அ) ஆகமம் ஆ) அனுமானம் இ) சுருதி ஈ) விபக்கம்

விடை ஆ

100. பரம அணு எனக் கூறப்படுவது எது?

அ) பசி ஆ) பதி இ) பாசம் ஈ) ஆன்மா

விடை ஆ

101. எதனால் ஏற்பட்ட உலகப் பொருளைச் சடம் என்பர்?

அ) பதி ஆ) பசி இ) பாசம் ஈ) கன்மம்

விடை இ

102. ஆன்மா அல்லது உயிர் எனக் கூறப்படுவது எது?

அ) பாசம் ஆ) பசு இ) பதி ஈ) கடவுள்

விடை ஆ

103. பதியை உணரமாட்டாமைக்கு ஏது எது?

அ) பசு ஆ) பாசம் இ) அறிவு

விடை ஆ

104. பாசமற்ற அநாதிப் பொருள் என்பது யாது?

அ) பதி, உயிர் ஆ) பதி, பரம அணு
இ) பசு, பரம அணு ஈ) பதி, ஆன்மா

விடை ஆ

105. பசு அல்லது ஆன்மாவின் வடிவம் ________

அ) உயிர் ஆ) அணு இ) பரம அணு ஈ) ஆன்மா

விடை ஆ

106. எந்தப் பொருளைச் சார்ந்தாலும் அந்தப் பொருளைப் பிரதிபலித்துக் காட்டும் படிகம் போன்ற தன்மை வாய்ந்தது எது?

அ) பசு ஆ) பதி இ) பாசம் ஈ) அணு

விடை அ

107. இவற்றுள் எது பாசத்தின் பண்பு இல்லாதது?

அ) பசு எப்பொழுதும் தனிப்பட்டிருப்பதில்லை
ஆ) பசு எல்லாவற்றிலும் கலந்து, அப்பொருளின் தன்மையை பிரதிபலிக்கிறது
இ) பசு எல்லாவற்றையும் அறியும் தன்மையுடையது
ஈ) பசு ஐந்து வகையான நிலைகளை உடையது

விடை இ

108. தளை அல்லது கட்டு என்று கூறப்படுவது எது?

அ) பதி ஆ) உயிர் இ) பாசம் ஈ) உடையது

விடை இ

109. பாசத்தின் ஐந்து பிரிவுகளில் அனாதி எனக் கூறப்படுவது எது?

அ) மாயை ஆ) கன்மம் இ) மாயேயம் ஈ) ஆணவம்

விடை ஈ

110. மூலமலம், சகச மலம் என்று அழைக்கப்படுவது?

அ) ஆணவம் ஆ) கண்மம் இ) மாயை ஈ) மாயேயம்வி

விடை அ

111. ஆணவத் தொடர்பால் உயிர்கள் செய்யும் வினைகளின் தொகுதியை ________ என்பர்?

அ) மாயை ஆ) கன்மம் இ) திரோதானம் ஈ) மாயேயம்

விடை ஆ

112. உடல் தத்துவங்களில் தோற்ற ஒடுக்கத்திற்குக் காரணமாய் இருக்கும் மாயை எத்தனை வகைப்படும்?

அ) இரண்டு ஆ) நான்கு இ) மூன்று ஈ) ஐந்து

விடை இ

113. சுத்த, அசுத்த, பிரகிருதி மாயையின் வகைகள்?

அ) 7, 5, 24 ஆ) 24, 5, 7 இ) 5, 7, 24 ஈ) 5, 24, 7

விடை இ

114. அசுத்த மாயையின் இடம் பெறாதது எது?

அ) புருடன் ஆ) ஈசுரன் இ) அராகம் ஈ) காலம்

விடை ஆ

115. "மத்திம மொத்த சிலந்தி வலையத்துள்" என்ற பாடலில் உடம்பினை ஆடுதல் புரியும் இடமாக கொண்டது என சொல்லப்படுவது எது?

அ) பசி ஆ) மாயை இ) பாசம் ஈ) பதி

விடை ஈ

116. முதல் தத்துவத்தின் மொத்த எண்ணிக்கை

அ) 32 ஆ) 34 இ) 36 ஈ) 30

விடை ஈ

117. இரண்டாம் தத்துவத்தின் மொத்த எண்ணிக்கை

அ) 36 ஆ) 34 இ) 20 ஈ) 30

விடை: ஈ

118. கன்மேந்திரிய விடயம், அறிவு ஆகியன முதற் தத்துவத்தில் இருந்து விலக, மீதமுள்ள தத்துவத்தின் பெயர்

அ) ஆன்ம தத்துவம் ஆ) அசுத்த தத்துவம்
இ) ஞானதத்துவம் ஈ) அ மற்றும் ஆ

விடை: ஈ

119. மூன்றாம் தத்துவத்தின் மொத்த எண்ணிக்கை

அ) 32 ஆ) 36 இ) 30 ஈ) 34

விடை: ஆ

120. சிவப்பிரகாச கட்டளையில் 96 தத்துவத்தில் கூறப்படும் 7 உணர்வு நிகழ்ச்சிப் பொருட்களின் தத்துவம் பெயர் என்ன

அ) சுத்த வித்யா தத்துவம் ஆ) ஆன்ம தத்துவம்
இ) அசோக தத்துவம் ஈ) பஞ்ச சிவ தத்துவம்

விடை: அ

121. ஐந்து சிவ நிலைப் பொருட்கள் என்று சிவப்பிராகச கட்டளையில் கூறப்பட்ட தத்துவத்தின் பெயர்

அ) அசோக தத்துவம் ஆ) ஆன்ம தத்துவம்
இ) பஞ்ச சிவ தத்துவம் ஈ) சுத்த வித்யா தத்துவம்

விடை: இ

122. சிவப்பிராகாச கட்டளையின் 96 தத்துவம்

அ) உட்கருவி 30, புறக்கருவி 66 ஆ) உட்கருவி 60, புறக்கருவி 36
இ) உட்கருவி 36, புறக்கருவி 60 ஈ)உட்கருவி 66, புறக்கருவி 30

விடை: இ

123. நுண்ணோசை, நினைவோசை, மிடற்றோசை, செவியோசை என்று நான்கு வகைப்படுவது எது

அ) ஓசை ஆ) வாக்கு இ) நாதம் ஈ) அந்தக்கரணம்

விடை: இ

124. 96 தத்துவத்தில் அகங்காரம் 3 நீக்கி ஈடணை 3 சேர்ப்பது எக்கட்டளை

அ) திருவாலவாய் கட்டளை ஆ) சிவப்பிரகாச கட்டளை
இ) சித்தாந்த கட்டளை ஈ) அ மற்றும் இ)

விடை: ஈ

125. வினை, அறிவு, ஈடணை, ஆசயம், மண்டலம் நீங்க கிடைப்பது

அ) தத்துவ தீபிகை ஆ) இராசத தீபிகை
இ) சித்தாந்த கட்டளை ஈ) மீசுர தீபிகை

விடை: அ

126. அப்பு பூதத்தின் இயற்கைச் செயல்

அ) சட்டொன்றுவிக்கும் ஆ) சலித்து எவையும் திரட்டும்
இ) குளிர்ந்து பதம் செய்யும் ஈ) உரத்துத்தரிக்கும்

விடை: இ

127. விண் பூதத்தின் நிறம்

அ) ஊதா ஆ) புகை இ) கருமை ஈ) படிகம்

விடை: ஆ

128. மண் பூதத்தின் வடிவம்

அ) முக்கோணம் ஆ) நாற்கோணம் இ) அறுகோணம் ஈ) வட்டம்

விடை: ஆ

129. வாயு பூதத்தின் சுபாவம்

அ) நிற்றல் ஆ) நிறைத்தல் இ) விம்முதல் ஈ) பரத்தல்

விடை: இ

130. மூக்கு எப்பூதத்துடன் பொருந்தி செயல்புரியும்

அ) மண் ஆ) நீர் இ) காற்று ஈ) தீ

விடை: அ

131. நீரினிடமாய் நின்று செயற்படும் கன்மேந்திரியம்

அ) கருவாய் ஆ) கால் இ) எருவாய் ஈ) வாய்

விடை: இ

132. தன்னைக் கண்டு மகிழ்ந்திருக்கும் தத்துவம்

அ) மனம் ஆ) புத்தி இ) சித்தம் ஈ) அறிவு

விடை: ஈ

133. நாழிகை ஒன்றுக்கு 360 சுவாசம், நாளொன்றுக்கு 21,600 சுவாசம் இதில் உள்ளேயும் வெளியெவும் செல்லும் சுவாசத்தின் எண்ணிக்கை

அ) 14,200 ரூ 7,400 ஆ) 14,400 ரூ 7,200

இ) 14,600 ரூ 7,000 ஈ) 14,100 ரூ 7,500

விடை: ஆ

134. தனஞ்செயன் வாயுவின் இருப்பிடம்

அ) மூலாதாரம் ஆ) தோள் இ) மனம் ஈ) மூக்கு

விடை: ஈ

135. பரவுகால் என்று கூறப்படும் வாயு

அ) சமானன் ஆ) நாகன் இ) மனம் ஈ) மூக்கு

விடை: இ

136. அபான வாயுவின் கடவுள்

அ) சந்திரன் ஆ) திருமால் இ) வரதராசன் ஈ) தன்வந்திரி

விடை: இ

137. பேச்சிற்கு முதற்காரணமாக இருக்கும் வாயு எது?

அ) உதானன் ஆ) வியானன் இ) சமானன் ஈ) நாகன்

விடை: அ

138. புட்பராக நிறம் கொண்ட வாயு

அ) நாகன் ஆ) சமானன் இ) உதானன் ஈ) வியானன்

விடை: ஆ

139. மனதிலிருந்து கிளம்பி கண்ணில் இருந்து இமையைக் கொட்டுவிக்கும் வாயு எது?

அ) கூர்மன் ஆ) கிருகரன் இ) தேவதத்தன் ஈ) தனஞ்செயன்

விடை: அ

140. அபானத்தினளவாய் நிற்கும் நாடி எது?

அ) சங்கினி ஆ) குகு இ) சிகுவை ஈ) புருடன்

விடை: ஆ

141. வாதத்தில் அடங்கும் நாடிகள் எவை?

அ) இடகலை, பிங்கலை, சுழுமுனை ஆ) அலம்புடை, சங்கினி, குகு
இ) சிகுவை, புருடன், காந்தாரி ஈ) அத்தி, அலம்புடை, சங்கினி

விடை: அ

142. உழலை, தாகம், பயம், மோகம் முதலிய குணம் கொண்ட நாடி எது?

அ) காந்தாரி ஆ) சங்கினி இ) சுழுமுனை ஈ) அலம்புடை

விடை: அ

143. வெண்ணீர் பிரியுமிடம் எவ்வாசயம் ஆகும்

அ) அமர்வாசயம் ஆ) சலவாசயம்
இ) மலவாசயம் ஈ) சுக்கிலவாசயம்

விடை: ஈ

144. பிராணவாயுவும் சுழுத்தியும் கூடுவதால் உண்டாகும் கோசம் எது?

அ) விஞ்ஞானமயகோசம் ஆ) ஆனந்தமயகோசம்
இ) அன்னமயகோசம் ஈ) பிராணமயகோசம்

விடை: ஆ

145. மண்ணும் நீரும் கூடிய இடத்தில் பிறக்கும் மண்டிலம்

அ) ஆதித்த ஆ) சந்திர இ) அக்னி ஈ) விண்

விடை: இ

146. ஞாயிறு மண்டிலத்தின் வடிவம்

அ) ஆறுகோணம் ஆ) முக்கோணம்இ) வட்டம் ஈ) நாற்கோணம்

விடை: அ

147. அமுதகலை என்று கூறப்படும் மண்டிலம்

அ) தீ ஆ) ஞாயிறு இ) திங்கள் ஈ) புதன்

விடை: இ

148. கோடி சந்திர சூரியர் உதயமானது கோலத் தலை நடுவில் நிலையாய் நிற்கும் மண்டிலம் எது?

அ) சந்திர ஆ) திங்கள் இ) ஞாயிறு ஈ) அ மற்றும் ஆ

விடை: ஈ

149. உந்திக்கு 4 விரல் மேலே உள்ள மண்டிலம்

அ) ஆதித்த ஆ) அக்னி இ) சந்திர ஈ) தீ மண்டிலம்

விடை: அ

150. லலாடதானம் என்று அழைக்கப்படும் மண்டிலம்

அ) திங்கள் ஆ) ஞாயிறு இ) தீமண்டிலம் ஈ) ஆதித்த

விடை: அ

151. இருதயம் முதல் கண்டஸ்தானம் வரையுள்ள இடத்தில் உள்ள மண்டிலம்

அ) ஞாயிறு ஆ) திங்கள் இ) அக்னி ஈ) சந்திர

விடை: அ

152. எழு உடற்தாதுக்களால் கட்டப்பட்ட உடல்

அ) மனவுடம்பு ஆ) உணவுடம்பு இ) அறிவுடம்பு ஈ) இன்பவுடம்பு

விடை: ஆ

153. குதத்திற்கும் குய்யத்திற்கும் நடுவே இருக்கும் ஆதாரம்

அ) சுவாதிட்டானம் ஆ) மணிப்பூரகம்
இ) அனாகதம் ஈ) மூலாதாரம்

விடை: ஈ

154. மரகதம் நிறம் கொண்ட ஆதாரம் எது?

அ) மூலாதாரம் ஆ) சுவாதிட்டானம் இ) மணிப்பூரகம் ஈ) அனாகதம்

விடை: இ

155. மண் கூறு குணமுடைய ஆதாரம்

அ) மூலாதாரம் ஆ) சுவாதிட்டானம்
இ) மணிப்பூரகம் ஈ) அனாகதம்

விடை: ஆ

156. விசுத்தி ஆதாரத்தில் உள்ள இதழின் எண்ணிக்கை

அ) 10 ஆ) 12 இ) 16 ஈ) 4

விடை: இ

157. மணிப்பூரகம் எத்தனை நாடி நரம்பால் ஆனது

அ) 108 ஆ) 18 இ) 1008 ஈ) 8

விடை: இ

158. ஆக்கினை ஆதாரத்தின் கடவுள்

அ) பிரம்மா-சரஸ்வதி ஆ) பிரம்மா-சரஸ்வதி
இ) மகேஸ்வரன்-மகேஸ்வரி ஈ) சதாசிவம்-மனோன்மணி

விடை: ஈ

159. அனாகத ஆதாரத்தின் அட்சரம்

அ) 'ஓம்' காரம் ஆ) 'ந' காரம் இ) 'ம' காரம் ஈ) 'சி' காரம்

விடை: ஈ

160. மணிப்பூரகத்தின் இருப்பிடம் எது?

அ) நாபி ஆ) மேல் வயிறு இ) இருதயம் ஈ) புருவ மத்தி

விடை: ஆ

161. கடப்பம்பூ போல இருக்கும் ஆதாரம்

அ) மூலாதாரம் ஆ) சுவாதிட்டானம் இ) மணிப்பூரகம் ஈ) அனாகதம்

விடை: அ

162. உந்திக்கமலம் எனப்படும் ஆதாரம் எது?

அ) மூலாதாரம் ஆ) சுவாதிட்டானம் இ) மணிப்பூரகம் ஈ) அனாகதம்

விடை: இ

163. சுவாதிட்டானத்தின் நிறம் என்ன?

அ) மாணிக்கம் ஆ) செம்பொன் இ) மரகதம் ஈ) அக்னி

விடை: ஆ

164. ருத்ரன்-பார்வதியை கடவுளாக கொண்ட ஆதாரம்

அ) மூலாதாரம் ஆ) சுவாதிட்டானம்
இ) மணிப்பூரகம் ஈ) அனாகதம்

விடை: ஈ

165. மணிப்பூரகத்தின் வடிவம் எது?

அ) முதலாம் பிறை ஆ) மூன்றாம் பிறை
இ) நான்காம் பிறை ஈ) இரண்டாம் பிறை

விடை: ஆ

166. விசுத்திக்கு எத்தனை விரல் மேலே ஆக்கினை அமைந்துள்ளது?

அ) 2 விரல் ஆ) 8 விரல் இ) 10 விரல் ஈ) 12 விரல்

விடை: ஈ

167. உடமை, பெண்டு, பிள்ளை, நண்பர், முதலியவரிடம் ஆசையை உண்டாக்குவது எது?

அ) ஆணவம் ஆ) மாயை இ) கன்மம் ஈ) மாயேயம்

விடை: அ

168. தனக்கு வருவது தெரியாமல் கோபம் கொள்ளுதல் எம்மலமாகும்?

அ) ஆணவம் ஆ) மாயை இ) காமியம் ஈ) மாயேயம்

விடை: ஆ

169. கண்டவற்றிற்கெல்லாம் ஆசைப்படுவது எம்மலமாகும்?

அ) ஆணவம் ஆ) காமியம் இ) கன்மம் ஈ) ஆ மற்றும் இ

விடை: ஈ

170. அப்புவின் கோபத்தால் உண்டாகும் தோடம்

அ) வளி ஆ) அழல் இ) ஐயம் ஈ) பித்தம்

விடை: இ

171. எக்கோபத்தால் வாதம் உண்டாகும்?

அ) வாயு ஆ) தேயு இ) அப்பு ஈ) வெளி

விடை: அ

172. பொருள்பற்றின் வேறுபெயர்

அ) அர்த்த வேடணை ஆ) புத்திர வேடணை
இ) உலகவேடணை ஈ) சித்திர வேடணை

விடை: அ

173. பிள்ளைகள் முதலிய சுற்றத்தாரால் வரும் பிணக்கு எது?

அ) பொருட்பற்று ஆ) புதல்வர் பற்று
இ) புத்திர வேடணை ஈ) ஆ மற்றும் இ

விடை: ஈ

174. ஞானம், வீரம், அறம், கல்வி முதலிய குணம் உடையது எது?

அ) இராசதம் ஆ) தாமசம் இ) சத்துவம் ஈ) தமோ

விடை: அ

175. வினை எத்தனை வகைப்படும்?

அ) 4 ஆ) 2 இ) 3 ஈ) 5

விடை: ஆ

176. குரோதம் எதனை வெளிப்படுத்தும்?

அ) ஆசை ஆ) பிணக்கு இ) பிடிபாடு ஈ) பிரியம்

விடை: ஆ

177. தானே எல்லாவற்றிற்கும் தலைவன் என நினைத்து யாரையும் இகழ்வது

அ) மதம் ஆ) மாச்சர்யம் இ) இடும்பை ஈ) அகங்காரம்

விடை: இ

178. 14 கருவி கரணங்கள் இன்ப துன்பங்களை அறிந்து நிற்கும் நிலை

அ) நனவு ஆ) கனவு இ) உறக்கம் ஈ) பேருறக்கம்

விடை: அ

179. கருவி கரணாதி 14 கனுள் எதை நீக்கினால் கண்டத்தில் உள்ள நிலை ஏற்படும்

அ) அறிவு ஆ) புலன் இ) கன்மேந்திரியம் ஈ) கரணம்

விடை: ஈ

180. சுழுத்தியை விட்டு கரணத்துடன் சீவான்மா எங்கு நின்றபோது மூச்சுவிடல், மூச்சுவிடல், மூச்சுவாங்கல் பிறந்து பேருறக்கம் ஏற்படும்

அ) குதம் ஆ) குய்யம் இ) நாபி ஈ) பிடாரி

விடை: இ

181. பேருறக்கத்தின் வேறு பெயர்

அ) சொப்பனம் ஆ) கண்டம் இ) துரியாதீதம் ஈ) துரியம்

விடை: ஈ

182. வளியின் இருப்பிடம்

அ) கொப்புளுக்கு கீழ் ஆ) இருதயத்துக்கு மேல்
இ) நாபிக்கும் இருதயத்திற்கும் இடையில் ஈ) கொப்புளுக்கு மேல்

விடை: அ

183. அறிந்திடும் வாத மடங்கு மலத்தினில் என்று கூறியவர்

அ) திருமூலர் ஆ) யூகி முனிவர் இ) அகத்தியர் ஈ) தேரையர்

விடை: அ

184. நாமென்ற வாதத்துக்கு இருப்பிடம் கேளாய் என்று கூறியவர்

அ) திருமூலர் ஆ) யூகி முனிவர் இ) அகத்தியர் ஈ) தேரையர்

விடை: ஆ

185. சாரம் முதலிய ஏழு உடற்கட்டுகளுக்கும் ஒத்த நிகழ்ச்சியை தரும் உயிர்தாது எது?

அ) வளி ஆ) அழல் இ) ஐயம் ஈ) பித்தம்

விடை: அ

186. அணுத்துவம், வெப்பம், இளகல், நீராகல் முதலிய வடிவம் உடைய உயிர்தாது

அ) வளி ஆ) அழல் இ) ஐயம் ஈ) கபம்

விடை: ஆ

187. வெப்ப முண்டாக்கல், மயக்கம் ஏற்படல், வியர்த்தல் முதலிய தொழிலை செய்யும் உயிர்தாது எது?

அ) வளி ஆ) அழல் இ) ஐயம் ஈ) பித்தம்

விடை: ஆ

188. இரைப்பைக்கும், பக்குவாசயத்திற்கும் இடையில் நிற்கும் பித்தம்

அ) அனற்பித்தம் ஆ) இரஞ்சகப்பித்தம்
இ) சாதகபித்தம் ஈ) பிராசகம்

விடை: அ

189. செந்நீரை மிகுதிப்படுத்தும் பண்புடைய உயிர்தாது

அ) அனற்பித்தம் ஆ) இரஞ்சகப்பித்தம்
இ) சாதகபித்தம் ஈ) பிராசகம்

விடை: ஆ

190. பிராசகம் பித்தத்தின் வேறுபெயர்

அ) நோக்கழல் ஆ) ஆற்றலங்கி
இ) ஒள்ளொளித் தீ ஈ) வண்ண எரி

விடை: இ

191. ஆலோசக பித்தத்தின் வாழுமிடம்

அ) தோல் ஆ) கண் இ) இரைக்கும் ஈ) இரைப்பை

விடை: ஆ

192. உண்ணாக்கு, சமானவாயு, சுழுமுனையின் வாழும் உயிர்தாது

அ) பளி ஆ) அழல் இ) ஐயம் ஈ) வாதம்

விடை: இ

193. தலையினின்று 2 கண்களுக்கும் குளிர்ச்சியைத் தரும், ஐயம் எது?

அ) கிலேதம் ஆ) போதகம் இ) தற்பகம் ஈ) சந்திகம்

விடை: இ

194. இரைப்பையிலிருந்து கொண்டு செயல் புரியும் கபம் எது?

அ) அவலம்பகம் ஆ) கிலேதம் இ) போதகம் ஈ) தற்பகம்

விடை: ஆ

195. போதகம் எதனை அறியும்?

அ) ஊறு ஆ) நாற்றம் இ) சுவை ஈ) ஒலி

விடை: இ

196. சந்திகத்தின் வேறு பெயர்

அ) அறியையம் ஆ) ஒன்றியையம் இ) நிறைவையம் ஈ) நீர்ப்பியையம்

விடை: ஆ

197. மத்திம உடல் கூறப்படுவது எது?

அ) வளிஉடல் ஆ) அழல் உடல் இ) ஐய உடல் ஈ) ஏதுமில்லை

விடை: ஆ

198. எவ்வுடலின் இயலால் உடல் நிறம் சிறிது வெண்மையும் கருமையும் கலந்து ஒளிரும்

அ) வளிஉடல் ஆ) அழல் உடல் இ) ஐய உடல் ஈ) பித்த உடல்

விடை: அ

199. கல்வி, மேன்மை, தெளிந்த அறிவு முதலிய திறமை உடைய உடல் இயல்

அ) வளிஉடல் ஆ) அழல் உடல் இ) ஐய உடல் ஈ) கப உடல்

விடை: ஆ

200. அழல் உடலின் பண்புடைய பிற உயிர்கள்

அ) அயன், ருத்ரன் ஆ) யானை, குதிரை
இ) புலி, கரடி ஈ) நாய், நரி

விடை: இ

201. கொழுத்த யானையின் நடை கொண்ட உடல் இயல் எது?

அ) வளிஉடல் ஆ) அழல் உடல் இ) ஐய உடல் ஈ) வாத உடல்

விடை: இ

202. எக்குணம் கூடினால் கண், மலம், சிறுநீர் தோல் முதலியவை மஞ்சள் நிறமாகும்

அ) வளி ஆ) அழல் இ) ஐயம் ஈ) வாதம்

விடை: ஆ

203. மூர்ச்சை உண்டாக காரணம்

அ) வளி மிகுதல் ஆ) வளி குறைதல் இ) அழல் மிகுதல் ஈ) ஐயம் குறைதல்

விடை: ஆ

204. அறிவு, வண்மை, ஒளி, ஒலி, செருக்கு இவற்றை நிலைக்கச் செய்யும் உடற்கட்டு எது?

அ) சாரம் ஆ) செந்நீர் இ) ஊன் ஈ) கொழும்பு

விடை: ஆ

205. இடுப்பில் வலி, இடப்பாட்டு ஈரல் வளர்ச்சி முதலியவை எதனால் ஏற்படும்

அ) ஊன் மிகு குணத்தால் ஆ) கொழுப்பு குணத்தால்
இ) ஊன் குறை குணத்தால் ஈ) கொழுப்பு குறை குணத்தால்

விடை: ஈ

206. செந்நீர் குணம் மிகுதலால் ஏற்படுவன

அ) கொப்பளம் உண்டாதல் ஆ) நரம்பு தளர்ச்சி
இ) கண்டமாலை ஈ) பிட்டம்

விடை: அ

207. சாரத்தின் இயற்கை பண்பு

அ) நிலைபெறச் செய்யும் ஆ) உருவமடையச் செய்யும்
இ) ஊக்கமுறச் செய்யும் ஈ) வளர்ச்சி பெறச் செய்யும்

விடை: இ

208. பெண்களிடம் காதல் மிகுதலுக்கு காரணம் என்ன?

அ) சாரத்தின் மிகு குணத்தால் ஆ) கொழுப்பின் மிகு குணத்தால்
இ) கொழுப்பின் மிகு குணத்தால் ஈ) மூளையின் மிகு குணத்தால்

விடை: இ

209. சிவம் தான்செய்யும் திருவருட் தொழில்களனைத்தும் சக்தியின் வாயிலாகச் செய்யும் காரியம் ________ எனப்படும்

அ) பஞ்ச பூதம் ஆ) திருகூத்து
இ) அருவப்பொருள் ஈ) உருவப் பொருள்

விடை: ஆ

210. அணுக்கள் எல்லாம் உயிர்களும், எல்லா உலகியற் பொருள்களும் நிறைந்த ஆனபடியால் எங்கும் உள்ளன, அதனால் அவை ________

அ) சக்தி வண்ணம் ஆ) சிவ வண்ணம்
இ) அரன் வண்ணம் ஈ) விந்து வண்ணம்

விடை: ஆ

211. அண்டங்கள் ________ வகைப்படும்

அ) 4 ஆ) 6 இ) 11 ஈ) 9

விடை: ஈ

212. பிரமாண்டம் ________ எனப்படும்

அ) 9 அண்டமும் கூடியது ஆ) 6 அண்டமும் கூடியது
இ) 3 அண்டமும் கூடியது ஈ) 8 அண்டமும் கூடியது

விடை: அ

213. பிரமாண்டத்தில் ________ திருகூத்து புரிகிறது

அ) சிவம் ஆ) சக்தி இ) விந்து ஈ) நாதம்

விடை: அ

214. ________ உலக நன்மையையும் உலகோர் நன்மையையும் நின்று நிலவுதற் பொருட்டே

அ) பஞ்சீகரணம் ஆ) அருவுருவப் பொருள் இ) திருகூத்து ஈ) உயிர்

விடை: இ

215. ________ ஆட மெய்களாகிய தத்துவங்கள் ஆடின

அ) சிவம் ஆ) சக்தி இ) உயிர் ஈ) அரி

விடை: அ

216. ________தத்துவ மாகிய மெய்களுக்கும் சுழற்சி நல்கித் தானும் சுழன்று கொண்டு நிற்பது

அ) சிவம் ஆ) சக்தி இ) உயிர் ஈ) அரி

விடை: ஆ

217. ________ திருநாமத்தை அறியும் பேறு பெற்ற பின் அவ்வாடல் ________ நிகழ்வதென்னும் உண்மையை உணர்ந்தனர்

அ) சிவம், சக்தி   ஆ) சக்தி, சிவம்
இ) சிவம், அரி   ஈ) சக்தி, அரி

விடை: அ

218. ஐம்பூதங்களில் யாதாவதொரு பூதம் ________ சக்தியில் இருந்து ________ சக்தியை அடைகிறது

அ) சலன, நிலை   ஆ) நிலை, சலன
இ) நிலை, பெரும்   ஈ) சலன, சிறு

விடை: ஆ

219. பஞ்சபூதம் பஞ்சிகரணத்தில் ________ பூதம் ________ பூதம் ஆக மாறுகிறது

அ) அருவம், உருவம்   ஆ) உருவம், அருவம்
இ) அருவுருவம், அருவம்   ஈ) அருவம், அருவுருவம்

விடை: அ

220. ________ வெட்டவெளி என்றும் அம்பலம் என்றும் கூறுவர்

அ) ஆகாயம்   ஆ) மண்   இ) தீ   ஈ) நீர்

விடை: அ

221. மாயையாம் அருவ ________ பூதம்

அ) மண்   ஆ) நீர்   இ) தீ   ஈ) ஆகாயம்

விடை: அ

222. மாயை அருவ ________ பூதம்

அ) மண்   ஆ) நீர்   இ) காற்று   ஈ) தீ

விடை: ஆ

223. கன்மம் அருவ ________ பூதமாகும்

அ) மண்   ஆ) நீர்   இ) காற்று   ஈ) தீ

விடை: ஈ

224. ஆணவம் ________ பூதம்

அ) மண்   ஆ) நீர்   இ) காற்று   ஈ) தீ

விடை: இ

225. திரோதானம் ________ பூதம்

அ) மண்   ஆ) தீ   இ) நீர்   ஈ) ஆகாயம்

விடை: ஈ

226. அவத்தை சலனமுற்று உயிர் ________ இயங்கி ________ சடம் தோன்றும்

அ) அகத்தே, புறத்தே
ஆ) புறத்தே, அகத்தே
இ) அகத்தே, அகத்தே
ஈ) புறத்தே, புறத்தே

விடை: அ

227. பதிக்கு ________ என்ற ஒலி ஏற்படும்

அ) அ ஆ) உ இ) ம ஈ) ப

விடை: அ

228. பசுவுக்கு ________ ஒலி

அ) அ ஆ) உ இ) ம ஈ) ப

விடை: ஆ

229. பாசத்துக்கு ________ ஒலி

அ) அ ஆ) உ இ) ம ஈ) ப

விடை: இ

230. புழுவுக்குரிய குணங்கள் ________

அ) 2 ஆ) 3 இ) 4 ஈ) 5

விடை: இ

231. சிவம் உயிர்க்கு உயிராய் நிற்கும் போது எனவும், உடலாய் நிற்கும் போது ________ எனவும் கூறப்படும்

அ) அருவன், உருவன்
ஆ) உருவன், கூறப்படும்
இ) அருவுருவன், உருவன்
ஈ) உருவன், அருவுருவன்

விடை: அ

232. ________ உயிரையே அறிவு என்கிறார்

அ) அகத்தியர் ஆ) திருமூலர் இ) போகர் ஈ) யூகிமுனி

விடை: ஆ

233. பாசத்தால் கட்டுண்ட உயிரை ________ எனக் கூறுவர்

அ) பதி ஆ) பசு இ) அ,ஆ ஈ) எதுவுமில்லை

விடை: ஆ

234. ________ என்னும் ஆன்மாவின் வடிவம் அணு

அ) பதி ஆ) பசு ஈ) பாசம் ஈ) அ,ஆ

விடை: ஆ

235. ஆன்மா என்னும் அணு ________ கொண்ட அணு

அ) பதி ஆ) பசு ஈ) பாசம் ஈ) அ,ஆ

விடை: அ

236. எல்லா சக்திகளையும் ஒன்றாக இசைத்து, கூட்டி அமைப்பதில் ஏற்படுகின்ற சக்தி ஒன்றை உயில் என்றும் ________ சக்தி என்றும் கூறுவர்

அ) குண்டலினி ஆ) காந்த இ) கிரியா ஈ) ஆதி

விடை: அ

237. உயிருக்கு அநாதியாக ________ அவஸ்தைகள் உண்டு

அ) 4 ஆ) 5 இ) 6 ஈ) 7

விடை: ஆ

238. ________ வயிற்றில் முதுகெலும்புக்கு முன்பாக நரம்பு மண்டலம் ஒன்று இருக்கிறது

அ) மேல் ஆ) நடு இ) கீழ் ஈ) அ,இ

விடை: ஆ

239. உடலணுக்களின் தடுவானத்தில் உயிர் அமைந்திருக்கும், அவ்வுடல் அனுக்கள் ________ என்பர்

அ) சக்தி ஆ) சிவம் இ) சதாசிவம் ஈ) அரி

விடை: இ

240. மூல அணுக்கள் ________ வகைப்படும்

அ) 1 ஆ) 2 இ) 3 ஈ) 4

விடை: இ

241. ________,________ சேர்க்கையே அணுக்கரு

அ) பதி, பசு ஆ) பதி, பாசம் இ) பசு, பாசம் இ) எதுவுமில்லை

விடை: அ

242. பாச உடலில் அமைந்த பசு இயங்குகின்ற போது ________ ஏற்பட்டது

அ) சீவ அணு ஆ) சக்தி அணு இ) கரு அணு ஈ) விந்து அணு

விடை:அ

243. ஒவ்வொரு அணுவிலும் உயிர் ________ நிலைகளை உடையது

அ) 2 ஆ) 3 இ) 4 ஈ) 5

விடை: ஈ

244. அவதாரம் வரிசை ________

அ) மச்சாவதாரம் → கூர்மாவதாரம் → வராக அவதாரம் → நரசிம்மாவதாரம் → வாமனாவதாரம் → பரசுராமாவதாரம் → இராமாவதாரம் → பலராமாவதாரம் → கிருஷ்ணாவதாரம்

ஆ) வராக அவதாரம் → மச்சாவதாரம் → கூர்மாவதாரம் → நரசிம்மாவதாரம் → பரசுராமாவதாரம் → வாமனாவதாரம் → இராமாவதாரம் → பலராமாவதாரம் → கிருஷ்ணாவதாரம்

இ) கூர்மாவதாரம் → மச்சாவதாரம் → வராக அவதாரம் → நரசிம்மாவதாரம் → வாமனாவதாரம் → பரசுராமாவதாரம் → இராமாவதாரம் → பலராமாவதாரம் → கிருஷ்ணாவதாரம்

ஈ) மச்சாவதாரம் → கூர்மாவதாரம் → வராக அவதாரம் → வாமனாவதாரம் →நரசிம்மாவதாரம் → பரசுராமாவதாரம் → இராமாவதாரம் → பலராமாவதாரம் → கிருஷ்ணாவதாரம்

விடை: அ

245. மீனுருவத்தில் எடுத்தது ________ அவதாரம்

அ) வாமனாவதாரம் ஆ) கூர்மாவதாரம்
இ) மச்சாவதாரம் ஈ) வராக அவதாரம்

விடை: இ

246. ஆமையாக எடுத்தது ________ அவதாரம்

அ) வாமனாவதாரம் ஆ) கூர்மாவதாரம்
இ) மச்சாவதாரம் ஈ) வராக அவதாரம்

விடை: ஆ

247. பன்றியாக உருவம் எடுத்தது ________ அவதாரம்

அ) வாமனாவதாரம் ஆ) கூர்மாவதாரம்
இ) மச்சாவதாரம் ஈ) வராக அவதாரம்

விடை: ஈ

248. குள்ள உருவம் மனிதனாக உருவம் கொண்டது ________ அவதாரம்

அ) வாமனாவதாரம் ஆ) கூர்மாவதாரம்
இ) மச்சாவதாரம் ஈ) வராக அவதாரம்

விடை: அ

249. வில்வலிமை பெற்றதாக ________ அவதாரம் எடுத்தார்

அ) நரசிம்மாவதாரம் ஆ) பரசுராமாவதாரம்
இ) இராமாவதாரம் ஈ) கிருஷ்ணாவதாரம்

விடை: அ

250. நற் குணங்களை பெற்ற ஆற்றலுடைய மனிதனாக அவதாரம் எடுத்தது ________

அ) இராமாவதாரம் ஆ) பலராமாவதாரம்
இ) கிருஷ்ணாவதாரம் ஈ) பரசுராமாவதாரம்

விடை: அ

251. உடல், உள்ளம், அறிவு மூன்றும் பக்குவமடைந்து எடுத்த அவதாரம் ________

அ) கிருஷ்ணாவதாரம் ஆ) பலராமாவதாரம்
இ) பரசுராமாவதாரம் ஈ) இராமாவதாரம்

விடை: அ

252. உலகத் தோற்றத்தையும் ஒடுக்கத்தையும் எந்த அடிப்படைத் தத்துவத்தின் மூலம் அறியலாம்

அ) உள்ளது வாராது இல்லது போகாது
ஆ) உள்ளது போகாது இல்லது வாராது
இ) தானே படைத்திடுத் தானே அளித்திடுந்
ஈ) இதில் எதுவும் இல்லை

விடை: ஆ

253. தோற்றமும் ஒடுக்கமும் கொள்கைகளை எத்தனை விரிவுகளாகச் பிரிக்கலாம்?

அ) 3 ஆ) 4 இ) 7 ஈ) 2

விடை: அ

254. மாற்றம் ஒவ்வொரு பொருளிளும் எவ்வாறு நிகழ்கின்றது?

அ) உள்ளும் புறமும் ஆ) மேலும் கீழும்
இ) அணு அணுவாக ஈ) இவை அனைத்தும் (அ,ஆ,இ)

விடை: ஈ

255. மாற்றம் என்றால் என்ன?

அ) ஒரு பொருள் அழியாமல் அதனிடத்தில் இன்னொன்று தோன்றுவது
ஆ) ஒரு பொருள் அழிந்து அதனிடத்தில் இன்னொன்று தோன்றுவது
இ) ஒரு பொருள் அழிந்து அதனிடத்தில இன்னொன்று தோன்றாமல் இருப்பது
ஈ) எதுவும் இல்லை

விடை: ஆ

256. மாற்றம் என்பது ________, நிலை பேறு என்பது ________

அ) மெய்,மெய் ஆ) மெய்,பொய் இ) பொய், மெய் ஈ) பொய்,பொய்

விடை: ஆ

257. மாற்றமும், நிலைபேறும் ஒன்றுக்கொன்று ________

அ) எதிர்மறை ஆ) நேர்மறை இ) இரண்டும் அ,ஆ ஈ)எதுவும் இல்லை

விடை: ஆ

258. இடையறாது மாற்றமடைந்து கொண்டிருக்கும் குணம், வடிவம் தவிர நிலையான உயிர் என்ற பொருளில்லை என்பது எந்த மதக் கொள்கை?

அ) ஹிந்து ஆ) இஸ்லாம் இ) பௌத்தம் ஈ) புத்தம்

விடை: இ

259. "சீவன் அறிவுற்றது, அசீவன் அறிவற்றது, இரண்டுமே நித்தியமானவை" என்பதே எவருடைய கொள்கை?

அ) சமணர் ஆ) வைணவர் இ) பௌத்தர் ஈ) வேதாந்திகள்

விடை: அ

260. "அசீவன் எனப்படுவது தோற்றம். தோற்றம் அளவேயன்றி அதற்கு நித்தியத்துவம் எதுவும் கிடையாது. நித்தியப் பொருள் சீவன் மட்டுமே" என்பது யவருடைய கூற்று?

அ) சமணர் ஆ) வைணவர் இ) பௌத்தர் ஈ) வேதாந்திகள்

விடை: ஈ

261. "உலகம் தோன்றி நின்று அழியும் பகுக்கப்படும் அவயாய பகுப்புண்மையின்" என்று எதில் வலியுறுத்துகின்றனர்?

அ) சைவ சித்தாந்தம் ஆ) வேதாந்தம்
இ) சைவம் ஈ) வைணவம்

விடை: அ

262. "உயிரிலிருந்து தான் உடல் தோன்றுகின்றது" எனக் கொள்வோர் யார்?

அ) வேதாந்திகள் ஆ) சித்தாந்திகள் இ) வைணவர்கள் ஈ) பௌத்தர்கள்

விடை: அ

263. ஆகமம் உயிரைச் ________ என்றும், உடலை ________ என்றும் கொண்டது?

அ) சித்துப்பொருள், அசித்துப்பொருள்
ஆ) அசித்தப்பொருள், சித்தப்பொருள்
இ) சித்துப்பொருள், சித்துப்பொருள்
ஈ) அசித்துப்பொருள், அசித்துப்பொருள்

விடை: அ

264. உயிரைப் புருடன் என்றும், உடலுக்கு மூலமாகிய சடப்பொருளைப் பிரகிருதி என்றும் வழங்கியவர் யார்?

அ) சாங்கியர் ஆ) ஆகமவாதிகள் இ) வேதாந்திகள் ஈ) சித்தாந்திகள்

விடை: அ

265. "உயிரும் உண்மை, புறத்தேயுள்ள பொருள்களும் உண்மை" எனக் கொள்வோர் யார்?

அ) சாங்கியர் ஆ) வைசேடிகர் இ) சைவர்கள் ஈ) வைணவர்கள்

விடை: ஆ

266. "உலகத் தோற்றத்துக்குக் காரணம் அணு" எனக் கொள்வோர் யாவர்?

அ) ஆகமவாதிகள் ஆ) வைசேடிகர், சமணர்;
ஆ) டெமொகிறியடீஸ், எபிகியுறஸ் ஈ) அனைத்தும்

விடை: ஈ

267. "எதைப்பற்றி எதைச் சொல்லினும் அங்ஙனமிருக்கலாம்" என்னும் பொருள்படும் 'சியாத்' வாதத்தை கொண்டது

அ) சைவ சித்தாந்தம் ஆ) வேதாந்தம்
இ) ஆகமம் ஈ) எதுவும் இல்லை

விடை: இ

268. உயிர் வர்க்கமானது எத்தனை பிரிவாகப் பகுப்புண்டுள்ளது?

அ) 3 ஆ) 4 இ) 5 ஈ) 2

விடை: அ

269. விஞ்ஞானகலர் எனப்படுவோர் எத்தனை மலமுடையவர்கள்?

அ) 1 ஆ) 2 இ) 3 ஈ) 4

விடை: அ

270. அபக்குவர்களாகிய விஞ்ஞானகலர்கள் எத்தனை வகைப்படுவர்?

அ) 3 ஆ) 4 இ) 2 ஈ) 1

விடை: அ

271. பிரளயாகலர் எனப்படுவோர் எத்தனை மலம் உடையவர்கள்?

அ) 1 ஆ) 2 இ) 3 ஈ) 4

விடை: ஆ

272. சகலர் எனப்படுவோர் எத்தனை மலம் உடையவர்கள்?

அ) 1 ஆ) 2 இ) 4 ஈ) 3

விடை: ஈ

273. பிரளயாகலர் எனப்படுவோர் எத்தனை வகையினர்?

அ) 1 ஆ) 2 இ) 4 ஈ) 3

விடை: ஈ

274. விஞ்ஞானகலர் எத்தனை வகைப்படுவர்?

அ) 1 ஆ) 3 இ) 2 ஈ) 4

விடை: இ

275. உயிர் எதன் வடிவென்று சிவன் அறிவிக்கிறது?

அ) ஆற்றல் ஆ) தொன்மை இ) அறிவு ஈ) ஈசுரன்

விடை: இ

276. மாயா காரியக் கருவிகளைக் கொண்டு அறிவும் அறிவு ________

அ) சிற்றறிவு ஆ) திரோதானம் இ) சுட்டறிவு ஈ) பேரறிவு

விடை: இ

277. அறிந்ததைக் குறித்தலும் அறிந்தேன் என்றலும் ________

அ) சிற்றறிவு ஆ) திரோதானம் இ) சுட்டறிவு ஈ) பேரறிவு

விடை அ

278. இருட் சார்பால் ஏதும் அறியா நிலைமை ________

அ) பேதமை ஆ) அ, இ இ) அறியாமை ஈ) எதுவும் இல்லை

விடை: இ

279. ________ என்பது பொறி வழிச் செல்லா நெறி நிற்கும்

அ) சிற்றறிவு ஆ) சுட்டறிவு இ) முற்றறிவு ஈ) பேரறிவு

விடை: இ

280. உயிர் என்பது ________ மெய்களுடனும் கூடும்

அ) 36 ஆ) 35 இ) 34 ஈ) 43

விடை: அ

281. உயிர் மாயேயத்துடன் பற்றிக் கொள்ளும் நிலை ________

அ) விழிப்பு நிலை ஆ) புணர்வு நிலை இ) உறக்க நிலை ஈ) அ,ஆ

விடை: ஆ

282. மும்மலப் பிணிப்பினர் ________

அ) சகலர் ஆ) தேவர் இ) அ, ஆ ஈ) யாரும் இல்லை

விடை: அ

283. புழுவுக்குரிய குணங்கள் ________

அ) 3 ஆ) 4 இ) 5 ஈ) 2

விடை ஆ

284. அச்சம் என்பது ________ எனவும் கூறுவர்

அ) உண்டல் ஆ) உட்குதல் இ) உறங்கல் ஈ) உடனுரைதல்

விடை: ஆ

285. சிவம் உயிர்க்கு உயிராய் நிற்கும் போது ________

அ) உருவன் ஆ) அருவன் இ) அருவுரு ஈ) இலிங்க உடல்

விடை: ஆ

286. சிவம் உடலாய் நிற்கும் போது ________

அ) உருவன் ஆ) அருவன் இ) அருவுருவன் ஈ) சிவன்

விடை: அ

287. உயிரையே அறிவு என்கிறார்

அ) திருமூலர் ஆ) திருவள்ளுவர்
இ) திருநாவுக்கரசர் ஈ) திருநந்தி தேவர்

விடை: அ

288. பாசத்தால் மூடப்பட்ட உயிர் ________ எனப்படும்

அ) தேவர் ஆ) பசு இ) ஆருயிர் ஈ) பாசமுயிர்

விடை: இ

289. "மேவிய சீவன்..." என்ற பாடல் இடம் பெற்றுள்ள நூல் ________

அ) திருவாசகம் ஆ) தேவாரம் இ) திருமந்திரம் ஈ) திருக்குறள்

விடை: இ

290. எல்லா சக்திகளையும் ஒன்றாக இசைத்து, கூட்டி அமைப்பதில் ஏற்படுகின்ற சக்தி ________ பேரறிஞர்கள் கருத்து

அ) விட்சேப சக்தி ஆ) குண்டலினி சக்தி
இ) ஆபரண சக்தி ஈ) அ, இ

விடை: ஆ

291. இரு சீவ மூல அணு தேர்ந்து ________ வாகத் தோன்றுகின்றது

அ) பிறப்பணு ஆ) கரு அணு இ) மூலஅணு ஈ) பரம அணு

விடை: ஆ

292. பதியும் பசுவும் சேர்ந்த சேர்க்கையை ________ என்பர்

அ) அணுக்கரு ஆ) அண்டக்கரு இ) அ,ஆ ஈ) எதுவுமில்லை

விடை இ

293. முதலில் தோன்றிய சீவராசி ________

அ) புல் ஆ) பாசி இ) புள் ஈ) கடல் பஞ்சு

விடை: ஆ

294. வைணவர்கள் முதல் முதலில் ஆண்டவன் ________ எடுத்தார்

அ) மச்சாவதாரம் ஆ) வாமனவதாரம்
இ) கூர்மவதாரம் ஈ) வராக அவதாரம்

விடை அ

295. உயிருக்குள் தோன்றிய சலனத்திற்கு காரணம் ________

அ) பசு ஆ) பதி இ) பாசம் ஈ) அணு

விடை: ஆ

296. உணர்ச்சி வசப்பட்டு உலகில் வாழ்க்கை என்ற கால சக்கரத்தில் சுழன்று வாழ்வவைகள்

அ) சகலர் (சீவன்) ஆ) நாதம் இ) விந்து ஈ) பதி

விடை அ

297. பிராணன் எத்தனை வகைப்படும்

அ) ஒன்று ஆ) இரண்டு இ) மூன்று ஈ) நான்கு

விடை: ஆ

298. பொருளுரு பிராணன் எத்தனை வகைப்படும்

அ) ஐந்து ஆ) எட்டு இ) ஏழு ஈ) பத்து

விடை ஈ

299. அருவுரு பிராணன் எத்தனை வகைப்படும்

அ) 1 ஆ) 3 இ) 4 ஈ) 2

விடை இ

300. அருவவுரு பிராணனின் வேறு பெயர்

அ) பொருளுரு பிராணன் ஆ) உருவ பிராணன்
இ) பாவ பிராணன் ஈ) ஞான பிராணன்

விடை இ

301. பொருளுரு பிராணங்களைக் கடந்து அருவவுரு பாவ பிராணங்களை அடைபவர்கள் யார்?

அ) தேவர்கள் ஆ) சித்தர்கள் இ) விலங்குகள் ஈ) தாவரங்கள்

விடை: ஆ

302. சீவன் எவற்றை கொண்டுள்ளவை

அ) பிராணன், அவத்தை ஆ) பிராணன்
இ) அவத்தை ஈ) மலம்

விடை அ

303. சீவன்கள் எத்தனை பிரிவுகளில் அடங்குவர்

அ) 2 ஆ) 3 இ) 4 ஈ) 5

விடை: ஆ

304. அருவ சீவனை எவ்வாறு அழைப்பர்

அ) சிவம் ஆ) சக்தி இ) சதாசிவம் ஈ) அரி

விடை அ

305. சிற்றறிவாகிய ஆன்மாவின் உடலில் பேரறிவாகிய 'சிவம்' மறை பொருளாக காரண காரியங்களைப் புரிந்து இயங்குவது

அ) சம்சாரி சீவன் ஆ) அருவ சீவன்
இ) உருவ சீவன் ஈ) பஞ்சேந்திரிய சீவன்

விடை அ

306. புலன் அறிவுகளை ஆராயும் பகுத்தறிவு எது?

அ) மூவறிவு ஆ) நான்கறிவு இ) ஐந்தறிவு ஈ) ஆறறிவு

விடை ஈ

307. சம்சாரி சீவன்கள் எத்தனை வகைப்படும்

அ) பத்து ஆ) பன்னிரண்டு இ) பதிநான்கு ஈ) பதிநாறு

விடை இ

308. ஒரே உடலில் பல சீவன்கள் உடன் கூடிப் பிறந்து இறப்பது என்ன?

அ) திரிச இந்திரிய சீவன் ஆ) நிகோத இந்திரிய ஆத்மா
இ) அனிந்திரிய ஆத்மா ஈ) வளிகாய சீவன்

விடை: ஆ

309. மனித வகுப்பினர் எத்தனை வகையுள் அடங்குவர்

அ) ஐந்து ஆ) ஆறு இ) நான்கு ஈ) ஏழு

விடை அ

310. மிருகம் எத்தனை பிரிவை உடையது

அ) இரண்டு ஆ) மூன்று இ) நான்கு ஈ) ஐந்து

விடை:ஆ

311. பிரம்மத்துடன் சிவன் இரண்டறக் கலத்ததே ________ஆகும்

அ) சீவன் முத்தி ஆ) தாதான்மியம்
இ) ஞான கன்ம சமுச்சயம் ஈ) ஏகான்மவாதம்

விடை அ

312. ஈசனுக்கும் ஆன்மாவிற்கும் உள்ள சம்பந்ததிற்கு ________என்று பெயர்

அ) சிவன் முத்தி ஆ) தாதான்மியம்
இ) ஞான கன்ம சமுச்சயம் ஈ) ஏகான்மவாதம்

விடை: ஆ

313. கன்மமார்க்கம், ஞானமார்க்கம் என்ற இரு பாகங்களையும் ஒப்புக்கொண்ட மார்க்கம் எது?

அ) சைவ சித்தாந்தம் ஆ) வைணவம்
இ) புத்தம் ஈ) சாத்விகம்

விடை அ

314. சைவ சித்தாந்தத்தை விளக்க வல்ல சித்தாந்த சாத்திரங்கள் எத்தனை

அ) 14 ஆ) 15 இ) 13 ஈ) 12

விடை அ

315. சித்தாந்த சாத்திரங்களுள் முதன்மையானது எது?

அ) திருவாச்கம் ஆ) சிவபிரகாசம்
இ) சிவஞானபோதம் ஈ) சங்கர்ப நிராகரணம்

விடை இ

316 சிந்தாந்தத்திற்கு ஆணிவேர் என்று அழைக்கப்படுவது எது?

அ) நெஞ்சுவிடுதூது ஆ) சிவஞான போதம்
இ) சங்கற்ப நிராகரணம் ஈ) சிவபிரகாசம்

விடை: ஆ

317. சிவஞான போததில் எத்தனை சூத்திரங்கள் உள்ளன

அ) 10 ஆ) 11 இ) 12 ஈ) 13

விடை இ

318. சிவஞான போததில் உள்ள சாத்திரங்களில் உள்ள இரண்டு அதிகாரங்கள் யாவை

அ) பொது அதிகாரம் உண்மை அதிகாரம்
ஆ) ஞான அதிகாரம் பொது அதிகாரம்
இ) சிவன் அதிகாரம் உண்மை அதிகாரம்
ஈ) சிவன் அதிகாரம் ஞான அதிகாரம்

விடை அ

319. பொது அதிகாரம் எத்தனை இயல்களைக் கொண்டது?

அ) 2 ஆ) 3 இ) 4 ஈ) 5

விடை அ

320. பதி பசு பாசத்தின் பிரமாணங் கூறுவது எத்தனை சூத்திரங்கள்

அ) 2 ஆ) 3 இ) 4 ஈ) 5

விடை: ஆ

321. உண்மை அதிகாரத்தில் எத்தனை சூத்திரங்கள் உள்ளன

அ) 4 ஆ) 5 இ) 6 ஈ) 7

விடை இ

322. உண்மை அதிகாரத்தில் துன்பம் நீக்கும் இன்பம் பெருகும் சாதனங்கள் _________ என்று அழைக்கப்படும்

அ) பிரமாணவியல் ஆ) சாதனவியல்
இ) இலக்கணவியல் ஈ) பயனியல்

விடை: ஆ

323. சாதனத்தால் பெறும் பயனை, பெறும் பேற்றின் இலக்கணங்களை விளக்குவது எது?

அ) பிரமாணவியல் ஆ) இலக்கணவியல்
இ) சாதனவியல் ஈ) பயனியல்

விடை ஈ

324. சிவமும் சக்தியும் சேர்ந்த தனி பெருஞ்சோதி சொருபத்துக்குப் ________என்று பெயர்

அ) பதி ஆ) பசு இ) பாசம்ஈ) உலகம்

விடை அ

325. அருட்பெருஞ்சோதியென்றும் தனிப்பெருங்கருணையென்றும் தனிபெருஞ் சோதியென்றும் கூறியவர் யார்

அ) திருநாவுக்கரசர் ஆ) போகர்
இ) அகத்தியர் ஈ) இராமலிங்க அழகளார்

விடை ஈ

326. பரம்பொருளை இவ்வான்மா உணரமாட்டாமைக்கு காரணம் என்ன?

அ) மலம் ஆ) தோடம் இ) ஆதாரம் ஈ) ஈடணை

விடை அ

327. தர்மம் என்றால்

அ) பொருளின் இயல்புஆ) ஏற்றல் இ) அளவை ஈ) அளக்கும் பொருள்

விடை அ

328. ஒரு இயல்பைக் கண்டு அதன் வாயிலாக அறிவியல்புடையது ஒன்று இருத்தல் வேண்டும் என்று அறியும் முறைக்கு ________என்று பெயர்

அ) தர்மிக்கராக மானம் ஆ) அந்தர்யாமி
இ) நைரான்ம வாதம் ஈ) தேகான்மவாதம்

விடை அ

329. யோகசித்தியும், ஞானசித்தியும் பயின்றவர்களுக்கு ________ஈடனை தோன்றாது

அ) 2 ஆ) 3 இ) 1 ஈ) 4

விடை: ஆ

330. சித்தர்கள் மருந்துகளை ________ பொருள்களை கொண்டு கையாண்டனர்

அ) தாவரம் ஆ) தாது இ) உயிரினபொருட்கள் ஈ) அனைத்தும்

விடை ஈ

331. கீழே கூறப்பட்ட குறைகளில் இதில் எது தாவர மற்றும் உயிரின பொருட்களால் செயக்கூடிய மருந்துகளை குறிக்காது

அ) விரைவில் கெட்டு விடுதல்
ஆ) விரும்பத் தக்க சுவை
இ) நீண்ட ஆயுட்காலம்
ஈ) அதிக அளவில் உண்ண வேண்டி இருத்தல்

விடை இ

332. மனிதனுக்கு ________அழியா இன்பம்

அ) உடல் ஆ) உயிர் இ) பொன் ஈ) உணவு

விடை அ

333. முதலில் ________சரக்குகளை பயன்படுத்திய பின் தாது சரக்குகளை பயன்படுத்த சித்தர்கள் அறிவுறுத்தினா;

அ) தாவரம் ஆ) ஜீவ பொருட்கள்
இ) இரண்டும் அ, ஆ ஈ) எதுவுமில்லை

விடை அ

334. இவற்றில் எது தனி மூலிகை கொண்டு செய்யும் மருத்துவ முறை

அ) ஏக மூலிகை ஆ) மாரணம்
இ) திராவகப் பிரயோகம் ஈ) செய்நீர் பிரயோகம்

விடை அ

335. இவற்றில் எது பகை சரக்கை கொண்டு நட்பு சரக்கை உயிர்த்துவது

அ) ஏக மூலிகை ஆ) மாரணம் இ) திராவகம் ஈ) முப்பு

விடை: ஆ

336. இவற்றில் எது பஞ்ச பூத முறைப்பு திராவகப் பானையிலிட்டு, காய்ந்த திராவகமாக பயன் படுத்தும்

அ) ஏக மூலிகை ஆ) மாரண இ) திராவக ஈ) செய்நீர்

விடை இ

337. இவற்றில் எது நீர் வடிக்கச் செய்து, நெருப்புக்கு புகைந்தொடும் பொருட்களை, ஓடா வண்ணம் செய்வது

அ) முப்பு பிரயோகம் ஆ) மாரண
இ) செய்நீர் ஈ) ஏக மூலிகை

விடை அ

338. முப்பு என்பது

அ) இயற்கைப் பொருள் ஆ) செய்கைப் பொருள்
இ) கூட்டுப் பொருள் ஈ) ஆ மற்றும் இ

விடை: ஆ

339. உலோகப் பொருட்களை வேதித்து உயர்வடைய செய்பவர் யார்?

அ) வாதிகள் ஆ) வேதிகள் இ) சித்தர்கள் ஈ) அனைவரும்

விடை ஈ

340. முப்பு ________வகைப்படும்

அ) 6 ஆ) 3 இ) 5 ஈ) 2

விடை: ஆ

341. முப்புவை கற்பிக்கும் முன் ________பயிற்சியில் சித்தி பெற்றிருத்தல் அவசியம்

அ) சிவராஜ யோகம் ஆ) சிவபேத யோகம்
இ) நாசி யோகம் ஈ) சிவஜால யோகம்

விடை அ

342. தீட்சை செய்த ________முப்பு என்று கூறுவர்

அ) இரசம் ஆ) அப்பிரகம் இ) இரசிதம் ஈ) பூநீறு

விடை ஈ

343. ________ல் இருந்து வைத்திய முப்பு செய்துள்ளனர்

அ) பூநீறு ஆ) அண்ட ஓடு இ) சோற்றுப்பு ஈ) அனைத்தும்

விடை ஈ

344. முப்புவினால் செய்ய முடியும்

அ) பற்பம் ஆ) செந்தூரம் இ) புகை நீர் ஈ) அனைத்தும்

விடை ஈ

345. ஒரு பொருளின் ஸ்தூலத்தில் மட்டும் மாறுதலை வருவிக்கும் முறை ________ எனப்படும்

அ) பீலுபாகம் ஆ) பிடரபாகம்
இ) தர்மிக்கிராக மானம் ஈ) எதுவுமில்லை

விடை: ஆ

346. ________நம் உடலில் இருக்கும் முப்பு

அ) செய்நீர் ஆ) குடிலைநீர் இ) புகைநீர் ஈ) திரவகம்

விடை: ஆ

347. பெயருடனும் உருவத்துடனும் அல்லது உருவமின்றிப் பெயருடன் வழங்கப்படுவது ________

அ) திரவம் ஆ) பொருள் இ) குணம் ஈ) மறைபொருள்

விடை: ஆ

348. பொருள்கள் எப்பகுதியை அடையும் ________

அ) தாது இ) தாவர இ) சங்கமம் ஈ) அனைத்தும்

விடை ஈ

349. இயங்கும் பொருள் ________

அ) தாது பொருள் ஆ) தாவர பொருள்
இ) சங்கமப் பொருள் ஈ) அனைத்தும்

விடை இ

350. இயங்காப் பொருள் ________

அ) தாது, தாவர பொருள் ஆ) தாவர, சங்கமப் பொருள்
இ) தாது, சங்கமப் பொருள் ஈ) தாது, தாவர, சங்கமப் பொருள்

விடை அ

351. பிறப்பு எத்தனை வகைப்படும் ________

அ) 2 ஆ) 3 இ) 4 ஈ) 5

விடை இ

352. தோற்றம் எத்தனை வகைப்படும் ________

அ) 8 ஆ) 7 இ) 9 ஈ) 6

விடை: ஆ

353. முட்டையிலிருந்து பிறப்பன ________

அ) அண்டஜம் ஆ) சுவேதஜம் இ) சராயுஜம் ஈ) உத்பிஜம்

விடை அ

354. வியர்வையிலிருந்து பிறப்பன ________

அ) அண்டஜம் ஆ) சுவேதஜம் இ) சராயுஜம் ஈ) உத்பிஜம்

விடை: ஆ

355. வித்திலிருந்து பிறப்பன ________

அ) அண்டஜம் ஆ) சுவேதஜம் இ) சராயுஜம் ஈ) உத்பிஜம்

விடை ஈ

356. பையிலிருந்து பிறப்பன ________

அ) அண்டஜம் ஆ) சுவேதஜம் இ) சராயுஜம் ஈ) உத்பிஜம்

விடை இ

357. குடலிலுள்ள தோடங்களை எருவாய் வழியாகக் கழிக்கும் கூறு ________

அ) மண் கூறு ஆ) புனல் கூறு இ) அனல் கூறு ஈ) காற்றுக் கூறு

விடை அ

358. குடலிலுள்ள தோடங்களை வாந்தியாக மேல் நோக்கி கழிக்கும் கூறு ________

அ) மண் கூறு + புனல் கூறு ஆ) புனல் கூறு + அனல் கூறு
இ) கால் கூறு + அனல் கூறு ஈ) காற்றுக் கூறு + மண் கூறு

விடை இ

359. சுவையில் பூதங்களின் கூட்டுறவு: இனிப்பு

அ) மண் + நீர் ஆ) மண் + தீ இ) நீர் + தீ ஈ) காற்று+தீ

விடை அ

360. குணம் மொத்தம் எத்தனை ________

அ) 18 ஆ) 10 இ) 20 ஈ) 8

விடை இ

361. எக்குணத்தால் எக்காரியம் நடைபெறுமோ அதுவே ________

அ) பிரிவு ஆ) விபாகம் இ) வீரியம் ஈ) பிரபாவம்

விடை இ

362. வீரியம் எத்தனை வகைப்படும் ________

அ) 3 ஆ) 2 இ) 4 ஈ) 5

விடை: ஆ

363. வீரியத்தின் வகை ________

அ) வெம்மை, தண்மை ஆ) வெம்மை, கொழுமை
இ) நுண்மை, கூர்மை ஈ) திண்மை, மென்மை

விடை அ

364. சுவைகள் சடராக்கினியின் சக்தியால் அடையும் வேறுபாடு ________

அ) விபாகம் ஆ) பிரபாவம் இ) குணம் ஈ) அபாவம்

விடை அ

365. கற்பமுறையை எதற்கு பயன்படுத்தலாம்

அ) இனி பிறவி எடுக்காமல் இருக்க ஆ) கூடு விட்டு கூடு பாய
இ) உடலைப் பேண ஈ) காய சித்தி பெற

விடை ஈ

366. பொது கற்பம் என்பது

அ) உடல் உறுப்பை காக்க ஆ) பாண்டு நீங்க பயன்படுத்துவது
இ) தீட்சை பெறுவதற்கு ஈ) பச்சை பசும்பால் பயன்படுத்துவதற்கு

விடை அ

367. சிறப்பு கற்பம் என்பது

அ) உடல் முழுதும் பிணி நீக்கும்
ஆ) கருந்துளசியை பயன்படுத்துவது
இ) பண்டம், கனிகளை புசித்தலின் பயனை கொடுக்கும்
ஈ) சூலை நீக்க

விடை அ

368. இஞ்சி தேனூறல் உண்டு பிரதமை போல் தான் வசித்ததாக கூறியவர் யார்?

அ) புலிப்பாணி ஆ) தேரர் இ) அகத்தியர் ஈ) போகர்

விடை: ஆ

369. அந்தகரணங்கள் எத்தனை வகை ________?

அ) 4 ஆ) 3 இ) 5 ஈ) 2

விடை அ

370. ஒரு பொருளோடு ஒரு பொருளையோ, பலபொருள்களையோ இரண்டற ஒன்ற வைப்பது ________எனப்படும்

அ) ஞானம் ஆ) யோகம் இ) வாதம் ஈ) வைத்தியம்

விடை: ஆ

371. யோகமெனப் பெறும் மருந்து ________

அ) அமுக்குரா சூரணம் ஆ) திரிகடுகு சூரணம்
இ) திரிபலா சூரணம் ஈ) தாளிசாதி சூரணம்

விடை: ஆ

372. எந்த அந்தக்கரணத்தை பெரியோர் அறவே நீத்தர்கள் ________

அ) மனம் ஆ) புத்தி இ) சித்தம் ஈ) அகங்காரம்

விடை ஈ

373. தங்களுடைய மாமிச தேகத்தை ________வடிவமாக மாற்றினர்

அ) மூன்றாம்பிறை ஆ) இலிங்க இ) கடப்பம் பூ ஈ) கோழிமுட்டை

விடை: ஆ

374. கணம் என்பதற்கு வேறு பெயர் ________

அ) வட்டம் ஆ) கூட்டம் இ) கூட்டம் ஈ) சத்தி

விடை இ

375. ________முறையில் தங்கம் செய்ய முடியும்

அ) இரசவாத ஆ) சித்தாந்த இ) சைவ ஈ) முப்பு

விடை அ

376. எந்த முறை நீண்டகாலம் நிற்கும்

அ) காயகற்பம் ஆ) முப்பு இ) தீட்சை ஈ) இரவாதம்

விடை அ

377. பதினென் சித்தர்களின் காப்பு எந்த நூலில் இடம்பெற்றுள்ளது

அ) கருவூரார் பலதிட்டு ஆ) போகர் 300
இ) அகத்திர் 12000 ஈ) வைப்பு நூல்

விடை அ

378. கேளப்பா, வாளப்பா, ஆளப்பா, கூளப்பா போன்ற நயங்களுக்கு என்ன பெயர்?

அ) பூசாவிதி ஆ) நாதபேதம் இ) சித்தர் எதுகை ஈ) முத்தாரம்

விடை இ

379. இவற்றுள் எவர் சீன நாடு அல்லர் ________

அ) அழுகண்ணி ஆ) போகர்
இ) இடைக்காடர் ஈ) காலாங்கி நாதர்

விடை இ

380. எகிப்து நாட்டை சார்ந்த சித்தர் எவர்

அ) அகத்தியர் ஆ) போகர் இ) புலிப்பாணி ஈ) பூணைக்கண்ணர்

விடை ஈ

381. பைந்தமிழ் முனிவன் என்றழைக்கப்படுபவர் யார்?

அ) போகர் ஆ) தேரர் இ) அகத்தியர் ஈ) தன்வந்திரி

விடை இ

382. காலங்கிநாதரின் சீடர்

அ) திருமூலர் ஆ)கொங்கணசித்தர் இ) போகர் ஈ) புலிப்பாணி

விடை இ

383. நவபாஷாண சிலையை அமைத்தவர்

அ) அகத்தியர் ஆ) போகர் இ) கருவூரார் ஈ) யூகிமுனி

விடை ஆ

384. இவர்களில் யார் பதினெண் சித்தர்களில் ஒருவர்

அ) புலிப்பாணி ஆ) யூகிமுனி இ) குதம்பை சித்தர் ஈ) சிவவாக்கியர்

விடை இ

385. நயனரோத விதி சிரோரோக விதி - இயற்றிய சித்தர் யார்?

அ) அழுகணிச்சித்தர் ஆ) பாம்பாட்டி சித்தர்
இ) கொங்கணர் ஈ) குதம்பைச்சித்தர்

விடை ஆ

386. பிணிதீர்க்கும் மருந்தாகச் கஞ்சாவை முதன்முதலாக உபயோகித்தவர்

அ) கொங்கணர் ஆ) கோரக்கர் இ) பூனைக் கண்ணர் ஈ) இடைக்காடர்

விடை ஆ

387. கோசாயி மரபை சேர்ந்தவர் யார்?

அ) பாம்பாட்டிச்சித்தர் ஆ) புலிப்பாணி
இ) கருவூரார் ஈ) கமலமுனி

விடை அ

388. மெய்ஞ்ஞான போதமாகிய உயரிய வேதாந்த கருத்துகள் மலிந்த பாடல்கள் இயற்றியவர் யார்?

அ) பிண்ணாக்கா ஆ) சிவவாக்கியர் இ) பிரமமுனி ஈ) அழுகணிச்சித்தர்

விடை ஆ

389. திருமூலரின் சீடர் யார்?

அ) போகர் ஆ) புலிப்பாணி இ) அகத்தியர் ஈ) காலங்கி நாதர்

விடை ஈ

390. மக்களின் அறியாமை. மிடி. முனைப்பு பற்றி வருந்தி பாடல் இயற்றியவர்

அ) குதம்பைச்சித்தர் ஆ) அழுகண்ணிச் சித்தர்
இ) சிவவாக்கியர் ஈ) பூனைக் கண்ணர்

விடை ஆ

391. மண்டூக மகரிஷி என்றழைக்கப்படுபவர் யார்?

அ) சுந்தரானந்தர் ஆ) நந்திதேவர் இ) உரோமரி ஈ) தேரையர்

விடை ஈ

392. சிங்கள நாட்டில் தோன்றியவராக கூறப்படுபவர்

அ) புலத்தியர் ஆ) புலிப்பாணி இ) வெகுளி சித்தர் ஈ) சட்டநாதர்

விடை ஈ

393. வத்சல மன்னனாகிய உதயனன் என்பவனுடைய முதலமைச்சராக இருந்தவர்

அ) இடைக்காடர் ஆ) கொங்கணர் இ) தட்சிணாமூர்த்தி ஈ) யூகிமுனி

விடை ஈ

394. பெருநூல் எணணூறு என்ற நூலை இயற்றியவர்

அ) கமலமுனி ஆ) யூகிமுனி இ) மச்சமுனி ஈ) சட்டமுனி

விடை ஆ

395. கமலமுனி என்பவர்

அ) பிரமரிஷி ஆ) குறுமுனி இ) பதஞ்சலி ஈ) உரோமரிஷி

விடை ஆ

396. நஞ்சு முறிவு மருத்துவத்தில் வல்லவர் என்று கூறப்படுபவர் யார்?

அ) சட்டமுனி ஆ) பதஞ்சலி இ) இடைக்காடர் ஈ) தேரர்

விடை ஆ

397. வைத்தீசுவரன் கோவிலில் சமாதி அடைந்தவர்

அ) தட்சிணமூர்த்தி ஆ) திருநந்தி தேவர்
இ) தன்வந்திரி ஈ வால்மீகர்

விடை இ

398. யூகிமுனியின் மருத்துவத்தில் சிறந்த பெரிய மேதை என்பதை எந்த நூலைப் படிப்பதின் மூலம் தெரிந்து கொள்ளலாம்?

அ) யூகி கரிசல் ஆ) யூகி வைத்திய உலா
இ) யூகி சிந்தாமணி ஈ) பூரணம் நூறு

விடை இ

399. யூகிமுனி எவ்வகை சித்தர்?

அ) நவகோடி சித்தர் ஆ) பதிணெண் சித்தர்
இ) நவசித்தர் ஈ) நவநாதசித்தர்

விடை அ

400. ஞானமார்க்கத்தில் தன் வாழ்நாள்களைக் கழித்தவராகத் திகழ்ந்தவர் யார்?

அ) காலாங்கி நாதர் ஆ) அழுகணிச்சித்தர்
இ) திருமூலர் ஈ) கருவூரார்

விடை ஆ

401. அழுகணிச்சித்தரின் சமாதி எங்கு உள்ளது?

அ) அனந்தசயனம் ஆ) திருப்பதி
இ) பழநி ஈ) அழகர்மலை

விடை ஈ

402. வால்மீகர் எக்குலத்தவன்?

அ) வேடர் குலத்தவர் ஆ) இடையர் குலத்தவர்
இ) வேட்கோவர் குலத்தவர் ஈ) வேளாண் குலத்தவர்

விடை அ

403. இராமாயணத்தை வடமொழியில் இயற்றிய சித்தர் யார்

அ) தன்வந்திரி ஆ) புலத்தியர் இ) வால்மீகர் ஈ) சுந்தரானந்தர்

விடை இ

404. போகரின் குரு யார்

அ) அகத்தியர் ஆ) காலாங்கி நாதர்
இ) திருமூலர் ஈ) புலத்தியர்

விடை ஆ

405. காலாங்கி நாதர் யாருடைய சீடர்?

அ) போகர் ஆ) இராமதேவர்
இ) யூகிமுனி ஈ) திருமூலர்

விடை ஈ

406. காலாங்கி நாதர் எந்த வகுப்பைச் சேர்ந்தவர்?

அ) உலோக வேலை செய்யும் ஆ) விசுவ கன்ம வகுப்பு
இ) வேளாண் வகுப்பினர் ஈ) வேளாளர்

விடை இ

407. காலாங்கி நாதர் எந்த சங்கத்தை சேர்ந்தவர்?

அ) இடைச்சங்கம் ஆ) சடைச்சங்கம் இ) தலைமைசங்கம்

விடை அ

408. காலாங்கி நாதர் எங்கே சமாதி எய்தினார்?

அ) அனந்தசயனம் ஆ) அழகர் மலை
இ) திருப்பதி ஈ) காஞ்சிபுரம்

409. தேவ மருத்துவர்களுக்கு மருத்துவ முறையை உபதேசித்தவர் யார்?

அ) பூனைக்கண்ணார் ஆ) தேரையர்
இ) திருமூலர் ஈ) தன்வந்திரி

விடை ஈ

410. தன்வந்திரி எக்குலத்தை சேர்ந்தவர்

அ) வேட்கோவர் ஆ) ஆதிசைவஅந்தணகுலத்தவர்
இ) இடையர் குலத்தவர் ஈ) இடையர் குலத்தவர்

விடை ஆ

411. எவரைத் தன்வந்திரி பேரன் என்று மெய்ஞானத் திருமந்திரம் 1500 நூலில் குறிப்பிட்டிருந்தது?

அ) கோரக்கர் ஆ) பாம்பாட்டி சித்தர்
இ) தட்சிணாமூர்த்தி ஈ) திருமூலர்

விடை இ

412. எந்த சித்தரை தட்சிணாமூர்த்தி என்றும் கூறுவர்?

அ) போகர் ஆ) அகத்தியர் இ) கண்ணர் ஈ) இடைக்காடர்

விடை ஆ

413. கரும காண்டம், காவியம் நாலு காண்டம், பூசாவிதி ஆகிய நூல்களை இயற்றியவர் யார்?

அ) தட்சிணாமூர்த்தி ஆ) தன்வந்திரி
இ) புலிப்பாணி ஈ) பிண்ணாக்கீசர்

விடை அ

414. எந்த சித்தரை மேலைநாட்டவர் எனக் கருதுவர்

அ) பூணைக்கண்ணார் ஆ) பிண்ணாகீசர்
இ) திருநந்திதேவர் ஈ) புலத்தியர்

விடை அ

415. மச்சமுனி எவ்வகை சித்தர்?

அ) நவகோடி சித்தர் ஆ) நவசித்தர்
இ) பதினெனசித்தர் ஈ) நவநாத சித்தர்

விடை ஈ

416. மச்சமுனி சித்தரின் குலம் எது?

அ) பரதவர் ஆ) இடையர் இ) வேட்கோவர் ஈ) வேடர்

விடை அ

417. மச்சமுனி சித்தரின் சமாதி?

அ) அழகர்மலை ஆ) திருப்பதி
இ) திருவானைக்கா ஈ) அனந்த சயனம்

விடை இ

418. பெருநூல் எண்ணூறு என்னும் நூலை எழுதியவர் யார்?

அ) பிரமமுனி ஆ) மச்சமுனி இ) திருமூலர் ஈ) போகர்

விடை ஆ

419. பிரமமுனி எவ்வகை சித்தர்?

அ) நவசித்தர் ஆ) நவகோடி சித்தர்
இ) பதிணென் சித்தர் ஈ) நவகோடி நாத சித்தர்

விடை ஆ

420. பிரமமுனியை நூல்களில் எவ்வாறு குறிப்பிடப்பட்டுள்ளது

அ) மகரிஷி ஆ) உரோமரிஷி
இ) பிரமரிஷி ஈ) மண்டூக மகரிஷி

விடை இ

421. திருவள்ளுவர் எத்தொழில் செய்து வந்தவர்?

அ) நெசவு ஆ) வேளாண்
இ) வேட்டையாடல் ஈ) மண்பானை செய்யும் தொழில்

விடை அ

422. திருவள்ளுவரின் நண்பன் யார்?

அ) புசுண்டர் ஆ) வேமன்னா இ) கோரக்கர் ஈ) ஏலே சிங்கர்

விடை ஈ

423. திருவள்ளுவர் எவ்வகை சித்தர்

அ) நவசித்தர் ஆ) நவகோடி சித்தர்
இ) பதிணென் சித்தர் ஈ) நவநாத சித்தர்

விடை ஆ

424. உரோம ரிஷி குரு யார்?

அ) வால்மீகர் ஆ) சுந்தரானந்தர் இ) புசுண்டர் ஈ) புலத்தியார்

விடை இ

425. வாதமுறைகள் காணப்படும் உரோமரிஷி யின் நூல் எது?

அ) உரோமரிஷி வைத்தியம் 500 ஆ) காவிய சூத்திரம் 16
இ) உரோமரிஷி சுருக்கம் ஈ) ஞானம் 16

விடை ஆ

426. கருவூரார் எந்த மாவட்டத்தை சேர்ந்தவர்

அ) தேனி ஆ) மதுரை இ) திருச்சி ஈ) திருநெல்வேலி

விடை இ

427. கருவூரார் எந்த வகுப்பை சேர்ந்தவர்?

அ) அந்தணர் ஆ) விசுவகன்ம வகுப்பு
இ) கோசாயி வகுப்பு ஈ) வேளாண் வகுப்பு

விடை ஆ

428. கருவூரார் எவ்வூரில் சாமாதி கொண்டார்?

அ) அழகர் ஆ) திருப்பதி இ) தில்லை ஈ) கருவூர்

விடை ஈ

429. கருவூரார் எந்த மன்னர் காலத்தவர்?

அ) கரிகால சோழன் ஆ) பராந்தக சோழன்
இ) ஆதித்த சோழன் ஈ) ராஜராஜ சோழன்

விடை இ

430. தேரையரை வடமொழியில் எவ்வாறு குறிப்பிடப்படுகிறது?

அ) உரோமரிஷி ஆ) மகரிஷி இ) மண்டூக மகரிஷி ஈ) பிரமரிஷி

விடை இ

431. தேரையர் குரு யார்?

அ) கோரக்கர் ஆ) திருமூலர் இ) தருமசௌமியர் ஈ) புலத்தியார்

விடை இ

432. தேரையர் எந்த காலத்தவர்?

அ) பாண்டிய மன்னன் ஆ) சோழ மன்னன்
இ) சேர மன்னன் ஈ) வேமன்னா

விடை ஈ

433. தேரையர் எந்நாட்டை சேர்ந்தவர்?

அ) சீனநாடு
ஆ) சோழ நாடு
இ) பாண்டிய நாடு
ஈ) தொண்டை வளநாடு

விடை ஈ

434. ஞானம். வாதம் மருத்துவம் . மந்திரம். சாத்திரம் தோத்திரங்களை பூமியில் பரவ செய்தவர் யார்?

அ) புலத்தியார் ஆ) திருநந்தி தேவர் இ) திருமூலர் ஈ) அகத்தியர்

விடை ஈ

435. முதற்குருவாக மதிக்கப்படும் புலவர் யார்?

அ) புலிப்பாணி ஆ) கொங்கணர் இ) திருநந்திதேவர் ஈ) இடைக்காடர்

விடை இ

436. நந்திதேவர் எக்குலத்தை சேர்ந்தவர்?

அ) வேளிர் குலம்
ஆ) அந்தணர் குலம்
இ) வணிககுலம்
ஈ) மன்னர் குலம்

விடை ஆ

437. நந்திதேவர் சமாதி கொண்ட இடம்?

அ) அழகர் மலை ஆ) கருவூர் இ) காசி ஈ) இராமேசுவரம்

விடை இ

438. புலத்தியாரின் தந்தை யார்?

அ) திருமூலர் ஆ) கொங்கணர் இ) கோரக்கர் ஈ) அகத்தியர்

விடை ஈ

439. புலத்தியர் சமாதி கொண்ட இடம்?

அ) தில்லை ஆ) காசி இ) பழனி ஈ) யாழ்ப்பாணம்

விடை ஈ

440. ஈசனால் பூவுலகுக்கு அனுப்பப் பெற்ற சித்தர் யார்?

அ) அகத்தியர் ஆ) திருமூலர் இ) போகர் ஈ) நந்திதேவர்

விடை ஆ

441. திருமூலர் இயற்றிய நூல் எது?

அ) திருமந்திரம்
ஆ) திருவாசகம்
இ) திருதொண்டர்புராணம்
ஈ) திருப்பாவை

விடை அ

442. சிங்களவர் என்று கூறப்பெறும் புலவர்?

அ) மச்சமுனி ஆ) வெகுளி நாதர் இ) சட்டநாதர் ஈ) கமலமுனி

விடை இ

443. சட்டநாதர் சமாதி கொண்ட இடம்?

அ) சீர்காழி ஆ) தில்லை இ) அழகர் மலை ஈ) கருவூர்

விடை அ

444. கமலமுனி எவ்வகை சித்தர்?

அ) நவ சித்தர் ஆ) பதிணென் சித்தர்
இ) நவநாத சித்தர் ஈ) நவகோடி சித்தர்

விடை ஆ

445. கமலமுனி சமாதி கொண்ட இடம்?

அ) அழகர் மலை ஆ) கருவூர் இ) திருவரங்கம் ஈ) திருவாரூர்

விடை ஈ

446. பத்து என்னும் சிறுநூலின் ஆசிரியர்?

அ) திருமூலர் ஆ) கமலமுனி இ) கோரக்கர் ஈ) மச்சமுனி

விடை ஆ

447. சுந்தரானந்தர் எவ்வகை சித்தர்

அ) பதிணென் சித்தர் ஆ) நவநாதசித்தர்
இ) நவகோடி சித்தர் ஈ)நவசித்தர்

விடை அ

448. சுந்தரானந்தர் எந்த மரபினர்?

அ) கோசாலி மரபு ஆ) வேளாண் மரபு
இ) ஓதுவார் மரபு ஈ) வேடர் மரபு

விடை ஆ

449. வாமதேவர் எந்த மரபை சேர்ந்தவர்?

அ) வேளாண் மரபு ஆ) கோசாயிமரபு
இ) ஓதுவார் மரபு ஈ) வேடர் மரபு

விடை இ

450. வாமதேவர் சமாதி கொண்ட இடம்?

அ) அழகர் மலை ஆ) திருவரங்கம் இ) தில்லை ஈ) கருவூரார்

விடை அ

451. வெகுளி நாதர் எவ்வகை சித்தர்?

அ) பதிணென் சித்தர் ஆ) நவநாதசித்தர்
இ) நவகோடி சித்தர் ஈ) நவசித்தர்

விடை ஆ

452. வெகுளி நாதர் சமாதி கொண்ட இடம்?

அ) திருவரங்கம் ஆ) திருப்பதி இ) காசி ஈ) இராமமேசுவரம்

விடை இ

453. கந்தபுராணத்தில் எக்காண்டத்தில் அகத்தியரின் வரலாறு குறிப்பிடப்பட்டுள்ளது.

அ) உபதேச காண்டம் ஆ) உற்பத்தி காண்டம்
இ) அசுர காண்டம் ஈ) குமரி காண்டம்

விடை இ

454. 'நீண்ட தமிழால் உலகை நேமியி லளந்தான்' எனக் கம்பரால் போற்றப்பட்ட சித்தர் யார்?

அ) போகர் ஆ) அகத்தியர் இ) திருமூலர் ஈ) தேரையர்

விடை ஆ

455. இராமயணத்தில் இராமன் எந்த சித்தரை வணங்கி தெய்வீகமயம் வாய்ந்த வில்லை பெற்றார் எனக் குறிப்பிடப்பட்டுள்ளது.

அ) அகத்தியர் ஆ) மச்சமுனி இ) வால்மீகர் ஈ)யூகிமுனி

விடை அ

456. 'அனந்த சயனம்' என்ற இடத்தில் சமாதி அடைந்த சித்தர் யார்?

அ) அழுகணிச் சித்தர் ஆ) கமலமுனி
இ) அகத்தியர் ஈ) புலத்தியர்

விடை இ

457. 'தென்பொதிகையில் இன்றும் என்றும் தங்கி வருபவர்' எனக் குறிப்பிடபட்டுள்ள சித்தர் யார்?

அ) போகர் ஆ) அகத்தியர் இ) பாம்பாட்டி சித்தர் ஈ) திருமூலர்

விடை ஆ

458. 'முத்தண்டமிழ் தேர்முனி' என அழைக்கப்படும் சித்தர் யார்?

அ) பிண்ணாக்கீசர் ஆ) தேரையர் இ) அகத்தியர் ஈ) தன்வந்திரி

விடை இ

459. வேட்கோவர் குலத்தைச் சார்ந்த சித்தர் யார்?

அ) போகர் ஆ) அகத்தியர் இ) புலிப்பாணி ஈ) கொங்கணர்

விடை ஆ

460. பழநியில் நவபாஷாண சிலையை வடித்த சித்தரின் பாட்டானார் யார்?

அ) காலங்கிநாதர் ஆ) போகர் இ) திருமூலர் ஈ) கொங்கணர்

விடை இ

461. பழநி போகர் சமாதியில் வழிவழியாக வழிபாடு செய்து வரும் சித்தர் எனக்க குறிப்பிடப்படுபவர்

அ) திருமூலர் ஆ) புலத்தியர் இ) புலிப்பாணி ஈ) கொங்கணர்

விடை இ

462. போகர் எந்த நாட்டை சார்ந்தவர்?

அ) பாரத நாடு ஆ) அரபு நாடு இ) சீன நாடு ஈ) கிரேக்க நாடு

விடை இ

463. புத்த சமய துறவி எனக் குறிப்பிடப்படும் சித்தர் யார்?

அ) இடைக்காடர் ஆ) போகர் இ) கொங்கணர் ஈ) கோரக்கர்

விடை ஆ

464. தஞ்சை பெரிய கோவிலில் கபால கல்லை. பஞ்சு மூட்டைகள் உபயோகித்து மேலேற்றிய சித்தர் எனப்படுபவர்?

அ) போகர் ஆ) அகத்தியர் இ) திருமூலர் ஈ) சட்டமுனி

விடை அ

465. காலங்கி நாதரின் சீடன் யார்?

அ) திருமூலர் ஆ) போகர் இ) புலிப்பாணி ஈ) கொங்கணர்

விடை ஆ

466. புத்தகயா, பாடலிபுத்திர் முதலிய இடங்களை தரிசித்து பின்னர் இங்கு வந்தடைந்த சித்தர் யார்?

அ) திருமூலர் ஆ) போகர் இ) கொங்கணர் ஈ) புலிப்பாணி

விடை ஆ

467. கொங்கணர் தந்தை போகநாதர் என எந்த நூலில் குறிப்பிடப்பட்டுள்ளது?

அ) போகர் நிகண்டு ஆ) கருவூரார் பலதிரட்டு காப்பு
இ) வைப்பு நூல் ஈ) கொங்கணர் முக்காண்டம்

விடை ஆ

468. பழநி மலை மீதுள்ள முருகனுக்கு புலியின் மீதேறி நீர் எடுக்கச் சென்ற சித்தனின் ஆசான் யார்?

அ) புலிப்பாணி ஆ) காலங்கி நாதர் இ) போகர் ஈ) கொங்கணர்

விடை இ

469. புலிப்பாணி இயற்றியதாக கூறப்படும் நூல்களின் தொகுப்பு?

அ) ஞான நூல் ஆ) திரட்டு நூல் இ) வரம நூல் ஈ) குணபாடநூல்

விடை ஆ

470. சேர நாட்டின் மாதரசிக்குப் போகரின் அருளால் தோன்றிய சித்தர் யார்?

அ) காலங்கி நாதர் ஆ) கொங்கணர் இ) யூகி முனி ஈ) கோரக்கர்

விடை ஆ

471. 'கொக்கென்று நினைத்தாயோ' கொங்கணவா' என்று கேட்டவர் யார்?

அ) திருவள்ளுவர் ஆ) வாசுகி அம்மையார்
இ) ஔவையார் ஈ) மாதரசி

விடை ஆ

472. கொங்கணரால் இயற்றப்படாத நூல் எது?

அ) வைப்பு நூல் ஆ) பட்சிணி இ) நவக்கிரகக் கக்கிஷம் ஈ) பூரணம் நூறு

விடை ஈ

473. எச்சமிட்ட கொக்கினை சினந்து நோக்க அக்கொக்கு உடனே எரிந்து நீறாகிவிட்டது எனக் குறிப்பிடப்படுவர்?

அ) பிண்ணாக்கீசர் ஆ) பூனைக்கண்ணர்
இ) கொங்கணர் ஈ) வெகுளி நாதர்

விடை இ

474. சூத்திரம் பதின்மூன்று என்ற நூலை இயற்றியவர் யார்?

அ) கொங்கணர் ஆ) கோரக்கர் இ) தேரையர் ஈ) இடைக்காடர்

விடை ஆ

475. திருமால் எந்த சித்தராக அவதாரத்தார் என புராணம் கூறுகிறது?

அ) கொங்கணர் ஆ) இடைக்காடர்
இ) திருவள்ளுவர் ஈ) ஔவையார்

விடை ஆ

476. நான்மகள் எச்சித்தராக அவதரித்ததாக புராணம் கூறுகிறது?

அ) இடைக்காடர் ஆ) ஔவையார்
இ) காரைக்கால் அம்மையார் ஈ) வாசுகி அம்மையார்

விடை ஆ

477. நான்முகன் எந்த சித்தராக அவதரித்தார் என்று புராணம் கூறுகிறது?

அ) திருவள்ளுவர் ஆ) இடைக்காடர்
இ) ஔவையார் ஈ) கொங்கணர்

விடை அ

478. மருத்துவ வல்லுநராக இருந்து காக்கும் கடவுளாகிய திருமாலைப் போல் பல நோயாளிகளைக்க காத்த சித்தர் எனக் குறிப்பிடபடுபவர்?

அ) அகப்பேயச் சித்தர் ஆ) கொங்கணர்
இ) கோரக்கர் ஈ) சிவவாக்கியார்

விடை ஆ

479. இடைக்காடன் பிணக்கு தீர்த்த படலம் எந்த நூலில் இடம் பெற்றுள்ளது?

அ) மணிமேகலை ஆ) திருவிளையாடற்புராணம்
இ) கந்தபுராணம் ஈ) தேவராம

விடை ஆ

480. கஞ்சாவை உபயோகித்து நஞ்சு குறிகள் தோன்றாவண்ணம் முதன்முறை பிணிகளை தீர்க்கும் வழிகண்டவர் யார்?

அ) இடைக்காடர் ஆ) குதம்மை சித்தர்
இ) கோரக்கர் ஈ) சிவவாக்கியார்

விடை இ

481. கோரக்கர் எந்த மரபை சார்ந்தவர்?

அ) வேளாண் ஆ) மருத்துவ வல்லுநர்
இ) கள்ளர் ஈ) வேடர்

விடை இ

482. கோரக்கர் எவ்வூரில் சமாதி அடைந்தார்?

அ) பேரூர் ஆ) பழநி இ) அழகர் மலை ஈ) விருத்தாச்சலம்

விடை அ

483. கோரக்கரால் இயற்றப்படாத நூல் எது?

அ) நாதபேதம் இருபானைந்து ஆ) முத்தாரம் தொண்ணூற்றாறு
இ) சூத்திரம் பதின்மூன்று ஈ) நமநாசத்திறவுகோல் நூறு

விடை இ

484. பாம்பாட்டி சித்தரால் ஏற்றப்பட்ட பெரும்பாலான நூல்

அ) திரட்டு நூல் ஆ) ஞானநூல் இ) யோக நூல் ஈ) வைப்பு நூல்

விடை ஆ

485. தவவலிமையால் கூத்தப் பெருமானின் ஆட்டத்தை தம் கண்முன் காணும் சித்தர் யார்?

அ) அகப்பேயர் ஆ) பாம்பாட்டி சித்தர்
இ) அழுகணிச்சித்தர் ஈ) குதம்பை சித்தர்

விடை ஆ

486. நஞ்சு முறிவு மருத்துவத்திலும், மாந்திரிகத்திலும் மிக்க வல்லுநராக இருந்தவர் யார்?

அ) போகர் ஆ) திருமூலர் இ) பாம்பாட்டி சித்தர் ஈ) மச்சமுனி

விடை இ

487. நாகமுனி எனக் குறிப்பிடபடும் சித்தர் யார்?

அ) பிண்ணாக்கீசர் ஆ) பாம்பாட்டி சித்தர்
இ) பூனைக் கண்ணார் ஈ) தேரையர்

விடை ஆ

488. சிரோகரோக விதி, நயன ரோக விதி போன்ற நூலை இயற்றியவர்?

அ) பாம்பாட்டி சித்தர் ஆ) போகர்
இ) தேரையர் ஈ) குதம்பை சித்தர்

விடை அ

489. பதஞ்சலி என்று குறிப்பிடபடும் சித்தர்?

அ) தன்வந்திரி ஆ) பாம்பாட்டி சித்தர்
இ) அகத்தியர் ஈ) திருமூலர்

விடை ஆ

490. தன் மனதை பேய் என விளித்து அறிவுரையாற்றும் சித்தர் யார்?

அ) கோரக்கர் ஆ) போகர் இ) அகப்பேயர் ஈ) குதம்பை சித்தர்

விடை இ

491. அகப்பேய் எந்த ஊரில் சமாதி அடையப்பட்டதாக நூற்கள் கூறுகின்றனர்?

அ) திருவாதவூர் ஆ) அழகர் மலை
இ) திருவையாறு ஈ) எட்டுக்குடி

விடை அ

492. தம் பாடலில் குதம்பாய் என்று ஒரு மகடூஉ முன்னிலை படுத்துபவர் யார்?

அ) அகப்பேய் ஆ) குதம்பை சித்தர்
இ) சிவவாக்கியம் ஈ) யூகி முனி

விடை ஆ

493. குதம்பை சித்தரின் சமாதி அமைந்துள்ள இடம்?

அ) சிதம்பரம் ஆ) அழகர் மலை
இ) பரங்குன்றம் ஈ) சங்கரன்கோவில்

விடை ஆ

494. மெய்ஞ்ஞான போதமாகிய உயரிய வேதாந்த கருத்துகளை எந்த சித்தரின் பாடல்களில் அதிகம் காணலாம்

அ) அகப்பேய்ச் சித்தர் ஆ) சிவவாக்கியர்
இ) பாம்பாட்டி சித்தர் ஈ) கோரக்கர்

விடை ஆ

495. உருவ வழிபாட்டை வெறுத்த சித்தர் யார்?

அ) வால்மீகர் ஆ) யூகி முனி இ) சிவவாக்கியர் ஈ) போகர்

விடை இ

496. சிவவாக்கியரின் கருத்துகளுக்கு ஒத்த கருத்தினை உடையவர் யார்?

அ) திருநாவுக்கரசர் ஆ) தாயுமானவர்
இ) திருவள்ளுவர் ஈ) கம்பர்

விடை ஆ

497. "அண்டத்திலுள்ளதே பிண்டம்" என்னும் பாடல் இடம் பெற்றுள்ள நூல் ______

அ) சட்டமுனி நிகண்டு ஆ) சட்டமுனி ஞானம்
இ) சட்டமுனி மூல சூத்திரம் ஈ) சட்டமுனி வாக்கியம்

விடை ஆ

498. மூளை, சிறுநீர், கொழுப்பு, வெண்ணீர், குருதி என்னும் உடல் உறுப்புகள் எந்த பஞ்சபூதங்களோடு தொடர்புடையது

அ) வெளி ஆ) நீர் இ) மண் ஈ) தீ

விடை ஆ

499. மாச்சர்யம், மதம், மோகம் உலோபம், காமம் என்னும் உடல் உறுப்புகள் எந்த பஞ்சபூதங்களோடு தொடர்புடையது

அ) தீ ஆ) நீர் இ) வெளி ஈ) மண்

விடை இ

500. வளி + வெளி எனும் பூதங்களின் சேர்க்கையால் உருவான சுவை எது? ______

அ) கைப்பு ஆ) கார்ப்பு இ) துவர்ப்பு ஈ) புளிப்பு

விடை அ

501. மண் + வளி எனும் பூதங்களின் சேர்க்கையால் உருவான சுவை______

அ) உப்பு ஆ) துவர்ப்பு இ) புளிப்பு ஈ) கைப்பு

விடை ஆ

502. நீர் + தீ எனும் பூதங்களின் சேர்க்கையால் உருவான சுவை

அ) இனிப்பு ஆ) புளிப்பு இ) கார்ப்பு ஈ) உப்பு

விடை ஈ

503. வளி, அழல், ஐயம் ஆகிய மூன்றும் குறிக்கும் சொல்______

அ) முத்தோடங்கள் ஆ) உயிர்த்தாதுக்கள்
இ) முக்குற்றங்கள் ஈ) அனைத்தும்

விடை ஈ

504. பஞ்சலோக செந்தூரம் எத்தனை நோய்களைத் தீர்க்க வல்லது

அ) 228 ஆ) 229 இ) 227 ஈ) 230

விடை அ

505. பஞ்சபூதங்களோடு பிறப்பு கீழ்வற்றுள் சரியானவை எது

அ) எல்லா இடங்களிலும் எல்லா நிலைகளிலும் நிறைந்திருக்கும்
ஆ) எந்த இடத்தில் பூதங்கள் இல்லையோ அந்த இடத்தில் உயிரினங்களும் அவற்றின் பிறப்பும் இருக்கும்
இ) பூதங்கள் எல்லாம் ஒரே அளவில் இருந்தால் அங்கும் பிறக்கும்
ஈ) அவை பங்குபெறும் அளவு மாறினால் உயிர் உண்டாக்கும்
அ) அ,ஆ, இ ஆ) ஈ,இ,அ இ) ஆ,ஈ ஈ)அ ,ஈ

விடை ஈ

506. கோள்களுக்கும், உடல் உறுப்புகளுக்கும் உள்ள தொடர்பு ஞாயிறு, வியாழன், புதன், சனி

அ) நெற்றி, கழுத்து, கல்லீரல், மூளை
ஆ) இதயம், வயிறு, உதடு, முழங்கால்
இ) இதயம், எலும்பு மஜ்ஜை, விரல்கள், நகம்
ஈ) இதயம், உதடு, மார்பு, நகம்

விடை ஈ

507. முழங்காலுக்கு அறுவை சிகிச்சை செய்ய கூடாத திதி எது?

அ) துதியை ஆ) சதுர்த்தி இ) சஷ்;டி ஈ) திரிதியை

விடை ஈ

508. கழுத்து, நாக்கு, பெருவிரல், கை இவைகளுக்கு அறுவை சிகிச்சை செய்ய கூடாத திதி எது?

அ) நவமி, ஏகாதசி, துதியை, தசமி ஆ) நவமி, துவாதசி, திரிதியை, தசமி
இ) அட்டமி, ஏகாதசி, பஞ்சமி, சஷ்டி ஈ) நவமி, ஏகாதசி, பிரதமை, அட்டமி

விடை ஈ

509. பிண்டம் எதனால் ஆனது

அ) வாத, வைத்திய, ஜால ஆ) வளி, அழல், ஐயம்
இ) ஞாயிறு, திங்கள், மழை ஈ) இரசம், கந்தகம், உப்பு

விடை ஆ

510. மருந்து எதனால் ஆனது

அ) வாத, வைத்திய, ஜால ஆ) வளி, அழல்,ஐயம்
இ) ஞாயிறு, திங்கள்,மழை ஈ) இரசம், கந்தகம், உப்பு

விடை ஈ

511. வாதம் எதனால் ஆனது

அ) வாத, வைத்திய, ஜால ஆ) ஞாயிறு, திங்கள், மழை
இ) இரசம், கந்தகம், உப்பு ஈ) வாதம், பித்தம், கபம்

விடை இ

512. தீட்சை என்னும் சொல்லில் "தீ" என்பதன் பொருள் ________________ "சை" என்பதன் பொருள்

அ) வாங்குதல், அழித்தல்
ஆ) அளித்தல், அழித்தல்
இ) கொடுத்தல், வாங்குதல்
ஈ) அளித்தல், கொடுத்தல்

விடை ஆ

513. தச தீட்சை, மூப்பு தீட்சை, சிவ தீட்சை இவை அனைத்தும் தீயைப் பயன்படுத்தி செய்யப்படும் என்று கூறியவர் ________________

அ) திருமூலர் ஆ) சட்டமுனி இ) வெகுளிநாதர் ஈ) அகத்தியர்

விடை ஈ

514. தீயைப் பயன்படுத்தி செய்யப்படும் செய்முறைகள்

அ) தச, முப்பு, சிவ
ஆ) முப்பு, சமய, விசேட
இ) சமய, நிருவாண, சிவ
ஈ) காணும், நயன, பரிச

விடை அ

515. சமயத் தீட்சை கொடுக்கப்படும் இடம் ________________எனப்படும்

அ) கோவில் ஆ) மலை இ) மண்டபம் ஈ) குகை

விடை இ

516. சமய தீட்சை பெற்றவன் ________________எனப்படுவான்

அ) துறவி ஆ) சமயி இ) சித்தர் ஈ) சீவன்

விடை ஆ

517. சமய தீட்சைக்குப் பிறகு செய்யும் தீச்சை________________

அ) நிருவாண ஆ) நயன இ) விசேட ஈ) மானச

விடை இ

518. சஞ்சித வினைகள்____________ அத்துவாக்களை இடமாகக் கொண்டிருக்கும்

அ) 6 ஆ) 5 இ) 4 ஈ) 7

விடை அ

519. கோழி அடைகாத்து தன் குஞ்சுகளால் பொரிப்பது எந்தத் தீட்சைக்கு உதாரணம்

அ) பரிச தீட்சை
ஆ) நயன தீட்சை
இ) தீண்டும் தீட்சை
ஈ) அ, இ இரண்டும்

விடை அ

520. ஆமை தன் முட்டைகளை நினைவாலே பொரிப்பது எந்த தீட்சை

அ) காணும் தீட்சை
ஆ) மானச தீட்சை
இ) பரிச தீட்சை
ஈ) நயன தீட்சை

விடை ஆ

521. மந்திரங்களை மாணவனுக்கு உபதேசிப்பது எந்த தீட்சை

அ) யோக ஆ) சாத்திர இ) வாசக ஈ) பரிச

விடை இ

522. சமாதி நிலைக்கு முன்னேறி வர உதவுவது எந்த தீட்சை?

அ) யோக ஆ) ஔத்திரி இ) சாத்திர ஈ) நயன

விடை ஆ

523. பணியாளருடைய நாடியை தொட்டறியும் மருத்துவன் எத்தனை முறை நீராடல் வேண்டும்?

அ) ஐந்து முறை நீராடல் ஆ) நூற்றியெட்டு முறை நீராடல்
இ) இருபத்தைந்து முறை நீராடல் ஈ) கை தட்டல்

விடை ஆ

524. கீழ்க்கானவற்றுள் மருத்துவன் பூச்சு எது?

அ) புனுகு ஆ) கந்தகம் இ) தாமிரம் ஈ) சந்தனம்

விடை அ

525. மருத்துவன் உடுக்கத் தகுந்த உடையின் நிறம் எது?

அ) சிவப்பு ஆ) பச்சை இ) வெள்ளை

விடை இ

526. வயதில் மூத்த மருத்துவர்களின் பண்பு எது?

அ) நோய்க்கு தக்க மருந்துகளைச் செய்யும் வன்மை
ஆ) புது நோய்களை கண்டால் தீர்க்க முடியாது என்ற மனத் துணிவு
இ) நாடி நடைகளைப் பார்த்து அறிந்த பழக்கமின்மை

விடை அ

527. கீழ்க்கானவற்றுள் மருத்துவன் ஒழுக்கமின்மை எது?

அ) பிணியாளனுக்கருகில் கீழ்த்திசை நோக்கி உட்காருதல்
ஆ) நல்ல சகுனத்தை பார்த்து போதல்
இ) நோயாளியின் படுக்கையை தீண்டுதல்

விடை இ

528. மருத்துவரின் தீய இயல்பு எது?

அ) மனம்போன போக்கில் நாடி சொல்லுதல்
ஆ) மருத்துவ நூல்களின் முறையை அறிந்தவர்
இ) சிறுநோய் உடையவரை கொடுநோய் உடையவர் எனக் கூறாதிருத்தல்

விடை அ

529. மருத்துவத் தொழிலுக்கு உரியவன் யார்?

அ) பொருட்பண்பு நூல் உணராதவர்கள்
ஆ) இல்லறத்தில் வாழ்பவர்கள்
இ) பொருளில் பேராசை இருப்பவர்

விடை ஆ

530. மருத்துவத் தொழிலுக்கு உரியவன் யார்?

அ) சிற்பி ஆ) வேடன் இ) மருந்துகளின் கைப்பபாகம் அறிந்தவர்

விடை இ

531. பிணியாளன் சுகம் பெற வேண்டுமாயின், மருத்துவனானவன் எவ்வாறு இருக்கவேண்டும்?

அ) மலம். நீர் இவற்றின் பாகுபாடு அறிதல்
ஆ) நோயின் நிலையை அறியாதிருத்தல்
இ) தீக்கன்மம், நற்கன்மம் பாகுபாடு அறியாதிருத்தல்

விடை அ

532. மருத்துவனின் வேறு பெயர் என்ன?

அ) பண்டிதன் ஆ) பரிகாரி இ) வைத்தியன் ஈ) இவை அனைத்தும்

விடை ஈ

533. மருத்துவன் எதில் வல்லவனாய் இருத்தல் வேண்டும்?

அ) மொழி நூல் ஆ) கணித நூல்
இ) அளவை நூல் ஈ) இவை அனைத்தும்

விடை ஈ

534. இறைவனின் மூன்று கண்கள்

அ) திங்கள், ஞாயிறு, தீ ஆ) செவ்வாய், ஞாயிறு, தீ
இ) புதன், ஞாயிறு, தீ ஈ) வியாழன், ஞாயிறு, தீ

விடை அ

535. மருத்துவர்களுக்கு ஆண்டு என்ன?

அ) 100 ஆ) 120 இ) 140 ஈ) 80

விடை ஆ

536. மருத்துவ ஆண்டை எத்தனை பிரிவாக பிரிப்பார்கள்?

அ) 3 ஆ) 1 இ) 5 ஈ) 2

விடை அ

537. மருத்துவன் கடமையெனக் கருதப்படும் பரிகாரங்கள் எத்தனை?

அ) 2 ஆ) 3 இ) 4 ஈ) 5

விடை ஆ

BIBILIOGRAPHY

1. பொது மருத்துவம் - டாக்டர். கு.நா. குப்பசாமி முதலியார், எச்.பி.ஐ.எம். (2012)
2. தோற்றக்கிரம ஆராய்ச்சியும் சித்த மருத்துவ வரலாறும் மரு. கு.சு. உத்தமராயன், எச்.பி;.எல்.எம்., இந்திய மருத்துவம் மற்றும் ஹோமியோபதி, தமிழ்நாடு அரசு, சென்னை(2005)
3. சித்த மருத்துவாங்கச் சுருக்கம். மரு. கு.சு. உத்தமராயன், எச்.பி;.எல். எம்., இந்திய மருத்துவம் மற்றும் ஹோமியோபதி, தமிழ்நாடு அரசு, சென்னை(2005)
4. சித்த மருத்துவ வரலாறு, ஆனைவாரி ஆனந்தன் (2008)
5. தமிழ் மருத்துவ வரலாற்றுத் தொன்மைகள் - முனைவர் இரா.வாசுதேவன். http://ta.wikisource.org/s/bn
6. தென்னிந்திய மருத்துவ வரலாறு- ரா. நிரஞ்சனாதேவி, உலகத் தமிழ் ஆராய்ச்சி நிறுவனம், சென்னை(2008)
7. சித்த மருத்துவ மூல தத்துவம் - எஸ். சுண்முகராஜா, சித்த மருத்துவ வளர்ச்சிக் கழகம், ஜஃப்னா, ஸ்ரீஇலங்கா(2002)
8. நோய்நாடல் நோய் முதனாடல் திரட்டு முதல்பாகம் - டாக்டர். ம. சண்முகவேலு, எசி.பி,ஐ,எம்,. தமிழ்நாடு அரசு, 1987.
9. உயிர் வளர்க்கும் திருமந்திரம். பாகம் - 1. கரு. ஆறுமுகத்தமிழன். இந்து தமிழ் திசை. 2020.
10. பன்னிரு திருமுறைகள் தொகுதி 14,15,16 - பேராசிரியர் புலவர் அ. மாணிக்கம், எம்.ஏ., வர்த்தமானன் பதிப்பகம். சென்னை - 17
11. 32 கட்டளை திரட்டு பதிப்பாசிரியர். அ. முத்துவடிவேல் முதலியார். பூமகள் விலாச அச்சுக்கூடம் - சென்னை - 1931
12. தேரையர் அந்தாதி. பதிப்பாசிரியர். டாக்டர். ம. புனிதா. உலகத் தமிழ் ஆராய்ச்சி நிறுவனம். சி.ஐ.டி. வளாகம், தரமணி, சென்னை. 600 113.(1995)
13. போகர் ஏழாயிரம் - முதலாமாயிரம், சித்த மருத்துவநூல் வெளியீட்டுக்குழு சென்னை-29(1976)

14. மருந்துசெய் இயலும் கலையும். தேவ ஆசிர்வாதம் சாமுவேல்,எம். டி.(சித்தா). இந்திய மருத்துவம் மற்றும் ஹோமியோபதி துறை, சென்னை.

15. சங்கராச்சாரியார்-சித்த மருத்துவம்- க.நா.குப்புசாமி முதலியார், அணிந்துரை பக்.49. சித்த மருத்துவ வாரிய வெளியீடு 1987

16. ஏழு நூற் தொகுதி - அருள் மிகுபால தண்டாயுதபாணி திருக்கோயில் சித்த மருத்துவ நூல் வெளியீட்டுகுழு -1971.

17. மின் நூல் தொகுப்பு : தோழி .www.siththarkal.com

18. பெரிய சிவவாக்கியர் பாடல்- மா.வடிவேலு முதலியார்; உரை.

19. வர்ம மருத்துவத்தின் அடிப்படைகள் (Fundamentals of Varma Medicine) – T. கண்ணன் ராஜாராம் (2007)

20. History of siddha medicine -1998- p.257 – N. Kandasamy pillai.

21. Siddha Dossier, CCRS, Dept. of AYUSH, New Delhi(2013) Online Material.

22. Development of standard siddha terminologies – National Institute of Siddha, first Edition; May 2014.

23. T.V. Sambasivampillai Dictionary – I-V volumes.

24. https://www.britannica.com/science/traditional-Chinese-medicine/Hua-Tuo.

25. https://www.sciencedirect.com/science/article/pii/S1319562X21005027